சேரமன்னர் வரலாறு

ஔவை சு. துரைசாமிப் பிள்ளை

ரிதம் வெளியீடு

சேரமன்னர் வரலாறு
ஔவை சு. துரைசாமிப் பிள்ளை ©

Cheramannar Varalaru
Avvai Su. Duraisami Pillai ©

1st Edition: Feb 2022
2nd Edition: April 2023
Pages: 232   Price: Rs. 225
ISBN: 978-93-93724-21-2

Publishing Editor
T. Senthil Kumar

Published by:
Rhythm Veliyeedu
New No.58, Old No.26/1, 1st Floor,
Alandur Road, Saidapet,
Chennai - 600 015, Tamil Nadu, INDIA
Ph : (044) 2381 0888, 2381 1808, 4208 9258
E-mail : senthil@rhythmbooks.in
Web : www.rhythmbooksonline.com

Book Layout & Cover Design
Visual Vinodh - 9500149822

முன்னுரை

நம் தமிழ் நாட்டின் வரலாறு தொல்காப்பியர் காலத்துக்கு முன்பிருந்தே தொடர்ந்து இயன்று வருவது உலகறிந்த செய்தி; எனினும் அக்கால நிகழ்ச்சிகளை வரன் முறையாக அறிதற் கேற்ற நூல்களும் வேறு குறிப்புகளும் போதிய அளவில் கிடைக்காமையின், சங்க இலக்கியங்கள் எனப்படும் தொகை நூல்களின் பாட்டுகள் தோன்றிய காலத்திலிருந்து நாம் அறிந்து கொள்ளுதல் ஓரளவு இயலுகின்றது. அக் காலத்தைப் பொதுவாகச் சங்க காலம் என்பது பெருவழக்காய் உளது. அதனால், **தமிழ் நாட்டு வரலாறு** சங்க காலம், களப்பிரர் காலம், பல்லவர் காலம், இடைக் காலம், பாண்டிய சோழர் காலம், விசய நகர வேந்தர் காலம், முகமதிய ஐரோப்பியர் காலம், மக்களாட்சிக் காலம் என வகுத்துக் காணப்படுகிறது. ஆனால், இம் முறையில் வைத்துத் தமிழ்நாட்டு வரலாறு இன்னும் எவராலும் எழுதப்படவும் இல்லை; அதற்குரிய முயற்சியும் இன்றுகாறும் உருவாகவுமில்லை; தமிழ் மக்கட்கு அறிவியல் வாழ்வில் உண்டான வீழ்ச்சிக்கு இதைவிட வேறு சான்று வேண்டுமோ?

இனி, **சங்க காலம்** என்பது தமிழ் நாட்டின் சேர சோழ பாண்டியர் என்ற மூவேந்தரும் வாழ்ந்த காலமாகும். இக் காலத்தைக் காலஞ்சென்ற திரு.வி. கனகசபைப் பிள்ளை முதல் பலர் ஆராய்ந்து எழுதியுள்ளனர். களப்பிரர் காவல் இதுகாறும் எவராலும் தெளிவாக விளக்கப்படவில்லை. பல்லவர் காலம் திரு. துப்ரயில் முதல் திரு. பி.டி. சீனிவாச ஐயங்காரை யுள்ளிட்ட பலரால் ஆராயப்பட்டுள்ளது. இடைக்காலப் பாண்டிய சோழர்கள் வரலாற்றைத் திரு. நீலகண்ட சாஸ்திரியார் ஒருவாறு ஆராய்ந்து எழுதினாராக, அவரது ஆராய்ச்சிக்கு எட்டாத பலவுண்மைகளைக் கண்டு தெளிவுபடுத்தித் திரு. டி.வி. சதாசிவப் பண்டாரத்தார் அவர்கள் நல்லதொரு வரலாற்று நூலையும் எழுதியுதவியிருக்கின்றார்கள். விசயநகர வேந்தர் அவருக்குப் பின் வந்த நாயக்க மன்னர் ஆகியோரின் வரலாறுகளை டாக்டர் திரு. கிருஷ்ணசாமி ஐயங்காரை யுள்ளிட்ட அறிஞர்கள் ஆராய்ந்துள்ளனர்.

தமிழ் நாட்டின் வரலாறு காண முயன்றோருள் பெரும்பாலோர் பல்லவ சோழ பாண்டிய நாட்டு வரலாறுகளையே மேன்மேலும் ஆராய்ந்தனரே யன்றி, அதன் மேலைப் பகுதியாகிய சேர நாட்டு அரசர்கள் வரலாற்றைக் காண இவ்வாறு முயலவில்லை. இதற்குக் காரணம், இத் துறையில் முயன்றோர் பலரும் சேரநாடு இன்று கேரள நாடாக மாறிவிட்டது கண்டு மயங்கினமையேயாகும். திரு. கே.ஜி. சேஷையர் முதலிய அறிஞர் சிலரே அத்துறையில் கருத்தைச் செலுத்தினர்.

சங்க காலச் சேரர் இலக்கியங்களை யான் ஆராயத் தலைப்பட்ட போது, சேர நாட்டைப் பற்றிய குறிப்புகளைத் தேடித் தொகுக்கும் கடமை உண்டாயிற்று. அக் காலை, மேனாட்டறிஞரான வில்லியம் லோகன் எழுதியனவும், நம் நாட்டவரான திரு. நாகமையர், திரு. கே.பி. பதுமநாப மேனன், திரு. கே.ஜி. சேஷையர், திரு. சி. கோபாலன் நாயர் முதலியோர் எழுதியுள்ள நூல்களும், திருவாங்கூர், கொச்சி, குடகு, தென்கன்னடம் ஆகிய பகுதிகளைப் பற்றிய அரசியல் வெளியீடுகளும் பெருந்துணை செய்தன. பழையங்காடி, உடுப்பி, ஹொன்னாவர், கோழிக்கோடு, கண்ணனூர், பெல்காம் முதலிய பேரூர்களில் வாழ்ந்து வரும் நண்பர்கள் பலர் தெரிவித்த குறிப்புகளும் எனக்கு மிக்க ஊக்கம் தந்தன. அதனால் சேரர் வரலாற்றைக் காண்பதற் கெழுந்த வேட்கை உறுதிப் படுவதாயிற்று. சேரநாடு கேரள நாடாயின பின், சேர மக்கள் வாழ்ந்த ஊர்களும், அவர்களிடையே நிலவிய ஒழுக்க நெறிகளும் மறைந்து ஒடுங்கினவாயினும், பழங்கால இலக்கியக் கண் கொண்டு நேரில் சென்று காண்போர்க்குப் புலனாகாமற் போகவில்லை.

அவற்றை அவ்வப்போது நேரில் சென்று கண்டும், ஆங்காங் குள்ள அறிஞர்களோடு அளவளாவியும் ஆராய்ந்தபோது, அவற்றின் துணை கொண்டு **பண்டை நாளைச் சேர மன்னர்** வரலாற்றைக் கோவைப்பட வைத்துக் காணடற்கு வாய்ப்பு உண்டாயிற்று. இந்த என் முயற்சிக்குத் துணை புரிந்தவர், கோவையில் ஓய்வு பெற்றிருக் கும் வேளாண்மைக் கல்லூரிப் பேராசிரியர் திரு. வேங்கடகிருஷ்ணப் பிள்ளையவர்களும், 1940-41ல் வடவார்க்காடு மாவட்டத்தில் கல்வி யதிகாரியாக இருந்த திரு. வீ.கே. இராமன் மேனன் அவர்களுமாவர். தொடக்கத்தில் என்னை இவ்வாராய்ச்சியில் ஈடுபடுமாறு தூண்டிச் சேர நாட்டு வரலாற்றாசிரியர் சிலருடைய நட்பையும் உண்டுபண்ணுவித்து ஊக்கியவர் என் கெழுதகை நண்பர், அண்ணாமலைப் பல்கலைக்கழக வரலாற்றுச் சிறப்புடைய ஆசிரியராயிருந்து காலஞ் சென்ற திரு. எஸ்.கே. கோவிந்தசாமிப் பிள்ளையவர்கள். அவர்கள் இந்நூல் வெளிவரும் இந்நாளில் இல்லாமை என் நெஞ்சை மிகவும் வருத்துகின்றது.

கையெழுத்து வடிவில் இருந்த காலத்து இவ் வரலாற்றை கண்டு மிக்க மகிழ்ச்சியுடன் ஊக்கம் கொள்வித்த என் பெரு நண்பர்களான திரு. டி. வி. சதாசிவப் பண்டாரத்தாரர், திரு. வித்துவான் க. வெள்ளை வாரணம் ஆகிய இருவரது நன்றியை என்றும் மறவேன். இதனை ஆர்வமோடு படித்து மதிப்புரைகள் வழங்கிய என் இனிய நண்பர்களான டாக்டர் திரு. எம்.எஸ். வயிரணப் பிள்ளை அவர்களையும், டாக்டர் திரு. மா. இராசமாணிக்கனார் அவர்களையும் நன்றியுணரும் என் நெஞ்சம் ஒருபோதும் மறவாது.

***"ஞாலம் நின்புகழே மிக வேண்டும் தென்
ஆலவாயில் உறையும் எம் ஆதியே."***

- ஔவை. துரைசாமி.

பொருளடக்கம்

பக்கம்

முன்னுரை

துணை செய்த நூல்களின் நிரல்

ஆங்கில முன்னுரை

மதிப்புரை

1. சேரநாடு
2. சேரநாட்டின் தொன்மை
3. சேரர்கள்
4. பெருஞ்சோற்றுதியன் சேரலாதன்
5. இமயவரம்பன் நெடுஞ்சேரலாதன்
6. பல்யானைச் செல்கெழு குட்டுவன்
7. களங்காய்க்கண்ணி நார்முடிச்சேரல்
8. கடல் பிறக்கோட்டிய செங்குட்டுவன்
9. ஆடு கோட்பாட்டுச் சேரலாதன்
10. செல்வக்கடுங்கோ வாழியாதன்
11. தகடூர் எறிந்த பெருஞ்சேரல் இரும்பொறை
12. குடக்கோ இளஞ்சேரலிரும்பொறை
13. சேரமான் பாலை பாடிய பெருங்கடுங்கோ
14. யானைக்கண் சேய் மாந்தரஞ்சேரல் இரும்பொறை
15. சேரமான் மாந்தரஞ்சேரல் இரும்பொறை
16. சேரமான் வஞ்சன்
17. சேரமான் மாவண்கோ
18. சேரமான் குட்டுவன்கோதை
19. சேரமான் கணைக்கால் இரும்பொறை
20. முடிப்புரை

1. இந் நூலின் ஆக்கத்துக்குத் துணைச் செய்த நூல்கள்

1. தமிழ்

நற்றிணை (நற்)
குறுந்தொகை (குறுந்)
ஐங்குறுநூறு (ஐங்)
பதிற்றுப்பத்து (பதிற்)
பரிபாடல் (பரி)
கலித்தொகை (கலி)
அகநானூறு (அகம்)
புறநானூறு (புறம்)
திருமுருகாற்றுப்படை (முருகு)
சிறுபாணாற்றுப்படை (சிறுபாண்)
மதுரைக்காஞ்சி (மதுரை)
மலைபடுகடாம் (மலைபடு)
தொல்காப்பியம்
   பொருளதிகாரம்
   புறத் திணையியல்
   (தொல். பொ. புறத்)
செய்யுளியல் (தொல். செய்)
சொல்லதிகாரம்-தெய்வச்
   சிலையார் உரை : (தொல்.
   சொல். தெய்)
திருஞானசம்பந்தர் தேவாரம்
   (ஞானசம்)
சுந்தரர் தேவாரம் (சுந்)
சிலப்பதிகாரம் (சிலப்)
திருத்தொண்டர் புராணம்
விறன்மிண்ட நாயனார்
   (விறல் மிண்டர்)
கழறிற்றறிவார் புராணம்
   (திருத்தொண் கழறிற்)
சேரன் செங்குட்டுவன்
   (மு. இராகவையங்கார்)
சேர வேந்தர் செய்யுட் கோவை
   (மு. இராகவையங்கார்)
கோசர் (ஆர்க இராகவையங்கார்)
பிற்காலச் சோழர் சரித்திரம்
   (சதாசிவப் பண்டாரத்தார்)
பெருந்தொகை.
   (மு. இராகவையங்கார்)

2. வடமொழி

ரிக்வேதம் (R.V)
தைத்திரீய ஆரணியகம் (Tit. Aranya)
வியாச பாரதம்
Ramayanam - R.C. Dutt

3. கல்வெட்டுக்கள் & செப்பேடுகள்

South Indian Inscriptions.
Epigraphica Indica (Ep. Ind)
Epgraphica Carnatica (Ep. Car)
Pudukkottai State Inscriptions
Travancore Archeological Series (T.A.S)
Archeological Survery of India: Coorg Inscriptions. (L. Rice)
List of Antiquities (R. Sewell)
Annul Reports of the Madras Epigraphy (A.R.M.Ep.A. R)&

வரலாறுகள் & ஆராய்ச்சியுரைகள்:

Malabar (W. Logan)
Malabar Manual.
Malabar Series. Wynad. (C. Gopa1lan Nair)
History of Kerala (K.P.P. Menon)
History of the Tamils (P.T. Srinivasa Iyergar)

- Chera Kings of the Sangam Period (K. G. Sesha Iyer)
- Travancore Manual (Nagan Iyer)
- Travancore State Manual (Velu Pillai)
- Mysore and Canara (Buchanan)
- Mysore (L. Riee)
- Madras Manual.
- Historians History of the world.
- Junior History of India (Banerji)
- Bombay Gezetter-Kanera
- Imperial Gazetteer of India (Mysore and Coorg)
- Heritage of Karnataka.
- South of India-Wilki
- Ancient Greak Mariners (W. Woodbourn)
- Translation of the Periplus of the Erythrean Sea & Ptolemy- M' Crindle
- Madras Discourses of Sri Sankarachariya
- Comparative Grammar of the Dravidian Languages, Rev. Caldwell
- Journal of the Bombay Branch of the Royal Asiatic Socitey (B.B.R.A.S)
- The Kadamba Kula - George M. Moraes
- Proceedings and Transactions of the 3rd Oriental Conference. Madras.

* * *

FOREWORD

By

Dr. M.S. Vairana Pillai, M.A., Ph.D.,
Author of "A Concise world History" "Hindus and Muslims",
"Are we two nations?" etc etc.

Vincent Smith's contention that the History of India is incomplete without further Investigation of the History of the South is partially fulfilled by this Volume on the History of the Chera Kings. The ancient history of the South is shrouded in darkness. Although attempts have been made to bring to light a clearer picture of South Indian History. A comprehensive and readable history of the South has not yet seen the light of day. Much has been said and written about the Pandia Chola and Chera Kings. Of these, the Chera history has received the least attention.

Scholars have often fought shy of the intricacies of the historical developments in the Chera country owing largely to its confused picture and complicated developments with practically no reliable historical data. Though confined to a corner of India, the geography of the Chera country has defied mastery; the identity of both places and persons has not easily lent itself to easy understanding; the external policies and relations of the Chera Kings and the incursions into the Chera country by Indian and foreign elements times out of number have greatly distorted the life and history of these people; civil wars have added their mite to make historical analysis still more diffecult; and added to all these the absence of dependable source-materrials has forced most historians out of their patience and vexed them beyond a point of endurance. Much labour and deep study alone would bear fruit under these difficullt circumstances.

Prof. Avvai Duraiswamy Pillai's enduring scholarship and his inderfatigable researches have made the dead past live again in the pages of this book. The History of the Chera Kings which these pages portray is related in fascinating detail and in chaste Tamil. The Chera Kings become living personalities in the midst of their problems and aspirations, their successes and failures and above all, the forces and factors that made them or unmade them find an indispensable place in this volume. The names of forgotten places and persons sunk in utter oblivion are brought back to memory in vividness and freshness. Obscurity takes flesh and blood and moves in dignity as personality with a touch of humanity and majesty. The ancient Karala History unfolds itself in flesh pages as if on a cinemascreen. Historical research owes a dedt of gratirtude to the Author for undertaking this difficult piece of research with consummate ability and skilful presentation.

The reconstruction of ancient Chera history has been well high impossible. We do not have great many foreign sources. Inscriptions are comparatively few in number. Numismatic evidences have not been forth-coming. Archeology has but little or no support to enable us to have insight into the foundations of the ancient kerala polity as few archeological excavations have been attempted South of Madras. Even the very subject does not seen to arrest the interest of the Central or State Governments let alone the scholars Ancient manuscripts regarding this "no man's land" are unavailable. In a country where history writing has not been an art until recently and the preservation of historial tradition has been a useless waste of time, Kerala history, in particular had not fascinated the attention of historians.

Viewed in this light, Prof Duraiswamy Pillai's contribution to the study of Chera kings is singularly unique. This pioneer work justly demands the attention of all thoughtful scholars as the Author has patiently gone through all available source-materials in the above mentioned fields as no scholar had done so far. The Author's mastery of geography and topography,his penetrating insight into the social, political, economic and religious conditions prevalent in the Chera country, his systematic analysis of all available data, and his ability to portray a well balanced picture which is at once instructive and informative go to make this volume an indispensable addition to the development of historical literature. This pioneer work should find a place on the study-table of all research scholars and all lovers of South Indian history. The Author has made a monumental contribution to the sumtotal of historical knowledge in that he has turned on the lime light on the most obscure and the least popular portion of the history of Ancient Tamil Nadu.

- **M.S. Vairanapillai**

பேராசிரியர்,
டாக்டர், மா. இராசமாணிக்கனார்

ஒரு நாட்டு வரலாற்றைத் துணிவதற்கு அந் நாட்டு இலக்கியம், புதைப்பொருள், நாணயம், கல்வெட்டு, அயல்நாட்டார் கூற்றுகள், நாட்டிலுள்ள பிற அடையாளங்கள் முதலியன தேவையாகும். நம் தமிழகத்தில் சங்க கால வரலாற்றை அறியத் தமிழிலக்கியமும் அயல் நாட்டார் கூற்றுகளுமே சான்றாக அமைகின்றன. பிற சான்றுகள் மிகுதியாகக் கிடைக்க வழியில்லை. இந் நிலையில் சங்ககாலச் சோழர் வரலாறும் பாண்டியர் வரலாறும் பேராசிரியர் நீலகண்ட சாத்திரியாராலும் சேரரது வரலாறு ஏறத்தாழ 20 ஆண்டுகளுக்கு முன்பு உயர்திரு. கே.ஜி. சேஷய்யர் அவர்களாலும் ஆங்கிலத்தில் எழுதப்பெற்றன. ஆயினும், தமிழ்ப்புலவர்களும் தமிழார்வம் கொண்ட பொதுமக்களும் படிக்கத்தகும் முறையில் சோழரது வரலாறும் பாண்டியர் வரலாறும் தமிழில் உயர்திரு. ந.மு. வேங்கடசாமி நாட்டார், உயர்திரு. எஸ். சதாசிவப் பண்டாரத்தார் முதலியவர்களால் எழுதப் பெற்றுள்ளன. சங்ககாலச் சேரர் வரலாறு இதுகாறும் தமிழில் வெளிவர வில்லை.

சங்க நூல்களை மட்டும் படித்துச் சேரர் வரலாற்றை எழுதுவது சிறப்பன்று. சேரநாடு முழுமையும் இலக்கிய அறிவோடு சுற்றி, வரலாற்று உணர்வோடு பண்டை இடங்களைக் கண்டறிந்து வரலாறு எழுதுவதே சிறப்புடையது. இச் சீரிய முறையில், பேராசிரியர். ஔவை. சு. துரைசாமிப் பிள்ளையவர்கள் சேரநாடு முழுமையும் சுற்றித் தொண்டி, வஞ்சி முதலிய வரலாற்றுப் புகழ் படைத்த இடங்களைக் கண்டறிந்தும், மலைகள், ஆறுகள் முதலியவற்றின் பண்டைப் பெயர்கள் இன்னவை, இக் காலப் பெயர்கள் இன்னவை என்பவற்றை ஆராய்ந்து அறிந்தும் இந் நூல் எழுதியிருத்தல் மிகவும் போற்றத்தக்க செயலாகும். இதுவரையில் இருள் படர்ந்திருந்த சங்காலச் சேரர் வரலாறு இவ் வரலாற்று நூலால் விளக்கமடையும் என்று கூறுதல் பொருந்தும். இவ்வாசிரியர் ஆழ்ந்து அகன்ற புலமையும் வரலாற்றுத் தெளிவும் ஆராய்ச்சி வன்மையும் உடையவராதலின், இம் முத்திறப் பண்புகளும் இந் நூலை அணி செய்கின்றன. ஆசிரியரது இந்நன் முயற்சியைத் தமிழறிஞர் பாராட்டுவர் என்பது உறுதி.

- மா. இராசமாணிக்கம்.

ஆரியநாடு
வடுகர் நாடு
வடவேங்கடம்
பவத்திரி
கீழ்கடல்
காவிரிப்
பூம்பட்டினம்
உறையூர்
மதுரை
கொற்கை
தென் கடல்
ஈழம்

உ

திருச்சிற்றம்பலம்

சேர மன்னர் வரலாறு

1. சேர நாடு

நீலக் திரைக்கட லோரத்திலே நின்று
நித்தம் தவஞ்செய் குமரியெல்லை-வட
மாலவன் குன்றம் இவற்றிடையே புகழ்
மண்டிக் கிடக்கும் தமிழ்நாடு

- பாரதியார்

பண்டை நாளைத் தமிழகம், ''வடவேங்கடம் தென்குமரி ஆயிடைத் தமிழ் கூறும் நல்லுலகம்'' என்று தொல்காப்பியத்துக்குப் பாயிரம் தந்த பனம்பாரனார் என்பவராற் சிறப்பித்துக் கூறப்படுவது. வடவேங்கட மலைத்தொடர் வடக்கே வட பெண்ணை யாற்றங்கரை வரையில் தொடர்ந்து தமிழகத்துக்கு வடவெல்லையாய் நிற்பது. தென்குமரியென்பது தென்கோடியிலுள்ள குமரி மலையாகிய தென் னெல்லை. கிழக்கிலும் மேற்கிலும் கடலாதலால் அவை குறிக்கப்பட வில்லை.

பண்டை நாளில் இத் தமிழகம் சேர சோழ பாண்டியரென்ற மூவேந்தருக்கு உரியதாய், முறையே, சேரநாடு, சோழநாடு, பாண்டிய நாடு என மூன்று பெரும் பிரிவுற்று விளங்கிற்று. பண்டைத் தமிழ் ஆசிரியன்மாரும் ''பொதுமை சுட்டிய மூவருலகம்[1]'' என்றும், ''வண்புகழ் மூவர் தண்பொழில் வரைப்பு[2]'' என்றும் கூறியுள்ளனர்.

வடக்கே வேங்கடம் முதல் தெற்கே புதுக்கோட்டைக்கு அண்மையிலோடும் வெள்ளாறு வரையிற் சோழ நாடும், வெள்ளாற் றுக்கும் தென்குமரிக்கும் இடைப்பகுதி பாண்டிய நாடும், மேலைக் கடலுக்கும் மேலை மலைத் தொடருக்கும் இடையிலுள்ள நிலப்பகுதி சேர நாடுமாகும். ஆயினும், ஏனைச் சோழ பாண்டிய நாடுகளைப் போலாது தனது மொழியும் பண்பாடும் தொன்மை வரலாறும் இழந்து, முற்றிலும் வேறு நாடாகக் காட்சியளிக்கும் வகையில், சேர நாடு தமிழ் நலம்குன்றி விட்டமையின், அதன் பண்டைய எல்லை நன்கு ஆராய்ந்தல்லது வரையறுத்துக் கூற முடியாத நிலையில் உளது.

---

1. புறம். 357 2. தொல். செய். 78

இங்கே **பண்டை நாள்** என வழங்குவது கடைச்சங்க காலமாகும். அக் காலத்தே சேர நாடு செந்தமிழ் நலம் சிறந்து தமிழ் கூறும் நல்லுலகமாக விளங்கிற்று. சங்ககால நூல்களை நன்று பயின்றால் அன்றிச் சேர நாட்டின் பண்டைநாளை நிலையினை அறிவது அரிது; அது பற்றியே சோழர்களைப் பற்றியும், பாண்டியர்களைப் பற்றியும் வரலாற்று நூல்கள் (History) உண்டானது போலச் சேர நாட்டுக்கு வரலாறொன்றும் தோன்றவில்லை. சேர நாடு பிற்காலத்தே கேரள நாடென வழங்கத் தலைப்பட்டது. அதன்பின், கேரளோற்பத்தி, கேரள மான்மியம் என்ற வரலாற்றுப் போலிகள் உண்டாகின. சேர நாடென்பது கேரள நாடானதற்கு முந்திய நிலையாதலால் அதன் தொன்மை நிலை அறிதற்குச் சேர மன்னர்களையும் சேர நாட்டு மக்களையும் பற்றிக் கூறும் சங்க இலக்கியங்கள் சான்றாகின்றன.

இச் சங்க இலக்கியங்கள் பலவும் தொகை நூல்களாதலால், இவற்றில் சேரநாட்டின் வடக்கும் தெற்குமாகிய எல்லைகள் இவை யென வரையறுத் தறிதற்குரிய குறிப்புகள் விளக்கமாக இல்லை. ஆயினும், தென் கன்னடம் மாவட்டத்திலுள்ள குதிரை மலையும், ஏழில் மலையும், குடகு நாட்டிலுள்ள நறவுக்கல் பெட்டா மலையும், நீலகிரியிலுள்ள உம்பற் காடும், மலையாள மாவட்டத்திலுள்ள வயநாட்டுப் (Wynad)பாயல் மலையும், குறும்பர் நாடு தாலூகாவி லுள்ள தொண்டியும், கொச்சி நாட்டிலுள்ள கருவூர்ப்பட்டினமும், திருவஞ்சைக்களமும் கொடுங்கோளூரும், பேரியாறும் பிறவும் சேரர்க் குரியவாகக் கூறப்படுகின்றன. மேலை மலைத்தொடரின் தென்கோடி யில் நிற்கும் பொதியிலும் தென்குமரியும் பாண்டியர்க்குரியவாகக் குறிக்கப்படுகின்றன.

கி. பி. இரண்டாம் நூற்றாண்டில் மேலைக் கடற்கரைப் பகுதிக்கு வந்து சென்ற யவன அறிஞரான தாலமி யென்பவரது குறிப்பால், அப்போது சேர நாட்டுக்கு வடக்கில் வானவாறும் (Honawar), கிழக்கில் மலையும், தெற்கில் கொல்லத்து ஆறும், மேற்கில் கடலும் எல்லைகளாக இருந்தன என ஆராய்ச்சியாளர்[1] உரைக்கின்றனர். வானவாறென்பது வடகன்னட நாட்டின் தென்கோடியில் இருக்கும் கடற்கரையூர்; வட கன்னடத்தையும் தென் கன்னடத்தையும் எல்லை யாய் நின்று பிரிக்கும் ஆறு கடலோடு கலக்குமிடத்தில் வட கரை யிலேயே இருக்கிறது. அந்த ஆற்றுக்கும் வானவாறென்பது பெயர். வானவாறு தோன்றும் இடம் வானவாசி நாட்டைச் சேர்ந்தது. அதனால் சேர நாட்டின் வடக்கில் வானவாசி நாடு உளது என்றற்குப் போதிய இடமுண்டாகிறது.

---

1. William Logan's Malabar. P. 254.

இனி, ஏழு கொங்கணத்துக்கம் கேரள நாட்டுக்கும் கோகரணம் எல்லை என்று சிலர் கூறுவர். வேறு சிலர், கொங்கணம் ஏழனையும் தன்னகப்படுத்தி வடக்கிற் சூரத்து வரையில் சேர நாடு பரவியிருந்தது என்பர்[1]. கொங்கணம் ஏழாவன: கிராத நாடு, விராத நாடு, மராட்ட நாடு, கொங்கண நாடு, கூபக நாடு, ஐவ நாடு, துளு நாடு என்பன.

அவற்றுள் கொங்கணம் சங்க இலக்கியங்களில் கொண்கானம் என வழங்கும்; அஃதாவது, தென் கன்னட மாவட்டத்தின் பெரும் பகுதியெனக் கொள்க. கொண்கானம் வேறு, கொங்கு நாடு வேறு. கொண்கான மென்பது மேலே மலைத் தொடர்க்கு மேற்கில் கடல் சார்ந்து மலைக்கும் கடலுக்கும் இடையிற் கிடப்பது. கொங்கு நாடு மேலே மலைத்தொடர்க்குக் கிழக்கில் உள் உண்ணாட்டுப் பகுதி. ஐவ நாடென்பது நாக நாடெனவும் வழங்கும்; அஃது இப்போதுள்ள குடகு நாட்டின் ஒரு பகுதி; அந் நாட்டிலுள்ள சோமவாரப்பேட்டை யென்னும் ஊர்க்குப் பழம் பெயர் நாகரூர் என்பது[2]. வட கன்னட மாவட்டத்தையும் ஐவ நாடு என்பர். அப்பகுதியில் தோன்றி மைசூர் நாட்டிலோடும் நாக நதியின் பெயர் இதனை வற்புறுத்தகிறது. மணிமேகலை ஆசிரியர், ''நக்க சாரணர் நாகர்வாழ் மலைப்பக்கம்[3]'' என்று குறிப்பது இந்த நாக நாடாகலாம் என அறிஞர் சிலர் கருதுகின் றனர்.

இவ்வாற்றால் சேர நாட்டின் வடவெல்லை இன்றைய வட கன்னட நாட்டகத்தும் பரவியிருந்த தென்பது தெரிகிறது.

மேனாட்டறிஞரான பிளினி (Pliny) என்பாரது குறிப்பை ஆராயுங் கால், சேர நாட்டின் தென்னெல்லை இப்போதுள்ள கொல்லமும் கோட்டாற்றுக் (Kottarakkara) கரையும் எனத் தெரிகிறது. மேலும், திருவிதாங்கூரின் தென் பகுதி முற்றும் பாண்டிய நாடாகவே இருந்த தென்றும் விளங்குகிறது. பெரிப்புளூஸ் நூலாசிரியர் குறிப்பும் இம் முடிபையே வற்புறுத்துகிறது.

இங்கே காட்டிய மேனாட்டறிஞர் குறிப்புகள் இப்போதைக்கு 1800 ஆண்டுகட்கு முற்பட்டன. அந் நாளில் விளங்கிய தமிழ்ச் சேர நாட்டின் தென்னெல்லை கொல்லத்தோடு நின்றதென்பது தெளிவாம். அந்த அறிஞர்கள் குறிக்கும் தொண்டி, முசிறி முதலியன சேரர்களைப் பாடிய சங்க இலக்கியங்களிலும் காணப்படுவன. இவ்வாறே வட கன்னட நாட்டில் வழங்கும் செய்திகளால் பண்டை நாளைச் சேரநாடு

---

1. Wilke's South of India. P. 1-15.2. Buchana's Mysore and canara Vol. iii P. 348. Bombay Gazetter Vol, XV, Part ii. P. 75.
2. Imperial gazetter; Mysore and coorg. P. 331
3. மணி. xvi 15 - 16

கோகரணத்துக்கு வடக்கேயும் பரந்திருந்தமை தெளிவாய்த் தெரிகிறது. கி.பி. ஏழாம் நூற்றாண்டில் வாழ்ந்த திருஞானசம்பந்தர் திருக் கோரணத்தைப் பாடிய திருப்பதிகத்தால்[1] அஃது அவர் காலத்தே தமிழ் நலம் பெற்ற விளங்கியதென்று தெரிகிறது. வட கன்னட நாட்டு ஹோனவார் பகுதியில் ஹோனவாருக்குத் தெற்கே 25கல் தொலை வில் இருக்கும் பாட்கல் (Bhatkal) என்னும் ஊரில் இருக்கும் கோயில் களில் இரண்டு தமிழ்க் கல்வெட்டுகள் உள்ளன.[2] இக் குறிப்புக்களால் சேர நாட்டின் வடவெல்லை வட கன்னடத்துக் கோகரணம் வரையில் பரவியிருந்ததென்ற கொள்கை மேற்கொள்ளத் தக்கதாகின்றது.

பிற்காலத்தே சேர நாட்டுக்கு எல்லை பலவகையாகக் கூறப் படுவதாயிற்று. வடக்கிற் பழநாட்டுக்கும் கிழக்கிற் செங்கோட்டுக்கும், மேற்கிற் கோயிக் கோட்டுக்கும், தெற்கிற் கடற்கோட்டிக்கும் இடையிற் கிடந்த சேரநாடு என்பது காவதம் பரப்புடையதென்பது ஒரு வகை; எண்பது காவதம் பரப்புடைய சேரநாட்டுக்கு வடக்கிற் பழனியும் கிழக்கில் தென்காசியும் மேற்கில் கோயிற்கோடும் தெற்கிற் கடற் கோடியும் எல்லையென்பது மற்றொரு வகை;[3] வடக்கிற் பழனியும் கிழக்கிற் பேரூரும் தெற்கிலும் மேற்கிலும் கடலும் எல்லையாகக் கொண்டு குறுக்கும் நெடுக்கும் எண்பது காவதப் பரப்புடையது சேரநாடு எனக் கூறுவது வேறொருவகை.[1] பழனிக்குப் பண்டை நாளைப் பெயர் பொதினி[2] என்பது; ஆவிநன்குடியென்பதும் ஒன்று;[3] எனவே, பழனியை எல்லையாகக் கூறும் கூற்றிரண்டும் பிற்காலத்தன என்பது தானே விளங்கும்.

மலையாளம் மாவட்டத்தில் குறும்பர் நாடு தாலூகாவைச் சேர்ந்த ஒரு பகுதிக்குப் பழநாடு என்று பெயர் உண்டு. அதன் வடவெல்லை வடகரை யென்றும் அதனருகே வந்து கடலிற் கலக்கும் ஆறு சேரவாறு என்றும் பெயர் பெறும். வடகரை யென்னும் ஊர் படகரா (Badakara) என்றும், அந்த ஆறு தோன்றும் இடத்தருகேயுள்ள ஊர் சேரபுரம் என்றும் இப்போது வழங்குகின்றன. இதனால் ஒரு காலத்திற் சேர நாடு வடக்கிற் பழ நாட்டோடு நின்றமை தெரிகிறது. இதற்கு வடக்கில் கோகரணத்தையும் பின்பு ஹோனவாற்றையும் எல்லையாகக் கொண்டு கொண்கான நாடு விளங்கிற்று.

இங்கே கண்ட பழநாடு பிற்காலத்தே ஓர் அரச குடும்பத்தினர் ஆட்சியிலிருந்தது; அவர்கள் பின்னர்க் கிழக்கில் மைசூர் நாட்டை யடைந்து, அங்கே அஸ்ஸம் மாவட்டத்தில் மஞ்சரபாது தாலுக்காவைச்

1. திருஞான 337-2.
2. Bombay Gaze: Kanara part II P. 266-71.
3. பெருந்தொகை 2091.
4. W.L. Mala. p. 25
5. அகம், 61,
6. முருகு. 176.

சேர்ந்த அயிகூர் என்னுமிடத்தேயிருந்து இறுதியில் மைசூர் வேந்தர்க்கு அடங்கியொடுங்கினர்.[1] இந்தப் பழநாட்டு வேந்தர் தம்மை நாயக்க மன்னர் என்பதனால் அவரது தோற்றவொடுக்கங்கள் பண்டை நாளைச் சேர நாட்டைக் காண்டற்குத் துணையா காமையால் அதனை இம்மட்டில் நிறுத்தி மேலே செல்வாம்.

இனி, ''செந்தமிழ் சேர்ந்த பன்னிரு நிலம்[2]'' என வரும் தொல்காப்பிய நூற்பாவொன்றுக்கு உரை கண்ட தொல்லாசிரியர்கள், அப் பன்னிரண்டையும், பொங்கர் நாடு ஒளி, நாடு ஒளி, நாடு தென் பாண்டிய நாடு, குட்ட நாடு, குட நாடு, கற்கா நாடு, பண்ணி நாடு, அருவா நாடு, அருவாவடதலை, சீத நாடு, பூழி நாடு, மாலாடு என்று குறிக்கின்றனர். பிற்காலத்தறிஞர் பொங்கர் நாடு ஒளி நாடு என்ற இரண்டையும் விலக்கி, வேணாடு, புனனாடு என்ற இரண்டையும் பெய்து கூறுவர். இவற்றுள் தென்பாண்டி, குட்டம், குடம் என்பன நன்கு தெரிகின்றன. தொண்டை நாட்டின் தென்பகுதியின் கடல் சார்ந்த நிலம் அருவா நாடெனக் கல்வெட்டுக்களால் குறிக்கப்படு வதால், அருவா நாடும் அருவா வடதலையும் தொண்டைநாட்டைக் குறிக்கின்றமை பெறப்படும். கற்காநாடென்பது இந் நாளைக்கு குடகு நாட்டைக் குறிக்கிறதென்பது அந்த நாட்டு நூல் வழக்கால் இனிது தெரிகிறது. திண்டுக்கல்லுக்கு மேற்கிலுள்ள பண்ணிமலை பன்றிமலையென்று பெயர் வழங்கினும் அப் பகுதியைப் பண்ணி நாடெனக் கொள்ளலாம். இப்போது, தேனி, சின்னமனூர், கம்பம், கூடலூர் என்ற ஊர்களிருக்கும் நாட்டுக்குச் சிலர் பூழி நாடெனப் பெயர் கூறுவராயினும், அங்குள்ள கல்வெட்டுகள் அப் பகுதியை அளநாடு எனக் குறிக்கின்றன.[3] இனி, மலபார் மாவட்டத்தில் பொன்னானி தாலூகாவின் தென் பகுதி இன்றும் பூழி நாடு எனப்படுகிறது.[4] மலாடென்பது திருக்கோயிலூர் தாலூகாவின் மேலைப் பகுதியென்று கல்வெட்டுக்களால் தெரிகிறது. காவிரி பாயும் நீர்நாடு சீதநாடு எனப்பட்டதெனக் கொள்ளினும், பொங்கர் நாடு, ஒளிநாடு என்பன இவையெனத் தெரியவில்லை. ஆனால், பொங்கர் நாட்டைத் தெய்வச் சிலையார் வையையாற்றின் தென்கிழக்கிலுள்ள பகுதியென்பர்.

வேணாடென்பது, மேனாட்டு யவனர் குறிப்புகளால் தெற்கெல்லை (தெக்கலை)க்கும் வடக்கெல்லை (வக்கலை)க்கும் இடைப்பகுதி யென்று அறிகின்றோம். புனனாடென்பதைத் புன்னாடெனக் கொள்ளின், அது, கொங்கு நாட்டின் வட பகுதியிலுள்ள நாட்டைக் குறிப்பதாம்;

---

1. L. Rice. Mysore Vol. ii, p 361 and Vol. i p. 419.
2. தொல். சொல். தெய்வச். 295
3. M. Ep. A. R. No 428 of 1907.
4. Malabar Manual Vol i p. 647, 666.

அப் பகுதி புன்னாடென்றே அங்குள்ள கன்னட நூல்களில் குறிக்கப் பெறுகிறது[1].

இவ் வகையில் தமிழ் மக்களும் தமிழ் நூல்களும் மேனாட் டறிஞர்களும் கூறுவனவற்றைக் கொண்டு நோக்கின், மேலைக் கடற்கரைப் பகுதி, தென்பாண்டி நாடு, வேணாடு, குட்ட நாடு, குட நாடு, பூழி நாடு, கற்கா நாடு என்ற ஆறு நாடுகளாக விளங்கியிருந் ததாம். கற்கா நாடு, கொண்கான நாடெனவும் வழங்குதலால், இவற்றை வடக்கிலிருந்து முறையே கொண்கான நாடு, குடநாடு, குட்ட நாடு, வேணாடு, தென் பாண்டி நாடு, (குட்ட நாட்டைச் சேர்ந்திருப்பதாகக் கூறப்படும்) பூழிநாடு என்ற ஆறுமாகக் கோடல் வேண்டும்.

இனி, இப் பகுதிகளைத் தனித் தனியே எல்லை கண்டு தெளியுமுன், இந் நாட்டின் வழங்கும் நூல்களைக் காண்பது முறை. கொண்கான நாடு கன்னட மொழி வழங்கும் நிலமாகவும், வேணாடும் குட்டநாடும் குடநாடும் மலையாள மொழி வழங்கும் நிலமாகவும் மாறிவிட்டன. தென்பாண்டி நாட்டுப் பகுதி மலையாள வேந்தர் அரசியற் கீழ் அகப்பட்டிருந்தது. இப்போது தமிழக அரசில் பண்டு போல் சேர்ந்து விட்டது. ஏனைப் பகுதி முற்றும் இப்போது கேரள நாடு என்ற பெயர் தாங்கி நிலவுகிறது. இப் பகுதியின் தொன்மை கூறு வனவாகக் கேரளாற்பத்தி, கேரளமான்மியம் என்ற இரு நூல்கள் உள்ளன. இவற்றின் அடிப்படை இக்கேரள பகுதி, தமிழ் கூறும் நல் லுலகத்தின் ஒரு கூறு என்பதை மறந்து நிற்கிறது; கேரளரென்பது சேரலர் என்ற தமிழ் மொழியின் சிதைவென்பதையறியாது தனித் தோற்ற மென்னும் மயக்கத்தில் இவை முளைத்து உருவாகி இருக் கின்றன.

கேரளாற்பத்தி, கேரள மான்மியம் என்ற இவ்விரு நூல்களும் கேரள நாட்டை நான்காக வகுத்துத் துளுநாடு, கூபகநாடு, கேரள நாடு, மூசிக நாடு என்று கூறுகின்றன. கோகரணம் முதல் பெரும் புழையாறு வரையில் உள்ளது துளு நாடு; பெரும்புழையாறு என்பது ஏழில்மலைப் பகுதியில் ஓடும் பழையனூராறாக இருக்கலாம் என்பர். பெரும் புழையாறு முதல் புதுப்பட்டினம் வரையில் உள்ளது கூபக நாடு என்றும், புதுப்பட்டினத்திலிருந்து கன்னெற்றி வரையில் உள்ளது கேரளநாடென்றும், கன்னெற்றிக்கும் தென் குமரிக்கும் இடையில் கிடப்பது மூசிக நாடென்றும் கூறப்படுகின்றன. மூசிக நாடு கூசல நாடெனவும் பெயர் கூறப்படும். கன்னெற்றி யென்பது தென்கொல்ல மாமென இராபர்ட்டு சூவெல்[2] கூறுகின்றார். இவை பெரும்பாலும்

---

1. Heritage of Karnataka P. 10
2. Archeological Survey of South India Vol. ii P. 196

சேரநாட்டு
உட்பிரிவுகள்
கொங்கு நாடு
சோழ நாடு
பாண்டி நாடு
வஞ்சி
ஈழ நாடு
தென் கடல்

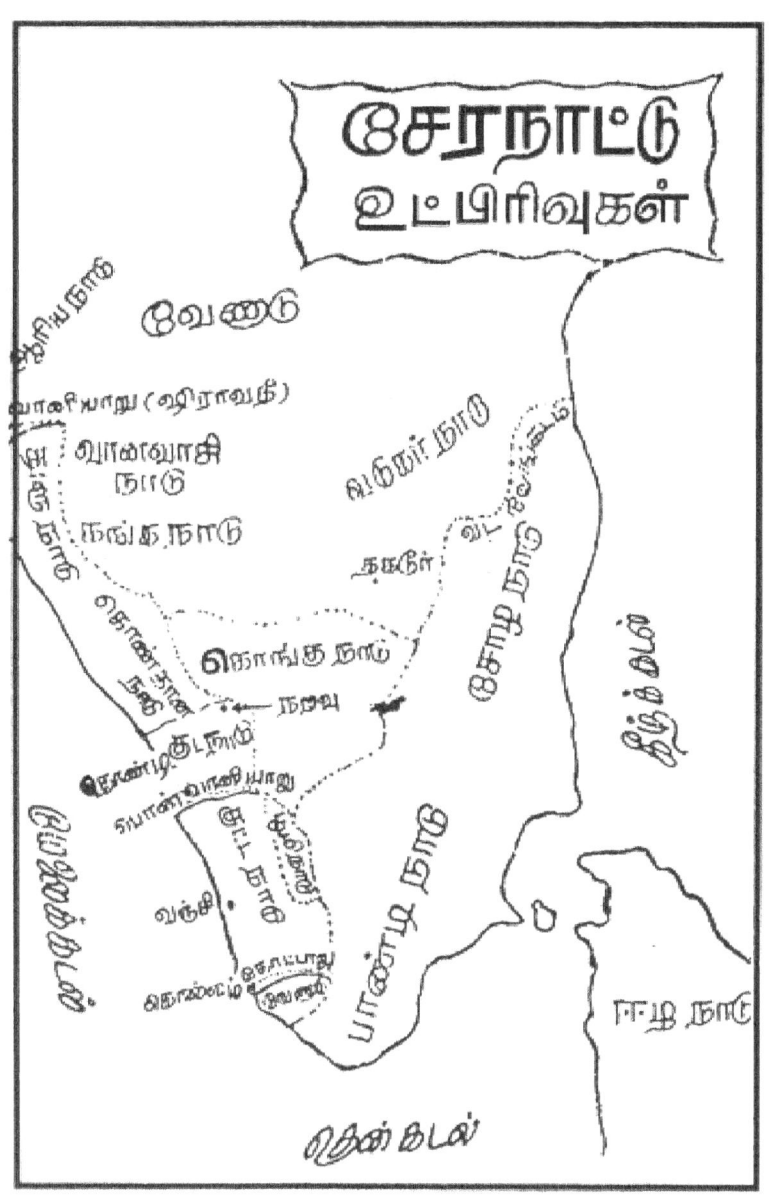

நூல் வழக்கமாய் நின்றெழிந்தனவேயன்றி, இடைக்காலச் சோழ பாண்டிய கொங்க கன்னட வேந்தர் காலத்தும் நடைமுறையில் இருந்ததில்லை; இச் செய்தி இந் நாட்டுக் கல்வெட்டுகளால் விளங்கு கிறது[1]. இவற்றுள் துளு நாடென்பது கோசர்கள் வாழும் நாடு[2] என்று மாமூலனாரால் அகநானூற்றிற் குறிக்கப் பெறுகிறது. வானவாற்றுக்கு அண்மையில் இருக்கும் பாழி நகரம் வேளிர்க் குரியதெனப் பரணர் கூறுகின்றார்[3]. இப் பாழிநகர் இப்போது பாட்கல் (பாழிக்கல்) என வழங்குவதால், கொண்கானத்தின் வடக்கில் இருந்த நாடு வேளரிது வேளகம் (Belgaum) என்னும் வேணாடு என்பது இனிது காணப்படும்.

பிற்காலத்தே வேணாட்டின் வட பகுதி வேளகமென்றும் தென்பகுதி வானவாசி யென்றும் வழங்கலாயின. கொண்கான நாட்டிலுள்ள ஏழில்மலை பிற்காலத்தே எலிமலை யெனக் குழறிக் கூறப்படுகிறது. இக் குழறுபடையை அடிப்படையாகக் கொண்டு கேரள நாட்டு வடமொழியாளர் மூசிக நாடு என்று ஏழில் மலைப் பகுதிக்கப் பெயர் வழங்கியிருக்கின்றனர்.[4]

இனி, இடைக்காலத்தும் பிற்காலத்தும் வாழ்ந்த திருவிதாங்கூர் வேந்தர்கள் தம்மை வேணாட்டடிகள் என்று கூறிக் கொள்வதை அவர் தம் கல்வெட்டுகள்[5] வேணாடென்பது வானவநாடு[6] என்பதன் திரிபு எனக் கூறுகின்றனர். திருவிதாங்கூர் உள்ள பகுதியை மேனாட்டு யவனர் ஆய் (Ave) நாடென்றதும், ஆய் என்பான் தமிழில் வேளிரு ளொருவன் என்பதும், எனவே, அப் பகுதி வேணாடென்பதும் அறியா மையால், கேரள வரலாறுடையார் இவ்வாறு கூறலாயினர் எனக் கொள்ளல் வேண்டும்.

மேலைக் கடற்கரைப் பகுதியான சேர நாட்டின் வடக்கிற் பகுதி கொண்கான நாடு. அதன் தெற்கில் உள்ளது குடநாடு; அதனை யடுத்து நிற்கும் தென்பகுதி குட்டநாடு; அதன் தெற்கு வேணாடு என்பது முன்னர்க் காணப்பட்டது. சேர நாட்டு வடகரைக்கும் கோகர ணத்துக்கும் இடை நின்ற நாடு, கொண்கான நாடு; இது துளு நாடென்றும் வழங்கியதுண்டு. பொன்வானியாற்றுக்கும் வடகரைச் சேரவாற்றுக்கும் இடையிலுள்ளது குட நாடு; பொன்வானி இந்நாளில் பொன்னானியென வழங்குகிறது. சொல்லத்துக்கும் பொன்வானிக்கும் இடையில் உள்ளதாகிய நாடு கட்ட நாடாகும். இதனையே சுருங்க நோக்குங்கால் திருவாங்கூர் நாட்டுக் கோட்டையம் பகுதிக்கும் வடக்கில் மலையாளம் மாவட்டத்தைச் சேர்ந்த கோட்டையம்

---

1. T.A.S. Vol. ii. p.106. 2. அகம், 15. 3. அகம் 15.
4. T.A.S. ii P. 87&113 5. A.R. No. 39-41 of 1936-7.
6. K.P.P. Menon's History of Kerala, Vol. ii. P. 5.

பகுதிக்கும் இடையே இரண்டையும் தன்னுள் அகப்படுத்தி நிற்கும் நிலப்பகுதி குட்ட நாடென்பது இனிது விளங்கும். திருவிதாங்கூர் நாட்டுக் கோட்டயம் பகுதியிலுள்ள அம்பலப்புழை, கருநாகப் பள்ளி செங்குணான்சேரி, மூவாத்துப்புழை என்ற தாலுகாக்கள் அடங்கிய பகுதி அந் நாட்டவரால் குட்ட நாடென்று வழங்குகிறது. மலையாள மாவட்டத்திலுள்ள பொன்னானி தாலுகாவின் தென்பகுதி குட்ட நாடென அப் பகுதியில் வாழும் மக்களால் பெயர் கூறப்படுகிறது. இதனால் குட்டநாட்டின் பரப்புத் தெளிவாகத் தோன்றுகிறது. பொன் னானி தாலுகாவுக்கு வடக்கிலுள்ள ஏர்நாடு தாலுகா அந் நாட்டவரால் இராம நாடென்று குறிக்கப்படுகிறது; இதன் பழம் பெயர் ஓமய நாடு[1] என்பது. இடைக்காலச் சோழ வேந்தர்களின் கல்வெட்டுகள்[2]. இதனை இராம குடநாடு என்று குறிக்கின்றன. இந் நாட்டுக்கும் இதற்கு வடக்கி லுள்ள குறும்பர் நாடு தாலுகாவுக்கும் கிழக்கிலுள்ள குடகு நாட்டவர் தம்மைக் குடவர் என்றும், தம்முடைய நாட்டைக் குட நாடென்றும்[3] கூறுகின்றனர். முன்னே கண்ட குடநாட்டின் வடக்கில் நிற்கும் ஏழிற் குன்றம் கொண்கான நாட்டது என்றும், அது நன்னன் என்ற வேந்தனுக் குரியதென்றும்[4] அந் நன்னனை நன்னன், உதியன்[5] என்றும் சங்கச் சான்றோர் கூறுதலால், கொண்கான நாடு சேரர்க்குரிய குடநாட்ட தென்பது தெளியப்படும்.

இவ்வாறே தெற்கில் வக்கலைக்கும், வடக்கில் கோகரணத்துக் கும் இடையில் குட்டம் குடம் என இரு பெரும் பகுதியாகத் தோன்றும் சேர நாட்டுக்குத் தெற்கில் வேணாடும், வடக்கில் கொண்கான நாடும் எல்லைகளாய் விளங்கின. இந்தச் சேர நாடடை ஏனைத் தமிழ் நாட்டினின்றும், பிரித்து வைப்பது மேற்க மலைத் தொடர். மேற்கு மலைத் தொடர் என்பது மேனாட்டவர் குறித்த வெஸ்டர்ண் காட்சு (Western Ghats) என்ற பெயரின் மொழி பெயர்ப்பு; வடவர் இதனை சஃஃயாத்திரி என மொழிபெயர்த்து வழங்குவர்; இதன் பழமையான தமிழ்ப் பெயர் வானமலை என்பது.

தெற்கிற் பொதியின் மலையிலிருந்து வடக்கு நோக்கிச் செல்லும் இம் மலைத் தொடர், பாம்பாய் மாகாணத்து தபதி நதிக்கரை வரை யில் தொடர்ந்து நிற்கிறது. இதன் நீளம் 1000கல். வட கன்னட மாவட்டத்தில் இரு சிறு பிளவுகளும், இடையில் மலையாள மாவட் டத்தில் ஒரு பெரும் பிளவும், நாகர்கோயிற் பகுதியில் ஒரு சிறு பிளவும் இம் மலைத் தொடரில் உள்ளன. இவற்றுள் மலையாள மாவட் டத்திலுள்ள பிளவுபோல ஏனைய பிளவுகள் இடைக் காலத்தில் மக்கட்

---

1. T.A.S. Vol. iii P. 1989-9. 2. M.Ep. A.R. No. 532 of 1930.
3. Imp. Gezet of Indian Mysore and coorge P. 273.
4. நற் 391. 5. அகம் 258

போக்கு வரவுக்குப் பெருந்துணை செய்யவில்லை. இப் பெரும் பிளவைப் பாலைக் காட்டுக் கணவாய் என்பது வழக்கம். இப் பிளவின் வடபகுதி வடமலைத் தொடரெனவும், தென்பகுதி தென்மலைத் தொடரெனவும் வழங்கும். இப் பிளவின் இடையகலம் இருபது கல் சென்னையிலிருந்து கோயம்புத்தூர் வழியாக மேலைக் கடற்கரைக் குச் செல்லும் இருப்புப் பாதையும் பெருவழியும் (Highway) இப் பிளவினூடே செல்கின்றன. இப் பிளவில் பாரதப் புழையென்ற பெயர் தாங்கி வரும் ஆறு, பொன்வானியாற்றோடு கலந்து மேற்கே ஓடி மேலைக் கடலிற் சென்று சேர்கிறது. இப் பிளவின் கீழை வாயிலாகப் பாலைக்காடு நிற்கிறது.

இப் பிரிவின் வடமலைத் தொடர்களிற் காணப்படும் ஏழில் மலையும், குதிரை மலையும், தென்மலைப் பகுதியில் பொதியமும் நாஞ்சில் மலையும், அயிரை மலையும், நேரிமலையும் பிறவும் புலவர் பாடும் புகழ்பெற்றன.

சேர நாட்டின் வட பகுதியான குடநாட்டு மலைகளுள் ஏழில் மலை 855 அடி உயரமுள்ளது. இது நிற்கும் பகுதி கொண்கான மென்று முன்பே கூறப்பட்டது. இதுவே கொங்கான மென்றும் இங்கே வாழும் கொண்கர்கள் கொண்கானிகள் என்றும் வழங்கப்படுவது நாளடைவில் உண்டான சிதைவு. பண்டை நாளைத் தமிழ் மக்கள் மேற்கொண்டிருந்த இசைக் கருவிகளுள் ஏழில் என்பது ஒன்று; அதுபோலும் தோற்றத்தை இம் மலையும் கொண்டிருந்தமையின் பண்டையோர் இதனை ஏழில்மலை யென்றனர். இவ்வாறே குதிரை முகம் போலக் காட்சியளிக்கும் மலை முடியைக் குதிரைமலை யென்றும் வழங்கினர்[1]. இவ் வேழில் மலைக்குக் கிழக்கில் தோன்றும் குன்றுகளில் ஒன்று நீலகிரி எனப்படுகிறது. சேரன் செங்குட்டுவன் வடநாடு சென்றபோது தங்கினதும் இவ்விடத்தேயாம்; இதற்கு இங்குள்ள செங்கோட்டூர் இனிய சான்று பகருகிறது. அக்காலை, அவன்பால் கொங்கணக் கூத்தரும் கொடுங்கரு நாடரும் வந்து தமது கூத்தால் அவனை மகிழ்வித்துப் பரிசில் பெற்று இன்புற்றனரென்று இளங்கோவடிகள்[2] இயம்புகின்றார். மேலை நாட்டினின்ற வாசுகோட காமா வந்தபோது, அவன் துணைவர், மேனாட்டுக் கடல் வணிகர்க்கு முதற்கண் இப் பகுதியிற் காட்சி தருவது இவ் வேழில் நெடுவரையே என்று கூறினர்[3].

மேனாட்டவர் முதற்கண் அப் பகுதிக்கு வந்த போது, அங்கே துளுவும் கன்னடமும் கலந்து தமிழ் தனது செந்நிலை வழுவி வந்த

1. Imp Gezet of Madras. Vol ii P. 395-6.
2. சிலப். xxvI - 106
3. W. Logan's Malabar P.7

சேர கொங்கு நாட்டு
மலைகளும் ஆறுகளும்
குதிரை மலை
காவிரி
கொல்லி மலை
சோழநாடு
காவிரி
பாண்டிய நாடு
தென்கடல்
ஈழநாடு

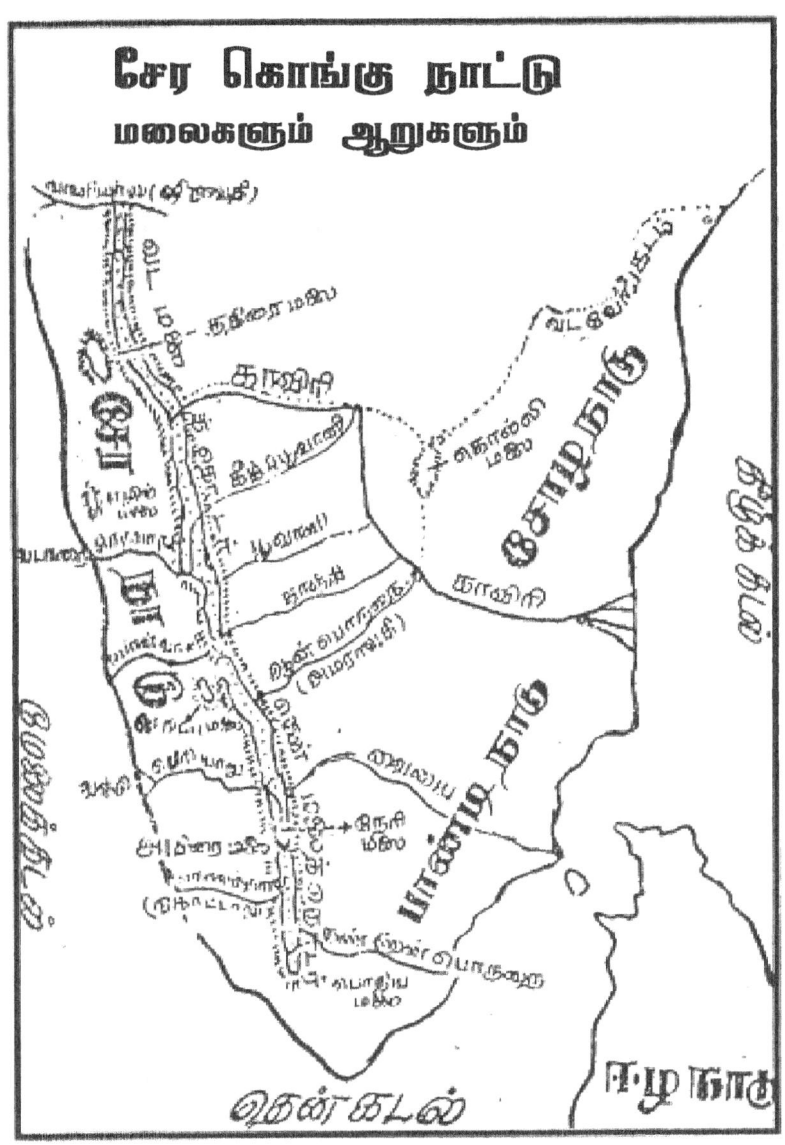

காலமாகும். அதனால் அவர்கள் ஏழில்மலை யென்னாது எலிமலை யென்றும், அங்கே எலிகள் மிக நிறைந்திருந்தன என்றும் தவறு கூறி யிருக்கின்றனர். அது கேட்ட அம் மேனாட்டவர் தம் குறிப்பில் ஏழில் மலையை எலிமலை யென்றே குறித்துள்ளனர். இன்றும் அஃது ஆங்கிலத்தில் எலிமலையென்றே வழங்குகிறது. பின்வந்த கொரீஇயா (Correa) என்பவர் அங்கு வாழ்ந்தவருள் கற்றோர் சிலரை யுசாவினா ராக, அவர்க்கு அவர்கள் ஏழில்மலையைச் சப்த சயிலம் என்று வடமொழிப்படுத்துக் கூறினர். ஆயினும், அது பெருவழக்கில் இல்லை. அவர்க்குப் பின்னே வந்த மார்க்கோ போலோ, ஏழில்மலை நாட்டை எலிமலை நாடென்றும், இபன்பாதுதா, இலியென்றும் குறித்துள்ளனர். கேரளாத்திரி வேந்தர்களின் அரண்மனையொன்று ஏளி கோயிலகம் என்ற பெயரால் இவ்வேழில் மலையின் வடபுறத்தடியில் உளது. இதனடியில் இதன்கண் ஒழுகும் அருவிகள் கூடிச்செல்லும் சிற்றாறு நலம் சிறந்து சென்று கடலோடு கலக்கின்றது. அக் கலப்பால் உப்புக் கரிக்கும் கரிய நீரில் முதலையின் பேரினங்கள் வாழ்கின்றன; அவற் றால் அங்கு வாழும் மக்கட்கு விலங்குகட்கும் உயிர்கேடு உண்டாவது இயல்பு.

தென் கன்னட மாவட்டத்துக்கும் மைசூர் நாட்டுக்கும் எல்லை யாய் நிற்கும் மலைத்தொடரில் உள்ள முடிகளுள் ஒன்று குதிரை மலை யென்பது. இதன் உயரம் 6215 அடி: இதனை இப்போது சஞ்ச பருவதம் (சம்ச பருவதம்) என வடமொழியாளர் வழங்குவராயினும், பண்டைத் தமிழகத்துக்கு உரியதென உரிமை காட்டும், தமிழ்ப் பெயரைக் கைவிடாது அங்க வாழும் பொது மக்கள் குதிரை மூக்கு மலை (Gudramukh) என்றே வழங்குகின்றார்கள். இதன் மேற்பொழி யும் மழைநீர ஒருபால் கிருட்டிணையாற்றையும் ஒருபால் காவிரியாற் றையும் அடைகிறது. கடலிலிருந்து காண்போர்க்கு இது குதிரை முகம் போல் காட்சியளித்தலால் இப் பெயர் பெறுவதாயிற்று[1].

தென்னம் பொருப்பு எனப்படும் தென்மலைத் தொடர் 200 கல் நீளமுள்ளது; இது கொங்கு நாட்டிற்கும் பாண்டி நாட்டிற்கும் மேலெல் லையாய் நிற்கிறது. இதன்கட் காணப்படும் முடிகளுள் திருவிதாங்கூர் நாட்டுக் கோட்டையம் பகுதியில் நேரிமலையும் அயிரைமலையும் பேரியாற்றின் கரையில் நிற்கின்றன. கொச்சி நாட்டை அடுத்து வடகீழ்ப் பகுதியில் நிற்கும். நெல்லியாம்பதி மலைகளுள் பாதகிரி என்பது ஒன்று; இதனை மிதியாமலா என்றும் மியான்முடி யென்றும் கூறுவர். இதன் உயரம் 5200 அடி. இதன் அடியிலுள்ள நாட்டவர், குறுமுனிவர் பொதிய மலைக்கு வந்தபோது அவருடைய செருப்படி

---

1. Imp. Gezet. Mysore & Coorg. P. 233 & 109.

அழுந்தியதனால் அம் முடிசெருப்புப் போலாயிற்றென்றும், இது சித்தர் வாழிட மாதலால் யாரும் இதன்மேல் கால் வைத்து ஏறக் கூடா தென்பது பற்றி மிதியாமலையென இதற்குப் பெயரெய்திற்றென்றும் உரைக்கின்றனர். செருப்பென்பதன் பொதுமை நீக்கி மலையைச் சிறப்பாக உணர்த்தல் வேண்டிச் சங்கச் சான்றோர், "மிதியல் செருப்பு" என்றும், அது பூழி நாட்டுக் குரியதென்பது தோன்ற "மிதியல் செருப் பின் பூழியர்[1]" என்று இசைந்துள்ளனர்.

இச் சேரநாட்டு மேற்கு மலைத் தொடரில் தோன்றி இழிந் தோடும் ஆறுகள் பல. அவற்றுள், தமிழ்ச் சான்றோர் பரவும் புகழ் அமைந்த பேராறுகளுள் காவிரியும் வையையும் தண்ணான் பொருநை யும் பேரியாறும் சிறப்புடையனவாம். இவற்றுட் காவிரியாறு, சேரரது குட நாட்டில் தோன்றித் தன்னைப்போல் தோன்றிவரும் ஏனைச் சிற்றாறுகளோடு கூடிக் கொங்கு நாடு கடந்து சோழ நாட்டிற் பாய்ந்து கடலிற் கலக்கும் சிறப்புடையது. இதனால் சோழ நாடே பெரும் பயன் எய்துவதுபற்றி, இது சோழர்க்குரியதாய் நிலவுகிறது; சோழ நாட்டுச் சோழ வேந்தரைப் பாடும் சான்றோர் காவிரிக்குச் சொன்மாலை சூட்டிச் சிறப்பிக்கின்றனர்; பாண்டியரது பாண்டி நாட்டு வையை யாறும் தென்மலையாளப் பொருப்பிலே தோன்றிப் பாண்டி நாட்டிற் படர்ந்து பயன்பட்டுக் கடலிற் கலந்து விடுகிறது. பாண்டி வேந்தரைப் பரவும் பாவலர் பலரும் இவ் வையை யாற்றை வான்புகழ் வயங்கப் பாடியுள்ளனர். தண்ணான் பொருநை, பொதியிலுக் கண்மைக் குன்றில் தோன்றித் தென்பாண்டி நாட்டிற் சிறந்து பரவித் தென்கடலிற் சென்று சேர்கிறது.

செந்தமிழ் நாட்டிற் சிறப்புடைய ஆறுகட்குத் தோற்றுவாயாய் விளங்குவது சேர நாடாயினும், அந் நாட்டிலே தோன்றி அந் நாட்டி லேயே படர்ந்தோடி அந் நாட்டு மேலைக் கடலிற் கலக்கும் பெருமை யாற் பிறங்குவது பேரி யாறாகும். இதுபற்றியே, சிலப்பதிகாரம் பாடிய சேரர் இளங்கோ சோழநாட்டுப் புகார்க் காண்டத்தில் காவிரியாற்றை யும், மதுரைக் காண்டத்தில் வையை யாற்றையும் பாடிச் சேரர்க் குரிய வஞ்சிக் காண்டத்தில் பேரியாற்றைப் பெரிதும் புகழ்ந்து பாடியிருக்கின்றார்.

ஏனைக் காவிரியையும் வையையும் போலப் பேரியாற்றைப் பற்றித் தமிழ் மாணவர் நன்கறியும் வாய்ப்பு இலராதலால், அவர் பொருட்டு அதன் தோற்றவொடுக்கத்தைக் கூறுதும்; மேலை மலைத் தொடரின் தென்மலைப் பகுதியில் சிவகிரிக் காட்டின் இடையேயுள்ள ஏரியினின்றும் வழிந்தோடுவது பேரியாறு. தொடக்கத்தில் பேரியாறு

---

1. பதிற். 21.

வடக்கு நோக்கி 10கல் அளவு சென்று முல்லை யாற்றோடு கூடிக் கொண்டு, மேற்சென்று, இரண்டு பெருமுடிகட்கிடையே அவற்றின் அடியைக் குடைந்து செல்லுகிறது. அவ்விடத்தே சென்னை யரசிய லார் 1200 அடி நீளமும் 160 அடி உயரமுமுள்ள அணை யொன்று கட்டித் தேக்கி அதன் பெருக்கின் பெரும் பகுதியை வையை யாற்றிற் கலக்கும் சிற்றாறொன்றில் திருப்பிவிட்டனர். அவ்வணையின் கீழச் செல்லும் பேரியாறு, மலைப்பிளவுகளின் வழியாய் மேலைக் கடற் கரைப் பக்கம் இறங்கத் தலைப்பட்டுச் சிறிது சென்றதும், அங்கே வந்து சேரும் பெருந்துறை யாற்றோடு கூடுகிறது; பின்பு அவ்விடத் தினின்றும் இறங்கி வருகையில் சிறுதாணியெனப்படும் சிற்றாறு வந்து சேருகிறது. சிறிது நேரம் சென்றதும், முதற்கண் குடவாறு வந்து கூடப்பெற்றுச் சிறிது சென்றதும், கொடை வள்ளலான குமண னுக்குரிய முதிர மலையில் தோன்றிவரும் முதிரப்புழை யாற்றை வரவேற்றுத் தழீஇக் கொண்டு வடமேற்கு மூலையாகச் சென்று கோகரணிப் பாறையென்னுமிடத்தே நூறடி யாழத்திற் குதித்து எட்டுக் கல் தொலைவில் வீழ்ந்து கிடக்கும் பெரும் பாறையின் அடியிலுள்ள முழைஞ்சினுட் புகுந்து மறைந்து நெடிது சென்று தலை காட்டுகிறது. நீர் மிகப் பெருகி வருங்காலத்தில் அப் பாறைமேல் வழிந்தோடுவது பேரியாற்றக்கு இயல்பு. இவ்வண்ணம் வெளிப்பட்டு வரும் பேரியாறு வரவர வாயகன்று ஆழம் சிறந்து காட்டு மரங் களைச் சுமந்து செல்லும் பெருக்குடையதாகி, நேரிமங்கலத் தருகில் தேவி யாற்றோடும் அதற்குப் பின் எட்டுக் கல் தொலைவில் இடி யாறெனப்படும் இடைமலை யாற்றோடும் கூடி 1200 அடி அகல முடையதாய் இயங்குகிறது. அவ்விளவில் பல குன்றுகட்கிடையே வளைந்தும் நெளிந்தும் செல்லும் இப் பேரியாறு ஆலப்புழையை நெருங்கியதும் இரு கிளையாய்ப் பிரிகிறது. ஒரு கிளை ஆலப்புழை யின் வடமேற்கில் சென்று அங்குள்ள காயலில் விழுகிறது; மற் றொன்று தெற்கில் வந்து பல கிளைகளாகப் பிரிந்து வீரப்புழைக் காயலிலும் திருப்பொருநைத் துறைக்காயலிலும் வீழ்ந்து விடுகிறது. வீரப்புழை வீரப்பொலியெனவும் திருப்பொருநைந் துறை திருப் புனித்துறா எனவும் சிதைந்து வழங்குகின்றன. இதன் நீளம் 142 கல் என்று கணக்கிட்டுள்ளனர்[1].

கடலளவுக்கு 2800 அடி உயரத்தில் மலை முகட்டில் தோன்றி 60 கல் அளவு மலையிடையே நெளிந்து வளைந்து தவழ்ந்து தாவித் துள்ளிப் பரந்துவரும் பேரியாறு, அடர்ந்து படர்ந்து செறிந்து தழைத்து நிற்கும் பசுங்கானத்தால் திருமால் போல் இனிய காட்சி நல்கும். மேற்கு மலைக் குவட்டில் அவன் மார்பிற் கிடந்து மிளிரும் முத்துமாலை

1. Nagam Iyer's Travancore Manual Vol. i P. 17-3.

போல இனிய காட்சி நல்குகிறது. அதன் இரு கரையிலும் கோங்கமும் வேங்கையும் கொன்றையும் நாகமும் திலகமும் சந்தனமுமாகிய மரங்கள் வானளாவ ஓங்கி நிற்கின்றன. அவற்றின் பூக்களும் பசுந் தழைகளும அாற்றில் உதிர்ந்து அதன் நீரைப் புறத்தே தோன்றாதபடி மறைத்துவிடுகின்றன. இவ்வியல்பை இளங்கோவடிகள்.

"கோங்கம் வேங்கை தூங்கிணர்க் கொன்றை
நாகம் திலகம் நறுங்கா ழாரம்
உதிர்பூம் பரப்பின் ஒழுகுபுனல் ஒளித்து
மதுகரம் ஞிமிறொடு வண்டினம் பாட
நெடியோன் மார்பில் ஆரம் போன்று
பெருமலை விலங்கிய பேரியாறு[1]"

என எடுத்தோதுகின்றார்.

இச் சேர நாட்டு மலைத்தொடரிற் பாலைக்காட்டுக் கணவாயின் வடக்கிலுள்ள வடமலைத் தொடரிலும் தெற்கில் ஆனைமலை முதலாக வுள்ள தென்மலைத் தொடரிலும் ஆறுகள் பல உண்டாகின்றன. அவற்றுள், வடமலைத் தொடர்பு 800 கல் நீளமுடையது. அதன்கண் தோன்றும் சிறப்புடைய ஆறுகளை **வானி**யென்றும், தென்மலைத் தொடரில் தோன்றும் சிறப்புடைய ஆறுகளைப் **பொருநை**யென்றும் பண்டைத் தமிழ்ச் சான்றோர் பெயரிட்டிருக்கின்றனர். தென் கன்னடம் மாவட்டத்திற்கும் வடி கன்னடம் மாவட்டத்திற்கும் எல்லையாய் கிழக்கு மேற்காக ஓடிக் கடலில் கலக்கும் ஆறு வானியாறு எனப்படும்; இப்போது அது கன்னடரால் ஹோனவாறு என்றும் சாராவதியென்றும் சிதைக்கப் பெற்றுள்ளது. ஹோனவாறு, இன்று சாராவதியாறு கடலோடு கலக்கும் இடத்து நகரத்துக்குப் பெயரளவாய் நின்று விட்டது. ஆறுமாத்திரம், சேர வாறென நின்ற பின்பு சாராவதியாகி விட்டது. இவ் வடமலைத் தொடரின் தென்னிறுதியில் தோன்றும் பொன்வானி பாலைக் காட்டுக் கருகில் பாரதப் புழையுடன் கூடி, மேலைக் கடலில் பொன்வானி இப்போது பொன்னானி எனச் சிதைந்து வழங்குகிறது. வடமலைத் தொடரில் தோன்றிக் கிழக்கில் மைசூர் நாட்டில் ஓடிக் காவிரியோடு கலக்கும் ஆறு கீழ்ப் பூவானி யென்றும் உதகமண்டத்தில் தோன்றிக் கோயம்புத்தூர் மாவட்டத்தில் ஓடிக் காவிரியோடு கலக்கும் ஆறு பூவானியென்றும் பண்டைச் சான்றோரால் வழங்கப்பெற்றன.

இப்போது அவை கெப்பானி என்றும் பவானி யென்றும் மருவி நிலவுகின்றன. கோயம்புத்தூர் மாவட்டத்தில் கோபிசெட்டிபாளையம் தாலுகாவில் இப் பூவானி யாற்றின் கரையில் பூவானி என்று பெயர்

1. சிலப். 25 : 17-22.

தாங்கிய ஊரொன்றிருப்பதும், அப் பகுதியை இடைக்காலக் கல்வெட்டுகள் பூவானி நாடெனக் குறிப்பதும் இம் முடிபுக்குச் சான்று பகர்கின்றன. கோயம்புத்தூர்க்கு உண்ணுநீர் நல்கும் ஆற்றுக்குச் சிறுவானி என்று பெயர்.

இவ் வடமலைத் தொடரில் தோன்றும் ஆறுகள் பலவும் வானியென்று பெயர் பெறுவதை நோக்கின், இம் மலைத்தொடர் வானமலை என்ற பெயர் கொண்டு ஒருகாலத்தே நிலவியிருந்த தென்பது நன்கு தெரிகிறது. இம் மலையின் வட பகுதியில் வானி யாற்றின் கிழக்கில் உள்ள நாட்டுக்கு வானவாசி யென்று பெயர் கூறப்படுகிறது. அங்குள்ள அசோகன் கல்வெட்டுகள்[1] அதனை வானவாசி என்கின்றன. வாசி யென்பது பாசியென்னும் தமிழ்ச் சொல்லின் சிதைவு. பாசி, கிழக்கு என்னும் பொருளது; ஆகவே, வானவாசி வான மலைக்கும் கிழக்கிலுள்ளது என்றும், பொருள்படுமாறு காணலாம். இவ் வடமலையின் தென்பகுதி பாயல் மலையென வழங்குமாயினும் பொதுவாக மேற்கில் கொண்கானத்துக்கும் கிழக்கில் வானவாசிக்கும் இடை நிற்குமக் மலைநாடு, வானநாடென வழங்கினமை தேற்றம்.

தென்மலைப் பகுதியில் தோன்றும் பேரியாற்றின் கிளையைப் பொருநை என்றும், அது கடலோடு கலக்குமிடத்திலுள்ள ஊர்க்குத் திருப்பொருநைத்துறையென்றும், கிழக்கில் கோயம்புத்தூர் மாவட்டத்தில் தாராபுரம் வழியாக ஓடிக் காவிரியோடு கலக்கும் ஆற்றுக்கு ஆன் பொருநையென்றும், திருநெல்வேலி வழியாக ஓடிக்கடலோடு கலக்கும் ஆற்றைத் தண்ணான் பொருநை யென்றும் பண்டையோர் பெயரிட்டுள்ளனர். அவற்றுள் திருப்பொருநைத்துறை திருப்புனித்துறா வானாற்போல, ஆன்பொருநை ஆம்பிராவதி யென்றும், அமராவதி யென்றும், தண்ணான் பொருநை தாம்பிரபரணி யென்றும் இப்போது மருவின வாயினும், இப் பெயரளவே நோக்கின் பண்டைச் சேர நாட்டின் வட பகுதி வானவாசி நாடுவரையில் பரந்திருந்தமை இனிது தெளியப்படும்.

2. சேரநாட்டின் தொன்மை

சேர நாட்டின் தொன்மை நிலையை யுணர்வதற்குப் பண்டை நாளைச் சங்கத் தொகை நூல்கள் ஓரளவு துணை செய்கின்றன. இந் நூல்கள் பலவும் சான்றோர் பலர் அவ்வப்போது பாடிய பாட்டுகளிந் தொகை யாதலால், அவற்றால சேர வேந்தர்களையும் சேர நாட்டுக் குறுநிலத் தலைவர்களையும் முறைப்படுத்திக் காண்பதற்குப் போதிய

1. Rice Mysore Vol i. PC 191

வாயில் இல்லை. அவற்றைப் பாடிய சான்றோரும் சேர நாட்டின் இயற்கை நிலையினையும் மக்கள் வாழ்க்கை முறையினையும் வரலாற்று முறையில் வைத்துக் கூறினாரில்லை. ஆயினும், இந்நூல் களால் சேர நாட்டு மலைகளிற் சிலவும் யாறுகளிற் சிலவும் ஊர்களிற் சிலவும் தெரிகின்றன. இந் நூல்களிலும் பதிற்றுப்பத்தும் புறநானூறும், சேர வேந்தர்களையும் சேர நாட்டையும் சில பல பாட்டுகளில் சிறந் தெடுத்துக் கூறுகின்றன. சங்கத் தொகை நூல்களை நோக்கின் அவற்றுள் பல சேர மன்னரின் ஆதரவில் தொகுக்கப் பெற்றமை தெரிகிறது. ஏனையவை ஆங்காங்குச் சிற்சில குறிப்புகளையே வழங்கு கின்றன.

இச் சங்கத் தொகை நூல்களை அடுத்துப் பின்னர்த் தோன்றிய சிலப்பதிகாரமும் மணிமேகலையும் சேர நாட்டைப் பற்றிச் சிறிது விரியக் கூறுகின்றன. இவ்விரண்டின் ஆசிரியர்களும் சேர நாட்டவ ராதலால் அவர் கூறுவன நமது ஆராய்ச்சிக்குத் துணையாகின்றன. ஆயினும்! அவை கிறித்துவுக்குப் பிற்பட்ட காலத்தன. கிறித்து பிறப் பதற்கு முன்னைய காலத்தேயே நம் தென் தமிழ்நாடு சிறந்து விளங்கிய தாகலின், அக் காலத்து நிலையை விளக்குதற்கு இந்த இரு நூல் களும் நிரம்புவனவாகா. ஆகவே, கிறித்துவுக்கு முற்பட்ட காலத்து வரலாற்றுக் குறிப்புகள் கிடைப்பின் அவற்றை ஆராய வேண்டியது கடனாகிறது.

கிறித்துவுக்கு முன் தோன்றிய நூல்கள் தொல்காப்பியமும் சங்கத்தொகை நூற்களிற் காணப்படும் பாட்டுகளுட் சிலவுமேயாம். தொல்காப்பிய நூலின் நோக்கம் வரலாறு கூறுவதன்று; ஆயினும் அதன் பொருளிலக்கணப் பகுதி தமிழ் கூறும் நல்லுலகத்து மக்க ளுடைய வாழ்க்கைக் கூறுகளைத் தொகுத்தும் விரித்தும் கூறு கின்றது. அந் நிலையில் அது சேர மன்னருடைய 'அடையாளப்பூ' அவர்க்குச் செந்தமிழ் நாட்டின் பாலுள்ள உரிமை முதலியவற்றைக் குறிப்பதோடு நின்றுவிடுகிறது.

இந் நூற்றொகுதிகளைக் காண்போமாயின், சங்க காலத்தில், ஏனைச் சோழ பாண்டிய நாடுகளைவிடச் சேர நாடு வடவாரியர் கூட்டுறவை மிகுதியாகப் பெற்றிருப்பது தெரிகிறது. அதனால், சேரர்களைப் பற்றிய குறிப்புகள் வடநூல்களில் காணப்படுதற்கு இடமுண்டு. வட நூல்களில் இருக்கு வேதமும் தைத்திரீயமம் வியாச பாரதமும் சேரர்களைச் சேரரர் என்றே குறிக்கின்றன[1]. மேலும் இருக்கு வேதத்தின் கண் ''ப்ரஜா: திஸ்ரோ அத்யாயம் அயூஹ்''[2] என்பதற்குப் பொருளுரைக்கும் தைத்திரீய ஆரண்யகம், ''யாவைத்தா இமாஹ்

1. P. T. S. lyergar's History of the Tamils, P. 29C 328.
2. R. V. vill. 101: 14.

பர்ஜா: திஸ்ரோ அத்யாயம் ஆயம்தானி இமானி வாயாம்ஸி வங்க வாகதா: சேரபாதா[1]: என்று உரைத்தது. இதற்கு உரைகூறிய சாயனா சாரியர், வாயாம்ஸி யென்றது பறவைகளென்றும், வங்கவாகதா என்றது மரஞ்செடிக ளென்றும், சேரபாத: என்றது பாம்புகளென்றும் உரைத் தார். ஆனந்த தீர்த்தரென்பார் இம் மூன்றும் முறையே பிசாசர், இராக்கதர், அசுரர் என்ற மூவரையும் குறிக்குமென்றார். கீத் (Keith) என்னும் மேனாட்டறிஞர் வங்கவாகதர் சேரபாதர் என்பன வங்கர் களையும் மகதர்களையும் சேரர்களையும் குறிக்குமென்றார். இவற்றை ஆராய்ந்து கண்ட ஆராய்ச்சியாளர், கீத்தென்பார் கூறுவதே இடத் துக்கும் இயைபுக்கும் பொருத்தமாகவுளது என்று எடுத்துரைக்கின் றனர்[2]. இராமாயணத்தில்[3] சீதையைத் தேடிச் சென்ற வானர வீரர் களுக்கு வழிதுறைகளை வகுத்துரைத்த சுக்கிரீவன் தென்னாட்டு இயல்பு கூறுங்கால் சோழ சேர பாண்டிய நாடுகளைக் குறித்துச் சொல்லுகின்றான். மகாபாரதத்தில் யுதிட்டிரன் இராயசூய யாகம் செய்தபோது சோழ சேர பாண்டியர் மூவரும் வந்திருந்ததாக வியாசர்[4] கூறுகின்றார். இவற்றால் வேதகாலத்திலும் இதிகாச காலத்திலும் வடநாட்டு வடவருக்குத் தென்னாட்டுச் சேர சோழ பாண்டியர் தெரிந் திருந்தனர் என்பது தெளிவாய் விளங்குகின்றது.

இப்போது, சேர நாட்டின்கண் அதன் தொன்மை கூறும் வகையில் வரலாற்று நூல்கள இரண்டு நிலவுகின்றன. அவை கேரள மான்மியம், கேரளோற்பத்தி என்பனவாம். அவற்றுள் மான்மியம் வடமொழியிலும் கேரளோற்பத்தி மலையாள மொழியிலும் உள்ளன. இவை காலத்தில் மிகவும் பிற்பட்டன வாயினும், இன்று இவை நாட்டு வரலாறாகக் கூறப்படுவது பற்றி ஈண்டு ஆராயும் தகுதி பெறுகின்றன. இவற்றுள் கேரளோற்பத்தியை எழுதியவர் துஞ்சத்து இராமாநுசன் எனப் படுகின்றார்.

வேந்தர் குலத்தை வேரறுத்து வந்து பரசுராமன் புதிதாக நாடொன்றும் படைக்க விரும்பித் தன் தவவண்மையாற் கடலிலிருந்து மலையாள நாட்டை வெளிப்படுத்தி அதன்கண் பிராமணர்களை வாழச்

---

1. Tit. Arany. ii. i. i
2. P.T.S Iyengar's History of the Tamils. P. 29. 328;
3. R.C. Dutt's Ramayanam.;
4. வியா, பாரதம்: ii:34 1217; v. 22: 656.

1. பரசுராமன் நாடுபெற்ற இச் செய்தியைச் சேக்கிழாரும் மலை நாட்டுக் கூறுமிடத்து, ''பரசுபெறு மாதவ முனிவன் பரசுராமன் பெறுநாடை' (விறன் மிண்டர். 1.) என்று குறிப்பது ஈண்டு நினைவு கூரத் தக்கது. இன்றும் அந் நாட்டு வேதியர் சங்கல்பம் கூறுமிடத்து, ''பரசுராம க்ஷேத்ரே'' என்று சொல்வது வழக்கமாகவுளது.

செய்தான்.[5] அவர்கட்குச் சில காலத்துக்குப் பின் நாகர்களால் பெருந் துன்பமுண்டாயிற்று. அதனால் அவர்கள் அனைவரும் அந் நாட்டி னின்றும் போய் விட்டனர். பின்னர்ப் பரசுராமன் வடக்கில் உள்ள ஆரிய நாட்டில் அறுபத்து நான்கு ஊர்களில் வாழ்ந்த பிராமணர்களைக் கொணர்ந்து குடியேற்றினான்; நாகர்களின் இடுக்கண் நீங்க நாக வழிபாடும் நாகர்கட்குக் கோயில்களும் ஏற்படுத்தினான். அச் செயல்களால் நாகர் துன்பம் குறைந்தது; அதனையறிந்த பழைய பிராமணர்கள் தங்களைப் பழந் துளுவரென்றும் துளு பிராமணர் களென்றும் கூறிக் கொண்டு திரும்பி வந்தனர். பரசுராமன் அவர்கட்கு நாகரது இடுக்கண் பற்றறத் தொலையும் பொருட்டு மந்திரங்கள் கற்பித்துக் கோயில்களிற் பணிபுரியுமாறு ஏற்பாடு செய்தான். மருமக்கள் தாய முறையை முதற்கண் ஏற்படுத்தியவனும் பரசுராமனே என்பர்.

சில காலத்துக்குப் பின் அப் பிராமணர்கட்கிடையே மனப் புழுக்கமும் பூசலுமுண்டாக, நான்கு பேரூரில் வாழ்ந்த பிராமணர் களை வருவித்து ஊர்க்கொருவராக நால்வரைத் தேர்ந்து அவர்களை அரசியலை நடத்துமாறு பரசுராமன் ஏற்படுத்திச் சென்றான். நால்வ ருள் ஒருவன் தலைவனாதல் வேண்டுமெனவும், அவனும் மூன்று ஆண்டுக்கு மேல் தலைமை தாங்குதல் கூடாதென்றும் அவர்கள் தங்களுக்குள் வகைமை செய்து கொண்டனர். அரசியலுக்கு ஆறி லொன்று கடமையாக வரையறுக்கப்பட்டது.

காலம் செல்லச் செல்ல வேலியே பயிரை மேயத்தலைப் பட்ட தென்றாற்போல் இத் தலைவர்கள் மக்கட்கு இன்னல் விளைக்க லுற்றனர். இக் கொடுமை நீங்க வேண்டி அந்தப் பிராமணர்கள் தங்கட்கு அரசியல் தலைவனாகிறவன் தங்கள் நாட்டவனாக இருத்தல் கூடாதென்று துணிந்தனர். கேயபுரம் என்னும் இடத்திலிருந்து ஒருவனைத் தேர்ந்து கேயபெருமாள் என்று சிறப்புப் பெயர் நல்கித் தங்கட்குப் பன்னிரண்டாண்டு வேந்தனாக இருக்குமாறு ஏற்பாடு செய்தனர். அவனுக்கு முடிசூட்டும்போது சேரமான் பெருமாள் என்று பெயர் கூறப்படும். கேயபெருமாட்குப் பின் சோழன் பெருமாளும் அவற்குப்பின் பாண்டி நாட்டுக் குலசேகரனான பாண்டிப் பெருமாளும் ஆட்சி செய்தனர்.

கேய பெருமாள் கொடுங்கோளூரிலிருந்து பன்னிரண்டாண்டு ஆட்சி செய்தான்; தலையூரில் கோட்டை யொன்றையும் அவன் கட்டினான். பின் வந்த சோழப் பெருமாள் பத்தாண்டு இரு திங்களும் இருந்துவிட்டுப் பழையபடியே சோழநாடு சென்று சேர்ந்தான்; அவன் சோழக்கரையில் கோட்டை யொன்றைக் கட்டினான். பாண்டிப் பெருமாள் பரம்பா என்னுமிடத்தே முடி சூட்டிக் கொண்டு ஒன்பதாண்டு அரசு புரிந்துவிட்டுப் பாண்டி நாடு சென்றான். அவற்குப் பின் சோழப்

பெருமாள் ஒருவன் வந்து பன்னிரண்டாண்டும் பாண்டிப் பெருமாள் ஒருவன் பன்னிரண்டாண்டும் ஆட்சி செய்து விட்டு நீங்கினர். இதற்கிடையே கலியுகம் பிறந்து பல ஆண்டுகள் கழிந்தன. கலியின் கொடுமை எழுவது கண்ட கேரள நாட்டு வேதியர்கள் ''பூருவ தேசத்துப்'' பாணப் பெருமாள் என்ற ஒருவனைக் கொணர்ந்து கேரள நாட்டுக்கு வேந்தனாக்கினர். அவ் வேந்தன் புத்த சமயத்தை மேற் கொண்டான். புத்தர்கட்கும் வைதிக வேதியர்கட்கும் சமயச் சொற்போர் நடந்தது; முடிவில் புத்தர்கள் தோற்றனர்; வேந்தன் வைதிக சமயத்தை மேற்கொண்டு புத்தர்களை நாட்டினின்று வெருட்டி விட்டான். எனினும், நான்கு ஆண்டுகட்குப் பின் அவன் மெக்காவுக்குச் சென்றொழிந்தான்.

பின்பு துளுவன் பெருமாள் என்றொருவன் வட நாட்டினின்றும் போந்து கேரள நாட்டு அரசை மேற்கொண்டான்; தனது ஆட்சிக்குட் பட்ட நாட்டுக்கு துளு நாடு என்று பெயரிட்டான்; அத் துளுவன் ஆறாண்டு ஆட்சி செய்து விட்டு இறந்தான். அவனையடுத்து இந்திரப் பெருமாள் என்பவன் வேந்தனாகிக் கொடுங்கோளூரிலிருந்து பன்னீ ராண்டு ஆட்சி புரிந்துவிட்டுப் ''பூருவ தேசம்'' போய்ச் சேர்ந்தான். அவற்குப்பின் ஆரிய புரத்து ஆரியப் பெருமாள் என்பவன் வேந்த னானான். அவன் கேரள நாட்டை ஐந்து ஆண்டுகளே ஆட்சி செய்தான். அவன்தான் கேரள நாட்டை ''துளராஜ்யம், கூபக ராஜ்யம், கேரள ராஜ்யம், மூஷிக ராஜ்யம்' என நான்காக வகுத்த முதலரசன். அவனுக் குப் பின் கந்தன் பெருமாள் என்பவன் ''பூருவ தேசத்தி''லிருந்து வந்து நான்காண்டுகள் ஆட்சி செய்தான். கைநெற்றியென்னுமிடத்தே அவன் ஒரு கோட்டையைக் கட்டினான். கோட்டிப் பெருமாள் ஓராண்டும், மாடப் பெருமாள் பதினோராண்டும், அவன் தம்பி ஏழிப் பெருமாள் பன்னீராண்டும் ஆட்சி செய்தனர். பின்பு கொம்பன் பெருமாள் தோன்றித்தான் இருந்த மூன்றரையாண்டு நெய்த்தரா ஆற்றங் கரையில் ஒரு குடிலில் இருந்தொழிந்தான். விசயன் பெருமாள் விசயன் கொல்லம் என்ற கோட்டையயமைத்துப் பன்னீராண்டு ஆட்சி செய்தான். அவனுக்குப் பின் வந்த வல்லப் பெருமாள் சிவலிங்க மொன்று கண்டு நெய்த்தர ஆற்றங்கரையில் அதற்கொரு கோயிலும் கோட்டையும் கட்டிப் பதினோராண்டிருந்தான். அரிச்சந்திர பெருமாள் பரளி மலையில் ஒரு கோட்டையை யமைத்து, அங்கே, தான்ன தனித்திருந்து ஒருவரும் அறியா வகையில் மறைந்து போனான். அவனையடுத்து வந்த மல்லன் பெருமாள் பன்னிரண்டாண்டு ஆட்சி செய்தான்.

இப் பெருமாட்குப் பின் வந்த வேந்தன், பாண்டிப் பெருமாளான குலசேகரப் பெருமான் எனப்படுவன். இவ்வெளிநாட்டிலிருந்து வேத ஆசிரியர் இருவரைக் கொணர்ந்து திருக்கண்ணபுரம் என்னுமிடத்தே

கல்லூரியொன்று நிறுவி வேதியர்கட்குக் கல்வி வழங்கினான். அவன் பதினெட்டாண்டு அரசு புரிந்திருந்து திருவஞ்சைக்களத்தினின்றும் உடலோடே துறக்கம் புகுந்தான்.

இந் நிகழ்ச்சிக்குப் பின் கேரள நாடு அரசர்களின்றிக் குடியரசாய் நெடுங்காலம் இருந்து வந்தது. ஊராட்சியையும் நாட்டாட்சியையும் ''பருடையார் மூல பருடையார்'' என்னும் மக்கட் கூட்டத்தார் ஆட்சி செய்து வந்தனர். ஒருகால் இவர்களிடையே கருத்து வேறுபாடு உண்டாகவே, ஆனைகுண்டி கிருஷ்ணராயரை வேண்டித் தமக்கோர அரசனை நல்குமாறு கேட்டுக் கொண்டார். அவர், ஒரு 'க்ஷத்திரி யனை''ச் சேரமான் பெருமாளாய் ஆட்சி செய்யுமாறு அனுப்பினர். அவன் பன்னிரண்டாண்டு இனிய ஆட்சி செய்ததனால், மேலும் இருமுறை அவனே சேரமான் பெருமாளாய் ஆட்சி நடத்தும் அமைதி பெற்றான். அந் நாளில் கிருஷ்ணராயர் மலையாள நாட்டின்மேற் போர் தொடுக்கலுற்றார். அதனையறிந்த சேரமான், அவரோடு பொருது முதற்கண் தோல்வி யெய்தினும் மறுமுறை வெற்றி பெற்றான். பின்பு சங்கராச்சாரியர் தோன்றிக் கேரளநாட்டு வரலாற்றை யெழுதியதோடு பிராமணர்களுக்கு ஒழுக்க நெறிகள் பல ஏற்படுத்தி நல்வழிப்படுத் தினார். முடிவில் இச் சேரமானும் மெக்காவுக்குப் போனான் என்று **கேரளோற்பத்தி** கூறுகிறது.

இக்காலத்தே கேரள நாட்டின் புறத்தில் பாண்டி நாடும் கொங்கு நாடும் துளு நாடும் வயநாடும் புன்னாடும் இருந்தன. இச் சேரமான் கேரளத்தை பதினெட்டுச் சிறு நாடுகளாக வகுத்து ஆட்சி செய்தான். மெக்காவுக்குப் போனபோது கோயிக்கோட்டு வேந்தனான சாமொரின் பால் தன் உடைவாளைத் தந்துவிட்டுப் போனானென்றும், அங்கே (மெக்காவில்) அவன் இறத்தற்கு முன் அரபியர் தலைவனொருவனை மலையாள நாட்டுக்கு அனுப்பினானென்றும் அவன் வந்து மலையாள நாட்டில் இசுலாம் சமயத்தைப் பரப்பினானென்றும் கேரளோற்பத்தி கிளந்துரைக்கின்றது.

மெக்கா நாட்டில் கடல் வாணிகம் செய்து பெருஞ்செல்வம் ஈட்டிய ஒருவன், கோயிக்கோட்டில் தங்கினான் என்றும், பின்பு புண்டோகோன் என்பான் காலத்தில் வெளிநாட்டிலிரந்து கோயமா னொருவன் போந்து சாமொரினுக்குப் பெருந்துணை செய்தானென்றும் அவன் பெயரால் அந் நகர் கோயிக்கோடு என்று பெயரெய்துவ தாயிற்றென்றும் அதே நூல் கூறுகிறது.

இந்த நாட்டுக்குக் கேரளம் என்ற பெயர் வந்ததற்குக் காரணம் கூறப் புகுந்த இந்தக் கேரளோற்பத்தி, மலையாள நாட்டு வேதியர்கள் ஒருகால் சோழ மண்டலம் சென்று தங்கட்கொரு வேந்தன் வேண்டு மென ஒருவனை வேந்தனாகக் கொணர்ந்தன ரென்றும், அவனுக்குக்

கேரளன் என்று பெயரென்றும், அவன் தனது ஆட்சியைச் செவ்வே நடத்திவிட்டுச் சென்றதனால் அவனது நினைவுக் குறியாக மலையாள நாடு கேரள நாடு என்று பெயரெய்திற்றென்றும் பொய் புனைந்து கூறுகிறது. கேரள மான்மியம் என்னும் வடமொழி நூலும் கேரளோற் பத்தி கூறியதையே சிறிது வகுத்தும் விரித்தும் உரைக்கின்றதே யன்றிப் புதுவதாக ஒன்றும் கூறவில்லை. இதன் இடையிடையே வேதியர்கட்கு உள்ள சிறப்பும் நாட்டு வாழ்க்கையில் அவர்கட் கிருந்த உரிமையும் செல்வாக்கும் நன்கு விரித்துக் கூறப்படுகின்றன. இவற்றை யெல்லாம் நன்கு ஆராய மேனாட்டு ஆங்கிலேயரான வில்லியம் லோகன் (William Logan) உண்மைக்கு மாறாகப் பொய் நிறைந்த கதை செறிந்த இந் நூல்களை இந் நாட்டு வேதியர்கள் தங்கள் நலமே பெரிதும் பாதுகாக்கப்பட்டு நிலைபெறும் பொருட்டு வெறிதே புனைந்துரையாக அமைத்துக் கொண்ட புளுகுமூட்டை யென மனம் வெதும்பிக் கூறியிருக்கின்றார்.[1] வடநாட்டு அசோக மன்னனுடைய கல்வெட்டுகளும், ''சோள பளய சத்தியபுத்திர கேரள புத்திர தம்பபானி'' என்று குறிக்கின்றன. இதனால் கி.மு. மூன்றாம் நூற்றாண்டிலேயே சேரநாடு கேரள நாடென வடவரால் வழங்கப் பெற்றதென்பது விளங்குகிறது.

அக் காலத்தில் மேலைநாட்டிலிருந்து கிரேக்கர்களும், யவனர் களும் பாபிலோனிய நாட்டுக் கோசியர்களும், எகிப்து நாட்டு வேந்தர் கீழ் வாழ்ந்த போனீசியர்களே முதற்கண் அரபிக் கடலில் கலஞ் செலுத்தி நாடு காணும் நாட்டம் கொண்டனர். அவருடைய முயற்சி முற்றும் வாணிகம் செய்து பொருளீட்டுவதிலே கழிந்தமையின் அவர்களது குறிப்புகள் கிடைப்பது அரிதாய் விட்டது. கி.மு. ஐந்து ஆறாம் நூற்றாண்டில் கிரேக்கர்கள் முற்போந்து கடலகலம் காண முயன்றனர். அவர்கள் தொடக்கத்தில் மத்தியதரைக் கடலையும் கருங்கடலையும் அகலங் கண்டனர். அந் நாளில் அலெக்சாந்தர் விடுத்த கிரேக்கர்கள் வட இந்தியாவின் மேலைப் பகுதியான சிந்து நதி பாயும் நாட்டைக் கண்டு கொண்டு திரும்பினர். அவர்கட்குத் தலைவரான நியார்க்கஸ் (Nearchus) தரைவழியாகச் சிந்து நதிக்கும் யூபரடீசு டைகரீசு ஆற்றுக்கும் இடையிலுள்ள நிலப்பகுதியில்வழி கண்டான்; அது முதல் நமது இந்திய நாட்டின் செல்வநிலை கிரேக்கர் உள்ளத்தில் மதிப்புண்டு பண்ணிற்று. அலக்சாந்தர் உள்ளத்தில் மதிப்புண்டபண்ணிற்று. அலக்சாந்தருக்குப் பின் செல்யூகசு நிகேட்டர் விடுத்த மெகசு தனிசு என்பார், கங்கை நாட்டுப் பாடலிபுரத்தில் (Paliblthra) சந்திரகுப்த வேந்தன்பால் தங்கித் தாம் அந் நாளிற் கேள்வி யுற்ற செய்திகளைக் குறித்து வைத்தார். அக் குறிப்பினுள் தென் தமிழ்

---

1. W. Logan's Malabar Manual. P. 246.

நாட்டு வேந்தர்களான சேர சோழ பாண்டியர்களைப் பற்றிய குறிப்புகள் உள்ளன. அவற்றுள் சேர்மா (Chermae) என்பது சேரமான்களையும், நறா (Narae) என்பது சேர நாட்டு வட பகுதியான குடநாட்டு நறவூரை யும் குறிப்பவனவாம்.[1]

பின்னர் எகிப்து நாட்டை யாண்ட தாலமிகள் செங்கடல் வழியாக இந்திய நாட்டுக்கு வழி கண்டனர். அவர்கட்குப் பின் யவனர் தோன்றி நம் இந்திய நாட்டோடு வாணிகம் செய்யத் தோன்றி நம் இந்திய நட்டோடு வாணிகம் செய்யத் தலைப்பட்டனர். அவர்களில் இப்பாலசு (Hippalus) என்னும் கிரேக்கன் நம் நாட்டில் அடிக்கும் தென்மேற்குப் பருவக்காற்று நிலையையும் வடகிழக்குப் பருவக் காற்று நிலையை யும் கண்டு உரைத்தான். அதன்பின் யவன வாணிகம் பெரிதும் வளம் பெற அவர்களிடையே நடைபெறுவதாயிற்று. அப் பருவக் காற்றை களையும் அவர்கள் இப்பலசு என்றே வழங்கினர் என்பர். யவனர்கட்குப் பல்லாண்டு முன்பிருந்தே அரபிக்கடலில் அரபியரும் இந்தியரும், கலம் செலுத்தி வாணிகம் செய்து வந்தனராதலால், அவர்கள் இப் பருவக் காற்றை அறியாதிருந்தனரென நினைத்தற்குச் சிறிதும் இட மில்லை; கி.மு. ஆறாம் நூற்றாண்டில் (கி.மு. 556-539) ஆட்சி புரிந்த சால்டிய வேந்தன் நபோனிதாசு காலத்தேயே இந்தியரது கடல் வாணிகம் சிறந்து விளங்கிற்று; சிலர் கி.மு. ஏழாம் நூற்றாண்டிலேயே இந்திய நாட்டு மேலைக் கடற்கரைக்கும் மேனாட்டுக்கும் இடையே பெருவாணிகம் நடைபெற்று என்று கூறுகின்றனர்[2]. இக் கடற் காற்றின் இயல்பறிந்து பண்டைத் தமிழ் மக்கள் கடலிற் கலஞ்செலுத்தி மேம்பட்ட செயலைப் புறப்பாட்டு[3] எடுத்துக் கூறுவது ஈண்டு நினைவு கூரத்தக்கது.

இக் காலத்தே மேனாட்டுக்குத் தென்தமிழ் நாட்டினின்று தூதொன்ற சென்று யவன வேந்தரான அகஸ் என்பாரது தொடர்பு பெற்றுச் ஸ்பெயின் நாட்டுக்குச் சென்றது. இத் தூது தென் பாண்டி நாட்டு வேந்தனொருவன் விடுத்ததென்பர்; வட நாட்டுப் பேரரச என்னும் வேந்தன் விடுத்தது என்பாரும் உளராயினும் அவர் கூற்று வலியுடையதாக இல்லை.

இவ்வாறு, மேலை நாட்டவர்க்கும் தென் தமிழ் நாட்டவர்க்கும் இடையே வாணிகம் மிகுதிப்பட்டதனால் யவன நாட்டினின்று தமிழ் நாட்டுக்கு வரும் மரக்கல மாக்கட்கென யவன நாட்டில் நூல்கள் எழுந்தன. அவற்றுள் எரித்திரையன் கடற் செலவு, மத்தியதரைக் கடற்

---

1. W. Woodburn Hybe's Ancient Greek Maniners. P. 206
2. T.V.C. Manual (Nagam Iyer) Vol. i. P. 238.
3. புறம் 66.

செலவு என்று பெயரிய இரு நூல்கள் உண்டாயின. ஒன்று ஆசிய நாட்டுக் கடற் செலவையும் மற்றொன்று ஆப்பிரிக்க நாட்டுக் கடற் செலவையும் கூறுவன[1]. இவை கி.மு. முதல் நூற்றாண்டில் தோன்றின என்பது அறிஞர் கொள்கை. இக்காலத்துக்கு முன்பே தென்தமிழ் நாட்டவர் சிலர் ஐரோப்பாவைச் சுற்றிச் சென்று வட கடலில் ஜெர்மனி நாட்டருகில் உடைகலப் பட்டொழிந்தனர் என்றொரு செய்தி அவ ருடைய நூல்களிற் காணப்படுகிறது என அறிஞர்கள் உரைக்கின் றனர்[2]. கி.பி. முதல் நூற்றாண்டில் பிளினி (Pliny) என்பார் மேலைக் கடற் செலவு சார்பான செய்திகள் பல விரிவாக உரைக்கப்பட் டுள்ளன.

கி.மு. முதல் நூற்றாண்டின் தொடக்கத்தில் வாழ்ந்த பெட்ரோனியு (Petronius) என்பவர், அந் நாளைய யவனச் செல்வ மகளிரின் பெருமித வாழ்வைக் கடிந்து நூலொன்றை எழுதியிருக்கிறார். அதன் கண் நம் தமிழ் நாட்டிலிருந்து யவனர்கள் கொண்டு சென்ற மெல்லிய ஆடையை உடுக்கு மாற்றால் யவன மகளிர் தங்கள் உடல் முற்றும் புறத்தே தெரியுமாறு காட்டிப் பொலிவிழக்கின்றனர் என்றும், அவ் வாடைகள் காற்றாலாகியவை, முகிலால் ஆகியவை, ஆவியால் ஆகியவை என்றும் குறித்திருக்கின்றார். ''புகை முகந் தன்ன மாசில் தூவுடை'' என்றும், ''ஆவியந் துகில்'' என்றும் வரும் சங்கநூல் கூற்று கள் அவர் கூறுவனவற்றை வற்புறுத்துகின்றன.

எகிப்து நாட்டு ஓசெலிசு துறையினின்று (Ocelis) புறப்படும் கலம் தென்மேற்குப் பருவக் காற்றைத் துணைக்கொண்டு நாற்பது நாள்களில் முசிறித் துறையை அடையும்; அத் துறையில் கடற் கொள்ளைக் கூட்டத்தினர் உளர்; அவர்கள் நித்திரியாசு (Nitrias) என்ற இடத்தில் உறைபவர். முசிறித் துறை வணிகப்பொருள் மிகுதியாக உடையதன்று; கலம் நிற்கும் இடத்துக்கும் முசிறித் துறைக்கும் நெடுந்தூரம் இருக்கிறது. ஏற்றற்குரிய பொருளைச் சிறு சிறு படகு களில் கொணர வேண்டும். இப் பகுதிக்குரிய வேந்தன் கேளோ போத்திராசு (Caelobothras) இம் முசிறித் துறையினும், நியா சிந்தி (Neacyndi) நாட்டிலுள்ள பாரேசு (Barace)துறை சிறந்து விளங்குகிறது. அதற்குரிய வேந்தனான பாண்டியோன் (Pandion) உள்நாட்டில் மதுரையென்னும் நகர்க்கண் (Modora) இருக்கின்றான்; பாரேசு துறைக்குக் கோட்ட நாராவிலிருந்து மிளகுப் பொதிகள் வருகின்றன என இவ்வாறு பிளினி என்பார் எழுதியுள்ளார்[3].

---

1. W. Woodburn Hyde's Ancient Greek Mariners P. 215-32. 209-14;
2. W.L. Malabar P. 252
3. W. Logan's Malabar P. 256.

பிளினியினுடைய குறிப்புகளால் கி.பி. முதல் நூற்றாண்டில் சேர நாடு தென் கொல்லம் வரையிற் பரந்திருந்தமையும் அதன் தென் பகுதி தென்பாண்டி நாடென்பதும் தெளிவாய் விளங்குகின்றன. இவ் வகையில் பெரிப்புளூசு நூலாசிரியர் கூறுவனவும் ஒத்திருக் கின்றன. ஆயினம், முசிறித்துறை செல்வத்தாற் சிறப்புடைய மாநகரம் என்றும், வடநாடுகளிலிருந்தும் எகிப்து நாட்டிலிருந்தும் எப்போதும் கலங்கள் இத் துறைக்கு வருவதும் போவதுமாக உள்ளன என்றும் பெரிப்புளூசு நூலாசிரியர் கூறுகின்றார்[1]. அவர் கூற்று, ''சேரலர், சுள்ளியம் பேரியாற்று வெண்ணுரை கலங்க, யவனர் தந்த வினை மாண் நன்கலம், பொன்னொடு வந்து கறியொடு பெயரம்[2]'' என்ற சங்கநூற் கூற்றால் வலியுறுகிறது.

கி. பி. 126-61ல் வாழ்ந்த தாலமி a (Ptolemy) என்பார் எழுதி யுள்ள குறிப்பில் சேர வேந்தர் கேரளபோத்திராசு (Carelabothras) என்றும், அவர்களது தலைநகர் கரவ்ரா a (Karoura) என்றும் குறிக்கப் படுவது காண்கின்றோம்[3]. இது கருவூர் என்பதன் திரிபு. இக் கருவூர் இப்போது வஞ்சி நகர்க்கு வடக்கில் எட்டுக் கல் அளவில் கடற்கரை யில் உளது.

கி.பி. 226 அளவில் எழுதப்பட்டதெனப்படும் பியூதிங்கர் தொகை நூல் (Peutingar Tables) முசிறியில் யவனர் இருக்கை யொன்று இருந்த தெனவும், அங்கே அகஃஃடசுக்குக் கோயிலொன்று இருந்ததாகவும், அதனை யவனப்படை யிரண்டு இருந்து காத்து வந்தன எனவும் கூறுகிறது; ஆனால் முசிறி நகரைக் குறிக்கும் சங்கப் பாட்டுகள் இச் செய்தி குறித்து ஒன்றும் கூறவில்லை. இவற்றை நோக்குவோர் முசிறியில் யவனர் அகஃஃடசுக்குக் கோயிலெடுத்த காலம் சங்கத்தொகை நூல்கள் தோன்றிய காலத்துக்குப் பின்னதாம் என்பதைத் தெளிவாகக் காண்பர். ஆகவே, சங்கத் தொகை நூல்கள் பலவும் கி.பி. மூன்றாம் நூற்றாண்டிற்கு முற்பட்டன என்பது தேற்றமாம்.

இச் சங்க இலக்கியங்கள் யாவும் சேர நாட்டைச் சேர நாடென் றும், அந் நாட்டு வேந்தர்களைச் சேரர் என்றும் சேரலரென்றும் தெளி வாகக் கூறுகின்றன. பிற்காலத்துத் தமிழ் நூல்களும் அந்நெறியில் வழுவியது இல்லை. வடநாட்டு வடமொழி நூல்களுள் வேதங்களும் இதிகாசங்களும் சேரர்களைச் சேரரென்றே குறிப்பதை முன்பே கண்டோம். செல்யூகசு நிகேடர் காலத்து மெகஃஃதனிசு என்பார் கங்கைக் கரைப் பாடலிபுரத்திலிருந்து எழுதிய குறிப்பும் சேரர்களைச் சேரமான்கள்

---

1. Ibid P. 254. 2. அகம் 149.

3. Ibid. P. 253 M 'Crindler's Translation of the perplus of the Erythraen Sea 53-6

என்றே குறித்துள்ளது. ஆனால் அசோக மன்னனுடைய கல்வெட்டுகள் சேரலார்களைக் கேரளபுத்திரர் என்று கூறுகின்றன; ஆயினும் அத் தொடர் சேரல புத்திரர் என்று படிக்குமாறும் அமைந்திருக்கிறது. மற்ற அவற்றைப் படித்த அறிஞர் பலரும் கேரள புத்திர ரென்றே படித்து வந்திருக்கின்றனர். பிற்கால வடநூற் பயிற்சியால் அசோகன் கல்வெட் டுகளைப் படித்தோர் கேரள புத்திரர என்று கருதிவிட்டிருக்கலாம். இடைக்காலச் சோழ வேந்தர் கல்வெட்டுகள்[1] சேர வேந்தர்களைக் கேரளர் என்று கூறுவதைப் படித்த பயிற்சியால் அசோகன் கல்வெட்டு களைக் கேரள புத்திரரென அவர்கள் மாறிப் படித்தற்க இடமுண்டாயிற் றெனவும் கருதலாம். இடைக்காலக் கல்வெட்டுகளை நோக்குமிடத்துக் கேரளர் என்ற வழக்குக் கி.பி. எட்டாம் நூற்றாண்டுக்க முன்பே தோன்றி யிருப்பத தெரிகிறது[2]. ஆனால் கி.பி. ஏழாம் நூற்றாண்டினரான திருஞான சம்பந்தர் முதலியோர் திருப்பதிகங்களுள் சேரர், சேரலர் என்ற பெயர்கள் காணப்படுகின்றனவே யன்றிக் கேரளர் என்ற சொல் வழக்குக் காணப்படவில்லை. இதனை நினையுங்கால் கேரளர் என்ற வழக்காறு சோழ பாண்டிய நாட்டில் கி. பி. ஏழாம் நூற்றாண்டிற்குப் பின்தான் உண்டாயிற்றென்பது விளங்குகிறது.

சேரலர் என்பது கேரளர் என மாறி வழங்கும் முறை வடநாட்டில் நெடுங்காலத்துக்கு முன்பே தோன்றி விட்டது. அசோகன் கல்வெட் டிற் காணப்படுவது கேரளர் என்பதேயாயின் இரண்டாயிரமாண்டு கட்கு முன்பே வடவர் சேரலர் என்னும் தமிழ்ச் சொல்லைக் கேரளர் எனத் திரித்துக் கொண்டனர் என்று அறியலாம். ஆனால் மேனாட்டுக் கிரேக்க யவனர்கள், கி.பி. மூன்றாம் நூற்றாண்டு வரையிலும் சேரர் களை சேரரென்றும் சேரமான்களென்றும் வழங்கி வந்திருக்கின்றனர்.

வேத காலத்துக்குப் பின் வந்த வடமொழியாளர் தாங்கள் புதிய வாகக் காணும் நாடு நகரங்களின் பெயரையும் ஆறுகள் ஊர்கள் முதலியவற்றின் பெயரையும் மக்களினத்தின் பெயரையும் தாங்கள் கலந்து வழங்கும் வகையில் மூன்று நெறிகளை மேற்கொண்டனர். முதலாவது, தாம் எதிர்ப்படும் பெயர்களைத் தம்முடைய மொழியில் **மொழிபெயர்த்துக்** கொள்வது. பாண்டி நாட்டுக் கூடல் வாயிலைக் கடாபுரமென வான்மீகியார் மொழிபெயர்த்துரைப்பதையும், பின் வந்தோர் அந் நெறியே பின்பற்றி நாடு நகரங்களின் பெயர்களையும் ஆறு குளங்களின் பெயர்களையும் மொழிபெயர்த்துக் கொண்டிருப் பதையும் தமிழுலகம் நன்கறிந்திருக்கிறது. தமிழகத்து மேலை மலைத் தொடரைச் சஃயாத்திரி யென்பதும் தொண்டை நாட்டுப்

---

1. Inscriptions of Sri. Vira Rajendra (RaJakersari Varman) S.I.I. Vol. iii No;
2. Velvikudi grant, Ep. Indi. Vol. xvii. No.16

பாலியாற்றை க்ஷீர நதியென்பதும், நடுநாட்டு முதுகுன்றத்தை விருத் தாசல மென்பதும் மதுரைத் திருவாலயாய் அங்கயற் கண்ணியை மீனாக்ஷி யென்பதும் போதிய சான்றுகளாகும். மற்றொன்று எதிர்ப்படும் பிறமொழிச் சொற்களைத் தங்கள் மொழி நடைக்கேற்பத் **திரித்துக் கொள்வது**. இதற்குத் தென்றமிழ் நாட்டு முத்துக்களை முக்தம் என்பதும், பவளத்தைப் பிரவாள மென்பதும் சோழனைச் சோடனென் பதும் ஏற்ற சான்றுகளாம். வேறொன்று, தம் மொழிநடைக்கு ஒத்த வற்றை **ஒரு திரிபுமின்றி** ஏற்றுக் கொள்வது. அம் முறையில் மணி, மீன், நீர் என்பவற்றை வடமொழியில் ஏற்றுக் கொண்டுள்ளனர். பண்டை நாளைத் தொல்காப்பியரும், மொழி நடைக்கேற்ற எழுத்தால் பிறமொழிச் சொற்களை ஏற்றல் வேண்டும்; வேறுபடுப்பது நேர்மை யன்று என்பதற்காகவே, ''வடசொற் கிளவி வடவெழுத் தொரீஇ எழுத்தொடு புணர்ந்த சொல்லாகும்மே[1]'' என்று தமிழ் மக்கட்கு வழி வகுத்துரைத்தார். இந்தச் சீரிய முறையை வடவர்க்கு வடமொழி யாசிரியர் வகுத்துரைக்கவில்லை போலும். நேர்மை திறம்பாத நெறி மேற்கொண்ட மேனாட்டு மொழியாளர்களும் கட்டுமரம் (Kattamaram), மிளகு தண்ணி (Molak tanni), இஞ்சி (Ginger), அரிசி (Rice), தோகை (Tugi), தேக்கு (Teak), முதலியவற்றைத் தங்கள் மொழி நடைக் கேற்பத் திருத்தி மேற்கொண்டனர். இவற்றால் வடவர் கூட்டுறவு பெற்ற சேர நாட்டவர் தம்மைக் கேரளரென்றும், தங்கள் நாட்டைக் கேரள நாடென்றும் வடவர் வழங்கியவாறே[2] வழங்குவாராயினர். இன்றும், தென்னாட்டவருள், தமிழரொழியப் பிறரனைவரும் தங்களை வடவரிட்ட பெயராலே வழங்குவது குறிக்கத்தக்கது.

இனி, சேரநாட்டுச் சேரலர், தம்மைக் கேரளரென வழங்கத் தலைப்பட்ட காலம் தமிழ் சிதைந்து மலையாளமாக மாறிய காலம்; சேரநாடென்றும் குடமலை நாடென்றும் வழங்கிய காலம்; அந் நாட்டில் செந்தமிழ் மொழி சிதையாது நிலவிய காலம். இடைக் காலத்தில் சேரநாட்டுப் பகுதிகளில் தோன்றிய தமிழ்க் கல்வெட்டு களை நோக்கின், அப்பகுதிகளிலுள்ள மக்களும் ஊர்களும் தூய செந்தமிழ்ப் பெயர் தாங்கியிருப்பதைக் காணலாம். பரோலா என்னு மிடத்துக் கல்வெட்டு[3] அவ்வூரைப் புலவேர் வாயில் எனவும், திருவன்னூரிலுள்ள கல்வெட்டு[4] அவ்வூரைத் திரு முன்னூரெனவும், இருஞாலக்குடாவிலுள்ள கல்வெட்டு[5] அதனை இருஞாலக்கூடல்

1. தொல், சொல், எச்ச: 5.
2. காத்தியாயனர், பதஞ்சலி முதலியோர் கேரளரென வழங்கியுள்ளனர்.
3. S.I.I. Vol. v No. 788.
4. Ibid. No. 784.
5. M. EP. A. R. No 358 of 1927.

எனவும், கடலுண்டி என்னுமிடத்துக் கல்வெட்டு[1] அவ்வூரைத் திருமண்ணூரெனவும் வழங்குவது போதிய சான்றாகும். மேலைக் கடற்கரை நாட்டு வட கன்னடம் மாவட்டத்திலுள்ள பாட்கல் (Baktal) என்னுமிடத்துக் கல்வெட்டு அதனைப் பாழிக்கல் என்பதும், ஜோக் (Joag) என்னுமிடத்துப் பிற்காலக் கல்வெட்டு, அதனைத் தோக்கா என்பதும் நோக்கத்தக்கன.

சேர நாடு செந்தமிழ் மொழி வழங்கும் திருநாடாக விளங்கிய காலத்து வேந்தர்களே நாம் காணலுறும் சேரமன்னர்கள். கேரளோற்பத்தி, கேரளமான்மியம் என்ற இரண்டு நூல்களும் மிகவும் பிற்கட்ட காலத்தவரான விசயநகர வேந்தர்களைப் பற்றியும் கூறுவதனால் இவை காலத்தால் மிகமிகப் பிறப்பட்டவையென்பதும் சொல்லாமலே விளங்கும் இவற்றைக் கொண்டு பண்டை நாளைச் சேர நாட்டைக் காண்பதற்கு வழியில்லை. இவற்றுள், சங்க காலத்துக்கும் விசயநகர வேந்தர் காலத்துக்கும் இடைப்பட்ட காலத்து நிகழ்ச்சிகளுட் சில இவை கூறும் வரலாற்றுள் மறைந்திருக்கலாம்.

தொன்மையுடைய பொருளே பெருமையுடையது என்றொரு கொள்கை இடைக்காலத்தே அறிஞர் சிலருடைய கருத்தில் உண்டாயிற்று. அதனால் பல நூல்களைப் பல ஆயிரக்கணக்கான ஆண்டுகட்கு முற்பட்டவையென்றும் கூறும் செயல் தோன்றிற்று; அவ்வாறே சிலர் எழுதியும் வைத்தனர். உண்மையிலேயே தொன்மையும் பெருமையுமுடைய நூல்களைக் கண்டு சிலர் மனம் பொறாது, அவற்றின் தொன்மையைக் குறைத்தால் பெருமை குறையுமென்று மனப்பால் குடித்துத் தவறும் குழறுபடியும் நிறைந்த கருத்துகளால் தாம் வேண்டியவாறு எழுதலாயினர். தன் பெயர் நிலை பெறுவது விழைந்து தயனா தேவி கோயிலைத் தீயிட்டுக் கொளுத்திய யவனன் போலப் பழமையான சில தமிழ் நூற்களைக் காலத்தால் பிற்பட்டன என்று கூறிவிடின் அவை பெருமை குன்றிவிடும் என்று தம்முடைய செல்வாக்கையும் பதவியையும் துணையாகக் கொண்டு ஆராய்ச்சியென்ற பெயரால் சொல்வலையிட்டுத் திரையிட முயன்றோரும் முயல்வோரும் உண்டு. இவ்வாறன்றி, காய்தல் உவத்தல் இன்றி, நடுவுநிலை திறம்பாது பண்டை நாளை நிலையினைக் காண்பது இப்போது மிக இன்றியமையாததாகிறது.

மேலும், இடைக்காலத்தில் இருந்து ஆராய்ச்சி நிகழ்த்தியோரினும், இக்காலத்து ஆராய்ச்சியாளருக்குக் கருவிகள் விரிவாகக் கிடைத்துள்ளன. நிலவுலகத்தில் ஆங்காங்கு வாழும் மக்களுடைய தொன்மையும் வரலாறும் வழக்காறும் அறிந்து கொள்ளத்தக்க வகையில்

---

1. S.I.I. Vol. v. 782.

நூல்கள் வந்துள்ளன. இலக்கிய நூல்கட்குத் துணையாகப் பல்லாயிரக் கணக்கில் கல்வெட்டுகளும் செப்போடுகளும் அவற்றைப் பற்றிய ஆராய்ச்சியுரைகளும் பெருகக் கிடைத்திருக்கின்றன. ஒரு காலத்தில் உண்மையெனக் காணப்பட்ட வொன்று பிறிதொரு காலத்தில் தவறு படுவதும், தவறெனக் கருதிய தொன்று உண்மையாவதும், ஒரு காலத்தில் எல்லையென வரம்பிட்ட ஒன்று பிறிதொரு காலத்தில் மாறுவதும், புது வரம்பொன்று காணப்படுவதும் ஆராய்ச்சி நெறியில் இயற்கையாய்விட்டன. அதனால், ஆராய்ச்சியாளர் உண்மையைக் கடைப்பிடித்துத் தமக்குக் கிடைக்கும் கருவிகளைக் கொண்டு அச்சம் இன்றித் தமது ஆராய்ச்சியை நிகழ்த்தத் தலைப்பட்டு விட்டனர். அறிவியல் நெறியிலேயே வரம்பறுக்கப்பட்ட உண்மைகள் பல போலி யாய் ஒழிகின்றன எனின், வரலாற்றாராய்ச்சிக்கு வேறு கூறுவது மிகையன்றோ!

இந் நெறியே நின்று நோக்கும்போது, மேனாட்டு யவனர்களும் வடநாட்டு வட நூல்களும் கூறுவனவற்றால், சேரரது தொன்மை வேதகாலத்தேயே விளங்கியிருந்தமை தெளிவாயிற்று. சங்க இலக்கி யங்களுள் சேரர்கள் சார்பான நிற்கும் பாட்டுகளிற் காணப்படும் ஊர் களும் நிகழ்ச்சிகளும் கிரேக்க யவனர் குறிப்புக்களிலும் ஒப்பக் காணப்பெறுகின்றன. அக் குறிப்புக்களின் காலம் கி.பி. முதலிரண்டு நூற்றாண்டில் நிலைபெறுகிறது. அவற்றுட் சில, சங்க இலக்கி யங்களில் காணப்படாத குறிப்புகளை உணர்த்துமாற்றால், காலத்தால் சங்கவிலக்கியங்கட்குப் பிற்படுகின்றன. படவே, சங்க இலக்கி யங்கள் கி.பி. முதல் நூற்றாண்டிற்குப் பிற்பட்டனவல்ல என்பது உறுதியாகிறது. கே.ஜி. சேஷையர் முதலியோர் சேர வேந்தர்களைக் கி.பி. மூன்றாம் நூற்றாண்டு முடிய இருந்தனரென்று கூறுகின்றனர்; அவர் கூறுவன வேறு வகையால் நிறுவப்பட்டமையால், சங்க இலக்கியங்களில் கீழெல்லை கி.பி. முதல் நூற்றாண்டென்று கொள் வதே தக்கது.

3. சேரர்கள்

சேர நாட்டில் வாழ்ந்த மக்கள் சேர நாட்டச் செந்தமிழ் மக்க ளாவர். பாண்டி நாட்டிலும் சோழ நாட்டிலும் வாழ்ந்த மக்களைத் தமிழர் என்பது மரபாதலின், அம் மரபின்படியே சேர நாட்டவர் செந்தமிழ் மக்களாகின்றனர், பாண்டி நாட்டுத் தமிழர்க்குப் பாண்டி யரும், சோழ நாட்டுத் தமிழர்க்குச் சோழரும் வேந்தராயினது போலச் சேரநாட்டுத் தமிழ்மக்கட்குச் சேரர் வேந்தராவர். இந் நாட்டுக்குக் கிழக்கெல்லையாகச் சுவர்போல் தொடர்ந்து நிற்கும் மலைமேலை மலைத்தொடர். இது தெற்கே பொதியமலை முதல் வடக்கே தபதி

யாற்றங்கரை வரையில் நிற்கிறது. இந் நெடுமலைத்தொடர் வடவர்களால் சஃயாத்திரி யென்று பெயர் கூறப்படுகிறது. சஃயம்-தொடர்பு; அத்திரி-மலை. இத்தொடரைக் குடவரையெனவும், சேர நாட்டவரைக் குடவர் எனவும் பொதுவாகக் கூறுவது தமிழ்நாட்டார் வழக்கம். முதல் இராசராசனுடைய கல்வெட்டுகள் சேர நாட்டைக் குடகுமலை நாடு[1] எனக் கூறுவது காணலாம். சேக்கிழாரடிகள், ''மாவீற்றிருந்த பெருஞ் சிறப்பின் மன்னம தொன்மை மலை நாடு'' என்று, சேர மன்னர்களைப் ''பாவீற்றிருந்த பல்புகழார்[2]'' என்றும் பாராட்டிக் கூறுவர்.

இச் சேர மன்னர் மலைநாட்டில் வாழ்ந்தமையின் மலைகளிலும் மலைச்சரிவுகளிலும் மண்டியிருந்த பெருங் காடுகளில் வேட்டம் புரிவதையே தொடக்கத்தில் மேற்கொண்டிருந்தனர்; அதனால் இவர்களுடைய கொடியில் வில்லே பொறிக்கப்பட்டிருந்தது. கடற்கரைப் பகுதியில் பனை மரங்கள் காடுபோல் செறிந்திருந்தன; அதனால், அவர்கள் தமக்க அடையாள மாலையாகப் பனந்தோட்டால் மாலை தொடுத்து அணிந்துகொண்டனர். இன்றும் சேர நாட்டு வடபகுதிக் கடற்கரையில் பனைகள் மல்கியிருப்பது கண்கூடு. தொல்காப்பியனாரும் இச் சேரரது பனந்தோட்டு மாலையை அவர்கட்குச் சிறப்பாக எடுத்தோதுவர்[3].

இச் சேர நாடு மேலைக் கடலைச் சார்ந்து கிடத்தலின்' சேரர்கள் கடலிற் கலஞ் செலுத்துதலிலும் சிறந்திருந்தனர். கிறித்து பிறப்பதற்கு மூவாயிரம் ஆண்டுகட்கு முன்பே மேலையுலகத்து சால்டியா நாட்டுக்கு இந் நாட்டுத் தேக்கு மரங்கள் மரக்கலங்களில் கொண்டு போகப்பட்டன. பெட்ரோனியசு என்னும் மேனாட்டறிஞர் இந் நாட்டினின்றும் சென்ற ஆடை வகைகளை மிகவும் பாராட்டிப் பேசியிருக்கின்றார்; இந் நாடடிலிருந்து மேலை நாடுகட்கு ஆண்டுதோறும் 4,86,679 பவுன் மதிப்புள்ள பொருள்கள் ஏற்றுமதியாயின என்று எழுதியுள்ளார். அந் நாளில் கடலகத்தே செல்லும் வணிகரின் கலங்களைத் தாக்கிக் கொள்ளை கொள்வதும், கடற்கரையில் வாழ்ந்த மக்கட்கு இன்னல் புரிவதும் தொழிலாகக் கொண்ட திரிந்த யாதர் (yats) கடம்பர் முதலாயினாரைக் கடலகத்தே எதிர்த்தழித்து மிக்க வென்றி எய்திய வகையால், இச் சேர மன்னர்கள் கடல் வாணிகம் செய்வார்க்கு நல்ல அரண்செய்து வாழ்ந்தனர். அதனால், அந் நாளில் சேர நாட்டுக் கலங்களைக் கண்டாலே பிறநாட்டுக் கலங்கள் கடலில் உரிமையுடன் இயங்குதற்கு அஞ்சின. ''சினமிகு தானை வானவன் குடகடல், பொலத்தரு நாவாய் ஓட்டிய அவ்வழிப் பிறர் கலம் செல்கலாது[4]'' எனச் சான்றோர் உரைப்பது ஈண்டு நினைவு கூரத் தகுவது.

---

1. பிற்காலச் சோழர்** பக், 103,
2. திருத்தொண் கழறிற் 1.**
3. தொல், பொ. 60*
4. புறம் 126.

இச் சேரமன்னர்கட்குச் சங்க நூல்கள் மிகப் பல சிறப்புக் பெயர் களை வழங்குகின்றன. ஒருகால் அவை குடிப்பெயரோ எனவும் பிறதொருகால் இயற்பெயரோ எனவும் ஆராய்ச்சியாளர்க்குப் பெரு மயக்கம் எய்தியதுண்டு. ஏனைச் சோழ பாண்டியர்களின் வரலாறு போல இவரது வரலாறு எளிதிற் காண வியலாமல் இருப்பதற்கு இந் நிலையும் ஓர் ஏதுவாகும். அப் பெயர்களுள், வான வரம்பன், வானவன், குட்டுவன், குடக்கோ, பொறையன், இரும்பொறை, கடுங்கோ, கோதை என்பன சிறப்புடையனவாம். சேரலர், சேரல், சேரமான் என்பன பொதுப்பெயர்.

''வென்றி நல்வேல் வான வரம்பன்[1]''

''வான வரம்பனை நீயோ பெரும[2]''

''தேனிமிர் நறுந்தார் வானவன்[3]''

''பெரும்படைக் குதிரை நற்போர் வானவன்[4]''

''வெல்போர் வானவன் கொல்லிக் குடவரை[5]''

''வசையில் வெம்போர் வானவன்[6]''

''சினமிக தானை வானவன்[7]''

''மாண்வினை நெடுந்தேர் வானவன்[8]''

வில்கெழு தடக்கை வெல்போர் வானவன்[9]''

என வருவன வானவன், வானவரம்பன் என்ற பெயர்கள் பண்டை நாளைச் சான்றோர்களால் பெரிதும் விதந்து கூறப்படுவதை எடுத்துக் காட்டுகின்றன.

இந்த வானவன் என்ற பெயர் பொருளாக ஆராய்ச்சி செய்த அறிஞர்கள், ''இதுவரை வானவர் என்ற பெயரால் பண்டை இவ் வமிசம் தெய்வ சம்பந்தம் பெற்ற தென்பது மட்டில் தெளிவாகும்[10]'' என்பர். வானவரென்ற பெயர் சீன நாட்டவர்க்கு இன்றும் வழங்கி வருவதால், சேரர், ஆதியில் சீன தேசத்திலிருந்து வந்தவர் எனத் திரு. கனகசபைப் பிள்ளையவர்கள் கூறுகின்றார். வானவரம்பன் என்பது வானவர் அன்பன் என்ற இரு சொற்களாலாகிய ஒரு தொட ரென்றும், அது திரிந்து வானவரம்பன் என வழங்குவதாயிற்றென்றும், இது, ''தேவானாம் பிரியா'' என அசோக மன்னனுக்கு வழங்கும் சிறப்புப் போல்வதென்றும் சிலர் கருதுகின்றனர். வானம் என்பது

---

1. ஷெ 126 2. அகம் 3. புறம். 2. 4. அகம். 381.
5. அகம் 309. 6. அகம் 213. 7. அகம் 77, 143, 8. புறம். 126.
9. அகம் 39. அகம். 159
10. மு. இராகவையங்கார்; சேரன் செங்குட்டுவன்.

கடலுக்கொரு பெயரென்றும், அதனால் வானவரம்பன் என்றது கடலை எல்லையாக

உடையவன் என்று பொருள்படும் என்றும் வேறு சிலர் கூறுவர். மற்றும் சிலர் வானமும், நிலமும் தொடும் இடத்தை எல்லையாக வுடையவன் வானவரம்பன் என்பர். பிற்கால மலையாள நாட்டு அறிஞர்கள் வானவரம்பன் என்பதைப் பாணவன்மன் எனத் திரித்துக் கொள்வர். இங்கே கூறிய பொருள்களுள் ''தேவானாம் பிரியா'' என்ற தொடர் ''தடித்த முட்டாள்'' என்னும் பொருள்படத் துறவிகளை வைதுரைக்கும் வைதிக மொழியுமாகலின்[1], வசை மொழியைச் சேரர் தமக்குச் சிறப்புப்பெயராகக் கொண்டனர் என்பத பொருந்தாது என்பர் கே. ஜி. சேஷையர் அவர்கள். ஏனையவற்றின் பொருந்தாமையை ஈண்டு விரிக்க வேண்டுவதில்லை. இனி, வானவன் என்பது வான மலையையுடையவன் என்றும், வானவரம்பன் என்பது வானமலையை வரம்பாக வுடையவன் என்றும நேரே பொருள்படுவது காணலாம்.

சேர நாட்டுக்கு வட பகுதியில் ஏழில் மலையைத் தன்கண் கொண்டிருந்த நாட்டைக் கொண்கான நாடு என்று தமிழ் மக்கள் வழங்கினர். ஏழில் மலையைச் சொல்லத் தெரியாத பிறமக்கள் அதனை எலிமலை யென்றும் வழங்கினதும், இன்றும் அவ்வாறே வழங்குவதும் அவர்கள் அந்த எலிநாட்டை வடமொழிப்படுத்து மூசிக நாடு என்று பெயர் கொண்டதும் முன்பே கூறப்பட்டன. அதற்கு வடக்கிலுள்ள நாட்டுக்கு வானவாசி நாடு என்பது பெயர். மேலைக் கடற்கரை நாடுகளை முறைப்படுத்த துரைத்த வியாச பாரதம் ''திராவிடா கேரள; ப்ராச்யா மூசிகா வானவாசிகா:[2]'' என்று கூறுவது போதிய சான்றாகும். ஏழில் மலையைச் சூழ்ந்த நாட்டுக்கு மூசிக நாடென்று பெயர் வழங்கினமை ''மூஷிக வம்சம்''[3] என்ற நூலால் தெரிகிறது. இதனால், மூசிக நாடெனப்படும் கொண்கான நாட்டுக்கு வடக்கில் வானவாசி நாடு இருப்பது தெளிய விளங்குகிறது. வானவாசி என்பது கல்வெட்டுகளில்[4] வானவாசி யென்றும் குறிக்கப்படுகிறது படவே, சேர நாட்டின் வடக்கில் அதனை யடுத்து எல்லையாக இருந்தது வானவாசி நாடாயிற்று.

வானவாசி நாட்டை கி.மு. ஆறாம் நூற்றாண்டுக்கு முன்பிருந்தே ஆட்சிபுரிந்தவர் கடம்பர் எனப்படுவர். அவர்களது வானவாசி நாட்டில் இப்போதுள்ள கோவா (Goa) பகுதியும் அடங்கியிருந்தது. கோவா என்பது கூபகம் என்ற பழம்பெயரின் திரிபு. அப் பகுதியில் கடம்பர்

1. Madras Discourses of Sir Sankaracharya, P. 147-163.
2. பாரதம்: பீஷ்ம பருவம் ix. 58.
3. T.A.S. Vol. ii P. 87-113.
4. Bom. Gezet kanaras part-ii p. 77

களுடைய கல்வெட்டுகள் இப்போதும் காணப்படுகின்றன. அந் நாட்டில் வானியாறு என்றோர் ஆறும் ஓடுகிறது. அது கிழக்கில் நிற்கும் மலைமுகட்டில் தோன்றி மேற்கே ஓடிச்சில கால்வாய்களாய்ப் பிரிந்து மேலைக் கடலில் சென்று சேர்கிறது. இப்போது வட கன்னடம் மாவட்டத்தில் மேலைக்கடற்கரையிலுள்ள ஹோனவார் (Honawar) என்னும் மூதூர் அந்த ஆற்றின் ஒருகால் கடலொடு கலக்குமிடத்தே இருக்கிறது. அந்தக் காலும் ஹோனவாறென்ற பெயர் கொண்டு நிலவுகிறது. அதனுடைய பழம் பெயர் வானவாறு என அங்கே வாழும் முகமதிய முதுவர்கள் கூறுகின்றனர். மலை முகட்டில் தோன்றிக் கடலோடு கலங்குங்காறும் அதன் பெயர் வானியாறேதான்; இப்போது அந்த ஆறு கடல் சேர்ந்த பகுதியில் பல கால்களாய்ப் பிரியுங்காறும் சாராவதியென்ற பெயர் கொண்டிருக்கிறது. ஜோக் கென்னும் ஊரருகே[1] இந்த சாராவதி 850 அடிஉயரத்திலிருந்து வீழ்ந்து மேலைக்கடல் நோக்கி ஓடுகிறது. தோற்றமுதல் முடிவுவரை வானியாறாக இருந்தது. இடையில் சேரவாறு என்ற பெயர்பெற்று, பின்னர் அது திரிந்து சாராவதியாய் விட்டது. திருவையாறு திருவாடியென்றாகித் திருவாதி யானது காண்போர் சேரவாறு சாராவதியானது கண்டு வியப்பெய்தார்.

தெற்கே பொன்வானி போல வடக்கில இந்த வானியாறு இருப்பதை நோக்கின் பண்டை நாளில் சேரநாட்டுக்கு வடவெல்லை யாக இந்த வானியாறு விளங்கிற்றென்பது இனிது விளங்கும். இதற்கு வடக்கில் வேளகமும் வடகிழக்கில் வானவாசி நாடும் இருந்தன. இதனை ஆண்ட கடம்பர்கள் சேர நாட்டிற்கு குறும்பு செய்து ஒழுகினமை சங்க இலக்கியங்களால் தெரிகிறது. ஒருகால் அவர்கள் சேரர்க்குரிய கொண்கான நாட்டுட் புகுந்து குறும்புசெய்து அப் பகுதியைத் தமது வானவாசி நாட்டோடு சேர்த்துக் கொள்ள முயன்றார்கள். நாடோறும் அவர்களது குறும்பு பெருகக்கண்ட சேர வேந்தர் பெரும் படையுடன் சென்று கடம்பர்களைத் தாக்கி வென்று வானியாற்றின் வடக்கிற் சென்ற கடம்பர்களைத் தாக்கி வென்று வானியாற்றின் வடக்கிற் சென்று ஒடுங்குமாறு செய்தனர். இவ் வகையால் கடம்பர்கள் மீளமீளப் போர் தொடுக்கா வண்ணம், சேரர் கடம்பரோடு ஒன்றுகூடி வானவற்றை வரம்புசெய்து கொண்டனர். வானியாறு சேரருக்கு உரியதானமையின், அதுவே பின்பு சேரவாறாயிற்று; அச் சேரவாறே சாராவதியென முன்பே கூறினோம். மேலை வானமா மலைத் தொடருக்கு உரிமையும், அதனைத் தன் நாட்டுக்கு எல்லையுமாகக் கொண்டமையின், சேர மன்னன்

1. ''தோகைக்காகவின் துளுநாடு'' (அகம்.15) என்றவிடத்துக் காணப் படும் தோகைக்காக என்பதே இப்பகுதிக்குப் பழம் பெயர். இது தோக்கா என மருவிப் பின்பு ஜோக் என்ற பெயருடன் இப்போது வழங்குகிற தென்பது அறிஞர்கள் காண வேண்டியதென்று.

வானவரம்பானானன் என்பது உண்டு. சங்கத் தொகைநூல் பாடிய ஆசிரியர்கள் காலத்துக்குப் பல்லாண்டுகட்கு முன்னர் இது நிகழ்ந்து மருவினமையால், வானவன் என்றும் வானவரம்பன் என்றும் சேர மன்னர்களைத் தாம் பாடிய பாட்டுகளில் அவர்கள் சிறப்பித்துப் பாடினார்கள்.

சேர நாட்டையாண்ட மன்னர்கள் தங்கள் நாட்டைக் குட்ட நாடென்றும் குடநாடென்றும் பிரித்து ஒரு காலத்தே ஆட்சி நடத்தினர். வட பகுதியில் குட நாட்டின் பகுதியாய் வானவாசி நாட்டை அடுத் திருந்த கொண்கான நாட்டைச் சேரர் குடிக்குரிய நன்னன் மரபினர் ஆட்சி புரிந்தனர். கொண்கான நாட்டின் கிழக்கில் உள்ள புன்னாடும் அந் நன்னன் மரபினர் ஆட்சியிலேயே இருந்தது. புன்னாட்டின் தெற்கில் - குட நாட்டுக்குக் கிழக்கில் - இருந்த நாடு சேரர் குடியில் தோன்றிய வேளிர் தலைவரான அதிகமான்கள் ஆட்சியில் இருந்தது; அதற்கப் பின்னர்த் தகடூர் நாடு எனப் பெயர் வழங்கலாயிற்று.

தெற்கே கோட்டாற்றுக்கரை கொல்லம் என்ற பகுதியை எல்லை யாகக் கொண்ட குட்ட நாட்டில் குட்டுவரும், குடநாட்டில் குடக்கோக் களும் இருந்து சேர வரசைச் சிறப்பித்தனர். குட்ட நாட்டுக்கு வஞ்சி நகரும், குடநாட்டுக்குத் தொண்டியும் சிறந்த தலைநகரங்களாகும். ஒரு குடியில் தோன்றி இருவருள் முன்னவன் குட்ட நாடடிலும் பின்னவன் குட நாட்டிலும் இருந்து அரசியற்றுவன். குட்ட நாட்டு வேந்தன் குட்டுவர் தலைவனாகவும், குட நாட்டு வேந்தன் குடவர் கோவாகவும் விளங்குவர்.

சில பல ஆண்டுகட்குப் பின்னர் அரசிளங் சிறுவர்கட்கு ஆட்சி நல்குதல் வேண்டிக் குட்ட நாட்டின் வடபகுதியையும் குட நாட்டின் தென் பகுதியையும ஒன்றாய் இணைத்துப் **பொறை நாடு** எனத் தொகுத்துத் தொண்டியை அதற்கத் தலைநகராக்கினர். இவ்வாறே கொச்சி நாட்டின் வடகீழ்ப் பகுதி பூழிநாடு எனப் பிரிந்து இயலுவ தாயிற்று. இந் நாடுகளில் இருந்து ஆட்சி புரிவோருள் முன்னோன் எவனோ அவனே முடிசூடும் உரிமையுடைய சேரமானாவன். பிற் காலத்தே பொறை நாட்டின் கிழக்கில் கொங்கு நாட்டையடுத்த பகுதியைக் **கடுங்கோ** நாடு எனப் பிரிந்து ஆட்சி செய்தனர். அவ் வேந்தர் கடுங்கோ எனப்பட்டனர். இவ்வாற்றால் சேரநாடு, பண்டை நாளில், குட்டநாடு, பொறைநாடு, குட நாடு, கடுங்கோநாடு எனப் பிரிந்திருந்தமை பெறப்படுகிறது. வேந்தருள் அதுபற்றியே, ''பல் **குட்டுவர்** வெல்**கோவே**[1]'' ''தெறலருந்தானைப் **பொறையன்**[2]'' **குடக்கோ** நெடுஞ்சேரலாதன், பாலை பாடிய பெருங் **கடுங்கோ**

---

1. மதுரை, 105 2. நற். 18. 3. சிறுபாண். 47.

என்று பெயர் கூறப்படுவாராயினர். இவ்வாறு வேறு வேறாகக் கூறப்படினும், சேரமான் ஒருவனே ஒருகால் சேரல் என்றும், வானவன் என்றும் குட்டுவன் என்றும், இரும்பொறை என்றும் கூறப்படுவன். இதனால் இவர்கள் அனைவரும் சேரர் குடிக்குரியோர் என்பது துணிபாம். ''குடபுலம் காவலர் மருமான், ஒன்னார் வடபுல இமயத்து வாங்குவில் பொறித்த எழவுறழ் திணிதோள் இயல்தேர்க் **குட்டுவன்**[3]'' என்றாற் போல் வருவன பல உண்டு. இவற்றைக் கொண்டு இவர்கள் வேறு வேறு குடியினர் என மயங்கி விடுதலாகாது. அது பின்னர் வரும் வரலாற்றால் இனிது விளங்கும்.

பண்டை நாளையத் தமிழ்வேந்தர் அரசெய்திய முறை ஒரு தனிச் சிறப்பு உடையதாகும். ஒரு வேந்தனுக்கு மூவர் புதல்வர்களெனின் அவர்கள் ஒருவர்பின் ஒருவராக முடிசூடிக் கொள்வர். முன்னவன் முடிவேந்தனாக ஏனை இருவரும் நாட்டின் இருவேறு பகுதிகளில் சிற்றரசராய் முடிவேந்தற்குத் துணை புரிவர். இம் மூவரும் முடிசூடியிருந்த பின்பே, இவர் மக்களுள் மூத்தவன் எவனோ அவன் முடிவேந்தனாவன். இம் முறை இடைக்காலச் சோழ வேந்தரிடத்தும் இருந்திருக்கிறது. முதற் பராந்தகனுக்கு இராசாதித்தன், கண்டராதித்தன், அரிஞ்சயன், உத்தமசீலி என மக்கள் நால்வர் உண்ட. அவர்களுள் இராசாதித்தன், பராந்தகன் இருக்கும் போதே இறந்தான். அதனால் பராந்தகனுக்குப் பின் கண்டராதித்தன் சோழவேந்தனாய் முடிசூடிக் கொண்டான். அவனுக்குப் பின் அரிஞ்சயன் முடிவேந்தனானான். அவனுக்கு முன்பே உத்தமசீலி மறைந்து போனான். கண்டராதித்தனுக்கு உத்தம சோழன் என்றொரு மகனும் அரிஞ்சயனுக்குச் சுந்தர சோழன் என்றொரு மகனும் இருந்தனர். அவ்விருவருள், சுந்தரசோழன் மூத்தவனாதலால் முதலில் அவனும், அவற்குப் பின் உத்தம சோழனும் முடிவேந்தராயினர். உத்தம சோழனுக்குப்பின் அவன் மக்களுள் மூத்தவனான ஆதித்த கரிகாலன் தந்தையிருக்கும் போதே இறந்தமையின், இளையோனான முதல் இராசராசன் சோழர் முடிவேந்தனாய்த் திகழ்ந்தான். இதே முறைதான் பண்டை நாளைத் தமிழ் வேந்தர் அரசுரிமை முறையாக இருந்தது. ஆகவே, **தந்தைக்கு பின் அவனுடைய மூத்த மகன்; அவற்குப்பின் அவனுடைய மூத்தமகன் என வரும் அரசியல் தாயமுறை** (primogeniture) தமிழ் நாட்டுக்கு உரியதன்று என அறியலாம்.

இவ்வாறே சேர மன்னருள் உதியஞ்சேரலாதன் என்பானுக்கு இமயவரம்பன் நெடுஞ்சேரலாதன், பல்யானைச் செல் கெழு குட்டுவன் என மக்கள் இருவர் உண்டு. இமயவரம்பன் சேரமானாய் முடிசூடியிருந்த பின், அவன் தம்பி பல்யானைச் செல்கெழு குட்டுவன் சேரமானாய் முடிசூடிக் கொண்டான். அவற்குப் பின் இமயவரம்பன்

மக்களுள் மூத்தவனான களங்காய்க் கண்ணி நார்முடிச் சேரலும் அவன் பின் செங்கட்டுவனும் அவற்குப் பின் ஆடுகோட்பாட்டுச் சேரலாதனும் சேர நாட்டு முடி வேந்தராய் விளங்கினர்.

பின்னர், அரசர் குடியிற் பிறந்த அரசிளஞ் சிறுவர்கட்கு அரசாளும் திறம் நல்க வேண்டி நாட்டைச் சிறு சிறு நாடுகளாக வகுத்து ஆளும் முறையுண்டாயிற்று; அதன் பயனாக ஏனை நாடு களைப் போலச் சேர நாடு சிறு சிறு நாடுகளாகப் பிரிய வேண்டி வந்தது. இது பற்றியே ஒரு நாழிகை தொலைக்குள் ஒன்பது நாடு களைக் கடந்தாக வேண்டும் என்ற கருத்துடைய பழமொழியொன்று இன்றும் மலையாள நாட்டில் வழங்குகிறது; இடைக்காலத்தில் சேர நாடு பதினெட்டுச் சிறுநாடுகளாகப் பிரிந்திருந்தமைக்கும் இதுவே காரணம்.

சோழ நாட்டுக்கு உறையூரும் பாண்டி நாட்டுக்கு மதுரையும் போலச் சேர நாட்டிற்கு வஞ்சி மாநகர் தலைநகரமாகும். பாண்டி நாட்டுக்குக் கொற்கையும் சோழ நாட்டிற்குக் காவிரிப்பூம்பட்டினமும் போலச் சேர நாட்டுக்கு முசிறியும் தொண்டியும் கடற்கரை நகரங் களாக விளங்கின. காவிரி கடலோடு கலக்குமிடத்தே காவிரிப்பூம் பட்டினமும், தண்ணான் பொருநை கடலோடு கூடுமிடத்தே கொற்கை யும் போலப் பெரியாற்றின் கிளையாகிய சுள்ளியாறு கடலோடு கூடுமிடத்தே முசிறி நகர் இருந்தது. இதனை மேனாட்டு யவனர் களான பெரிபுளூசு ஆசிரியரும் பிளினியென்பாரும் தங்கள் குறிப்பில் குறித்திருக்கின்றனர். இந் நகரின் பகுதியாய் இதற்கக் கிழக்கில் இருந்தது வஞ்சிநகர்; வஞ்சிக்கு வடமேற்கிலும் முசிறிக்கு நேர் வடக்கிலும் ஏழு எட்டுக் கல் தொலைவில் கருவூர் நகரம் இருந்தது.

தொண்டிநகர் கட நாட்டில் கடற்கரையில் இருந்ததொரு நகரம். குட்ட நாட்டுக்கு வஞ்சி போலக் குடநாட்டுக்குத் தொண்டி சிறந்து நின்றது. குடநாடு பொறைநாடு என்றும் குடநாடு என்றும் பிரிந்த போது தொண்டிபொறை நாட்டில் அடங்கிற்று. இப்போது அது சிற்றூராய்க் குறும்பொறைநாடு வட்டத்தில் உளது. குடநாட்டுக்கு நறவூர் என்றோர் ஊர் தலைநகராய் விளங்கிற்று; இப்போது அது குடநாட்டில் நறவுக்கல் பெட்டாவில் உளது.

தொண்டிநகர் கடற்கரையில் இருந்தமையின் யவனம் கட்கு அது நன்கு தெரிந்திருந்தது. இது மிக்க சிறப்புடைய ஊர் என்று பெரிபுளூசு என்னும் நூல் கூறுகிறது[1]. சங்கத் தொகைநூல் பாட்டுகளும் இதனைப் பல்வகையாலும் பாராட்டிக் கூறுகின்றன. இவற்றின் வேறாக மாந்தை,

1. M. Crindles Translation P. 53.

மரந்தை என நகரங்கள் சில கூறப்படுகின்றன. அவற்றின் நலங்கள் வருமிடங்களில் ஆங்காங்கே விளக்கப்படும்.

திருவிதாங்கூர் நாட்டு எட்டுமானூர், அம்பலப் புழை, செங்கணாசேரி, கோட்டயம் என்ற பகுதிகளும், கொச்சி நாட்டுப் பகுதியும், பொன்னானி தாலூகாவின் குட்ட நாட்டுப்பகுதியும் ஒன்று சேர்ந்த பகுதி **குட்டநாடு** என இப்போதும் வழங்குகிறது. இதன் வடக்கில் பொறை நாடும், கிழக்கில் பூழிநாடு கொங்க நாடுகளும், தெற்கில் தென்பாண்டிநாடும், மேற்கில் கடலும் எல்லைகள். இந்த நாட்டில் பேரியாறும், அதன் கிளைகளான பொருநை சுள்ளி என்ற ஆறுகளும், பொன்வானி யாறும், வேறு பல சிற்றாறுகளும் பாய்தலால் இந்நாடு நல்ல நீர் நிலவளம் சிறந்துளது. இது தெற்கிலுள்ள நாஞ்சி னாடு போல மிக்க நெல் விளையும் நீர்மையுடையது. திருவிதாங்கூர் அரசுக்குட்பட்ட குட்டநாட்டுப் பகுதி மட்டில் இரு நூறாயிரம் ஏக்கர் நிலம் நெல் பயிரிடத்தக்க வகையில் அமைந்துளது என்பர்[1]. அண்மை யில் நிற்கும் மலைமுடிகளிற் பெய்யும் மழைநீர் இழிந்து விரைந்தோடி வந்து கடலில் மண்டுங்கால் கடற்கரை உடைந்து குட்டங்கள் (காயல் என இக் காலத்தில் வழங்கும் கானற் பொய்கைகள்) பல பல்கியிருப்பதுபற்றி இந் நாடு குட்ட நாடு எனப் பண்டை நாளைச் சான்றோர்களால் பெயர் வழங்கப்பட்ட தென்னலாம். இங்குள்ள குட்டங்களில் பல ஆழ்ந்து அகன்ற சிறுசிறு மரக்கலங்களும் நாவாய் களும் இனிது இயங்குதற் கேற்ப அமைந்துள்ளது. இங்கே வாழ்ந்த மக்கட்கு வேண்டும் உணவுப் பொருள்களும், மலைபட பொருள் களும், காடுபடு பொருள்களும், கடல்படு பொருள்களும் பெருகக் கிடைத்தமையால் அவர்கள் கடற்கப்பாலுள்ள நாட்டவரோடு பெரு வாணிகம் செய்து சிறந்தனர். அதனால் மேனாட்டு யவனரும் கீழை நாட்டுச் சீனரும் பிறரும் இந் நாட்டில் போக்குவரவு புரிந்தனர். அரபியா, ஆப்பிரிக்கா என்ற நாட்டுக் கடற்கரையில் குட்ட நாட்டுத் தமிழ்மக்கள் சிலர் குடியேறி இருந்தனர் என்று மேனாட்டவருடைய பழஞ்சுவடிகள் கூறுகின்றன. இவ்வாறு பெருங்கடல் கடந்து சென்று அரிய வாணிகம் செய்த பெருந்துணிவுடைய மக்கள் தென்கடற்கரை நாட்டுத் தென் தமிழரல்லது வடவாரியரல்லர் எனக் கென்னடி (Mr. Kennady) என்பார் கூறியிருப்பது ஈண்டு அறிஞர்கள் நினைவு கூரத் தக்கதோர் உண்மை.

இக் குட்ட நாட்டுக்குத் தலைநகரம், சேர நாட்டுக்குப் பொது வாகத் தலைநகரமெனக் குறிக்கப் பெற்ற வஞ்சிமா நகரமாகும். கடற்கரையை ஒட்டித் தொடர்ந்த விளங்கும் காயற்குட்டத்தின்

---

1. Travancore State Manual Vol iv p. 699-700

கீழ்க்கரையில் இந் நகரம் இருந்திருக்கிறது. இக் குட்டம், கொச்சி, கொடுங்கோளூர், சேர்த்துவாய் என்ற மூன்றிடங்களில் கடலொடு கலந்து கொள்ளுகிறது. கொங்குங்கோளூர் என்பது வஞ்சிநகர்க்கு இடைக்காலத்து உண்டாகி வழங்கிய பெயர். மலைநாட்டுக் கொடுங் கோளூர்[1] என்று கல்வெட்டுகள் கூறுவது காண்க. அதன் ஒரு பகுதியான வஞ்சிக்களம், அஞ்சைக்களம்[2] என்றும், வஞ்சிக்குள[3] மென்றும், வழங்குவதாயிற்று. இதனால் வஞ்சிநகர் கடற்கரைத் துறைமுகமாகவும் விளங்கியது காணலாம். வஞ்சி முற்றத்தேயிருக்கும் காயல் கடலொடு கூடும் கூடல் வாயின் தென்கரையில் முசிறியும், வடகரையில் கூடல் வாயின் தென்கரையில் முசிறியும், வடகரையில் ஆறு ஏழு கல் தொலைவில் கருவூரும் இருந்தன. கருவூர் இப்போது கருவூர்ப் பட்டினமென வழங்குகிறது. இவற்றின் இடையே காயலின் கீழ்ப் பகுதியில் பேரியாற்றின் கிளைகளுள் ஒன்றான சுள்ளியாறு வந்து கலக்கின்றது. தென்மேற்கில் முசிறி நகரும் வடமேற்கில் கருவூலம் தன்கண் அடங்க இடையிற் கிடந்த காயற் குட்டத்தை நாவாய்க்குளமாக (Harbour) க் கொண்டு வஞ்சி மாநகர் விரிந்த பண்புடன் விளங்கினமை இதனால் இனிது பெறப்படும். இதுபற்றியே சான்றோர் ஏனை உறையூர் மதுரை என்ற நகர்களோடு ஒப்பவைத்து இவ் வஞ்சி நகரைச் சிறப்பித்து, ''சேரலர் வளங்கெழு முசிறி[4]'' எனவும், ''பொலந்தார்க் குட்டுவன் முழங்கு கடல் முழுவின் முசிறி[5]'' எனவும் பாடியுள்ளனர். மேலை நாட்டு யவனருடைய கலங்கள் நேரே வருங்கால் முதற்கண் முசிறித் துறைக்கு வரும் என்றும், அத் துறை யில் கலங்கள் கடலில் மிக்க தொலையில் நிற்கும் என்றும், பொருள் கள் சிறுசிறு நாவாய் வழியாக ஏற்றுமதி இறக்குமதி செய்யப்படு மென்றும் பிளினி யென்பார் கூறுகின்றார்[6].

ஒருபால் பெருமலையும் ஒரு பால் பெருங்கடலும் நிற்க, இடையில் பெருங்காடு படர்ந்து கொடுவிலங்கும் கடவரற் காட்டாறு களும் மிக்குள்ள நாட்டைச் சீர் செய்து மக்கள் குடியிருந்து வாழ்வ தற்கு ஏற்பச் செம்மைப்படுத்திய பண்டைச் சேர நாட்டு மக்களுடைய தொன்மை வரலாறு எண்ண முடியாத சிறப்பினதாகும். காடு கொன்று நாடாக்கி விளைபொருளும் கடல் வாணிகமும் பெருகுதற்கண் அம் மக்கள் கழித்த யாண்டுகள் எண்ணிறந்த பலவாம். நாட்டு மக்களது நல்வாழ்வுக் கென அரசு காவலும் செங்கோன்மையும் வேண்டப்

1. A.R. No. 313 of 1906.
2. சுந், தேவா
3. S.I.I. Vol. V. No. 528.
4. அகம் 149.
5. புறம் 343
6. Nagam Iyer T.V.C. Manual Vol. i. op. 291

படுதலின், அத் துறையில் நெடுங்கால வளவில் அம் மக்கள் பெரும் பணி செய்திருத்தல் வேண்டும்.

நம் நாட்டில் பழமையான நூல்கள் எல்லாவற்றினும் மிகப் பழமை வாய்ந்தவை யெனப்படும் நூல்களில் இந்நாட்டுச் சேரமன்னர் குறிக்கப் பெறுவதால், இவர்களது முதல் தோற்றம் வரலாற்றெல் லைக்கு அப்பாற்பட்டது என்பது சொல்லாமலே விளங்கும்.

சோழநாடு சோழ வளநாடு என்றும், பாண்டி நாடு பாண்டி வளநாடென்றும் வழங்கியதுண்டு; அவற்றைப் போலவே, சேரநாடு சேரவளநாடு என்றும் தொடக்கத்தில் வழங்கிப் பின்பு சேரலர் நாடு என மருவிற்ற; சேரரும் சேரலர் என்றும் சேரல் என்றும் கூறப்படவா ராயினர். கடல் சேர்ந்த நிலத்தைச் சேர்ப்பென்றம், அந்த நிலத்துத் தலைவர்களைச் சேர்ப்ப ரென்றும் கூறுவது தமிழ் நூல் வழக்கு. அவ் வழியே நோக்கின் சேரநாடு தொடக்கத்தில் சேர்ப்பு நாடென விளங்கிப் பின் சேர நாடெனத் திரிந்து விட்டது. சேர்ப்பர் சேரராயினர்[1]; சேரலர் என்ற பழம் பெயர் பிறநாட்டு மக்களால் கேரளர் என வழங்கப் பட்டது; அதனால் சேரலர் நாடு அவர்களால் கேரள நாடாகக் கூறப் படுவதாயிற்று.

இடைக்காலத்தே தோன்றிய கல்வெட்டுகள் பலவும் சேர நாட்டை மலைநாடு எனவும் மலை மண்டலம எனவும் குறிக்கின்றன. அது வழியே நோக்கின், மலைநாடு, மலைவள நாடு எனவும் மலைப் பால், நாடெனவும் கூறப்படும் இயையு பெறுவதாயிற்று. அப் பெயர் கள் பின்னர் வேற்று மொழியாளரால் மலையாளம் என்றும் மலபார் என்றும் சிதைந்து வழங்கப்படுவவாயின. ஆதலால், அந் நாட்டவர் மலையாளிகளாயினர்; அவரது மொழி மலையாளமாயிற்று[2].

இச் சேர நாட்டுப் பகுதியில் குட்ட நாடே ஏனைப் பொறை நாடு, பூழிநாடு, குடநாடு, முதலியவற்றை நோக்க மிக்க வளம் பொருந்தியது என்பது நாடறிந்த செய்தி. நிலவளம் மிக்க இடத்தே மக்கள் உடல் வளமும் அறிவு வளமும் பெருகிச் சிறப்பர் என்பது நிலநூன் முடிபு. அதனால் தொடக்கத்தில் சேரவரசு குட்ட நாட்டில் தான் உருக்கொண்டு சிறந்ததென்பது தெளிவாம். சேர வேந்தர்க்கு உரியதெனப் பேசப்படும் வஞ்சிநகர் இக் குட்ட நாட்டில் இருப்பதே இதற்குப் போதிய சான்ற. ஆகவே, சேர வேந்தருட் பழையோர் குட்ட நாட்டவர் என்று அறியலாம். மலையாளம் மாவட்டத்திலுள்ள ஏர்நாடு

---

1. சேர்ப்புதலை, சேர்த்தலை எனவும், சேர்ப்புவாய் சேர்த்துவாய் எனவும் வழங்குவது காண்க.
2. இதனை நினையாமல் கால்டுவெல் முதியோர் வேறு கூறினார்.

தாலுகாவில் சேர நாடு என்ற பெயருடைய சிறுநாடு ஒன்று காணப் படுகிறது. இது குட்ட நாட்டை அடுத்து வடக்கில் கடற்கரையைச் சார்ந்திருப்பதால், குட்டநாட்டுச் சேரர் தங்கள் நாட்டை விரிவு செய்தபோது தொடக்கத்தில் கொண்டது இப் பகுதி யென்பதும், குறும்பர் நாடு தாலுகாவிலுள்ள வடகரையென்னும் நகரையும், அதனருகே ஓடிக் கடலோடு கலக்கும் சேர வாற்றையும், சேரபுரம் என்னும் பேரூரையும் காணுங்கால், சேர நாடு பின்பு இவ் வடகரை வரையிற் பரவிற்றென்பது முடிவில், வடகன்னடம் மாவட்டத்திலுள்ள வானியாறும் சேரவாறும் இன்றுகாறும் நின்ற விளங்குவதால், சேர நாடு முடிவாகப் பரந்து நின்றது அப் பகுதி வரையில் என்பதும் உய்த்துணரப்படும். இத்துணைப் பரப்புக்கும் தோற்றுவாய் குட்ட நாடு என்பது நினைவு கூரத்தக்கது.

இவ்வாறு சேரநாடு படிப்படியாகப் பரந்து பெருகியது காட்டும் குறிப்புகள் ஊர்ப் பெயராகவும் ஆறுகளின் பெயராகவும், மலை குன்று களின் பெயராகவுமே உள்ளன. வரலாறு கூறும் கருத்துடைய நூல் களும் பாட்டுகளும் நமக்குக் கிடைக்காமையின், இப் பெயர்களை ஆராய வேண்டிய நிலைமை யுண்டாகிறது. கிடைத்துள்ள சங்கத் தொகை நூற் பாட்டுகளில் இலைமறை காய்போல் காணப்படும், சொற்குறிப்புகளும் ஓரளவு துணைசெய்கின்றன. அவ்வகையில் சேர மன்னர் சிலர் பதிற்றுப்பத்திலும் புறநானூற்றிலும் பிற தொகை நூல்களிலும் காணப்படுகின்றனர். அவருள் உதியஞ்சேரல் என்பவனும் அவன் மக்கள் இமயவரம்பன் நெடுஞ்சேரலாதனும் பல்யானைச் செல் கெழு குட்டுவனும் அவர் வழிவந்தோரும் முதற்கண் காணப்படுகின் றனர். அவர்களை முறையே காண்போம்.

4. பெருஞ்சோற்றுதியன் சேரலாதன்

குட்ட நாட்டு வஞ்சி நகரைத் தலைநகராகக் கொண்டு சேர நாட்டை ஆண்ட வேந்தர்களுள் மிகவும் பழையோனாக இவ்வுதியன் சேரலாதன் காணப்படுகின்றான். புறநானூறு இவனைப் பெருஞ்சோற் றுதியன் சேரலாதன் என்று குறிக்கின்றது. சேரலாதன் என்பதைப் பொதுவாகக் கொண்டு, பெருஞ்சேரலாதன், நெடுஞ்சேரலாதன் என்ற பெயர் தாங்கியோர் பலர உள்ளனர். அது நோக்க, சேரலாதன் என்பது சேர வேந்தர் குடிப்பெயர் என்று தெளியக் காணப்படும். சேரல் ஆதன் என்பது சேர வேந்தனான ஆதன் என்று பொருள்படுகிறது. படவே சேரலாதன் என்ற பெயருடையோர், சேரமான் ஆதன் என்பான் வழி வந்தவர் என்பது இனிது விளங்கும். இச் சேரமானும் உதியன் சேரலாதன் எனப்படுவதால் இவன் ஆதன் வழி வந்தவன் என்பது பெறப்படும்.

அந்த ஆதனைப் பற்றி இதுகாறும் ஒன்றும் தெரிந்திலது. ஆதன் அவினி யென்றொரு சேரமான் ஐங்குறு நூற்றிற் காணப்படுகின் றான். அந்த அவினியும் ஆதன் வழிவந்தோனாகத் தெரியினும், அவ்வாதன் சேரமானாகிய ஆதன் அல்லன் என்பது அவன் சேரல் ஆதன் எனப்படாமையால் விளங்குகிறது.

இச் சேரலாதன் பெருஞ்சோற்றுதியன் எனப் புறநானூற்றைத் தொகுத்த சான்றோரால் குறிக்கப்படுவன், மாமூலனார் முதலிய சங்கச் சான்றோர் உதியஞ்சேரல் என்றும் உதியன் என்றும் வழங்குகின் றனர். இவன் காலத்தே குட்டநாட்டுக்குத் தெற்கில் வேளிர் பலர் வாழ்ந்தனர். அவர் வாழ்ந்த நாடு வேணாடு எனப்படும். மேனாட்டு யவனர் குறிப்புகள், கொல்லத்துக்குத் தென் பகுதியில் ஆய்வேள் வழியினர் ஆட்சி செய்தனர் என்றே குறிக்கின்றன. பிற்காலத்து வேள்விக்குடிச் செப்பேடும்[1] இந் நாட்டு வேளிரை ஆய்வேள் என்று குறிக்கின்றது. இப் பகுதியிலிருந்து இனிய அரசு புரிந்த திருவிதாங்கூர் வேந்தர்கள் தம்மை வேணாட்டிகள் என்பதும் இக் கருத்தை வற்புறுத் தும். இவ் வேணாட்டின் தெற்கெல்லை தெக்கலை எனவும், வடக் கெல்லை வக்கலை எனவும் இப்போது வழங்குகின்றன. இக் கருத்தை அறியாமையால் சிலர்[2] வேணாடு என்பது வானவனாடு என்பதன் திரிபாகக் கூறுகின்றனர்.

இவ் உதியன் காலத்தில் வேணாட்டில் வெளியன் என்னும் வேளிர் தலைவன் வாழ்ந்து வந்தான். அவனுடைய மகள் வேண்மாள் என்பவளை உதியன் மணந்து கொண்டான்; இத் திருமணத்தின் பயனாக உதியஞ் சேரலுக்கு மக்கள் இருவரும் தோன்றினர். முன்னவ னுக்கு நெடுஞ்சேரலாதன் என்றும் பின்னவனுக்குக் குட்டுவன் என்றும் பெயரிட்டான். இருவரும் அரசர்க்கு வேண்டப்படும் கலை பலவும் இளமையிலேயே நன்கு பயின்று வந்தனர்.

முடிவேந்தர்க்கு மகட்கொடை வழங்கும் முறையை தமிழகத்தே வேளிர்பால் இருந்தமையின், அவ் வேளிர்களைத் தங்கள் நாட்டை யடுத்துள்ள பகுதிகளில் இருந்து வருமாறு செய்வது பண்டை வேந்தர் மரபு. பாண்டி நாட்டை அடுத்துள்ள பறம்புநாட்டிலும், சோழ நாட்டை அடுத்துள்ள கொல்லிநாட்டிலும், தொண்டை நாட்டை அடுத்துள்ள மலையமான் நாட்டிலும், பிறவிடங்களிலும் வேளிர்கள் இருந்து வந்தமை சங்க இலக்கியம் பயில்வோர் நன்கறிந்தது. இவ்வாறே சேரமன்னர்கள் தெற்கில் ஒரு வேணாடு கொண்டதுபோல வடக்கில்

1. EP. Indi. Vol. xvii No. 16. p. 303;
2. k.P.P. Menon's History of Kerala Vol. ii.

வானவாசி நாட்டிடையே ஒரு வேணாட்டைக் கொண்டனர். அவ் வேணாடு இடைக் காலத்தே வேளகமாயிருந்து இப்போது பெல்காம் (Belgaum) என வழங்குகிறது. மேலும், மகட்கொடை வழங்கும் வேளிர் தங்கள் நாட்டை அடுத்திருந்து, தமிழ் வேந்தர்க்கு ஒரு சிறந்த அரணாகவும் விளங்கிற்று. ''பெண்ணைக் கொடுத்தோமோ கண்ணைக் கொடுத்தோமோ'' என்பது தமிழரிடை நிலவும் பழமொழி. மகட்கொடை புரிந்த வேளிர் தம் மகளது வாழ்வு குறித்து அவர்களை மணந்து கொண்ட முடி வேந்தர்க்குத் தக்க பெருந்துணைவராய் இருந்தனர்.

மகட்கோள் முறையால் வேணாட்டவரோடும், வானவாசி, நாட்டவரோடும் வரம்பறுத்துக் கொண்ட வகையால், வானவாசி களோடு முரண்கெடுத்து இனிய அரசுமுறை நடத்தி வந்த சேர வேந்தர்க்குத் தாம் வாழ்ந்த நாட்டிடம் ''சிறிது'' என்ற உணர்வு தோன்றி அவர்கள் உள்ளத்தை அலைத்துக்கொண்டிருந்தது. உதியஞ்சேரல் காலத்தில் தென்பாண்டி நாட்டையாண்ட வேந்தர் செவ்விய அரசு புரியும் திறமிலராக இருந்தனர். வேணாட்டு வேளிர்கள் தனக்குரியராய் இருந்தமையின், அவர் நாட்டுக்குத் தெற்கிலுள்ள தென்பாண்டி நாட்டைத் தன் நாட்டோடு சேர்த்துக் கொள்ள வேண்டுமென்ற வேட்கை சேரமானுக்கு உண்டாயிற்று. அதனை நிறைவேற்றிக் கோடற்குரிய செவ்வி தோன்றியதும் உதியஞ்சேரல் தென்குமரியைச் சூழ்ந்திருந்த தென்பாண்டி நாட்டை வென்று தென்கடற் கொடியைத் தன்னாட்டுக்கு எல்லையாகக் கொண்டான். அந் நாட்டுக் கீழ் கடற் கரையும் சேரர்க்கரியதாயிற்று. இதனால் சான்றோர் இவனை, ''நாடு கண் அகற்றிய உதியஞ்சேரல்[1]'' என்று பாராட்டினர். இச் செய்தியை நினைவிற் கொண்டே பின் பொருகால் செல்வக் கடுங்கோ வாழியா தனைப் பாடப் புகந்த கபிலர், ''இடம் சிறிது என்னும் ஊக்கம் துரப்ப, ஒடுங்கா வுள்ளத்து ஓம்பா ஈகைக் கடந்தடு தானைச் சேரலாதன்[2]'' என்று பாடினர். இதனால் உதியனது புகழ் தமிழகம் முழுவதும் பரவிற்று. பல இடங்களில் ஊர்கள் நிறுவப் பெற்றன. நாட்டில் செல்வப் பெருக்கும் நல்வாழ்வும் சிறந்தன. இச் சிறப்புப் பற்றி நாட்டில் உதியம் பேரூர், உதியஞ்சேரி என்ற பெயருடைய ஊர்கள் உண்டாயின. அவற்றுட் சில இன்றும் நின்ற உதியஞ் சேரலின் உயிர்ப் புகழை நினைப்பித்துக் கொண்டிருக்கின்றன.

பண்டைத் தமிழ் வேந்தர் முத்தமிழையும் வளர்ப்பது தமது கடனாகக் கொண்டவர். அம் மூன்றும் இயல், இசை, கூத்து என்பன.

---

1. அகம் 65.
2. புறம் 8.

கூத்து கூத்தர்போலும், இசை, பாணர் பொருநர் முதலியோர் பாலும், இயல் புலவர்பாலும் வளர்ந்தன. இவற்றால் நாட்டு மக்களுடைய உள்ளம், உரை, செயல் ஆகிய மூன்றும் பண்பட்டன. அதனால் கூத்தர்க்கு வேண்டுவன நல்கிக் கூத்தையும், பாணர்க்குக் கொடை வழங்கி இசையையும், புலவர்க்குப் பரிசில் கொடுத்து இயலையும் வளர்த்தனர். இதனை ஏனைச் சோழபாண்டியர் செய்தது போலவே சேரமானாகிய உதியஞ் சேரலும் செய்தான். ஆயினும், போர்த்துறையில் மிக்க ஈடுபாடுடையனாதலால், இசை வாணரை வரவேற்றுப் போர்மறவரிடையே இனிய குழலிசையை இசைக்குமாறு புதியதோர் ஏற்பாட்டினைச் செய்தான். மறவரது மறப்பண்பையும், இசை, தனது நலத்தால் மாற்றிவிடும் என்பது உணர்ந்து, அதனால் மறம் வாடாத நிலையுண்டதால் வேண்டி உதியன் இச் செயலைச் செய்தான். இதனை நுணுகிக் கண்ட இளங்கீரனார் என்னும் சான்றோர், ''உதியன் மண்டிய ஒலி தலை ஞாட்பில், இம்மென் பெருங்களத்து இயவர் ஊதும், ஆம்பலங் குழல்[1]'' என எடுத்து ஓதுகிறார்.

உதியனது சேரநாடு கிழக்கில் கொங்கு நாட்டிலும் பரவியிருந்தது. அப் பகுதியில் குழுமூர் என்பது ஓரூர்; இப்போது உடுமலைப் பேட்டை தாலுகாவில் அது குழுமம் என்ற பெயருடன் இருக்கிறது. ஒருகால் அப் பகுதியில் கடும்போர் உடற்றி வென்றி எய்திய உதியஞ் சேரல் தன்னோடு போர்க்களம் புகுந்து பகைவரொடு போருடற்றித் துறக்கம் பெற்ற சான்றோர் பொருட்டுப் பெருஞ்சோற்று விழா வொன்றைச் செய்தான்.[2] இதனைப் ''பிண்டம் மேய பெருஞ்சோற்று நிலை[3] என்று தொல்காப்பியர் கூறுவதனால், இது தமிழ் மக்கள் இடையே தொன்றுதொட்டு வரும் மரபு என்பது தெளியப்படும். பாரதப் போர் நிகழ்ந்த காலத்தே சேரநாட்டு வேந்தரும் அதன்கட் கலந்து கொண்டனர். அதற்கு வியாசர் எழுதிய பாரதமே சான்று பகருகிறது. அப் போர் முடிவில் பாண்டவர்களையும் எஞ்சி நின்ற கௌரவர்களையும் ஒருங்கு கூட்டி அரும் போர்செய்து துறக்கம் எய்தியோர்க்காகப் பெருஞ்சோற்று விழா செய்தல் வேண்டும் என அப் போர்க்குச் சென்றிருந்த சேரவேந்தன் வற்புறுத்திப் ''பெருஞ்சோற்று நிலை'' யொன்றை நடத்தினான். அவன் வழிவந்தோனாதலால், உதியஞ்சேரல் குழுமூர்க்கண் பெருஞ்சோற்றுவிழா நிகழ்த்தியதை, வியந்து பாட வந்த முடிநாகனார் என்ற சான்றோர், இவனுடைய முன்னோன் செயலை இவன் மேலேற்றி,

---

1. நற். 113. 2. அகம். 168; 3. தொல். புறம். 8.

"அலங்குளைப் புரவி ஐவரோடு சினைஇ
நிலத்தலைக் கொண்ட பொலம்பூந் தும்பை
ஈரைம் பதின்மரும் பொருதுகளத் தொழியப்
பெருஞ்சோற்று மிகுபதம் வரையாது கொடுத்தோய்[1]*"*

என்று பாடினர் என்பர். இந்த முடிநாகனார், சேரநாட்டு ஊர்களுள் ஒன்றான முரஞ்சியூர் என்னும் ஊரினர்; இப்போது அது முரிஞியூர் என வழங்குகிறது; கொச்சி வேந்தர் குடும்பக் கிளைகளான மூத்ததாய் வழி, இளைய தாய்வழி முரிஞியூர்த் தாய்வழி, சாலியூர்த் தாய்வழி, பள்ளிவிருத்தித் தாய்வழி[2] எனப்படும் கிளைகளுள் முரிஞியூர்த் தாய்வழிக்குரிய ஊராக இருப்பது கருதத்தக்கது. இவ்வூரினரான முடிநாகனார்க்கு வேந்தர் குடிவரவு நன்கு தெரிந்திருத்தற்கு வாய்ப் புண்மையால் அவர் இதனை நினைத்து நம் உதியனை இவ்வாறு சிறப்பித்துப் பாடினார் என்பர்.

இப் பிண்ணடம் மேய பெருஞ் சோற்றுநிலையென்னும் புறத் துறையை மேற்கொண்டு புலவர் பாடும் புகழுண்டாகச் செய்தோர் இவ் உதியஞ்சேரற்குப் பின் வந்தோருள் பிறர் எவரும் இல்லாமையால், பிற்காலச் சான்றோர் நம் உதியஞ்சேரலை. பெருஞ்சோற்றுதியஞ் சேரலாதன் என்று சிறப்பித்துக் கூறுவாராயினர்.

புறநானூற்றுப் பழைய உரைகாரர்[3], இம் முடிநாகனார் பாட்டின் உரையில் "பெருஞ்சோற்று மிகுபதம் வரையாது கொடுத்தோன்" இப் பெருஞ்சோற்றுதியற்கு முன்னோன் என்றும், முன்னோன் செய்கை இவ்வுதியஞ்சேரல்மேல் ஏற்றிக் கூறுப்படுகிறதென்றும் கூறாமையால், இதனைக் கண்டோர், இச்சேரலாதன் பாரத காலத்தவன் என்றும், பாரத வீரர்கட்குப் பெருஞ்சோறு அளித்தன் இவனே என்றும், இவனது இச்செயலைப் பாராட்டிப் பாடும் இம்முடிநாகனாரும் பாரத காலத்தவர் என்றம் கருதி உரைப்பாராயினர். இச்சான்றோரது பெயர் தலைச்சங்க நிரலுட் காணப்படுவதால், தலைச்சங்க காலம் பாரத காலத்தோடு ஒப்புநோக்கும் தொன்மையுடையது என்பது பற்றி, பெருஞ்சோற்றுதி யனைப் பாரதகாலத்தவன் என்று துணிதற்கு ஏற்ற வாய்ப்பு உண்டாவ தாயிற்று. இமய வரம்பன் தந்தையாகிய (நாம் மேற்கொண்டுரைக்கும்) உதியஞ்சேரல் பாரதகாலத்தவனாதற்கு இன்மையால், பெருஞ்சோற் றுதியன் வேறு, இமயவரம்பன் தந்தையான உதியஞ்சேரல் வேறு[4] என்றும், "துறக்கம் எய்திய தொய்யா நல்லிசை, முதியர்ப் பேணிய உதியஞ்சேரல், பெருஞ்சோறு கொடுத்த ஞான்றை[5]" என மாமூலனார்

---

1. புறம் 2. 2. K.P.P Menon's History of Kerala Vol. i. p. 480
3. புறம் 2. 4. சேரவேந்தர் செய்யுட்கோவை. பக். டிது
5. அகம் 235.

கூறுவது பாரப்போரில் நிகழ்ந்தது என்றும் திரு. **மு. இராகவையங்கார்** கூறுவார்.

பெருஞ்சோற்றுதியஞ் சேரலாதனே பாரத காலத்தவன் என்னும் கூற்றை மேற்கொண்டு ஆராயலுற்ற அறிஞர் வேறு கூறுவர்; ''கோதுமை உண்ணும் கூட்டத்தவரான பாண்டவ கௌரவர்கட்கு நெற்சோறுண்டு தென்னாட்டுப் பகுதிகள் ஒன்றில் வாழும் வேந்த னொருவன் சோறு கொடுத்தான் என்பது சிறிதும் ஒவ்வாவுரை; கௌரவர் இறந்தது குறித்துச் செய்த விழாவில் பேரெண்ணினரான மக்கட்கு இவ்வுதியன் பெருஞ்சோறளித்தான் என்று கொள்வதே பொருத்தமானது; இவ்விழா, பாரத வீரர்கட்குச் சிரார்த்தமாகவோ பாரதக் கதையை நடித்த நாடகத்தின் இறுதி விழாவாகவோ இருத்தல் வேண்டும்.

''சேரநாடு நெடுங்காலமாகக் கதகளி யென்னும் கூத்துக்குப் பெயர் போனது; பாட்டும் உரையுமின்றி அவிநயத்தால் உள்ளக் கருத்தை யுணர்த்துவது இதன் இயல்பு; இத்தகைய கதகளியொன்றின் இறுதிவிழாவாக இப்பெருஞ் சோறளிக்கப்பட்டதாம். இதுபோலும் கூத்துகள் தமிழ்நாட்டில் நடைபெறுவது வழக்கம்; செயற்கரும் செயல் செய்த வீரர் வரலாறுகளை நடித்துக் காட்டும் இக்கூத்துவகை தமிழ்நாட்டின் தொன்மை வழக்காதலின் இவற்றைப் **பட்டவர்குறி** என்றும் கூறுவதுண்டு. இதனைக் கம்பசேவை என்றும், கம்பக்கூத் தென்றும், இக்கூத்தாடுபவரைக் கம்பஞ்சேய்மாக்கள் என்றும் கூறுவர். அக்கம்ப சேவையிற் கலந்தாடும் உழவர்கட்கு, உடையோர் பெருஞ் சோறளித்துப் பெருமை செய்வர்.

''பண்டைத் தமிழ் வேந்தர்களின் புகழ்வினை மாண்புகளை வாய்த்தவிடத்து உவமமாகவும் பொருளாகவும் பாடிய நல்லிசைச் சான்றோருள், இளங்கீரனார் பாட்டும்[1] மாமூலனார் பாட்டும்[2] இச் சேரலாதனுடைய போர் வன்மையும் கொடைச் சிறப்பையும் உணர்த்தி நிற்கின்றன. இத்தகைய செம்மல் பாரதப் போரில் குருட்சேத்திரத்தில் பாரத வீரர்கட்குச் சோறு போடும் பணியில் தலைமை தாங்கினான் என்பது உண்மைக்குப் பொருத்தமாக இல்லை'' என்பது அவர்களை உரை[3].

வேறு சிலர், இக்கருத்தே உடையராயினும், உதியஞ்சேரலாதன் தன்னுடைய முன்னோருள் சிலர் பாரதப் போரில் இறந்தாராக, அவர் கட்குச் செய்த ஆண்டு விழாவில் இப்பெருஞ்சோற்றை நல்கியிருக்க வேண்டும் என[4] உரைக்கின்றனர்.

---

1. நற். 113. 2. அகம். 65.
3. P.T.S. Ayengar's History of the Tamils. P. 492-4
4. Chera kings of Sangam Period by K.G. Sesha Iyer p. 7.

பெருஞ்சோற்றுதியன் வரலாற்றை முடிக்குமுன் இவ்வுரைகளைப் பற்றிச் சில கூறுவது கடனாகின்றது. ''பெருஞ்சோறு'' என்பதற்குச் சிலர் **நெற்சோறு** என்று பொருள் எனக் கருதிக் கொண்டு, பாண்டவ கௌரவர்கள் கோதுமை உண்பர் என்றும், சேரமான் நெற்சோறு கொடுத்தான் என்றம் உரைக்கின்றனர். பெருஞ்சோறு என்பது நெற்சோறாகத்தான் இருக்க வேண்டும் என்பதன்று; வரகுச் சோறு, கம்பஞ்சோறு, தினைச்சோறு, கோதுமைச் சோறு என வழங்குதுண்மையின் பெருஞ்சோறு என்றது ஈண்டுப் பேருணவு என்னும் பொருளதாம் என அறிதல் வேண்டும்.

இனி, அவர்கள் கூறுமாறு பாண்டவ கௌரவர் செய்து கொண்ட போரைத் ''தென்னாட்டில் ஒரு மூலையில்'' வாழும் ஒரு தமிழ் வேந்தன் பாராட்டி, அப்போரில் இறந்தோர் பொருட்டுப் பெருஞ்சோற்று விழாவைத் தன்னாட்டில் செய்தற்க ஒரு தொடர்பும் இல்லை; அந்நானில் வடவாரியர்க்கும் தென் தமிழர்க்கும் சிறந்த நட்புரிமை இருந்ததாக எண்ணுதற்கு இடமில்லை; வடவாரியர் பிணங்கியதும் அவரைத் தென்னாட்டுத் தமிழர் ''அலறத்தாக்கி[1]'' வென்றதுமே சங்க இலக்கியங்களுள் பேசப்படுகின்றன. ''பேரிசை மரபின் ஆரியர் வணக்கி[2]'' ''ஆரிய வண்ணலை வீட்டி[3]'' ''ஆரியவரசர் கடும்பகை மாக்களைக் கொன்று[4]'' என்றெல்லாம் சங்கநூல்கள் கூறுவதைக் காணுகின்றோம். அதுவே அவர் பொருட்டுச் சேரலாதன் விழாச் செய்திருக்கலாம் என அவர்கள் கூறுவது பொருந்தாது என்பத தெளிவாகிறது.

இனி, தென்னாட்டு ஊர்களில் பாரதம் படிப்பதும்[5] குறித்துத் தென்னாட்டுச் செல்வர்கள் பாரத விருத்தியென[6] நிவந்தங்கள் விடுவதும் இடைக்காலத்துக்கும் பிற்காலத்தும் நடந்தன. சங்ககாலத்தே இந்நிகழ்ச்சிகள் நடந்தன என்று கொள்வதற்குச் சங்க நூல்களில் ஆதரவு சிறிதும் இல்லை.

இனி, சாக்கைக் கூத்து வகையில் அவிநயக் கூத்தின் விளைவாக நிலவும் **கதகளி** என்னும் கூத்தில் இறுதி விழாவாக இப் பெருஞ்சோறு அளிக்கப்பட்டது என்ற கருத்துக் கதகளியின் வரலாறு நோக்காது எழுந்ததாகும். சங்ககாலச் சேரவரசு மறைந்தபின், வடநாட்டார் அதனுட் புகுந்து அதனைக் கேரள நாடாக மாற்றிய போது ஆங்காங்குத் தோன்றிய சிற்றசர்களுள் கொட்டாரக்கரைச் சிற்றரச

---

1. அகம். 396
2. பதிற். ii. பதி.
3. ஷெ V. பதி
4. சிலப். கால்கோள். 211.
5. A.R.No. 540 of 1922.
6. Annual Report of Mad. Epigraphy for 1910. p. 96.

ரொருவர் இக் கதகளிக் கூத்தை முதற்கண் ஏற்படுத்தினர்[1]; இச் சிற்றரசர் பெருஞ்சோற்றுதியனுக்குப் பன்னூறாண்டு பிற்பட்டவர்; பிற்பட்ட காலத்துத் தோன்றிய ஒருவகைக் கூத்தைப் பெருஞ்சோற் றுதியன் காலத்தில் நிகழ்ந்ததாகக் கூறுவது ஆராய்ச்சி நெறிக்கு அறமாக இல்லை.

பிற்காலத்தில் தோன்றிய பாரதக் கூத்தின் அடியாகத் தோன்றி யவை கம்ப சேவை, கம்பக் கூத்து முதலியனவாதலால் இவற்றைக் காட்டிப் பெருஞ் சோற்றுதியன் பெருஞ் சோறளித்த நிகழ்ச்சியை மறுப்பது பொருத்தமாக இல்லை.

இத்துணையும் கூறியதனால், பெருஞ்சோற்றுதியன் கொங்கு நாட்டில் தான் பெற்ற வெற்றி குறித்துச் செய்த விழாவில் மேற் கொண்டு மகிழ்ந்து ஆற்றிய பெருஞ் சோற்றுநிலை என்னும் புறத் துறைச்செயல், அவனுக்கே சிறப்பாய் அமைந்தமையின், அவன் பெருஞ் சோற்றுதியன் எனச் சிறப்பிக்கப் பெற்றான் என்பதும், அதனைப் பாராட்ட வந்த முடிநாகனார் ஒப்புமைபற்றி முன்னோன் ஒருவன் செயலை இவன்மேல் ஏற்றிக் கூறினார் என்பதும் தெளியப் படும்.

பெருஞ்சோற்றுதியன் வேறு, இமயவரம்பன் தந்தையான உதியஞ்சேரல் வேறு என்றதற்குக் காரணம் உண்டு. இமயவரம்பன் தந்தையை, "மன்னிய பெரும் புகழ் மறுவில் வாய்மொழி, இன்னிசை முரசின் உதியஞ் சேரல் என்று பதிற்றுப்பத்தின் இரண்டாம் பதிகம் கூறுகிறதேயன்றி, பெருஞ்சோற்றுதியஞ் சேரலாதன் என்று கூற வில்லை. பழந்தமிழ் வேந்தரின் வரலாறுகளை ஆங்காங்குப் பெய்து கூறும் இயல்பினரான மாமூலனார் பாட்டு, "துறக்கம் எய்திய தொய்யா நல்லிசை முதியர்ப் பேணிய உதியஞ்சேரல் பெருஞ்சோறு கொடுத்த ஞான்றை[2]" என்று பொதுப்படக் கூறுவதனால், பாரதப் போரில் பெருஞ்சோறு அளித்த குறிப்பு மாமூலனார்க்க இல்லையென்பது விளங்குகிறது.

"இடம் சிறிதென்னும் ஊக்கம் துரப்ப", தென்பாண்டிக் குமரிப் பகுதியையும், கொங்குநாட்டுப் பகுதியையும் வென்ற "நாடுகண்[3] அகற்றிய" செயலால் பெரும்புகழ் பெற்ற குறிப்பை "மன்னிய பெரும் புகழ்" என்று பதிகம் கூறிற்று. முடிநாகனாரும், "நின்கடற் பிறந்த ஞாயிறு பெயர்த்தும் நின், குடகடற் குளிக்கும் யாணர் வைப்பின்

---

1. K.P.P. Menon's History of Kerala Vol. in. p. 525.
2. அகம். 233. 3. நாடுகண் அகற்றுதலாவது நாட்டின் பரப்பிடத்தை மிகுதிப்படுத்துவது.

நன்னாட்டுப் பொருந'' என்பதனால் நாடு கண்ணகற்றிய திறமே கூறினாராயிற்று. இவ்வாறே போர்க்களத்தில் இயவரைக் கொண்டு ஆம் பலங்குழலை இயம்புமாறு செய்தான் உதியஞ்சேரல் என இளங்கீரனார் கூறிய குறிப்பே ''இன்னிசை முரசின் உதியஞ்சேரல்'' என்ற பதிகக் கூற்றிலும் காணப்படுகிறது. இதனால், இமயவரம்பன் தந்தையான உதியஞ்சேரல் வேறு, பெருஞ்சோற்றுதியஞ் சேரலாதன் வேறு என்பது காணப்படும்.

கொங்கு நாட்டிலும் தென்பாண்டி நாட்டிலும் உதியஞ்சேரல் செய்த போர்ச்செயல்களையும், அக் காலத்தே தனக்குத் தீங்கு செய்ய முயன்ற பகைவர் பின்பு புகலடைந்த போது அவர்கள் பகைத்துச் செய்தவற்றை நினையாது பொறை மேற்கொண்டு ஒழுகியதும், தன்னை வெல்வது கருதிப் பகைவர் செய்த சூழ்ச்சிகளை முன்னறிந்து, அவை அவர்கட்குப் பயன்படாதவாறு, தான் முன்னே தகுவன சூழ்ந்து வெற்றிபெற்றதும், எதிர் நின்று பொருபவர் எத்தனை முயன்றும் கடைபோக நிற்கமாட்டாது கெடுமாறு மோதும் உதியனது வலியும், பொறுக்கலாகாத குற்றம் செய்தாரைத் தமது குற்றம் உணர்ந்து திருந்தி அமையுமளவாகத் தெறும் தெறலும், தன்பால் அன்புடை யார்க்குத் தண்ணியனாய்ச் செய்யும் அருளும் முடிநாகனார் நேரே கண்டன. நிலவுலகத்து வாழும் மக்கட்கு இறைவனாய்த் திகழும் வேந்தன், உலகத்தின் கூறுகளான நிலம் ஐந்தன் இயல்புகளையும் உடையனாதல் வேண்டும்; மக்கள் உடல் நிலை பெறுதற்கு முதலிய ஐந்தும் ஆதாரமாவதுபோல, உயிர் வாழ்வுக்கு அரசனது ஐவகை இயல்பும் ஆதாரமாம் என்பது அரசியலின் அடிப்படை; இவ்வைந்தன் இயல்பும் உதியன்பால் காணப்பட்டமையின், ''வேந்தே, நீ பொறை யும் சூழ்ச்சியும் வலியுமாகிய எல்லாம் உடையனாய் இருக்கின்றாய்; நாட்டின் பரப்புச் சிறிது என்று கருதி மேலைக் கடற்கும் கீழைக் கடற்கும் இடைப்பட்ட நிலப் பகுதியை வென்று கொண்டாய்; அதனால் நாளும் ஞாயிறு நின் கடலிலே தோன்றி நின் கடலிலே மறைகிறது; நாடு பரப்புவதிலே கருத்தைச் செலுத்தும் வேந்தன், பரப்புமிகுதற் கேற்ப நாட்டின் வருவாயையும் நாடோறும் பெருகச் செய்தல் அரசியற்கு இன்றியமையாது என்ற கருத்தையும் நீ மறந்த வனில்லை என்பது நன்கு தெரிகிறது'' என்று பாராட்டிக் கூறினார்.

தெற்கிலும் கிழக்கிலும் நாடு கண்ணகற்றியும் வருவாய் பெருக்கி யும் உதியனது அரசியல் இயங்குவது கானும் வானவாசிகள், முன்னைச் சேரர் வரையறுத்த வரம்பு கடவாது அஞ்சியே ஒழுகினர். வரம்பறுத்த வேந்தனது பார்வை வரம்பின்மேல் இருப்பது வானவாசிகட்குத் தெரிந்தவண்ணம் இருக்குமாறு உதியன் காவல் செய்தொழுகியது கண்டு முடிநாகனார் பெருவியப்புக் கொண்டார்; ''வானவரம்பனை, நீயோ பெரும'' என்று பாராட்டினார்.

மேலும், அவர், ''வானவரம்பரான பண்டையோர் போல இன்றும் நீ வானவரம்பனாய்; விளங்குகின்றாய்; அதனால், பண்டு பாரதப் போரில் பெருஞ்சோற்றுநிலை என்னும் புறத்துறை முற்றிய நின் முன்னோரைப் போல இன்றும் அப் புறத்துறைச் செயலைச் செய்கின் றாய். இவ்வாறு சேரவரசு மேற்கொண்டு செய்தற்குரிய கடன்களைச் செவ்வனம் ஆற்றி விளங்குவதால், இனிக்கும் பால் இனிமை திரிந்து புளிக்குமாயினும், நெறி நிற்கும் நான்மறைகள் நெறி திரியுமாயினும் நின்பால் அன்புடைய நின் சுற்றத்தாரோடு அன்புதிரியாது, புகழ் மிகுந்து, அருங்கடன் இறுக்கும் அந்தணர் உறையும் வடஇமயமும் தென் பொதியிலும் போல நிலைபெறுவாயாக'' என்று வாழ்த்தினார்.

இதனால் மகிழ்ச்சி மிகுந்த உதியஞ்சேரல் முடிநாகனார்க்குப் பெருஞ்சிறப்புச் செய்தான். அவரும் ஏனைப் பரிசிலரும் பெருவளம் பெற்று இன்புற்றனர். முடிநாகனாரது முரஞ்சியூர் அவர்க்கே உரிய தாயிற்று. அதுவே இப்போது முரிஞ்ியூர் என மருவி நிலவுவதுடன் அது கொச்சி வேந்தர் குடியின்கண் தொடர்புற்றிருப்பது குறிக்கொண்டு அறியத்தக்கதொன்று.

இறுதியாக ஒன்று கூறுவதும்; இளங்கீரனார் என்னும் சான்றோர், ஒருகால் பெருஞ்சோற்றுதியனது போர்க்களத்துக்குச் சென்றார். அங்கே போர் முரசின் முழக்கத்தூடே ஆம்பங்குழலை இயவர் இசைத் தனர். கன்னெஞ்சையும் நீராய் உருக்கும் அக் குழலிசையால் போர் மறவரது நெஞ்சம் சிறிதும் பேதுறாது மறத்தீக் கொழுந்துவிட்டு எரிவது கண்டார். இனிய இசைக்கு உருகாத அளவில் மறர் நெஞ்சம் மாறியிருந்த மையின், அம் மாற்றக் குறிப்பினைத் தக்கோரைக் கேட்டு உணர்ந்தார்.

முன்பு ஒருகால் சேரவேந்தர் வானவாசி நாட்டவரோடு போர் செய்ய வேண்டியவராயினர். அவர்கள் சேரர்க்குரிய கொண்கானம் கடந்து குட நாட்டின் எல்லையிற் புகுந்து குறும்பு செய்து அலைத் தனர். அவர்களை வெருட்டுவது குறித்துச் சேரர் படை சென்று அவர்களைத் துரத்திற்று. கொண்கான நாட்டில் ஒருகால் அவர்கள் பாசறை அமைத்திருக்கையில், பகைவர் இன்னிசை இயவராய் வந்து குழலூதி மகிழ்வித்தனர். அக் குழலிசையில் சேரர்படையின் தலைவர் ஈடுபட்டு அருள்மேவிய உள்ளத்தராயினர். அதன் பயனாகச் சேரர் படை வானவாசிகட்குத் தோற்றோடியதாயிற்று. அதனை அறிந்திருந் தமையின், உதியஞ்சேரல் போர்க்களத்தின்கண் இயவரைக் கொண்டு இம்மென இசைக்கும் ஆம்பலங்குழலை இசைக்கச் செய்து மறவர் மறம் இறைபோகாவண்ணம் அரண் செய்தான்.

இதனைக் கேட்டறிந்த இளங்கீரனார், ஒருகால் தலைமகன் ஒருவன் தன் இனிய காதலியைப் பிரிந்து பொருள் கருதிப் பிரிந்து செல்வது பொருளாகப் பாட வேண்டியவராயினார். அத் தலைவன் ஒரு சுரத்திடையே சென்றுகொண்டிருக்கையில் தன் காதலியை நினைத்துக் கொண்டான். அவன் மனக் கண்ணில் காதலியின் திருமுகம் தோன்றியது. அவன் தன் பிரிவை உணர்த்தக் கேட்டதும், அவள் ஆற்றாமல் கண் கலுழ்ந்ததும், அதனை அவனுக்குத் தெரியா வாறு தன் கூந்தலால் அவன் மறைத்துக் கொண்டதும், அவளை அறியாமலே மெல்லிய அழுகைக்குரல் அவள்பால் தோன்றியதும் நினைவுக்கு வந்தன. அவற்றை அச் சான்றோர் அழகிய பாட்டாக எழுதினார். எழுதுங்கால், அவளுடைய ஏங்கு குரலை எடுத்துக்காட்ட நினைத்த அவருக்கு, உதியன் செய்த போர்க்களத்தே இயவர் எழுப்பும் ஆம்பற் குழலிசை உயர்ந்த உவமையாகத தோன்றிற்று. ‘‘நெய்தல் உண்கண் பைதல் கூரப், பின்னிருங் கூந்தலின் மறை யினள் பெரிதழிந்து, உதியனத் மண்டிய ஒலிதலை ஞாட்பின், இம்மென் பெருங்களத்து இயவர் ஊதும், ஆம்பலங் குழலின் ஏங்கிக் கலங்கஞர் உறுவோள்[1]’’ என்று பாடின. காதலியின் ஏக்கம் பொருள் மேற்சென்ற அக் காளையது உள்ளத்தை மாற்றமாட்டாது ஒழிந்தது போல, இயவரது ஆம்பற் குழலிசை உதியனுடைய மறவருள்ளத்தை மாற்றமாட்டா தொழிந்தது என்பது குறிப்பு.

செங்குட்டுவன் வடநாடு சென்றபோது, நீலகிரியில் தங்கி யிருக்கையில் கொங்கணக் கூத்தரும் பிறரும் போந்து பாடிப் பரிசில் பெற்றதும்[2], ஆடுகோட் பாட்டுச் சேரலாதன் வடநாட்டிற் போருடற்றச் சென்றபோது கொண்கான நாட்டு விறலியர் போந்து இசையும் கூத்தும் நல்கக் காக்கைபாடினியார் போந்து அவன் உள்ளத்தை வினைமேற் செலுத்தியதும்[3], கி.பி. பதினாறாம் நூற்றாண்டில் மேலைக் கடற்கரைக்குப் போந்த போர்ச்சுகீசியர் கோவா நாட்டி னின்றும் கன்னட நாட்டினின்றும் வரும் அழகிய ஆடல் மகளிரின் கூட்டம் நயந்து அஞ்சு தீவுக்குப் போந்து தங்கியதும்[4] இக் கருத்துக்கு மிக்க ஆதரவு தருகின்றன. இவ்வியல்பு இன்றும் அப் பகுதியில் மறையாமல் இருந்து வருகிறது. வானவாற் (Honawar) றிலிருந்து தோகைக்கா (Joag) என்ற ஊர்க்குச் செல்லும் வழியில் கொங்கணர் மனைகளில் தங்கின் இத்தகைய இசையின்பத்தை வழிச்செல்லும் நாம் பெறுகின்றோம்.

---

1. நற். 113 2. சிலப் 26. 85-127.
3. பதிற். 51. 4. Bom. Gazet. Kanara Part ii. p. 253.

5. இமயவரம்பன் நெடுஞ்சேரலாதன்

குடநாட்டின் மாந்தை யென்பது அந் நாளில தலைநகரமாக விளங்கிற்று. குடக்கோக்கள் அதன்கண் இருந்து அரசுபுரிந்தனர். மாந்தைநகர் இப்போது மாதை யென்ற பெயருடன் கண்ணனூர்க்கு வடமேற்கில் 13½ கல் அளவில் இருந்து தனது முதுமையைத் தோற்று வித்துக் கொண்டுள்ளது; பழையங்காடியென்னும் புகைவண்டி நிலையம் இதன் ஒரு பகுதி; இங்குள்ள பழங்கோயில் இதன் தொன்மை யைக் காட்டுகிறது; இது பற்றி நிலவும் பழைய மலையாளப் பாட் டொன்று, இதன் கண் பண்டை நாளில் கோட்டையும் அரண்களும் இருந்த குறிப்பைத் தெரிவிக்கிறது[1]. இந் நகரைப் பண்டைச் சான்றோர், "நன்னகர் மாந்தை[2]" "துறை கெழு மாந்தை", "கடல்கெழு மாந்தை[3]" என்றெல்லாம் பாராட்டியுரைப்பர்.

பெருஞ்சோற்றுதியன் குட்டநாட்டு வஞ்சிநகர்க் கண் இருந்து ஆட்சி செய்கையின் நெடுஞ்சேரலாதன் மாந்தை நகர்க்கண் இருந்து நாடு காவல் புரிந்து வந்தான். உதியன் இறந்த பின் தான் சேரமானாய் முடிசூட்டிக் கொண்டு மாந்தை நகரிலேயே தங்கினான்; தன் தம்பி பல்யானைச் செல்கெழு குட்டுவனை வஞ்சி நகர் கண்ணே நாடு காவல் செய்து வருமாறு ஏற்பாடு செய்திருந்தான்.

நெடுஞ்சேரலாதன் இளமையில் முருஞ்சியூர் முடி நாகனார்பால் கல்வி பயின்றவன். அவரும் பிறருமாகிய சான்றோர் வேந்தர்களை வாழ்த்தும்போது "பொதியமும் இமயமும் போல நிலைபெறுக" என வாழ்த்துவது மரபாக இருத்தமை அவனுக்குத் தெரிந்திருந்தது. நெடுஞ்சேரலாதன் அதன் கருத்தை ஆராய்ந்தான். தென்பொதியத்து வேளிர் சேரவேந்தர்க்கு மகட்கொடை புரியும் முறைமையினராதலால், அவரது பொதியத்துக்கும் சேரர்கட்கும் தொடர்புண்டு என்பது இனிது விளங்கிற்று. பொதியம் போல வடவிமயமும் சேரவரசரோடு தொடர்புற வேண்டும் என்பது அச் சான்றோர் கருத்தாதலைக் கண்டான். சேர நாட்டின் தென்பகுதியை வென்று ஞாயிறு தன் கடலில் தோன்றித் தன் கடலிலே குளிக்கும் என்று சான்றோர் பரவும் பாராட்டினைத் தன் தந்தை உதியஞ்சேரல் பெற்றான்; அதற்கு முன்னோருள் ஒருவன் பாரதப் போரில் பெருஞ்சோற்று விழாவினைச் செய்து காட்டிச் சிறப் புற்றான்; அவருள் வேறொருவன் குடநாட்டிற்குக் கிழக்கில் சுவர்போல்

---

1. K.P.P. Menon's History of Kerala Vol. i. p. 15.
2. அகம், 127. 3. நற். 35. 395.

வானளாவி நிற்கும் பாயல் மலையின் வடக்கில் விளங்கும் வானமலை யைத் தனக்குரிய தாக்கி வானவன் என்ற சிறப்பும் வானியாற்றை யும், வானமலையையும் வடக்கில் வரம்பறுத்து வானவரம்பன் என்ற சிறப்பும் பெற்றான்; ஆகவே சான்றோர் விழைந்த வண்ணம் இமயத் தைத் தன் புகழ்க்கு எல்லையாக்குதல் வேண்டும் என்று நெடுஞ் சேரலாதன் நெஞ்சில் வேட்கை கொண்டான்.

நெடுஞ்சேரலாதன் முடிசூடிக்கொண்ட போது வேந்தர் எழுவர் முடிப்பொன்னாற் செய்த பொன்னாரம் ஒன்று வழிவழியாக வரும் முறைப்படி அவன மார்பிலும் அணியப் பெற்றது. அதன் கருத்தை உணர்த்த வந்த சான்றோர், ''தம்மவர் அல்லாத பிற வேந்தரை வென் றால், அவன் முடிப்பொன்கொண்டு கழல் செய்து கொள்வது தமிழசர் மரபு[1]; ஒரு காலத்தே சேர நாடு எட்டுச் சிறு நாடுகளாகப் பிரிந் திருந்தது; மன்னர் எண்மரும் தனித்து நிற்பின் பகைவர் தம்மை வெல்லற்கு எளிதாம் என எண்ணித் தம்மில் ஒன்றுபட்டு ஒருவர் முடிவேந்தராக ஏனையோர் அவர்க்குத் துணைவராய்ப் பிரிவின்றி ஒழுகுதல் வேண்டும் என்று உறுதிசெய்து கொண்டனர் என்றும் 'அவ் வொற்றுமைக் குறிப்புத் தோன்ற ஏனை எழுவர் முடிப்பொன் னால் ஆரம் செய்து மார்பில் அணியாகப் பூண்டனர் என்றும் எடுத்து உரைத்தனர். இதைக் கருத்துட்கொண்டே எண்மரும் கூடியிருந்தது ஆராயும் அரசியற்குழு **எண்பேராயம்** எனப்பட்டது; பின்பு நாளடை வில் எண்பேராயம் வேறு வகையில் இயலுவதாயிற்று. இவ்வாறே பாண்டிநாடு ஐம் பெரும் நாடுகளாகப் பிரிந்திருந்தது. பின்பு ஐம்பெருந் தலைவரும் தம்மில் ஒருவராய் இயைந்ததனால் பாண்டியர் பஞ்சவர்[2] எனப்பட்டனர்; இக்குறிப்புத் தோன்றவே ஐம்பெருங் குழு என்னும் அரசியலாராய்ச்சிக குழு தமிழ் வேந்தர் அரசியலில் இடம் பெறுவ தாயிற்று. சேரரினும் பாண்டியர் பழையராதலின், அவரால் உளதாகிய ஐம்பெருங் குழு முன்வைத்தும் எண்பேராயம் பின் வைத்தும் சான்றோ ராற் குறிக்கப்படுகின்றன. சேரநாட்டு எண்பகுதிகளும் குட்டநாடு, பொறைநாடு, குகட நாடு, கொண்கான நாடு, வானநாடு, பாயல் நாடு, கடுங்கோ நாடு[3], பூழி நாடு என்பன. பாண்டிய நாட்டு ஐம் பகுதிகளும், மதுரை, மோகூர், கொற்கை, திருநெல்வேலி (பழையன கோட்டை[4]), கருவை என்ற ஊர்களைத் தலைமையாகக் கொண்டவை.

---

1. சோழன்குள முற்றத்துத் துஞ்சிய கிள்ளிவளவனைப் பாடலுற்ற ஆவூர் மூலங்கிழார், ''நீயே, பிறரோம்புறு மறமன்னெயில் ஓம்பாது கடந்தட்டு அவர் முடிபுனைந்த பசும்பொன்னின் அடிபொலியக் கழல் தைஇய வல்லாளனை'' (புறம் 40,) என்பது காண்க.
2. ''செருமாண் பஞ்சவர்'' -புறம் 58.
3. சங்ககாலத்துக்கு முன்னர் வான நாடு கொண்கானத்திலும், பின்னர்க் கடுங்கோநாடு, வள்ளுவ நாடு கொங்குநாடுகளிலும் சேர்ந்து விட்டன.
4. இப் பழையன் கோட்டை என மருவிற்று.

இவற்றை எல்லாம் கருத்தூன்றி நோக்கிய நெடுஞ்சேரலாதனுக்கு, இமயம் சென்று அதனை எல்லையாக்கிக் கோடற்கு எழுந்த வண்ணம் பேரூக்கத்தால் உந்தப் படுவதாயிற்று. எண்பேராயத்தை ஒருங்குகூட்டித் தன் எண்ணத்தைத் தெரிவித்தான். எல்லோரும் அவன் கருத்தைப் பாராட்டினர்; ஏனைச் சோழ பாண்டியர்க்குத் திருமுகம் போக்கி அவர் கருத்தை அறிய முயன்றான். அந்நாளில் சோழ பாண்டியர்கள், தமிழர் என்ற இனவொருமையால் கருத்தொருமித்து இமயத்தைத் தமிழ்க்கு வரம்பாகச் செய்யும் சேரமான் முயற்சியை வாழ்த்தித் தங்கள் நாட்டினின்றும் இரு பெரும் படைகளை விடுத்துத் துணை செய்தனர். இமயச் செலவுக்கெனச் சேர நாட்டிலும் பெரும் படைத்திரண்டது. யானை, குதிரை, தேர் என்ற படைவகைகளும் வில், வேல், வாள் முதலியன ஏந்தும் படைவகைகளும் அணியணியாக இமயம் நோக்கிப் புறப்பட்டன. பாண்டியப் படையும் கலந்து கீழ்க்கடலும் தென்கடலும் மேலைக் கடலும் ஒன்று கூடி இமயம் நோக்கி யெழுதது போல நிரந்து செல்லலுற்றன.

அந் நாளில் கொண்கானத்துக்கும் வடவிமயத்துக்கும் இடையிற் கிடந்த நாடு ஆரியகம் என்ற பெயர் பெற்று விளங்கிற்று. அந் நாளிற் போந்த மேலைநாட்டு யவனர் குறிப்புகளும் அப் பகுதியை ஆரியகம் (Ariake) என்றே குறித்துள்ளன. அங்கு வாழ்ந்த சதகன்னரும் மோரியருமாகிய ஆரிய மன்னர் தமிழ்ப்படையின் வரவுகண்டு இறும்பூதெய்தினர். படையின் பெருமை அறியாது பகைகொண்டு எதிர்த்த வேந்தர் சிலர் வலி தொலைந்து ஒடுங்கினர்; பலர் பணிந்து திறைந்தது நண்பராயினர். நெடுஞ்சேரலாதன் நினைந்தது நினைந்தவாறே நிறைவேறியது பற்றி மனம் மகிழ்ந்து இமயத்தில் தன் விற்பொறியைப் பொறித்து விட்டுத் திரும்பினான். ஆரிய நாட்டினர் கொடுத்த பொன்னும் பொருளும் பொற்பாவைகளும் இமயச் செலவின் ஊதியமாகச் சேர நாடு வந்து சேர்ந்தன. சேரமான், **இமயவரம்பன் நெடுஞ்சேரலாதன்** என்ற நெடும் புகழால் சிறப்புற்றான். தன்னொடு போந்த தானைத் தலைவர்கட்கும் துணைவர்கட்கும் பரிசிலர்க்கும் தக்க வரிசைகளைச் செய்து மகிழ்வித்ததோடு சோழ பாண்டியப் படைத் தலைவர்கட்கும் உரிய சிறப்புகளைச் செய்து இன்றுத்தினான்.

இமயவரம்பனான நெடுஞ்சேரலாதன் இமயத்துக்குத் சென்றிருந்த காலையில், நாட்டின் ஆட்சி முறையில் மக்கள் எய்திய நலந் தீங்குகளை நேரிற் கண்டறியும் கருத்தால், அவன் நாட்டின் பல பகுதிகட்கும் செல்ல வேண்டியவனானான். காடு கொன்று நாடாக்குதலும், குடிபுறந் தருவோரும் பகடு புறந்தருவோருமாகிய நாட்டு மக்கட்கு வேண்டும் நலங்களைப் புரிதலும், அந் நாளைய வேந்தன் பணியாதலின், அது

பற்றி அவன் அடிக்கடி தெற்கிலும் கிழக்கிலும் உள்ள நாடுகட்குச் சென்று வந்தான். இஃது இவ்வாறிருக்க -

கொண்கான நாட்டுக் கடற்கரையில் தீவுகள் பல இருந்தன. அவற்றுள் கடம்பர் என்போர் வாழ்ந்த வந்தனர்; அத் தீவுகளுள் கூபகத் தீவு என்பது ஏனைய பலவற்றினும் சிறிது பெரிது. அக் கடம்பர்கள் அதனைத் தலைமை இடமாகக் கொண்டு தெற்கிலுள்ள தீவுகள் பலவற்றிலும் பரவி வாழ்ந்து வந்தனர். இன்றைய வட கன்னடம் மாவட்டத்தைச் சேர இருக்கும் கோவா என்னும் தீவு அந் நாளில் கூவகத் தீவம் என்ற பெயர் பெற்று நிலவியது[1]; தெற்கில் தென் கன்னட மாவட்டத்தைச் சேர்ந்திருக்கும் கடம்பத் தீவு (Kadmat Island) கடம்பர் கட்கு முதல் இடமாகும். கடம்ப மரத்தைக் காவல் மரமாகப் பேணி வந்தமையின் அவர்கள் **கடம்பர்கள்** என வழங்கப் பட்டனர். கடலில் கலஞ் செலுத்துவதும் மீன்பிடிப்பதும் அவர்கள் மேற்கொண்டிருந்த தொழில். கடம்ப வேந்தர் சிலருடைய செப்பேடு களில் மீன்கள் பொறிக்கப்பட்டிருப்பதும், கோவாத்தீவில் பழங்கோவா என்ற பகுதியிற் காணப்படும் வீருக்கல் ஒன்றில் கடற்படையொன்று நாவாய் ஏறிப் போருடற்றும் ஓர்இனிய காட்சி பொறிக்கப்பட்டிருப் பதும்[2] அவர்களுடைய பண்டைய நாளைத் தொழில் வகையை நன்கு தெரிவிக்கின்றன. சங்க காலத்தேயே தோற்றமளிக்கும் இக் கடம்பர்கள் இடைக்காலத்தில் கொண்கானம், கருநாடகம், கலிங்கம் என்ற இந்த நாடுகளில் அரசு நிலையிட்டு வாழ்ந்து, கி.பி. பதினான்காம் நூற்றாண்டின் இடையில் பெருவிளக்கம் பெற்றுத் திகழ்ந்த விசய நகர வேந்தரது ஆட்சியில் மறைந்தொழிந்தனர்[3]. இவர்களுடைய கல்வெட்டுக்களும், செப்போடுகளும் வட கன்னடம், தென் கன்னடம், குடகு, மைசூர், ஆந்திர நாடு என்ற பகுதிகளில் காணப்படுகின்றன.

கடம்பர்கள் கடம்ப மரத்தைக் காவல்மரமாக ஓம்பிக் கடலகத்தே வாழ்ந்தனர் எனச் சங்க இலக்கியங்கள் குறித்துக் காட்டவும், இக் கடம்பர்களுடைய இடைக்காலச் செப்பேடுகளும் பிறவும் பௌ ராணிக முறையில் அவர்கட்குத் தொன்மை கூறுகின்றன. பம்பாய் மாகாணத்துப் பெல்காம் பகுதியிற் கிடைத்துள்ள கி.பி. ஐந்தாம் நூற்றாண்டுச் செப்பேடொன்று, வேதியர் குலத்தில் அரிதிபுத்திர கோத்திரத்தில் பிறந்த இருடிகள் மூவருள் மாணவியர் என்பார் ஒருவரெனவும், அவர் ''வேதாத்தியயனமும் சாதுர்மாஸ்ய ஹோமங் களும் யாகங்களும்'' செய்து வந்தார் எனவும், அவரது மனையில்

---

1. Journal of the Bombay Branch of the Royal Asiatic Society: Vol. xi p. 283. L. Rice's Mysore Vol. ip. 30.
2. EP. Indica Vol xiii. p. 309.
3. Rice Mysore Vol. i. p. 299, 300.

கடம்பமரம் ஒன்று வளர்ந்திருந்தது எனவும், அதனைப் பேணிப் புறந்தந்து வந்த சிறப்பால் அவர் வழிவந்தோர் கடம்பர் எனப்படு வாராயினர் எனவும்[1] கூறுகிறது. ஒருகால் சிவபெருமான் திரிபுர மெரித்துப் போந்து தமது நெற்றி வியர்வையை வழித்து ஒரு கடம்ப மரத்தின் அடியில் சிந்தினர் என்றும், அத் துளிகளிலிருந்து திரிலோசக் கடம்பன் என்பான் தோன்றினான் என்றும் சில கல்வெட்டுகள் செப்பு கின்றன[2]; நந்த வேந்தருள் ஒருவன் மகப்பேறின்றிக் கயிலை மலை யில் தவஞ்செய்தான் எனவும், அப்போது வானவர்கள் அவன் கையில் கடம்ப மலர்களைச் சொரிந்து வாழ்த்தினர் எனவும், வானில் வானொலி தோன்றி அவற்கு மக்கள் இருவர் தோன்றுவர் என்றதாக, அவ்வாறு தோன்றிய இருவர் வழிவந்தோர் கடம்பராயினர் எனவும் வேறுசில விளம்புகின்றன[3]. களிறொன்று மாலை சூட்டிக் கரிகாலனைச் சோழ னாக்கிற்று என்று **பழமொழி** யென்னும் நூல் கூறுவது போலத் திரிலோசனக் கடம்பன் கடம்ப வேந்தனானான் என்றொரு வரலாறும் உரைக்கப்படுகிறது.[4]

இவர்கள், தொடக்கத்தில் கொண்கானத்திலும், வானவாசி யிலும், குடகுநாட்டிலும், கருநாடகப் பகுதியிலும், இறுதியில் ஆந்திர நாட்டிலும் அரசு புரிந்திருக்கின்றனர் அன்றோ? இவர்களது வரலாறு கண்டோர், இவர்களைக் கோவாக் கடம்பர், வானவாசிக் கடம்பர், பாயல்நாட்டுக் கடம்பர், கலிங்கக் கடம்பர் எனப் பலவகையாகப் பிரித்துக் கொண்டு கூறுகின்றனர். குடகு நாட்டு வேந்தரைப் பாயல் நாட்டுக் கடம்பர் என்பர்; அக் குடகுநாட்டு பண்டைக்குப் பெயர் பாயல் நாடு என்பதாகும். ஏழில்மலைக்கும் கோகரணத்துக்கும் இடையில், மேலைக் கடற்கரைப் பகுதியாக இருக்கும் கொண்கானத்தின் வட பகுதியைப் பங்களநாடு என்பராகலின், அங்கு வாழ்ந்த பங்கள வேந்தர் பங்களக் கடம்பர் எனப்பட்டனர்.[5] இக் கடம்பர்கள் மிக்க சிறப்புடன் வாழ்ந்த காலம் கி.பி. பதினொன்று பன்னிரண்டாம் நூற்றாண்டுகள். இவர்களது ஆட்சியும் இடைக்காலச் சோழவேந்தர் ஆட்சி போல மிக்க சிறப்பாகவே இருந்திருக்கிறது.[6]

---

1. Ep. Car. part. I. Shikarpur Taluk No. 176.
2. George M. Moraes; The Kadamabakula. p. 8.
3. J.B.B.R.A.S. Vol. ix.p. 245.
4. Bom. Gazet. Kanara, Part ii p. 78.
5. இப் பங்களரைச் சிலப்பதிகாரம் ''கொங்கணர் கலிங்கர் கொடுங்கரு நாடர், பங்களர் கங்கர் பல்வேற் கட்டியர்'' (25:156-7) என்று குறிப்பது ஈண்டுக் குறிக்கத் தகுவது. இது செய்யுளாகலின் வைப்புமுறை மாறி யிருக்கிறது.
6. Bom. Gazet. Kanara, Part ii p.78.

இக்கடம்பர்கள் தொடக்கத்தில் வட கன்னட நாட்டுக் கோவாத் தீவுமுதல் தென் கன்னடநாட்டுக் கடம்பத் தீவு ஈறாகவுள்ள தீவுகளில் இருந்துகொண்டு கடற்குறும்பு செய்வதும், கரையிலுள்ள நாட்டில் நுழைந்து அரம்பு செய்வதும் மேற்கொண்டிருந்தனர். அவரது குறும்பைப் பொறாத நாட்டு மக்கள் இமயவரம்பன்பால் முறையிட்டனர். இவன் தக்கதொரு கடற்படை கொண்டு கடம்பர் வாழ்ந்த தீவுக்குட் சென்று அவர்களைக் கடுமையாகத் தாக்கி வென்றான். அவர்களது காவல் மரமான கடம்பையும் வெட்டி வீழ்த்தித் தங்கள் தமிழ் முறைப்படியே முரசு செய்து கொண்டு வந்தான். பணிந்தொடுங்கிய கடம்பர்கள் சேரநாட்டு எல்லையில் இருந்த தீவுகளின் நீங்கி வடபகுதியிலுள்ள தீவுகட்குச் சென்று ஒடுங்கினர். மேனாட்டு யவனர்கள் குறிக்கும் கடற் குறும்பர்கள் இக் கடம்பர்களே யாவர்.

கடற்குறும்பு செய்த கடம்பாரை வென்ற வெற்றியினை இமயவரம்பன் தன் மாந்தை நகர்க்கண் சிறப்புடன் விழாக் கொண்டாடினான். நேரநாட்டிற் பல பகுதிகளினின்றும் வேந்தர்களும் தலைவர்களும் சான்றோர்களும் வந்து கூடியிருந்தனர். விழாவிறுதியில் இமயவரம்பன் எழில்மிக்க யானையொன்றின் மேல் திருவுலாச் செய்தான். அக் காட்சியினை அங்கு வந்திருந்த சான்றோருள் கண்ணனார் கண்குளிரக் கண்டார்; அவர் கருத்தில் முருகவேள் கடலகத்தே மாமரத்தைக் காவன் மரமாகக் கொண்டிருந்த சூரன் முலியோரை வென்று விழாச் செய்த நிகழ்ச்சி தோன்றிற்று. அதன்பயனாக அவர் இமயவரம்பனை அழகிய பாட்டொன்றால் சிறப்பித்தார்.

''மாக் கடல் நடுவில் இருக்கை அமைத்துக் கொண்டு அதன்கண் மாமரம் ஒன்றைக் காவல் மரமாகப் போற்றி வந்த அவுணர்கள், தீமை செய்தது பற்றி, கடல் நடுவண் சென்று அவர் தம் அரண்களை அழித்து அம் மாமரத்தையும் தடிந்து ஊர்களைத் தீக்கிரையாக்கி வாகைசூடி வந்த முருகவேள், தான்பெற்ற வெற்றிக் குறியாகப் பிணிமுகம் என்னும் யானை மேல் இவர்ந்து உலாவந்தாற் போல, கடம்பரது அரணை அழித்து அவர் பலராய் மொசிந்து காத்த கடம்பரத்தைத் தடிந்து அதனாற் போர்முரசு செய்து போந்த சேரலாதனே! தென் குமரிக்கும் வட இமயத்துக்கும் இடைநிலத்து வேந்தர் மறம் கெடக் கடந்து யானையூர்ந்து சிறக்கும் நின் செல்வச் சிறப்பைக் கண்ட யாங்கள் பெருமகிழ்ச்சி எய்துகின்றோம்.[1]

''நீ வென்ற கடம்பர் எளியவரல்லவர்; தம்மை நேர் நின்று எதிர்க்கும் வயவர் தோற்று வீழ, வாட்போர் செய்து அவரது நாட்டைக் கவர்ந்து கொள்ளும் ஆற்றல் மிகவுடையவர்; அத்தகைய ஆற்றலமைந்த

---

1. பதிற். 11.

தானையொடு வந்து எதிர்த்த அவர்களைக் கெடுத்து வலியழித்து அவரது கடம்பினையும் வேரோடு தொலைத்து, வீழ்த்திய நின் வீறுபாட்டினைக் கேட்ட ஏனையத் திசைகளில் வாழும் வேந்தர்கள், அடல்மிக்க அரியேறு உலவுவது தெரிந்த பிற விலங்குகள், அஞ்சி அலமருவது போல, இரவும் பகலும் கண்ணுறக்கம் இன்றிக் கலங்கஞர் எய்தியிருக்கின்றனர். இதனை நேரிற் கண்டு வியப்பு மிகுந்த என் சுற்றத்தார், காடு பல கடந்து தம்மை வருத்தும் வறுமைத் துயரையும் நினையாது, என்னோடு போந்து நீ தந்த சோறும் கள்ளும் நல்லுடையும் பெற்று, இத் திருவோலக்கத்தைச் சூழ்ந்திருக்கின்றனர்; இது காண்டற்கு மிக்க இன்பமாக இருக்கிறது[1] என்று பாடினர்.

இவ்வாறு திருவுலாப் போந்து வீற்றிருந்த வேந்தனைச் சூழவிருக்கும் சான்றோரும் அரசியற் சுற்றத்தாரும் கேட்டு இன்புறுமாறு, கண்ணனார் பாடிய பாட்டு வேந்தனுக்கு பேரு வகையளித்தது. இப் பாட்டின் கண் சேரலாதனுடைய படைமறவரது மனை வாழ்க்கையை உள்ளுறையால் உவகை மிகக் கண்ணனார் கூறியது, அவரது புலமை நலத்தை உயர்த்திக் காட்டிற்று. அப் பாட்டின்கண், களிற்றினம் மதஞ் சிறந்து மறலுங்கால் அவற்றின் மதநீரை மொய்க்கும் வண்டினங்களை, உடன்வரும் கன்றீன்ற பிடியானைகள் பசுங்குளவித் தழை கொண்டு ஓப்புகின்றன; களிற்றினம் படை மறைவரையும், கன்றீன்ற பிடிகள் புதல்வரோடு பொலியும் மறமகளிரையும், குளவித்தழை கொண்டு ஓப்புவது வேண்டுவன நல்கி இரவலரை ஓம்புவதையும் சுட்டி, நாட்டவரது வாழ்க்கை நலத்தை வேந்தன் நன்கறியச் செய்து உலகை பெருகுவித்தது. சேரலாதன், அவரது புலமை நலத்தை வியந்து அவரைத் தன் திருவோலக்கத்து நல்லிசைப் புலமைச் சான்றோராக மேற்கொண்டு சிறப்பித்தான். கண்ணனார் மாந்தை நகர்க்கண் இருந்து வரலானார்.

இக் கண்ணனார் சேரநாட்டுச் சான்றோருள் ஒருவர். இவரது ஊர் குமட்டூர் என்பது. இப்போது மலையாளம் மாவட்டத்தில ஏர்நாடு எனப்படும் வட்டத்தின் ஒரு பகுதி இராம குடநாடு என இடைக் காலத்தே வழங்கிற்று. அதன் கண் உள்ள ஊர்களுள் ஒன்று இக் குமட்டூர்; இஃது உமட்டூர் எனவும் வழங்கும். உமட்டுதல் குமட்டுதல் என்றும், குமட்டுதல் உமட்டுதல் என்றும் மாறி வழங்குவது போல, உமட்டூர் குமட்டூர் என்றும் வழங்கியது. ஏனைச் சங்க நூல்கள் உமட்டூர் என்று குறிப்பது கல்வெட்டிலும் பதிற்றுப்பத்து ஏட்டிலும் குமட்டூர் என்றும் காணப்படுகிறது. இராமநாடு, பிராமியெழுத்துக் கல்வெட்டுக் களில் யோமிநாடு எனக் குறிக்கப்படுகிறது.[1]

---

1. ''யோமிநாட்டுக் குமட்டூர் பிறந்தான் காவுதி ஈதனுக்குச் சித்துப் போசில் இளையார் செய்த அதிட்டானம்'' - சித்தன்னவாசல் கல்வெட்டுக்கள். Also vide Proceedings and transactions of the 3rd Oriental ConferanceC Madras.p. 280 and 296.

இமயவரம்பன் கண்ணனாரது புலமைநலம் கண்டு தனது திருவோலக்கத்தில் இருந்து வருமாறு பணித்து அவரைத் தன் மனம் விரும்பிய துணைவராகக் கொண்டான். அவரும் அவன்பால் அமைந்திருந்த குண நலங்களை அறிந்து இன்புற்றார். இமயவரம்பன் செயலால், நெடுஞ்சேரலாதனது புகழ் நாடெங்கும் பரவிற்று. கடற் குறும்பெறிந்து கடம்பரை வெருட்டி யோட்டி அடக்கிய நிகழ்ச்சியால் கடல் வாணிகம் சிறந்தது. நாட்டு மக்களிடையே செல்வம் மிகுந்த நல்வாழ்வு நிலவிற்று.

இமயவரம்பன் புகழ், கொண்கானத்தின் வடபகுதியில் வாழ்ந்த ஆரிய வேந்தர் சிலர்க்குப் பொறாமையை உண்டு பண்ணிற்று. கடலகத்துத் தீவுகளில் வாழ்ந்த கடம்பருட் சிலர் நாட்டில் புகுந்து சேரமானுக்கு மாறாக ஆரிய வேந்தரொடு கலந்து பகை சூழலுற்றனர். அந்நாளில் யவனநாட்டவர் கலங்களிற் போந்து வாணிகம் செய்தமை யின், அவருட் சிலரொடு நட்புக் கொண்டு, இமயவரம்பனுக்கு மாறாகப் போர் தொடுக்குமாறு அக் கடம்பர்கள் அவர்களைத் தூண்டினர். உண்மை அறியாத யவனர், ஆரியரும் கடம்பரும் செய்த துணை பெற்று இயமவரம்பனோடு போரிட்டனர். போர் கடுமையாக நடந்தது. சேர்படை கடலிற் கலஞ்செலுத்திப் பொருவதிலும் சிறந்திருந்தமை யால் யவனர் நிலத்தில் கால்வைத்ததற்கு வழியின்றிச் சீர்ழிந்தனர். அவருட் பலர் சிறைப்பட்டனர்; நேர்மையும் பணிவும் அமைந்த சொற் செயல்களால் நெடுஞ்சேரலாதன் அருட்கு இலக்காகாத பகைவர் கடுந் தண்டத்துக்கு உள்ளாயினர். மிக்க குற்றம் செய்தவரைக் கைப்பற்றி அவர்தம் இருக்கைகளையும் முதுகின் புறத்தே சேர்த்துக் கட்டித் தலையில் நெய் பூசித் தன்ன நகரவர் காண நெடுஞ்சேரலாதன் கொண்டு வந்தான். மற்றையோர், பொன்னும் வயிரமுமாகிய மணி களைக் கொணர்ந்த கொடுத்துச் சேரலாதனது அருளைப் பெற்றனர். அவன் அவற்றைப் படை மறவர்க்கும் தானைத் தலைவர்க்கும் துணைவர்க்கும் பரிசிலர்க்குமே நல்கினான். இதனைப் ''பேரிசை மரபின் ஆரியர் வணக்கி, நயனில் வன்சொல் யவனர்ப் பிணித்து நெய்தலைப்பெய்து கையிற்கொளீஇ அருவிலை நன்கலம் வயிர மொடு கொண்டு, பெருவிறல் மூதூர்த் தந்து பிறர்க்குதவி'' என்று பதிற்றுப் பத்தின் பதிகம் கூறுகிறது. மாமூலனார் என்னும் சான்றோர், ''நன்னகர் மாந்தை முற்றத்து ஒன்னார், பணிதிறைதந்த பாடுசால் நன்கலம், பொன்செய் பாவை வயிரமொடு ஆம்பல், ஒன்றுவாய் நிறையக் குவைஇ அன்று அவன் நிலந்தினத் துறந்த நிதியம்[1]'' என்று இசைக்கின்றார்.

---

1. அகம். 127.

இவ்வண்ணம் இமயவரம்பன், ஆரியர் கடம்பர் யவனர் என்போருடைய புறப்பகை கடிவதில் பெரிதும் ஈடுபட்டிருந்ததனால், உண்ணாட்டில் வாழ்ந்த குறுநில வேந்தர் சிலர, அவனது பொருமுரண் இயல்பு நோக்காது, திரை செலுத்துவதைக் கைவிட்டுப் பகைத்து அவன் சீற்றத்துக்கு உள்ளாயினர். அவனும் அவரது செருக்கடக்கி உட்பகையைப் போக்கக் கருதி அவர்தம் நாட்டின்மேற் படை கொண்டு சென்றான். பகைத்த வேந்தருடைய மதிலும் காவற்காடும் அழிந்தன. நிரை நிரையாகச் சென்ற அவனது படைவெள்ளம் பகைவர் படை வலியைச் சிதைத்து அவரது செல்வத்தைச் சூறையாடிற்று. படைமறவர் அந் நாடுகளில் தங்கிப் பகைவர் வாழ்ந்த பகுதிகளைத் தீக்கிரையாக்கினார். தீப்பரவாத இடங்களை உருவறக் கெடுத்தனர். பாழ்பட்ட இடங்களில் வேளையும் பீர்க்குமாகிய கொடிகள் வளர்ந்து படரலுற்றன. நீரின்றிப் புலர்ந்து கெட்ட புலங்களில் காந்தள் முளைத்து வளர்ந்து மலர்ந்தன. செல்வர் வாழ்ந்த இடங்களில் வன்கண்மை மிக்க மறவர் குடி புகுந்தனர்; பனையோலை வேய்ந்த குடில்கள் பலப்பல உண்டாயின.

இந்நிலை உண்டாகக் கண்ட பகைவேந்தர் தாம் செய்த தவற்றை யுணர்ந்து இமயவரம்பனது அருளைப் பெறற்கு முயன்றனர். அவன் அவர்களை ஒறுப்பதே கருதி யொழுகினான். மறத்துறையால் எய்தும் புகழ் அறச் செய்கையாற்றான் நிலைபெறும் என்பதை மறந்து, இமயவரம்பன் மறமே நிறைத்து ஒழுகுவது நன்றன்று எனக் கண்டார் கண்ணனார். சேரலாதனைக் கண்டு, ''வேந்தே, நின் வலி அறியாது பொருது கெட்ட வேந்தர் நாடு எய்திய அழிவும் கண்டேன்; பின்னர் நீ காக்கும் நாட்டையும் கண்டேன்; நினது நாடு மலைபடு பொருளும் கடம்படு பொருளும் ஆறுபடுபொருளும் பெருகவுடையது; ஊர்களில் விழாக்கள் மிகுந்துள்ளன; மூதூர்த் தெருக்களில் கொடி நுடங்கும் கடைகள் மலிந்துள்ளன; நின் வயவர் பரிசிலர்க்குச் செல்வமும் யானைகளும் பரிசில் நல்குகின்றனர்; நெடுஞ்சேரலாதன் நீடு வாழ்க என்ற வாழ்த்து அவர் வாயில் மலர்ந்த வண்ணம் இருக்கிறது; பகையால் விளையும் வெய்துறவு அறியாத மக்கள் இன்ப வாழ்வில் திளைக்கின்றனர்; அறவோர் பலர் ஒன்று மொழிந்து அடங்கிய கொள்கையும் துறக்கம் விரும்பும் வேட்கையும் கொண்டு அறம் புரிகின்றனர்; நீ காத்தலால் அவரவரும் விரும்பியன விரும்பியவாறு பெற்று இனிது உறைகின்றனர்; நாட்டில் நோயில்லை; கள்ளுண்டு களிக்கும் இயவர், இவ்வுலகத்தோர் பொருட்டு நீ 'வாழியர்' என நின்னை நினைத்து இசைப்பது கண்டேன்[1]'' என்று மொழிந்து ''இத்தகைய இன்ப வாழ்வு இச்சேர நாடு முற்றும் நிலவச் செய்க'' என்று வேண்டியனர்.

---

1. பதிற். 15.

இதுகேட்ட சேரலாதன், அவரை வியந்து நோக்கினான். அக் குறிப்பறிந்த கண்ணனார், ''வேந்தே, மன்னுயிர்க்கு ஈதலில் குன்றாத கைவண்மையும், பெருவலியும், உயர்ந்தோர்க்கு உறுதுணையாகும் சிறப்பும் உடையனாய், நீ திருமால் போலக்குன்றாத வலிபடைத் திருக்கிறாய். நின் பண்பு பலவும் நினது நாட்டில் விளங்கித் தோன்றக் கண்டதனால், நின்துப்பெதிர்ந்து அழிந்த பகைவர் நாட்டையும் கண்டு வருவேனாயினேன்'' என்ற செப்பினார்.

தன்னைப் பகைத்துத் தன்னொடு பொருதழிந்த வேந்தர் பொருட்டுக் கண்ணனார் இவ்வாறு கூறுகின்றார் என்பதை நெடுஞ் சேரலாதன் நன்குணர்ந்து கொண்டு, ''சான்றீர், யாம் புறப்பகை கடியும் செயலில் ஈடுபட்டிருக்குங்கால் நாட்டிற்குள் பகையை புரிந்த இவ்வேந்தர் செயல் பொறுக்கலாகாக் குற்றமாவது நீவிர் அறியாத தன்று; அவர்க்கு அருள் செய்து புகலளிப்பது பகைப் பயிரை நீர் பாய்ச்சி வளர்ப்பது போலாம்'' என மொழிந்தான். ''வேந்தர் அறியாமை யாற் செய்த குற்றத்துக்கு அவரது நாட்டு மக்கள் பெருந் துன்பம் உழப்பதே ஈண்டுக் கருதத் தக்கது'' என்பாராய், ''பண்பு புன்செய்க் கொல்லைகளாய் இருந்தவை நாட்டு மக்களால் நீர் வளம பொருந்திய வயல்களாயின; காட்டுப்பன்றி உழும் புனங்கள் வளவிய வயல்களாகச் சிறந்தன; அவ் வயல்களில் கரும்பின் பாத்தியிற் பூத்த நெய்தலை எருமையினம் மேய்ந்து இன்புற்றன; மகளிர் துணங்கையாடும் மன்று களும், முதுபசு மேயும் பசும்புற்றரைகளும், தென்னையும் மருதும் நிற்கும் தோட்டங்களும், வண்டு மொய்க்கும் பொய்கைகளும் எம்மருங்கும் காட்சியளித்தன. அதனால் சான்றோர் பாட்டெல்லாம் அந் நலங்களையே பொருளாகக் கொண்டு விளங்கின. இப்போது நின் தானை சென்று தாக்கிய பின், அவை 'கூற்று அடூஉ நின்ற யாக்கை போல'ப் பொலிவு அழிந்து கெட்டன; கரும்பு நின்ற வயல் களில் கருவேலும் உடைமரங்களும் நிற்கலாயின, ஊர் மன்றங்கள் நெருஞ்சி படர்ந்த காடுகளாயின; காண்போர் கையற்று வருந்தும் பாழ்நிலமாகியது காணமக்கட்கு நின்பால் அச்சம் பெருகிவிட்டது[1]'' என்று இயம்பினார்.

இதனைக் கேட்ட வேந்தன் உள்ளத்தில் அருள் உணர்வு தோற்றிற்று. போருண்டாயின் இத்தகைய விளைவு இயல் என்பது ஒருபால் விளங்கினும், ஒருபால் அருளறம் அவன் உள்ளத்தில் நிரம்பிற்று. மக்களது வருத்தம் நினைக்க அவன் நெஞ்சு நெகிழத்தொடங்கிற்று. கண்ணனார், ''வேந்தே, நீ காக்கும் நாட்டில் காடுகளில் முனிவர்

---

1. பதிற். 13.

உறைகின்றனர்; முல்லைக் கொல்லைகளில் மள்ளரும் மகளிரும் இனிது வாழ்கின்றனர்; மக்கள் வழங்கும் பெருவழிகள் காவல் சிறந்துள்ளன; குடிபுறந் தருபவரும் பகடு புறந் தருபவரும் இனிதே இருக்கின்றனர்; கோல் வழுவாமையால் மக்களிடையே நோயும் பசியுமில்லை; மழை இனிது பெய்கிறது[1] என்று பாடி அவனை இன்புறுத் தினர்.

இவ்வாறு கண்ணனார் உரையால், அருள் நிறைந்த உள்ள முடையனான இமயவரம்பன், தன்னைப் பணிந்து திறை கொடுத்துப் புகல்வேண்டிய வேந்தர்களை அன்பு செய்து ஆதரித்தான். அவனது அச் செயல் அவனுடைய தானைத் தலைவர்பாலும் தானை மறவர் பாலும் சென்று படர்ந்தது. ஒருகால், கண்ணனார் நெடுஞ்சேரலாத னுடைய பாடியிருக்கையொன்றிற்குச் சென்றிருந்தார். அப்போது பகைவருடையதானை, போர்க்குச் சமைந்து நின்றது. அந் நிலை யில், சேரலாதனுடைய தானை மறவரது ஏவல்வழி நின்ற இயவர், ''பகைவரை நோக்கி, அரணம் காணாது அலமந்து வருந்தும் உலகீர், உங்கட்கு இனி இனிய நீழலாவது எம் வேந்தனது வெண்குடை நீழலே; இதன்கண் விரைந்து வம்மின்'' என்று இசைத்தனர். அது கண்ட குமட்டூர் கண்ணனார்க்கு இறும்பூது பெரிதாயிற்று. நெடுஞ்சேர லாதனைக் கண்டார்; அவனோ பெரும் தவறு செய்த பகைவராயி னும் அவர்கள் பணிந்து வருவரேல் பேரருள் செய்தான். உடனே அவரது உள்ளத்தில் அழகியதொரு பாட்டு உருப்பட்டு வெளிவந்தது. ''வேந்தே, நீ கடல் கடந்து சென்று, பகைவர் தங்கிக் குறும்பு செய்த தீவுக்குட் புகுந்து, அவரது காவல் மரமான கடம்பினைந் தடிந்து, அம் மரத்தால் செய்து போந்து முரசுக்குப் பலிக்கடன் ஆற்றும் இயவர், 'அரணம் காணாது வருந்தும் உலகீர், எம்முடைய வேந்தனது வெண்குடை நீழலே உமக்கு நல்ல அரணாவது' என அறைந்து அதனைப் பரவுகின்றனர்; பாடினி பாடுகின்றாள்; பகைவர் பெரிய தப்பு செய்யினும் அவர்கள் பணிந்து போந்து திறை பகர்வரேல் ஏற்றுக் கொண்டு அவர்கள்பால் செல்லும் சினத்தை நீக்கி, நீ சீரிய அருள் செய்கின்றாய்; நின் அருட்க ஒப்பதும் உயர்ந்தும் நினைக் குங்கால் நின் அருளல்லது பிறிது யாதும் இல்லை[2]'' என்று கருத்தை அப்பாட்டுத் தன்னகத்துக் கொண்டு விளங்குவதாயிற்று.

நெடுஞ்சேரலாதன் போர் பல செய்து வெற்றி மிகுந்து புகழ் பரவ வீற்றிருந்தமை அறிந்து, பாணர் பொருநர் கூத்தர் முதலிய பரிசிலர் கூட்டம் அவனது நகர் நோக்கி வெள்ளம் போல் வந்தது. சேரலாதனும் அவர்கட்குப் பெருவளம் நல்கிச் சிறப்பித்தான், ஒருகால், கண்ணனார், பாணர் முதலியோருடைய வட்டத்துக்கு இடையே சென்ற அவரது

---

1. பதிற். 13.   2. பதிற். 15.

மனநிலையைக் கண்டார். அவர்பால் கடும்பற்றுள்ளம் சிறிது தோன்றி யிருந்தது; உள்ள பொருள் செலவாய்விடின் மேலே பெறுவது அரிது என்ற உணர்வு சிலருடைய நெஞ்சில நிலவுவதை அவர் கண்டார். அவர்கட்கு இமயவரம்பனது வள்ளன்மையை எடுத்துணர்த்த வேண்டிய இன்றியமையாமை பிறந்தது. விறலியரை நோக்கி, ''விறலியரே, பற்றுள்ளம் கொள்ளாது வருவோர்க்கு வரையாது கொடுமின்; நிரம்பச் சமைமின்; உணவேயன்றி வேறு பிற பொருள் களையும் நெடுஞ் சேரலாதன் முட்டின்றி நல்குவான், ஆதலால், பிற கலன்களையும் பிற இரவலர்க்கு வழங்கமின்; பெற்றது குறையு மென அஞ்சாத நல்குமின்; சேரலாதன் கொடை பொய்யாது; ஆகவே, நன்றாக உண்மின்; அடுமின்; எல்லோர்க்கும் கொடுமின்[1]'' என்று தெருட்டி ஊக்கினர். அப்போது, அக்கூட்டத்தில் இருந்த ஒருவர், கண்ணனாரை நோக்கி, ''இமயவரம்பனது கொடை நலம் அறிந்தோர போலக் கூறும் நீவிரும் எம்மனோர் போலப் பரிசிலர் எனக் காணு கின்றீர்; நுமது அரசன் யாவன், கூறுவிரோ?'' என்று கேட்டார். அதற்கு விடை கூறலுற்ற கண்ணனாரது உள்ளம் பெருமகிழ்வு கொண்டது. சேரலாதனது சிறப்பை எடுத்துரைத்தற்கேற்ற வாய்ப்புக் கிடைத்தது பற்றி அவர் பெருமிதம் எய்தினார்.

''நுமக்குக் கோவாவான்ன யார் என வினவுகின்றீர்கள்; எங்கள் வேந்தன், கடலகம் புகுந்து, அங்குள்ள தீவினுள் வாழ்ந்த திறல் மிகுந் திருந்த கடம்பரது கடம்பினை வேரோடு தடிந்து புகழ் மேம்பட்ட நெடுஞ்சேரலாதன்; பகைப்புலத்தே பகைவர் தமது சூழ்ச்சியால் செய்யும் எத்தகைய வினையையும் அவர்கட்கு வாய்க்குமாறு இன்றிக் கருவிலேயே கெடுத்து வெற்றிமிகும் வினைத்திறம் வாய்ந்தவன்; உட்பகை செய்யும் ஒட்டார் முன்னும் பொய்கூறாத வாய்மையுடை யவன்; தன்னைக் காணும் பகைவர் உள்ளத்து ஊக்கம் கெடுமாறு பெருமிதத்துடன் நடந்து, அவரது நாட்டை வென்று தன்னைப் பாடும் பரிசிலர்க்கு நல்கும் பண்பினன்; குதிரைகளையும் பிறவற்றையும் பெருக வழங்கும் கொடைநலம் உடையவன்; மிளையும் கிடங்கும் மதிலும் ஞாயிலுடைய பகைவர் பலருடைய நகரங்களை அழித்துத் தீக்கு இரையாக்கிய அவன், தன்பால் வருவோர், வல்லுநராயினும், மாட்டா ராயினும், யாவராயினும் நிரம்ப நல்கும் நீர்மையுடையவன்; மழைமுகில் தான் பெய்யுமிடத்துத் தப்பு மாயினும், சேரலாதன், பசித்து இரக்கும் இரவலர்க்க வயிறு பசி கூர ஈயும் சிறுமையுடைய வனல்லன்; அப்பெற்றியோனை நல்கிய அவனுடைய தாய் வயிறு மாசிலள் ஆகுக[1]'' என்று இனிமையாகப் பாடினர். அச்சொற்களைக்

1. பதிற். 18. 2. பதிற். 20.

கேட்ட பரிசிலர் பேரின்பம் எய்தினர். ஒற்றர் வாயிலாக வேந்தன் கண்ணனார் பாடிய பாட்டைக் கேட்டு அவர்பால் பேரன்பு கொண்டான்.

சேரலாதன் ஆட்சி நலத்தால் நாட்டில் வளவிய ஊர்கள் பல உண்டாயின. மக்கள் செல்வ வாழ்வு நடத்திச் சிறப்பெய்தினர். சான்றோர் பலர், அவனது ஆட்சி நலத்தை வியந்து போந்து அவனை வாழ்த்தினர். பொருளும் இன்பம் அறநெறியிற் பெருகி நிற்கும் அரசினைக் கீழ்மக்களும் விரும்புவரெனின், சான்றோர் போந்து பாராட் டுவதில் வியப்பில்லையன்றோ!

நெடுஞ்சேரலாதனோடு நெருங்கிய நட்பாற் பிணிப் புண்டிருந்த கண்ணனார் அவனுடைய ஆட்சியால் நலம் எய்திய நாடு முற்றும் கண்டு மகிழ்ந்தார். அவன் தன்னொடு பகைத்து மாறுபாடு கொண்ட வேந்தர் நாட்டிற் படையெடுத்துச் சென்று, அவர்களை வென்றடங்கி, அவன் நாட்டைப் பாழ் செய்வதையும் அவர் அறியாமலில்லை. போர்ப்புகழ் பெறுவதில் மகிழ்ந்து மைந்துற்று ஒழுகும் வேந்தர் உள்ளத்து மறவேட்கையை மாற்றி நாட்டு மக்கட்கு இன்பம் பெருக்கும் செயல்களில் ஈடுபடச செய்வதை, அவ்வேந்தரக்குச் சுற்றமாய்த் துணைபுரிந்த அந்நாளைச் சான்றோர் தமது கடமையாக மேற்கொண் டிருந்தனர். கண்ணனார் தமது கடமையை மறந்தார் இல்லை. காலம் வாய்க்குந் தோறம் நெடுஞ்சேரலாதனுக்குப் போரால் விளையும் கேட்டினை எடுத்துக்காட்டியே வந்தார். செய்த போர்களிலெல்லாம் இமயவரம்பன் வெற்றியும் பெருஞ் செல்வமும் பெற்றதனால், அவனது மனம் மறப் புகழையே நாடிநின்றது. மறவுணர்வை மாற்றுவதற்கு அவர் எடுத்துரைத்த அறவுரைகள் கருதிய பயனைக் கருதிய அளவில் விளைக்கவில்லை. முடிவில், அவன் கருத்தை இன்பத்துறையில் செலுத்துவது ஓரளவு அவன் நெஞ்சில் நிலவும் மறவுணர்வை மாற்றும் எனக் கண்ணனார் எண்ணினார்.

இவ்வாறிருக்கையில், நெடுஞ்சேரலாதன், ஒருகால் வேந்தன் ஒருவனுடன் போர்தொடுத்து அவன் நாட்டிற் பாசறை யிட்டிருந்தான். அந் நிலையில் ஒருநாள் கண்ணனார் அவனுடைய பாடிவீட்டிற்குச் சென்றார். வேந்தன் அவர் வரவு கண்டு மகிழ்ந்தானாயினும், அவ னுடைய குறிப்பு அவர் வந்நத வரவின் கருத்தை அறிய விழைந் தது. ‘வேந்தே, நீ மேற் கொண்டிருக்கும் வினை, நினக்கு வருத்தம் பயக்கும் அத்துணைக் கொடுமையுடையதென அஞ்சி யான் வந்தே னில்லை. மலைபோல் உயர்ந்த புறமதிலும், அகன்ற இடைமதிலும், கணைய மரங்கள் நான்று கொண்டிருக்கும் உயரிய வாயிலும் உடைய இப் பாசறை யிடத்தே நீ நெடிது தங்கிவிட்டாய்; அதனால் நின்னைக் காண்பது விரும்பி வருவேனாயினேன்'' என்றார். சேரலாதன் நெஞ்சு மகிழ்ந்து அவரது அன்பை வியந்து பாராட்டினான். அக்காலையில்

அன்பரது அன்புபற்றிய பேச்சொன்று உண்டாயிற்று. "அன்பால் பிணிப்புண்ட ஆண் மக்களாகிய என்போல்வார்க்கே நின் பிரிவு ஆற்றாமையை விளைவிக்குமாயின், நின்னையின்றி அமையாத நின் காதலியின் ஆற்றாமை எத்துணை மிகுதியாக இருக்கும் என்பதை எண்ணுதல் வேண்டும்" என்றார்.

அவரது சொல்வலையில் சிக்கிய இமயவரம்பன் மனக் கணக்கில், அவனுடைய காதலியான தேவியின் அன்புருவம் காட்சி யளித்தது; ஒருசில சொற்களால் அவன் தன் மனைவியின் குணநலங் களைச் சொன்னான். அச் சொற்களையே கண்ணனாரும் கொண் டெடுத்து, "சேரவேந்தே, நின் தேவியானவள் ஆறிய கற்பும் அடங்கிய சாயலும் உடையவள்; நீ கூறுமாறு ஊடற் காலத்தும் இனிய மொழி களையே மொழியும் இயல்பினள்; சிவந்த வாயும் அமர்த்த கண் ணும் அசைந்த நடையும் சுடர்விட்டுத் திகழும் திருநுதலும் உடைய நின் தேவி நின்னை நினைத்தற்குரியள்; நின் மார்பு மகளிர்க்கு இனிய பாயலாம் பான்மை யுடையது; நீயோ அதனை அவர்கட்கு நல்கு தலும், நல்காது பிரிதலும் கொண்டு உறைகின்றாய்; இக் காலத்தில் நின் மார்பை நின் தேவியார்க்கு நல்காயாயின், அவர் பாயல் பெறாமை யால் உளதாகும் வருத்தத்தின் நீங்கி உய்தல் கூடுமோ?[1] என்று இனிமைமிகக் கூறினார். இமயவரம்பன் கருத்துத் தன் காதலி மேற் சென்றது; மேற்கொண்ட வினையை விரைந்து முடித்துக் கொண்டு தன் நகர் வந்து சேர்ந்தான்.

சிலபல நாள்கள் கழிந்தன. சேர நாட்டின் ஒரு பகுதியில் வாழ்ந்த ஒரு குறுநில மன்னன், சேரலாதன் சினந்து போர் தொடுத்தற்குரிய குற்றத்தைச் செய்தான். போர் தொடங்கிற்று. பகைத்த வேந்தன் தோற்றோடினான்; அவன் நாட்டில் வாழ்ந்த மக்கள் பலர், போரினது கடுமை கண்டு அஞ்சி நாட்டை விட்டு நீங்கினர்; ஆனிரைகள் பேணுவாரின்றி நாற்றிசையும் சிதறியோடின; நிலங்கள் உழுவாரின்றிப் பாழ்பட்டன. அந் நிலையைக் கண்ட கண்ணனார் சேரலாதன் தங்கி யிருந்த பாசறைக்குச் சென்றார்.

அங்கே, பல்வகைப் படைகளும் தத்தமக்கு உரிய வினைகட்கு வேண்டுவனவற்றை முற்படச் செம்மை செய்துகொண்டிருந்தன. கூளிப் படை, பின்னே வரவிருக்கும் தூசிப் படை முதலிய வயவர் படைக்கு வழிசெய்து சென்றது; வயவர் படைக் கருவிகளை வடித்துத் தீட்டி நெய் பூசிக் கூர்மை செய்து கொண்டிருந்தனர்; இயவர், முரசுக் குப் பலியிட்டுப் போர் முழக்கம் செய்தனர்; கண்ணனார் இச் செயல் களை எடுத்தோதி, "நின் கூளியரும் வயவரும் இயவரும் சான்றோரும்

---

1. பதிற். 16.

போர்க்குச் சமைந்திருக்க நீயும் போரையே விரும்பியிருக்கின்றாய்; நின் போர்வினையால் நாடுகள் அழிந்து பாழ்படுகின்றன; நாடுகளில் மக்கள் இனிதிருந்து வாழ்தற்க ஏற்ற வாய்ப்புப் போர்வினையால் கெடுகிறது; அதனால் நாட்டின் பகுதிகள் பலவும அழிவுறுகின்றன. போர் நிகழ்தற்குமுன் அந் நாட்டு நீர்நிலைகளில் தாமரை மலர, நெலவயல்களில் நெய்தல் பூப்ப, நெற்பயிர் வளமுற வளர்ந்து விளைந்தன; நெல்லரிவோர் குயம் நெற்றாளை அரிய மாட்டாது வாய்மடங்கின; கரும்பின் எந்திரம் கரும்பின் முதிர்வால் பத்தல சிதைந்து வருந்தின; அந்நிலையைக் கண்டோர் இப்போது கை பிசைந்து புடைத்து வருந்த, போர்வினையால் அழிந்து மாட்சி இழந்தன. இவற்றை நீ எண்ணுதல் வேண்டும். இந் நிலையில் கணவனை இழந்த மகளிர் கையற்று வருந்தும் காட்சி நெஞ்சிற் பல நினைவுகளை எழுப்புகின்றது. நின் திருநகர்க்கண் உறையும் நின் காதலி, போர்த்துறை மேற்கொண்டு பாசறையிருப்பிலே நீ கிடத்தலால், நின்னைக் கனவின் கண் கண்டு இன்புறுவது ஒன்றைத் தவிர வேறு இன்பம் காணாது வருந்தி உறைகின்றாள்; அவளை நினையாது இருப்பது முறையன்று'' என்று சொல்லி, நெடுஞ்சேரலாதன் உள்ளத்தெழுந்த மறவேட்கையை மாற்றினார். இவ்வகையால் அவனது உள்ளத்தை அறத் துறையில் ஒன்றுவித்து நாட்டில் அமைதி நிலவச் செய்து மக்களது வாழ்வில் நிலைத்த இன்பம் செய்யும் புலமைப் பணியில் கண்ணனார் பெரிதும் உழைத்துப் பயன் கண்டார். அவரது புலமை நலம் கண்டு வியந்த வேந்தன் அவர்க்கு மிக்க சிறப்புகளைச் செய்தான். அந் நாட்டில் இன்றும் புகழ்மிக்கு விளங்கம் கண்ணனூர் அன்று இவர் பெயரால் ஏற்பட்டிருக்குமோ என நினைத்தற்கு இடமுண்டாகிறது. இடைக்காலத்தே இது சிறைக்கல் பகுதியை ஆண்ட வேந்தரது தலைநகரமாய் விளங்கிற்று. மேலும் அவன் உம்பற்காடு என்ற பகுதியில் ஐந்நூறு ஊர்களைக் கண்ணனார்க்குப் **பிரமதாயம்** கொடுத்தான். உம்பற்காடு என்பது இப்போது நீலகிரிப் பகுதியில் நும்பலக்காடு என்ற பெயர்க்கொண்டு நிலவுகிறது. இடீது, இப்போது வயனோடு என வழங்கும் பண்டைய பாயல் நாட்டின் ஒரு பகுதியாக இருந்து, ஆங்கிலேயருடைய ஆட்சிக் காலத்தில் நீலகிரி மாவட்டத்தில் சேர்க்கப் பெற்றது[1]. திருவிதாங்கூர் அரசைச் சேர்ந்த வைக்கம் என்ற நகரத்தில் **உம்பற்காட்டு வீடு** என ஒரு வீடு இருந்து உம்பற்காட்டின் பழமையை உணர்த்தி நிற்கிறது.[2]

இவ்வாறு இமயவரம்பனுடைய பேரன்பைப் பெற்றுக் கண்ணனார் சிறப்புடன் இருந்து வருகையில் அவர்க்குத் தமது ஊர்க்குச் செல்லவேண்டும் என்ற விருப்பமுண்டாயிற்று; வேந்தனிடத்தில்

1. Malabar Series; Wynad p. 5. 2. Cera kings by K.G. Sesha Iyer p. 14.

தமது கருத்தைக் குறிப்பாய்த் தெரிவித்தார். இப்போது சேரலாதனுக்கு முப்பத்தெட்டாம் ஆடசியாண்டு நடைபெற்றுக் கொண்டிருந்தது. கண்ணனார்க்கும் முதுமை நெருங்கிற்று. இமயவரம்பன் அவரது விருப்பத்தைப் பாராட்டித் தன் ஆட்சியில அடங்கிய உம்பற்காட்டின் தென்பகுதியான தென்னாட்டு வருவாயில்ய ஒரு பாகத்தை அவர் பெறுமாறு திருவோலை எழுதித் தந்து சிறப்பித்தான். அச் சிறப் பின் நினைவுக் குறியாகச் சிறப்புடைய ஊரொன்றைக் கண்ணன் பட்டோலை என்று மக்கள் வழங்கத் தலைப்பட்டனர். இப்போதும் குடநாட்டின் தென்பகுதியில், பாலைக்காட்டு வட்டத்தைச் சேர்ந்த தென்மலைப்புறம் என்ற பகுதியில் இந்தக் கண்ணன் பட்டோலை என்ற ஊர் இருந்து வருகிறது.

இச் சிறப்புப் பெற்ற கண்ணனார்க்கு இமயவரம்பன் பால் உண்டான அன்புக்க எல்லையில்லை. அவனை வாயார வாழ்த்த வேண்டும் என்ற எண்ணம் அவர்க்கு உண்டாயிற்று. ''சேரலாதனே, நிலமும் நீரும் வளியும் விசும்பும் போல, நீயும் அளப்பரிய பண்புகள் கொண்டவன்; தீயும் ஞாயிறும் திங்களும் பிற கோள்களும் போல ஒளியுடைவன்; பாரதப் போரில் பாரத வீரர்கட்குத் துணை செய்து உயர்ந்த **அக்குரன்** போன்ற கைவண்மை உன்பால் உளது; நீயோ போரில் பகைவர் பீடழித்த முன்பன்; மாற்றலாகாதது எனப்படும் கூற்றையும் மாற்றவல்ல ஆற்றல் உனக்கு உண்டு. நீ சான்றோர்க்கு மெய்ம்மறை; வானுறையும் மகளிர் நலத்தால் நிகர்ப்பது குறித்துத் தம்மில் இகலும் பெருநலம் படைத்த நங்கைக்குக் கணவன்; களிறு பூட்டிப் பகைப்புலத்தை உழும் அயில்வான் உழவன்; பாடினியைப் புரக்கும் வேந்தன். நின் முன்னோர் இவ்வுலகு முழுதும் ஆண்ட பெருமையுடையார்; அவர்களைப் போல நீயும் பெரும்புகழ் பெற்று வாழ்வாயாக[1]'' என வாழ்த்தினார்.

சின்னாட்குப் பின் நெடுஞ்சேரலாதன் அவர்க்கப் பொன்னும் பொருளும் நிரம்ப நல்கித் தானே காலின் ஏழடிப் பின் சென்று வழி விட, கண்ணனார் தமது குமட்டூர்க்குச் சென்றார். அரசியற் சுற்றத் தாரும் அவர் செய்த தொண்டினைப் பாராட்டி அவரை மனம் குளிர்ந்து வாழ்த்தினர்.

குமட்டூர்க்குப் போந்த கண்ணனாரை ஏனைச் சான்றோர் கண்டு அளவளாவி இன்புற்றனர். உம்பற்காட்டு வேதியரும் தென்னாட்டுச் செல்வர்களும் அவரைச் சிறப்புடன் வரவேற்றனர். கண்ணனார் தம்முடைய நாட்டில் இனிது உறைவாராயினர்.

---

1. பதிற். 14.

6. பல்யானைச் செல்கெழு குட்டுவன்

குட நாட்டின்கண் மாந்தை நகர்க்கண் இருந்து இமயவரம்பன் ஆட்சி புரிந்து வருகையில் குட்ட நாட்டில் வஞ்சி நகர்க்கண் இருந்து பல்யானைச் செல்கெழு குட்டுவன் ஆட்சி செய்து வந்தான். இக குட்டுவன் இமயவரம்பனுக்கு இளையனாதலின், இளமை வளத்தால் இவன் போர்ப்புகழ் பெறுவதில் தணியா வேட்கையுடையவனாய் இருந்தான். குட்ட நாட்டுக்குக் கிழக்கில் தென்மலைத் தொடரில் மேற்கில் பரந்திருக்கும் மணல் பரந்த நாட்டுக்குப் பூழி நாடு என்று அந்நாளில் பெயர் வழங்கிற்று.[1] அந் நாட்டவர் பூழியர் எனப்படுவர். பூழி நாட்டவர் தமக்கு அம்மையில் நிற்கும் தென்மலைக் காட்டில் வாழும் யானைகளைப் பிடித்துப் பற்றுவதில் தலைசிறந்தவர். அவர்கள் குட்டநாட்டுக் குட்டுவரது ஆட்சியின் கீழிருந்து அவர்கட்குப் பெருந்துணை புரிந்தனர். அதனால் குட்டுவன் படையில் ஏனைப் படைவகை பலவற்றிலும யானைப்படையே சிறந்திருந்தது. அச் சிறப்புப் பற்றிக் குட்டுவன், பல்யானைக் செல்கெழு குட்டுவன் என்று சான்றோர் வழங்கும் சால்பு பெற்றான்.

குட்ட நாட்டின் வட பகுதிக்கு நேர் கிழக்கில் நிற்கும் வடமலைத் தொடரின் மலைமிசைப் பகுதிக்குப் பாயல்நாடு என்பது அந்நாளில் வழங்கிய பெயர். அப் பாயல் நாட்டின் கீழ்ப் பகுதியில் இப்போது நும்பற்காடு என வழங்கும் உம்பற் காட்டில் குறுநிலத் தலைவர் சிலர் வாழ்ந்துவந்தனர். வடக்கே இமயவரம்பனது புகழ் மிகுவது கண்டு, அவர்கள் பொறாமை மிகுந்து குட்ட நாட்டிற் புகுந்த குறும்பு செய்தனர். அக் காலத்தே இப்போது ஆனைமனைத் தொடர் என வழங்கும் தென்மலைப் பகுதியில் முதியர் என்பார் வாழ்ந்து வந்தனர். உம்பற்காட்டுக் குறுநிலத் தலைவரது குறும்பு அவர்கட்கும் இடுக்கண் விளைத்து வந்தது.

உம்பற்காட்டின் வட பகுதியில் அகப்பா என்பது அதற்குத் தலையிடமாக இருந்தது. உம்பற்காட்டு வேந்தர் அகப்பாவில் இருந்து கொண்டு குட்டுவனுக்கு மாறுபட்டொழுகினர். இமயவரம்பன் வட வாரியரோடும் கடற்கடம்பரோடும் போரிட்டு ஒழிக்க வேண்டியிருந் தமையால், குட்டுவனே போர் மேற்கொண்டு உம்பற் காட்டுக் குறும் பரை வலியழிக்க வேண்டியவனானான். உம்பற்காட்டுக்குத் தலை நகரான அகப்பா, இப்போது குறும்பர்நாடு வட்டத்திலுள்ள மீப்பா யூர்க்குக் கிழக்கில் இருந்திருக்குமெனக் கருதப்படுகிறது. இப் பகுதி

---

1. Madras Manual Vo. iii p. 283.

இடைக்காலத்தே பாமலைநாடு என்றும் பாநாடு என்றும் வழங்கி யிருந்தது. பாயூர் மலைநாடென்று பின்னர் விளங்கிற்று. குறும்பர் நாடு வட்டத்தில் பாயூர் மலைநாடு ஒரு பகுதியாகவே இன்றும் உளது. இப் பகுதியை மேலை நாட்டு யவனர் குறிப்பு **பம்மலா** (Bammala) என்று குறிக்கின்றது. இது வடக்கில் சிறைக்கல் வட்டம் வரையில் பரந்திருந்தது. அப் பகுதியில் இப்போது இரண்டு தரா நாடு எனப் படும் பகுதிக்குப் பழம் பெயர் பாநாடு என்று வழங்கின்று எனச் சிறைக்கல் வரலாற்றுக் குறிப்பில் **வில்லியம் லோகன்** என்பாரும் உரைக்கின்றார்.

அந் நாளில் அகப்பா என்னும் நகரம் உயரிய மதிலும் பெருங் காடும் அரணாகக் கொண்டு சிறந்து விளங்கிற்று. மிகப் பலவாய்த் திரண்ட யானைப் படையும் பிற படைகளும் உடன்வர, குட்டுவன் உம்பற் காட்டிற்குட் புகுந்தான். அவனது படைப்பெருமை அறியாது எதிர்த்த குறுநிலத் தலைவர் எளிதில் அவன் படைக்குத் தோற்றனர். அவர்களுட் பலர் குட்டுவன் அருள் வேண்டிப் பணிந்து திறை தந்து அவன் ஆணைவழி நிற்பாராயினர். அங்கு வாழ்ந்த முதியர் அவனுக்குப் பெருந்துணை புரிந்தனர். உம்பற் காட்டில் சேரரது ஆட்சி நடைபெறுவதாயிற்று.

உம்பறகாட்டைத்தன் குடைக்கீழ் கொணர்ந்து நிறுத்திச் சிறந்த குட்டுவற்கு அந் நாட்டுக் குறுநிலத் தலைவரும் முதியவரும் துணைபுரிய, அவன் அதற்கு வடபாலில் உள்ள அகப்பா நோக்கிச் சென்றான். அகப்பாவிலிருந்து பகை செய்தொழுகிய வேந்தர் கடும்போர் உடற்றினர். குட்டுவன் உழிஞை சூடிச் சென்று அகப்பா வின் கடிமிளையும் கிடங்கும் நெடுமதிலும் பதணமும் சீர்குலைந்து அழியக் கெடுத்துப் பகை புரிந்தொழுகிய தலைவர் பலரைக் கொன்று வெற்றி கொண்டான். நாட்டின் பல பகுதிகள் குட்டுவன் படைத் திரளால் அழிவுற்றன. ஊர்கள் தீக்கிரையாயின; அகப்பா நகரும் சீர்குலைந்தது. முடிவில் குட்டுவன், அப் பகுதியை முதியவர் காவலில் வைத்துத் தன் கோற் கீழிருந்து ஆட்சி புரியுமாறு ஏற்பாடு செய்தான். இதனை மூன்றாம்பத்தின் பதிகம்.

> ***"உம்பற் காட்டைத் தன்போல் நிறீஇ***
> ***அகப்பா எறிந்து பகற்றீ வேட்டு***
> ***மதியுறழ் மரபின் முதியரைத் தழீஇக்***
> ***கண்ணகன் வைப்பின் மண்வகுத்து ஈத்து"***

என்று குறிக்கின்றது.

இவ் வண்ணம் வென்றி மேம்பட்டுச் சிறந்த குட்டுவன், வானை சூடித் தன் நாடு திரும்பிப் போந்து, தான் பெற்ற வெற்றிக்காகப்

பெருஞ்சோற்று விழாவைச் செய்தான். அப்போது சான்றோர் பலர் வந்தனர். குட்டுவனது அரசியற் சுற்றத்தாருள் நெடும் பாரதாயனார் என்ற சான்றோர் ஒருவர், அவ்வப்போது அவனுக்கு அரசியலறிவு நல்கி வந்தார். அவர் சிறந்த நல்லிசைப் புலமையும் உயர்ந்த கேள்வி நலமும் உடையவர். அவர் அவ் விழாவினை முன்னின்று நடத்தினார். அப்போது கோதமனார் என்னும் மற்றொரு சான்றோர் குட்டுவன்பால் வந்தார்.

இக் கோதமனார் பாலையூர் என்னும் ஊரினர்; அவ்வூர் குட்ட நாட்டில் இப்போது பொன்னானி வட்டத்தில் சாவக்காடு என்ற பகுதி யில் இனிதே உளது. கோதமனார் பாலையூரில்[1] வேதியர் குடியில் தோன்றி நல்லிசைப் புலமைப் பெற்று விளங்கினார்.

அந் நாளில், குட்டுவன் உம்பற்காட்டைக் கைப்பற்றி, அகப் பாவை நூறிக் கொங்கு நாட்டை வென்று சிறந்து விளங்கியது. அவர்க்கு மிக்க மகிழ்ச்சி தந்தது. அவர் குட்டுவனைக் கண்டு, ''வேந்தே, கழி சினம், கழி காமம், கழி கண்ணோட்டம், அச்சமிகுதி, பொய் மிகுதி, அன்புமிகவுடைமை, கையிகந்த தண்டம் என்பன நல்லரசர்க்கு ஆகா என விலக்கப்பட்ட குற்றங்களாகும். இவற்றை முற்றவும் கடிந்து, தன் நாட்டவர், பிறரை நலிவதும் பிறரால் நலிவுறு வதும் இன்றி, பிறர் பொருளை வெஃகாமல், குற்றமில்லாத அறிவு கொண்டு, துணைவரைப் பிரியாமல், நோயும் பசியுமில்லாமல் இனிது வாழவும், கடலும் கானும் வேண்டும் பயன்களை உதவவும் நன்கு அரசு புரிந்த உரவோர் நின் முன்னோர்; நீ அவர் வழி வந்த செம்மல்; கயிறு குறு முகவையை ஆனினம் மொய்க்கும் கொங்கு நாட்டை வென்று கொண்டாய்; ஐயவித்துலாமும் நெடுமதிலும் கடிமிளையும் ஆழ்கிடங்கும் அரும் பதணமும் பொருந்திய அகப்பாவை உழிஞைப் போர் செய்து வென்று கைப்பற்றி நூறினாய்; வரும்புனலை அடைப் பவரும், நீர விளையாடபவரும், வில்விழாச் செய்பவருமாய் இன்புற்று வாழும் மக்கள் நிறைந்த மருதவளம் பெற்றுச் செருக்கிய பகை நாட்டவர், நீ சீறியபடியால், வலி அழிந்து ஒடுங்குவது ஒருதலை; அவர் நாடுகள் நண்பகற் போதிலே குறுநரிகள் கூவ, கோட்டான்கள் குழற, பேய்மகள் கூத்தாடுமாறு பாழாவது திண்ணம்[2] என்று குட்டுவ னுடைய தொல்வரவும் ஆள்வினைச் சிறப்பும் போர வென்றியும் பாராட்டிப் பாடினார். அது கேட்டுப் பேருவகை கொண்ட குட்டுவன் அவரைத் தன் அரசியற் சுற்றத்தாருள் ஒருவராகக் கொண்டான்.

---

1. S.I.I. Vol. v. No. 784.
2. பதிற். 22.

சேரர் பேரூர்கள்

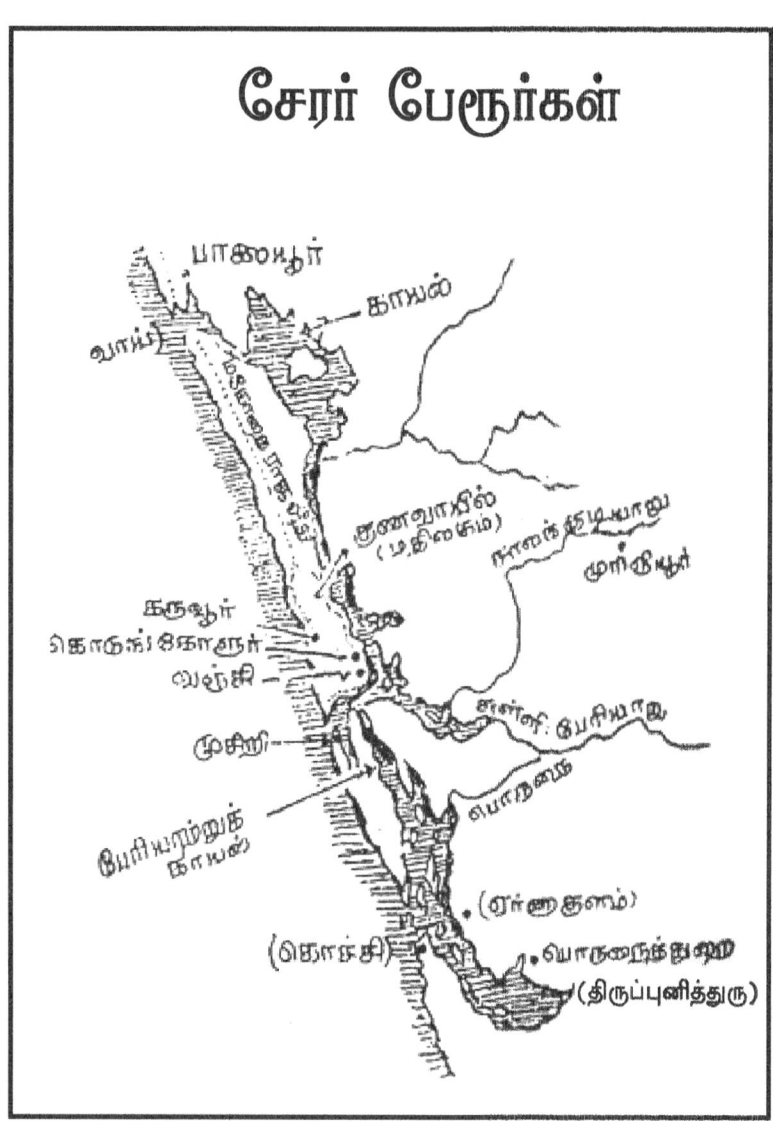

குட்டுவனுக்கு அரசியல் ஆசிரியரான நெடும்பார தாதயனார் முன்னின்ற புரோகிதம் செய்ய, பாலைக் கோதமனார் உரிய துணை புரியப் பெருஞ்சோற்றுவிழா நடைபெற்றது. போர்முரசு எண்டிசையும் எதிரொலிக்க முழங்கிற்று; முரசுக்குக் குருதியூட்டிப் பலிதரு வோன் கையில் பிண்டத்தை ஏந்தினான்; அதுகண்டு பேய் மகளிர் கைகொட்டிக் கூத்தாடினர். அக் குருதி கலந்த சோற்றை எறிந்தபோது சிற்றெறும்பும் அவற்றை மொய்த்தற்கு அஞ்சின; அவற்றைக் காக்கை யும் பருந்துமே உண்டன. பின்னர், கொடைமுரசு முழங்கிற்று. போர் மறவரும் பரிசிலரும் அம் முரசின் ஓசை கேட்டு வந்து கூடினர். அப்போது இயவர் இனிய இசைவிருந்து நல்க, போர்மறவர்க்குப் பெருஞ்சோறு வழங்கப் பெற்றது.

இவ் விழாவினைச் சிறப்பித்துக் கோதமனார் இனிய பாட்டொன் றைப் பாடினார். அப் பாட்டின்கண் நாட்டின் பல்வகைத் திணை வளங்களையும் எடுத்தோதினார். நெய்தற் பகுதியில் கடற்கரையை ஒட்டிக் கழிகள் உள்ளன; அவற்றில் நெய்தல்கள் மலர்ந்திருக்கும்; கரையோரங்களில் ஞாழல் மரங்கள் நிற்கின்றன. கழியில் மீன் வேட்டம் ஆடிய புள்ளினம் கழிக்கானலின் நிற்கும் புன்னையில் வந்து தங்கு கின்றன. கடலலைகள் கரையில் சங்குகளையும பவளக் கொடிகளை யும் கொணர்ந்து ஒதுக்குகின்றன; சங்குகள் ஒலிக்க அவற்றின் முத்துக் களையும் பவளக் கொடிகளையும் நெய்தலில் வாழ்வோர் எடுத்துக் கொள்ளுகின்றனர். ஒருபால், குறிச்சி நிலத்து ஊர்கள் உள்ளன; அங்கே அழகிய கடைத் தெருக்கள் காணப்படுகின்றன; கடைகளில் காந்தட் கண்ணி சூடிவரும் கொலைவில் வேட்டுவர், தாம் கொணரும் ஆமான் இறைச்சி, யானைக் கோடு ஆகியவற்றைத் தந்து அவற்றின் விலைக்கீடாகக் கள்ளைப் பெறுகின்றனர்; கடைக்காரர் அவற்றைப் பிற நாட்டவர்க்குப் பொன்னுக்கு மாறுதலால், கடைத்தெரு பொன் மிகுந்து பொலிக்கின்றது. மற்றொருபால் மருத நிலத்தில் காணப் படுகிறது; அங்குள்ள ஊர்களில் மருத மரங்கள் வேரோடு சாய்த்து வரும் புதுவெள்ளத்தை மணல் மூடைகளைப் பெய்து அணைகட்டும் மக்கள் மணற்கரைப் பகுதி நீர்ப் பெருக்கால் கரைந்து உருகுவது கண்கள் ஆரவாரித்து அடைக்கின்றனர்; ஒருபால், ஊர்களில் விழாக் கள் நடக்கின்றன; மக்கள் பலர் விழாப்பொலிவு கண்டு தன் சீறூர்க்குச் செல்கின்றனர்; அவ்விழாக் காலத்தில், கரும்பின் அரிகாலில், கால மெல்லாக் காலத்துப் பூக்கும் பூக்கள் மலிந்துள்ளன. மற்றொருபால், பரகின் வைக்கோலால கூரை வேய்ந்த வீடுகள் நிறைந்த புன்செய்க் கொல்லைகள் உள்ளன. அங்கு வாழ்பவர், வரும் விருந்தினர்க்குத் தினைமாவைத் தந்து விருந்தோம்புகின்றனர்; ஒருபால், ஈரமின்மை யால் பூக்கள் வாடி உதிர்ந்து நிலமும் பயன்படும் தன்மை திரிந்து மணல் பரந்து பொலிவு இன்றி இருக்கிறது; எங்கும் மணலும் பரல்களும்

பரந்து பூழி நிறைந்திருக்கும் இப் பகுதியில், மகளிர் காலில் செருப்பை அணிந்து திரிகின்றனர். இந் நிலங்கிளல் வாழும் வேந்தரும் குறுநிலத் தலைவரும், நின் பெருஞ்சோற்று விழாவில் எழும் முரசு முழக்கம் கேட்டு, உள்ளம் துளங்கி உலமருகின்றனர்; வலிய அரண் பெற்றும், மனத் திண்மை இன்மையால் அவர்கட்கு நின் விழாவொலி பேரச்சத் தைத் தருகிறது[1] என்று இவ்வாறு கோதமனார் கூறினார்.

அகப்பாவை வென்றது முதல் குட்டுவனது புகழ் நாடெங்கும் பரவியிருந்தமையின் நாட்டில் மக்கள் வாழ்வு இனிது இயங்கிற்று. போர் இல்லாமையால் மறவர் தத்தம் மனைகளில் இருந்து தமக் குரிய தொழில் செய்து வந்தனர்; வினை கருதியும் பொருள் கருதியும் பிரியும் பிரிவு, அவர்தம் வாழ்க்கையில் நிகழாமையால் ‘புலம்பா உறையுள்’ வாழ்க்கையே மலிந்திருந்தது. தானை மறவர் சிலர் வெறிதே மடிந்திருந்தனர். பிற நாடுகள் பெருவறம் கூர்ந்து வருந்துங் காலத்தும், குட்ட நாட்டிற் பாயும் பேரியாறு, விடரளை நிறையப் பெருகிப் புலங்களில் பரந்து நீர் நிரம்புமாறு காட்டுப் பூக்களைச் சுமந்து வந்து பாய்வதில் தப்பாதாயிற்று. அதனைத் தடுத்து நிறுத்தி வயல்களில் தேக்குங்காலத்து, உழவர் செய்யும் பூசல் ஒன்றே நாடு எங்கணும் விளங்கித் தோன்றிற்று. இதனால் குட்டுவன் நாடே திரு வுடையது எனப்படுவதாயிற்று. கோதமனார் இந்த நலத்தை அழகிய தொரு பாட்டாகப்[2] பாடி வேந்தனை இன்புறுத்தினார்.

இவ்வாறு இருக்கையில் சேர நாட்டுக்குக் கிழக்கில் உள்ள கொங்கு நாடு குட்டுவனது முன்னோர் காலத்தே சேர வேந்தர் ஆட்சி யில் இருந்த தெனினும், அங்கே இருந்து நாடு காவல் புரிந்த வேந்தர் சிலர், அயலில் இருந்த குறுநிலத்தவர் சிலரைத் துணையாகக் கொண்டு பாலைக்காட்டு வழியாகக் குட்டநாட்டிற் புகுந்து குறும்பு செய்தனர். குட்டுவரும் பூழியரும் நிறைந்த பெருட்படை யொன்றைக் கொண்டு குறும்பு செய்து போந்த கொங்கரைக் குட்டுவன் வெருட்டிச் சென்று, மேல் கொங்கு கீழ் கொங்கு எனப்படும் இரு கொங்கினை யும் கைப்பற்றித் தன் அரசியல் ஆணைவழி நிற்கச் செய்தான். அப்போது கீழ் கொங்கு நாட்டில் இப்போது **தாராபுரம்** எனப்படும் **ஊர் வஞ்சி** என்ற பெயருடன் சிறப்புறுவதாயிற்று. அந் நாளில் கொங்கு நாடு நீர் வளங்குன்றி முல்லை வளமே சிறந்து நின்றது. அதனால், அங்கு வாழ்ந்தவர் அனைவரும் ஆ காத்து ஓம்பும் ஆயர் களாகவே இருந்தனர். கொங்கு நாட்டில் காவிரியின் வடகரையில் வாழ்ந்த மழவர் பலர் தெற்கில் கீழ் கொங்கு நாட்டில் வந்து குடியேறி யிருந்தனர். அவர்கள் மறப்பண்பு சிறந்து நின்றமை அறிந்து, கீழ் கொங்க நாட்டில் வாழ்ந்த வேளிர் பலர், அவர்களைத் தமது படை

1. பதிற். 30.
2. பதிற். 28.

மறவராகக் கொண்டிருந்தனர். கொங்கு நாட்டைக் குட்டுவன் அகப்
படுத்தி, அங்கு வாழ்ந்த மழவரும் அவன் ஆணை வழி நிற்பாராயினர்.
அவர்கள் போர்த்துறையில் சிறந்து குட்டுவன் பாராட்டும் சிறப்பு
எய்தியதனால் குட்டுவன் ''குவியற் கண்ணி மழவர் மெய்ம்மறை[1]''
என்ற சிறப்பை எய்தினான்.

இவ்வாறு குட்டுவரும் பூமியரும் கொங்கரும் மழவரும் ஆகிய
பலவகை மறவர், தானை வீரராக மலிந்த பெரும்படை கொண்டு
குட்டுவன் விளக்க முறுகையில் ஆங்காங்குச் சிற்சில தலைவர்கள்
நின்று சிறு குறும்பு செய்தனர். அறியாமை காரணமாக அவர்கள்
போர் தொடுத்தாராயினும், குட்டுவன், தன் பெரும் படை கொண்டு
அவர்களை வலியழிப்பதில் சிறிதும் தாழாது ஒழுகினான். ஒருகால்
குறுநிலத் தலைவன் ஒருவன் குட்டுவனைப் பணிந்தொழுகாது
பகைத்தான். குட்டுவன் விடுத்த படை அவனது நாடு நோக்கிச்
சென்றது. தூசிப்படை முற்படச் சென்று பகை வேந்தனது அரண்
களை அழித்துச் செல்ல, குட்டுவன் அதன்பின் அணிவகுத்துச்
செல்லும் தானைக்குத் தலைமை தாங்கிச் சென்றான். பகைவன்
படைத்திரள், குட்டுவனது தூசிப் படைக்கு எதிர் நிற்கமாட்டாது
உடைந்து கெட்டது; அப் பகைவர் நாட்டில் வாழ்ந்த மக்களும் படை
வரவு கண்டு அஞ்சி வேறு இடங்கட்கு ஓடிவிட்டனர்; ஊர்கள் பல
அழிந்தன; அழிந்த இடங்களில் காட்டு விலங்குகள் வாழலுற்றன.
பகைவர் செய்த குறும்பினை அடக்கி வெற்றி காணும்போதெல்லாம்
குட்டுவன் தன் தானை வீரரைக் கூட்டி விழாக் கொண்டாடித் தானை
மறவர்க்கும் பிறருக்கும் பெருங்கொடை வழங்கினன்.

சிற்றரசன் ஒருவனை வென்றவிடத்துச் சிறுவிழா நிகழினும்
அதனைச் சிறப்பாகக் கொண்டாடுவது குட்டுவனுக்கு இயல்பு.
ஒருகால், அத்தகைய சிறுவிழா ஒன்று நிகழ்ந்தபோது, பாலைக்
கோதமனார் கலை வல்ல இரவலர் சுற்றம் உடன்வர வந்தார். விழா
நிகழும் இடத்தருகே இருந்த வயல் வரம்புகளில் உன்ன மரங்கள்
நின்றன; அவற்றின் கவடுகளில் சிள்வீடு என்னும் வண்டுகள் தங்கிக்
கறங்கின; ஊர்மன்றங்களில் தங்கித் தெருக்களிற் பாடிச் செல்லும்
பரிசிலர் போந்து உண்பனவுண்டு, இழையணிந்து உவகை மலிந்து
கூத்தாடினர். அவர்கட்குக் குட்டுவன் பெரு விலையையுடைய
நன்கலங்களைப் பரிசில் வழங்கினான். அக்காலை அவ்விடம் போந்த
கோதமனாரைக் குட்டுவன் கண்டு அன்போடு வரவேற்றுச் சிறப்பித்
தான். அப்போது அவன் நாட்டின் நலம் கூறுமாறு கோதமனாரை
வினவினான். அவனுக்கு அவர் நாட்டின் நலத்தை எடுத்துரைத்து
முடிவில் தான் வழியில் கண்ட காட்சியை விளக்கினர்; ''வேந்தே,

---

1. பதிற். 21.

சிறுமகிழ்வு நிகழினும் பெருங்கொடை புரிவது உனது இயல்பு; உனது இப்பண்பை அறியாது பகைத்துக் கெட்ட வேந்தர் நிலை நினைத் தற்கு மிக்க இரங்கத்தக்கதாய் உளது. இப்போது உன்னோடு பகைத்துப் பொருது கெட்டோருடைய நாடுகளில் பெருந்துறைகள் பல உண்டு. அவற்றின் கரையில் மருதமரங்களும் காஞ்சி முருக்கு முதலிய மரங்களும் நிற்கும்; அவற்றின் பூக்கள் சொரிந்துகிடக்கும் அடைகரை யில் நந்தும் நாரையும் செவ்வரியும் உலாவும்; நீர்நிலைகளில் தாமரை யும் ஆம்பலும் பெருகியிருக்கும்; இத்தகைய நாடுகள் இப்போது பாழ்பட்டுப் பல்லும் முள்ளும் நிரம்பிப் பொலிவிழந்து விட்டன[1]'' என்று பாடி, அவனது வெற்றிச் சிறப்பை எடுத்துரைத்தார்.

இது கேட்ட வேந்தனுக்கு மகிழ்ச்சி உண்டாயிற்றாயினும், தன் நாட்டின் நலம் அறிதற்கண் பிறந்த வேட்கை அடங்கவில்லை. அதனைக் கோதமனார் அறிந்து கொண்டார். ''வேந்தே, நின்படையின் தூசிப் படை முன்னுறச் சென்று பகைவர் அரணகளை அழிந்தேக, நின் தானைத் தலைவரும் மறச் சான்றோரும் கூடிய பெரும்படை, புகுந்து பொருகின்றதோர் பொற்புடையது; நீ அப்பொருபடைக்குத் தலைமை தாங்கிச் செல்கின்றாய்; நின் பாசறை யிருக்கையில் வில்வீரர் செறிந்து போர்வேட்கை மிகுந்து விரைக்கின்றனர்; நீ அவர்கள் இடையே இருந்து போர்க்குரிய செயல்முறைகளை ஆராய்ந்து உரைக்கின்றாய்;

நீ அந்தணரை வழிகட்டு அவரால் உலகு பரவும் ஒளியும் புலவர் பாடும் புகழும் பெறுகின்றாய்; நிலமுதலிய ஐந்தும் போல அளப்பரிய வளமுடையவனாகிய உன் பெருக்கத்தை யாங்கள் நன்கு கண்டோம். உரிய காலத்தே மழை பெய்யாது பொய்க்குமாயினும் வருவோர்க்கு வரையாது வழங்கும் சோற்றால் வாடா வளமுடையது நின்நாடு: நின்வளன் வாழ்க[2]'' என்று இயம்பினார்.

எதிர்ந்த வேந்தர் ஈடழிந்து கெடுவதும், தனது நாடு வளமிகுந்து சிறப்பதும் கண்ட குட்டுவனுக்குப் பகைமை அழிக்கும் போர்வினை யிலே விருப்பம் மிகுந்தது. ஒருசில வேந்தர் அவனது படைப் பெருமை அறியாது போர் தொடுத்தனர்; அவரும் அழிந்தனர். அவர்களுடைய நாடுகளும் யானைன புக்க புலம்போலப் பெரும் பாழாயின். பகையிருளைக் கடிந்து நாட்டில் வளம் பெருகச் செய்வது ஒன்றுதான் வேந்தர் செயல் என்று அறிஞர் கூறமாட்டார்; நாட்டு மக்கட்கு வேண்டிய நலம் புரிந்து இம்மை மாறி மறுமையில், செல்லும் உலகத்துச் சிறப்பெய்த வேண்டி அறம் புரிவதும் வேந்தர் செய்யத் தக்க கடனாம் என்பதையும் உணர்த்துவர்; அதுவே தமக்கு முறை

1. பதிற். 23. 2. பதிற். 25.

என்று கோதமனார் கண்டார். அவன் உள்ளத்தில் அருளறம் தோன்றி நிலைபெறல் வேண்டும் எனக் கருதி ஒரு சூழ்ச்சி செய்தார்.

குட்டுவன் அமைதியோடு இருக்கும் செவ்வி நோக்கி, அவனுக்கு அவன் செய்த போர் நலத்தை எடுத்தோதி இன்புறுத்துவார் போலப் பகைவரது நாடு அழிந்த திறத்தை விரித்துக் கூறுலுற்றார். ''வேந்தே, நீ போருக்குப் புறப்படுவாயாயின், போர்முரசம் இடிபோல் முழங்கும்; வானளாவ எடுத்த கொடிகள் அருவி போல் அசையும்; தேரிற் பூண்ட குதிரைகள் புள்ளினம்போலப் பறந்தோடும்; இப்படை புகுந்து அழிப்பதால் பகைவர் நாடுகள் கெடும் திறம் கூறுவேன்; குதிரைப்படை சென்ற புலங்களில் கலப்பை செல்லாது; யானைப்படை புக்க புலம் வளம் பயப்பதில்லை; படை மறவர் சேர்ந்த மன்றங்கள் கழுதையேர் பூட்டிப் பாழ் செய்யப்பட்டன. பகையரசர் எயில்கள் தோட்டி வைக்கப் பெறாவாயின; நின் படையினர் அந் நாடுகளில் வைத்த தீ காற்றொடு காட்டுக் கோழியும் ஆறலை கள்வரும் வாழும் பாழிடங்களாயின, காண்[1]'' என்றார்.

பின்பொருகால் செல்கெழுகுட்டுவன் நாடு காணும் கருத்துடையனாய்ப் புறப்பட்டான். அவனுடன் கோதமனாரும் சென்றார். வழியில் நாடுகள் பலவற்றைக் கடந்து செல்லும்போது, பாழுற்றுக் கிடந்த நாடு ஒன்றைக் கண்டனர். அப்போது மறம் மிகுந்து மறலும் குட்டுவனது மனத்தை மாற்றும் கருத்தினரான கோதமனார், ''இந்த நாடு பாழாய்க் கிடப்பதன் காரணத்தை யான் அறிவேன். இது முன்னாளில் வளம் சிறந்து விளங்கிற்று; இளமகளிர் குவளையும் ஆம்பலும் விரவித் தொடுத்த தழையுடை உடுத்துத் தலைவில் கண்ணி சூடி மரத்தின் மேல் ஏறியிருந்து வயல்களில் நெற்கதிரைக் கவரும் கிளி முதலியவற்றை ஒப்புதற்காக விளிக்குரல் எடுத்து இசைப்பர்; அப்போது பழனக்காவில் உறையும் மயில்கள், மகளிர் பாட்டிசைக்கு ஒப்ப ஆடும்; ஆரவாரம் ஒருபால் எழும்; ஒருபால் பொய்கைகளினின்றும் செல்லும் கால்களில் பூத்த நெய்தலை ஊதும் வண்டினம் எங்கும் மொய்த்துக் கொண்டிருக்கும்; நன்செய்களின் விளைவை வண்டியில் ஏற்றிச் செல்வர்; அப்போது வண்டியின் சகடம் சேற்றிற் புதையும்; அதனைக் கிளப்பிச் செலுத்தும் வண்டிக்காரர் செய்கிற ஆரவாரம் ஒருபால் எழும்; இந்த நாடு இத்தகைய ஆரவாரங்களைக் கேட்டது உண்டேயன்றிப் போராரவாரத் கேட்டதில்லை; இப்போது நீ சிவந்து நோக்கியதனால் இந்த அழி நிலையை எய்துவதாயிற்று[1]'' என்றார்.

இவ்வாறு நாடுகள் சில அழிந்திருப்பது கண்ட குட்டுவனுக்கு நெஞ்சில் அசைவு பிறந்தது. ''இந்த நாட்டு வேந்தர், போர் விளைந்தால்

---

1. பதிற். 27.

இத்தகைய அழிவு நேர்வதை அறியாது பகைத்துப் போர் தொடுத்தது பெருங் குற்றம்; வீடிழந்தும் விளைநிலங்களை இழந்தும் எத்தனையோ மக்கள் வருத்தம் எய்தினர்; இக் கேடு எய்தக்கண்டு மக்கள் மனம் கொதித்து வருந்தும் வருத்தத்தை நினைத்தால் கன்னெஞ்சமுடை யாரும் கசிந்துருகுவர்'' என்ற கட்டுரையும் இப் பேச்சிடையே பிறந்தது. ''அரசியற் செல்வம் சிறந்தது என்பது பொருந்தாது. நாட்டு மக்கட்கு இவ்வாறு துன்பம் எய்துவது அந்நாட்டு வேந்தர்க்குத் தீராக் களங்க மாகும்; அந்த நாட்டவர் வேந்தர்களை எவ்வளவில் வெறுப்பார் என்பது எண்ண முடியாத ஒன்று'' எனக் குட்டுவன் வாய்விட்டுக் கூறி வருந் தினான்.

இவ் வண்ணமே இருவரும் சொல்லிக் கொண்டே செல்லுங் கால், மிக்க கேடடைந்த நாடு ஒன்றைக் கண்டனர். அதனைப் பார்த்த குட்டுவன் ''இதுவும் பகை வேந்தர்போல் பொருது வென்ற நாடு தானே'' என்றான். ''ஆம்'' எனத் தலையசைத்த கோதமனார், ''வேந்தே இந்த நாடு யான் அறிந்த நாடுகளில் ஒன்று; நின் படைமறவர் புகுந்து போர் உடற்றிக் கைப்பற்றியதற்கு முன்னும் யான் இதனைக் கண்டிருக் கிறேன்; தேர்கள் இயங்குவதால் ஏரால் உழுவதை வேண்டாதே சேறுபடும் வயல்களும், பன்றிகள் உழுவதால் கலப்பையால் உழு வதை வேண்டாது புழுதிப்படும் புன்செய்க் கொல்லைகளும், மத்து உரறுவதால் இன்னியம் இயம்ப வேண்டாத மனைகளும் பொருந்திய இதன் நலத்தைப் பண்டு நன்கு அறிந்தவர் அப்போது காண்பாராயின், பெரிதும் நெஞ்சு நொந்து வருந்துவர்; இந்த நாட்டு மக்கள் நல்ல மனப்பண்பு அமைந்தவர்; முருகன் வெகுண்டு அழித்ததால் செலவக் களிப்பை இழந்த மூதூர்போல, நின் வீரர் சீறிடே அழித்ததால் இந் நாட்டில் மழையும் செவ்வே பெய்யாதாக, வெயிலின் வெம்மை மிகுவதாயிற்று; நாடும் நலம் பயவா தொழிந்தது; இங்கே வாழ்பவர், சீறி யழித்த நின்னையோ, நின் சீற்றத்துக்குரிய காரணத்தை உண்டு பண்ணிய தம் நாட்டுத் தலைவர்களையோ நோவாமல், இஃது அல்லற் காலத்துப் பண்பு என்று சொல்லிக் கண்ணீர் சொரிந்து கையைப் புடைத்துப் பிசைந்து வருந்துகின்றனர். மனைகள் பீர்க்குப் படர்ந்து நெருஞ்சி மலிந்து பாழ்பட்டுக் கிடப்பன, காண்[1]'' என்றார்.

இத்தகைய சொற்களால் குட்டுவன் மனத்தே மாறுதலொன்றும் உண்டாயிற்று. போர் நிகழாமல் தடுத்து, நாட்டு மக்களது வாழ்வு அமைதியோடு இயலுமாறு செய்வதில் அவன் கருத்துடையனானான். அக்காலத்தே இப்போது திருவாங்கூர் நாட்டில் உள்ள கோட்டயம் பகுதியில் வாழ்ந்த வேந்தர் சிலர் பகைத்துப் போர் தொடுத்தனர். வேந்தனுடைய தானைத் தலைவர் போர்க்குப் புறப்பட்டனர். இச்

---

1. பதிற். 26.

செய்திகள் குட்டுவனுடைய படைப் பெருமையைக் கண்டு தங்கள் நாடு எய்த விருக்கும் அழிவையும் நினைந்து வருந்தினர். அப் பகுதியில் வாழ்ந்த முதியருட் சிலர் குட்டநாட்டுப் பாலையூரினரான கோதமனாரைக் கண்டு போரை விலக்குதற்கு ஏற்ற முயற்சி செய்யு மாறு வேண்டினர்.

கோதமனார் குட்டுவனைக் கண்டு, "வேந்தே, நினது பெரும் படை சென்று பரவுதற்கு முன் இந்த நாடு இருந்த சிறப்பைச் சொல் வேன், கேள்; வளையணிந்த இளமகளிர் வயலில் விளைந்திருக்கும் நெற்கதிரைப் பிசைந்து நெல்மணிகளைக் கொண்டு அவல் இடிப்பர்; பின்பு, அவலிடத்த உலக்கையை அருகே நிற்கும் வாழை மரத்தில் சார்த்திவிட்டு வயல்களில் மலர்ந்திருக்கும் வள்ளைப் பூக்களைக் கொய்து விளையாடுவர்; வயல்களில் மீனினங்களை மேய்ந்துண்ணும் நாரை முதலிய குருகுகளும், வயல் வரம்பில் தங்கியிருக்கும் ஏனைப் புள்ளினங்களும் நீங்குமாறு அம்மகளிர் அவற்றை ஒப்புவர்; இசைச் சுவை நல்கும் இசைவாணர், ஊர் மன்றத்தில் தங்கியிருந்தது. மனை தோறும்போந்து யாழை இசைத்து இனிய பாட்டுகளைப் பாடி இன்புறுத் துவர். இத்தகைய வளஞ்சிறந்த நாடு இனி இரங்கத்தக்க அழிவெய் தும் போலும்[1]" என்று பாடினர்.

இத்துணை வளஞ் சிறந்த நாடு கெடுவது கூடாது என்ற கருத்துக் குட்டுவனுக்கும் தோன்றிற்று. நாட்டிற்குக் கேடு உண்டாகாத வகையில் போரை நடத்துமாற தானைத் தலைவரைக் குட்டுவன் பணித்தான். கடல்போற் பெருகி வந்த படைத்திரளைக் கண்ட மாத்திரையே, பகை மன்னர் மனவலியழிந்து அடிபணிந்து அவன் ஆணைவழி நிற்கலுற்றனர். நாட்டு மக்கள் குட்டுவனை வாயார வாழ்த்தினர். நாட்டினில் நல்லரசு நிலவத் தொடங்கிற்று.

கோதமனார் உரைத்தவற்றால் குட்டுவன் மனம் மாறி அறமே நினைந்தொழுகும் அருள் வேந்தனாயினன். நெடும்பாரதாயனார் முதலிய சான்றோரைக் கொண்டு வேள்விகள் பல செய்தான். அறம் முதலிய உறுதிப் பொருள்களை எடுத்துரைக்கும் நூல்களைச் சான்றோர் விரித்துரைக்கக் கேட்டு இன்புற்றான். எவ்வுயிர்க்கும் தீங்கு நினையாத கொள்கையும், சீர்சென்ற வாய்மையுரையும் அவன்பால் சிறந்து விளங்கின. சொல்லாராய்ச்சி, பொருளாராய்ச்சி, சோதிட நூல் ஆராய்ச்சி வேதாகமங்களைக் கேட்டல் முதலிய நெறிகளில் குட்டுவன் கருத்துப் பெரிதும் ஈடுபடுவதாயிற்று.

அன்பே நினைந்து ஒழுகும் முனிவர் உறவும், அறமே செய் தொழுகும் அந்தணர் கூட்டமும், வேள்வி வாயிலாகத் தேவரை

---

1. பதிற். 29.

இன்புறுத்தும் வேதியர் சுற்றமும் குட்டுவனைச் சூழ்ந்து நின்றன. அவனும் இம் முனிவர் முதலிய சான்றோர்களின் சிறந்த துணையை நயந்து வேள்விகள் பல செய்யலுற்றான். வேள்வித் தீயில் நெய் பெய்து எழுப்பும் ஆவுதிப் புகை அவனுக்கு மிக்க இன்பத்தைச் செய்தது. ஒருபால், தன்னை நாடி வருவோர்க்கு வரைவின்றிப் பெருஞ்சோறு வழங்கி விருந்தோம்புமாறு ஏற்பட்டு செய்தான். வேள்வியில் எழும் ஆவுதிப் புகையும், விருந்தோம்புங்கால் சோற்றிடைப் பெய்யும் நெய்ப் புகையும், நறுமணங்கமழ விண்படர்ந்து வானுலகத்துத் தேவரை இன்புறுத்தின. அதனால், குட்டுவனது வாழ்க்கை வானுல கத்துத் தேவர் விரும்பும் சிறப்பு மிகுவதாயிற்று[1].

குட்டுவன்பால் நாடோறும் பரிசிலர் போந்து அவன் புகழைப் பாடினர்; அவர்கட்குப் பகைவர் நல்கிய நன்கலங்களை வழங்கி அவர்கள் உண்டு தெவிட்டு மளவும் கள்ளும் தேறலும் தந்து களிப் பித்தான். இவ்வகையால் அவனது புகழே நாடெங்கும் மிகுந்தது. அவன் மனப் பண்புக்கு ஏற்ற வகையில் அவன் மனைவியும் கற்பால் நாட்டவர் புகழும் நல்லிசை எய்தினாள். முல்லை மணம் கமழும் கூந்தலும், திருமுகத்தில் மலர் போல் அகன்று அழகுறத் திகழும் கண்களும், காந்தள் மலர்ந்ததொரு திப்பிய மூங்கில் வகை போலும் தோள்களும் உடைமையால், அவளது உருநலம் புலவர் பாடும் புகழ் மிக்கு விளங்கிற்று.

இத்தகைய நற்குண நற்செய்கைகளால் பாண்புற்ற மனைவி யுடன் வாழ்ந்த குட்டுவனுக்கு ஆண்டு முதிரத் தொடங்கிற்று. அரசியற் புரோகிதரான நெடும்பார தாயனார் உடன்வரக் குமரித் துறைக்குச் சென்று வல்லாரும் மாட்டாருமாகிய பல்வேறு இரவலர்க்கும் ஏனைப் பார்ப்பார்க்கும் அவன் பெரும் பொருளை வழங்கி ''இரு கடல் நீரும் ஒரு பகலில்[2]'' ஆடினான்.

அதன் முடிவில், வேளிரும் குட்டுவரும் பூழியரும் கொங்கரும் ஆகிய நாட்டுத்தலைவர் உடன்வர, அவன் குட்ட நாட்டில் உள்ள அயிரைமலைக்குச் சென்று, அங்கே கோயில் கொண்டிருக்கும் கொற்றவைக்குப் பரவுக்கடன் செய்தான்.

பேரியாறு தோன்றும் ஏரிக்கும் அண்மையில் நிற்கும் மலை முடிக்குப் பண்டை நாளில் **அயிரை** என்று பெயர் வழங்கிற்று. அதிலிருந்து தோன்றிவரும் அயிரையாறு இப்போது சவரிமலைப் பகுதியில் தோன்றிவரும் பம்பையாற்றோடு கூடிப் பெருந்தேனருவி என்று பெயர் பெற்று அயிரையூர் வழியாக ஓடுகிறது. அயிரையூர் இப்போது அயிரூர் என்ற வழங்குகிறது. அயிரை மலையும் இப்போது

1. பதிற். 21. 2. பதிற். iii பதிகம்.

அயிதைமலை யெனக் கூறப்படுகிறது. இந்த அயிதைமலையே சங்க நூல்கள் குறிக்கும் அயிரை மலையாம் என்று திரு. கே.ஜி. சேஷையர் அவர்களும்[1] கருதுகின்றார்கள். அயிதை யாறு பம்பையோடு கலந்து பெருந்தேன் அருவி எனப்படுவதற்கு முன்பு, அதன் கரையில் அயிதை யூர் என்றோர் ஊர் இருப்பதும், அது பெருந்தேனருவியாகி மேலைக் கடலை நோக்கி ஓடுங்கால் அதன் கரையில் அயிரூர் என்றோர் ஊரிருப்பதும், பிற்காலத்தே "அயிரூர் சொரூபம்" என்றொரு வேந்தர் குடிக்கிளை இருந்திருப்பதும் மேலே கண்ட முடிபை வற்புறுத்து கின்றன.

பின்பு குட்டுவன், அரசியற் சுற்றத்தாரும் தானைத் தலைவரும் புடைவரத் தன் மனையாளுடன் வஞ்சிமா நகர் வந்து சேர்ந்தான்; இரப்போர் சுற்றமும் புரப்போர் கூட்டமும் அவனைப் பாராட்டி வாழ்த்தின. நெடும்பார தாயனார் அரசன்பால் விடைபெற்றுக் கொண்டு துறவு பூண்டு காடுசென்று சேர்ந்தார். சில ஆண்டுகட்குப் பின்பு, ஒருகால், பாலைக்கோதமனார், "வேந்தே, எவ்வுயிர்க்கும் தீங்கு கருதாக் கொள்கையாலும், சீர் சான்ற வாய்மையுரையாலும், சொல்லும் பொருளும் சோதிடமும் வேதமும் ஆகமுமாகிய இவற்றால் எய்திய புலமையாலும், முனிவர் துணையாதல் வேண்டி எடுத்த வேள்வித் தீயிடை எழுந்த ஆவுதிப் புகையும், விருந்தினரை உண் பிக்குமிடத்து எழும் நெய்யாகிய ஆவுதிப் புகையுமாகிய இரண்டின் நறுமணத்தாலும், வானுலகத் தேவர் விரும்பும் சிறப்பும் செல்வங் களும் நீ பெற்றுள்ளாய்; மேலும், நீ செருப்புமலைக் குரிய பூழியர் கட்குத் தலைவன்; மழவராகிய சான்றோர்க்கு மெய்ம்மறை; அயிரை மலையையுடையவன்; யாண்டுதொறும் பருவம் தப்பாது நன்மழை பெய்வதால் வளம் மிகப் படைத்து நோயில்லாத வாழ்வுதிகழ, இயல்பாகவே முல்லை மணம் கமழும் கூந்தலும் மழைக்கண்களும் மூங்கில் போலும் தோள்களுமுடைய நின் மனைவியுடன் பல்லாயிர வெள்ளம் ஆண்டுகள் வாழ்வாயாக[2] என்று வாழ்த்தினார்.

இவ் வாழ்த்துரையைக் கேட்ட குட்டுவன் பாலைக் கோதம னார்க்கு மிக்க பரிசில் நல்கிச் சிறப்பிக்க நினைத்தான். அவன் மனக்குறிப்பைக் கோதமனார் கண்டு கொண்டார். ஆயினும் அவரது உள்ளம் வேறொன்றை நாடிற்று. உடனே குட்டுவன் அவரை நோக்கிச் "சான்றீர், நீர் வேண்டுவதைக் கொண்மின்" என்றான். அவர் "வேந்தே, யான் இதுவரை நின்னோடே யிருந்து நீ தந்த பொருள் களால் செல்வ வாழ்வு பெற்றேன். இம்மை வாழ்வை இனிது கழித்த

---

1. Chera Kings p. 15.
2. பதிற். 21.

யான், மறுமையிலும் துறக்க இன்பம் பெற விழைகின்றேன். அது குறித்து யான் என் பார்ப்பனியுடன் வேள்விகள் ஒரு பத்துச் செய்தல் வேண்டும்; அவ் வேள்விகட்கு வேண்டிய செல்வத்தை உதவுதல் வேண்டும்'' என்று தெரிவித்தார். அவருடைய உள்ளத்தின் உயர்வு கண்டு உவகை மிகுந்து, அவர் வேண்டியவாறே குட்டுவன், வேள்வி கட்கு வேண்டும் பலவும் உவந்து அளித்தான். கோதமனாரும் இடை யீடின்றி ஒன்பது வேள்விகளை முடித்துப் பத்தாம் வேள்வி நடை பெறுகையில் தன் பார்ப்பனியுடன் மறைந்து விட்டார்.

தன்னோடு துணைவராய் இருந்த நெடும் பாரதாயனார் துறவு பூண்டதும், கோதமனார் வேள்விக் காலத்தில் மறைந்ததும், குட்டுவன் உள்ளத்தில் நன்கு பதிந்து துறக்க வாழ்வில் அவனுக்குப் பெரு வேட்கையை உண்டு பண்ணிவிட்டன. அரசியற் செல்வத்திலும், மறம் வீங்கு புகழிலும் அவனுக்கு உவர்ப்புப் பிறந்தன. அதன் மேல் அவனுக்கு மகப்பேறும் இல்லாதிருந்து. அஃது, அவன் கருத்தை மேன்மேலும் ஊக்கவே, அவன் தானும் துறவு மேற்கொள்ளத் துணிந்து சான்றோர் சிலர் துணை செய்யத் தன் மனைவியுடன் துறவு பூண்டு காடு சென்று சேர்ந்தான்.

7. களங்காய்க் கண்ணி நார்முடிச் சேரல்

இமயவரம்பன் நெடுஞ்சேரலாதனுக்குப் பதுமன் தேவி, சோழன் மணக்கிள்ளி என இரு மனைவியர் இருந்தனர். அவருள் பதுமன் தேவி யென்பவள், வேணாட்டு வேளிர் குடியில் தோன்றியவள். அவள் தந்தை வேளாவிக்கோமான் எனப்படுவன். மணக்கிள்ளி சோழர் குலப் பெண். பதுமன் தேவி யென்ற இப் பெயரைக் கண்டோர், இவள் பதுமன் என்பவனுக்கு மனைவியென்று பொருள் கொண்டு இப் பதுமன் தேவி இமயவரம்பனுக்கு உடன்பிறந்தவள் எனக் கருதி இவள் மகனான நார்முடிச்சேரல் **மருமக்கள் தாய முறையில்** அரசு கட்டில் ஏறினான் என்று கூறிவிட்டனர். அஃது வரலாற்று உண்மையன்று.

இனி, அவ் வரலாற்று உண்மையைக் காண்பது முறையாகிறது. ஏறக்குறைய ஆயிரம் ஆண்டுகட்கு முன்பு, தமிழ் நாட்டில் பேரரசு நிறுவி வாழ்ந்த சோழ வேந்தரின் மனைவியர் பெயர்களைக் கல்வெட் டுகள் குறிக்கின்றன. அவர்கள், வானவன் மாதேவி என்றும், பஞ்சவன் மாதேவி என்றும், செம்பியன் மாதேவி என்றும், சேரவன் மாதேவி என்றும் பெயர் தாங்கியிருந்தனர். வானவன் மாதேவியார் இரண்டாம் பராந்தகனுக்கு மனைவி; பஞ்சவன் மாதேவி என்பது உத்தம சோழன்

மனைவியது பெயர். செம்பியன் மாதேவியார் முதற் கண்டராதித்த சோழருடைய மனைவி யாராவர். இவ்வாறே வில்லவன் மாதேவி, பாண்டிமாதேவி, சேரவன்மாதேவி என்ற பெயருடைய அரசியர் பலர் இருந்துள்ளனர். இப் பெயர்களைப் போலவே பண்டை, நாளைத் தமிழ்ச்சேர மன்னர் மனைவியரும் பெயர் பூண்டிருந்தனர். அதனால் அவர்கள் பெயரை இச் சோழவேந்தர் மனைவியர் பெயர் போலக் கொள்வது நேர்மையேயன்றி வேறாகக் கொண்ட, இயைபில்லாத, மிகவும் பிற்காலத்தே நுழைந்த மருமக்கள் தாயத முறையைக் கொணர்ந்து புகுத்திக் குழறுபடை செய்வது உண்மையாராய்ச்சி ஆகாது.

குட நாட்டை இமயவரம்பனும், குட்ட நாட்டைப் பல்யானைச் செல்கெழு குட்டுவனும் ஆட்சி புரிந்து வருகையில், இளையனான நார்முடிச்சேரல், வேணாட்டிற்கு வட கிழக்கிலும், குட்ட நாட்டிற்குத் தென் கிழக்கிலும், பாண்டி நாட்டைச் சாரவும் இருந்த **குன்ற நாட்டில்** இருந்து நாடு காவல் செய்துவந்தான். இப்போது அது **குன்றத்தூர் நாடு** என வழங்குகிறது. அப் பகுதியில் **வண்டன்** என்னும் பழையோன் வழி வந்தோரும் முதியர் இனத்தவரும் வாழ்ந்து வந்தனர். அவர்கட்குத் தலைவனாய், அவரது பேரன்புக்கு உரியனாய் நார்முடிச்சேரல் இருந்துவந்தான். குன்ற நாட்டுக்கு மேற்கிலும் வடமேற்கிலும் உள்ள குட்ட நாட்டையும், குட்ட நாட்டின் கிழக்கிலுள்ள பூழி நாட்டையும், குட்டுவன் ஆட்சி செய்து வந்தான். பாலைக் கோதமனார் நெடும்பார தாயனார் முதலிய சான்றோருடன் கூடிச் செல்கெழு குட்டுவன் துறவுள்ளம் கொண்டு அறவேள்வித் துறைகளில் மிக்க ஈடுபாடு உடையனாகிய போது, நார்முடிச்சேரல் பூழி நாட்டுக்குக் கிழக்கில் இருக்கும் மலைநாட்டைத் தன் ஆட்சியிற் கொண்டு நாடுகாவல் புரிந் தொழுகினான்.

அந் நாளில், குட நாட்டின் வடக்கிலுள்ள கொண்கான நாட்டில், நன்னன் என்னும் வேள்புல வேந்தன், சேரலாதன் வழிநின்று நாடு காவல் செய்து வந்தான். கொண்கானத்தின் வடபகுதி துளு நாடு என்றும், அதன் கீழ்ப்பகுதி புன்னாடு என்றும் வழங்கின. புன்னாட்டில் கங்கன் என்பவனும், அதன் தென்பகுதியில் கட்டி என்பவனும், பாயல் மலையை யொட்டி அதன் கீழ்ப்பகுதியில் நாடு வகுத்து அரசு புரிந்து வந்தனர். கங்கன் வழிவந்தோர் கங்கரெனவும், கட்டியின் வழியினர் கட்டியர் எனவும் வழங்கினர். கங்கநாடு மேற்கே கொண்கானத்தை யும் கிழக்கே புலிநாட்டையும் எல்லையாகக் கொண்டிருந்தது. இப்போதுள்ள மைசூர் நாட்டைப் பண்டை நாளைக் கங்கநாடு என்றால் பொருந்தும். தென்பாற் கங்க நாட்டில் காவிரியைச் சார்ந்த பகுதியில் கட்டியர் வாழ்ந்தனர். அவருடைய கல்வெட்டுகள் சில

சேலம் மாவட்டத்தில் ஒமலூர்ப் பகுதியில் காண்ப்படுவது இதற்குச் சான்றாகிறது. இந் நாடு பூவானி நாடு என்றும் கல்வெட்டுக்களிற் காணப்படும். பூவானி நாட்டின் வடகிழக்கிலும் கிழக்கிலும் தகடூர் நாடு கிடந்தது. பூவானி நாட்டிற்குத் தெற்கிலும் இன்றைய பவானி, ஈரோடு, பெருந்துறை முதலிய பேரூர்களைத் தன்கண் கொண் டிருக்கும் நாடு **புன்றுறை** என்ற குறுநிலத் தலைவன் ஆட்சியில் இருந்தது. அதனால் அப் பகுதியிற் காணப்படும் கல்வெட்டுகள் அப் பகுதியைப் புன்றுரை நாடு என்று குறிக்கின்றன. இதனைச் சில கல்வெட்டுகள் **பூந்துறை நாடு** என்று கூறினும், அதன் பண்டைய உண்மைப் பெயர் புன்றுறை என்பது நினைவு கூரத் தகுவது; அப் பகுதியிலிருக்கும் பூந்துறை என்னும் ஊர் புன்றுறை எனப்பட்ட பொற்புடையதாதல் வரலாற்று நெறிக்கு ஒத்தது. புன்றுறை நாட்டுக் குத் தென் மேற்கிலும் தெற்கிலும் உள்ள மேலைக் கொங்காகிய மீகொங்கு நாட்டை நன்னன் என்றொரு தலைவன் பொள்ளாச்சிக்கு அண்மையில் உள்ள ஆனைமலை என்னும் பகுதியிலிருந்து ஆட்சி செய்தான். ஆனைமலைக்குப் பழம்பெயர் நன்னனூர் என்பது அவ்வூர்க் கல்வெட்டுகளால்[1] தெரிகிறது. தகடூர் நாட்டை அதியர் என்னும் குறுநிலத் தலைவர் ஆட்சிபுரிந்து வந்தனர். அவரது தகடூர் இப்போது சேலம் மாவட்டத்தில் தருமபுரி என்ற பெயருடன் நிலவு கிறது. அப் பகுதியில் உள்ள அதியமான் கோட்டை என்ற ஊர் அதமன் கோட்டையென மருவி நின்று வரலாற்றுச் சான்றாக விளங்கு கிறது.

வேள்புலத் தலைவனான நன்னன், பெருஞ் சோற்றுதியன் முதலிய சேர மன்னர்களால் நன்னன் உதியன் என்ற சிறப்புப் பெயர் நல்கப் பெற்றுச் சிறந்து விளங்கினன். அவன் அரசியல் நுட்பமும் புலவர் பாடும் புகழும் படைத்தவன். அதனால் அவன்பால் வேளிரும் கங்கரும் கட்டியரும் பிற குறுநிலத் தலைவரும் நட்புற்றிருந்தனர். நன்னனுடைய மெய்ம்மைப் பண்பும் காவல் மாண்பும் நோக்கி, வேள்புல வேந்தர் தம்முடைய பெருநிதியை அவனுடைய பாழி நகர்க்கண்[2] வைத்திருந்தனர். பாழிநகர் இப்போது வட கன்னடம் மாவட்டத்தில் ஹோனவா றென்னும் பகுதியில் பாட்கல் (பாழிக்கல்) என்ற பெயருடன் இருக்கிறது. நன்னனது துளுநாட்டுத் தேகைக்கா[3] என்னும் ஊர் இப்போது ஜோக் (Joag) என்ற பெயருடன் ஒரு சிற்றூராக இருக்கிறது. இவை முன்பும் காட்டப்பட்டுள்ளன.

---

1. Ep. A. R. No. 214 of 1928.
2. அகம். 258.
3. அகம். 15.

நன்னன் வழியினர், நன்னன் வேண்மான்[1] நன்னன் ஆஆய்[2], நன்னன் சேய்[3], நன்னன் ஏற்றை[4], என்று சான்றோர்களால் குறிக்கப் பெறுகின்றனர். இவருள் நன்னன் வேண்மான் என்பான் வியலூர் என்னும் ஊரைத் தலைநகராகக் கொண்டு நாடுகாவல் புரிந்தான். வியலூர் இப்போது துளு நாட்டில் பெயிலூர் (Bailur) என வழங்கு கிறது; இவ்வியலூர் வயலூரெனவும் வழங்கும்[5]. நன்னன் ஆஅய், பிரம்பு என்னும் ஊரைத் தலைமையாகக் கொண்டு நாடுகாவல் செய்தான். நன்னன்சேய் திருவண்ணாமலைக்கு மேற்கிலுள்ள செங்கைமா என்னும் ஊரைத் தலைநகரமாகக் கொண்டு அதனைச் சூழ்ந்துள்ள நாட்டை ஆண்டுவந்தான். நன்னன் ஏற்றை பொள்ளாச் சிக்கு அண்மையிலுள்ள ஆனைமலைப் பகுதியில் இருந்து பாலைக் காட்டுப் பகுதியை ஆட்சி செய்து வந்தான். அப் பகுதியில் நன்னன் முக்கு[6] நன்னன்பாறை[7] நன்னனேற்றை[8] என்ற பெயர் தாங்கிய பலவூர்கள் இருப்பது போதிய சான்றாகும். இவ்வாற நன்னன் என்ற பெயர் பூண்ட தலைவர்கள் பலர் மேலைக் கடற்கரையிலும் கொங்கு நாட்டிலும் பரவி வாழ்ந்து வந்தமை நன்கு தெளியப்படும்.

இந் நன்னருள் முதல்வனான நன்னன், கொண்கான நாட்டில் ஏழில்மலைப் பகுதியைத் தனக்கு உரித்தாகக் கொண்டு வாழ்ந்தான். அதன் வட பகுதியான துளுநாடும் அவற்கே உரியதாயிருந்தது. அந் நாட்டில் கோசர் என்னும் மக்கள் வாழ்ந்தனர். ''மெய்ம்மலி பெரும்பூண் செம்மற் கோசர்...... தோகைக்காவின் துளுநாடு[9]'' என்று சான்றோர் கூறுவது காண்க. துளு நாட்டுள்ளும் மேலைக் கடற்கரையைச் சார்ந்த நெய்தற் பகுதியிலே அவர்கள் வாழ்ந்தமை தோன்ற, ''பல்வேற் கோசர் இளங்கள் கமழும் நெய்தலஞ் செறுவின் வளங்கெழு நன்னாடு[10]'' என்று கல்லாடனார் சிறப்பித்துரைக்கின்றார்.

இனி, நன்னன் வேள்புலத்து வேளிர் தலைவனாதலால், அவன் ஆட்சியின் கீழிருந்த கோசரை வேளிற் என்றற்கில்லை. அவர்களை வெளிரென யாண்டும் சான்றோர் குறித்திலர். மற்று, அந் நாளில் கொங்க நாட்டில் வாழ்ந்த அதியர், மழவர் என்பாரைப் போல இப்கோசரும் ஓர் இனத்தவராக வாழ்ந்தவர் எனக் கோடல் சீரிதாம். ஆனால், அதியரும் மழவரும் ஒரு பகுதியில் நிறைபெறத் தங்கி, நாடு வகுத்து, அரசு நிலை கண்டு, வாழ்ந்தாற்போல இக் கோசர் எப் பகுதியிலும் நிலை பேறு கொண்டிலர். துளு நாடு, கொங்கு நாடு,

1. அகம் 97.
2. ஷை 366.
3. மலைபடுகடாம் 87.
4. அகம் 44.
5. பதிற் டிடி பதி.
6. மலையாள் மாவட்டத்துப் பொன்னானி தாலூகா.
7. ஷை ஏர்நாடு வட்டம்
8. T. A. S Vol. iii பக். 8, 10, 20
9. அகம் 15.
10. அகம் 113.

பாண்டி நாடு என்ற இந் நாடுகளில் தான் இவர்கள் பெரும்பாலும் இருந்திருக்கின்றனர். சேர நாட்டிற்குத் தெற்கிலுள்ள தென் பாண்டி நாட்டு வாட்டாற்றுப் பகுதியில் எழினியாதன் காலத்தில் இன் கோசர் கள் வாழ்ந்திருக்கின்றனர். இவ்வாட்டாறு, தஞ்சை மாவட்டத்துப் பட்டுக் கோட்டை வட்டத்தைச் சேர்ந்த வாட்டாத்திக் கோட்டைப் பகுதியாயின், கோசர்கள் பாண்டி நாட்டின் வடபகுதியில் சோழ நாட்டை அடுத்து வாழ்ந்தனர் எனக் கொள்ளலாம். கொல்லி மலைக் குரிய வேளிரது ஆணைவழி நின்றொழுகிய மழவர், போல கொண் கான நாட்டு நன்னர் வழிநின்று அவர் தங்கிய இடங்களில் இக் கோசர் வாழ்ந்திருக்கின்றனர். பாண்டி வேந்தரிடத்தும் இக்கோசர்கள் மறப் படை மைந்தர்களாகவே இருந்துள்ளனர். ஏனைச் சேர நாட்டிலும் சோழ நாட்டிலும் இக் கோசரது இருப்புச் சான்றோர்களால் குறிக்கப்பட வில்லை.

இக் கோசர்களைப் பற்றி ஆராய்ச்சி நிகழ்த்திய அறிஞர்கள், பிரமதேவன் வழிவந்த குச முனிவன் மக்களான குசாம்பன், குசநாபன், ஆதூர்த்தன், வசு என்ற நால்வரும் கௌசாம்பி முதலிய நான்கு பெரு நகரங்களை நிறுவி வாழ்ந்தனர் என்றும், அவர்களின் வழிவந்தவர் இக் கோசர் என்றும், நான்கு ஊர்களை நிலைகொண்டு வாழ்ந்தமை பற்றி இவர்கள் நாலூர்க் கோசர்[1] என்று கூறப் பெற்றனர் என்றும் கோசாம்பி நாட்டைப் பின்னர் ''வத்ஸன்'' என்ற வேந்தன் ஆண்டனன் என்றும், ''வத்ஸ கோசர்'' என்பது இளங்கோசர் எனத் தமிழர்களால் மொழி பெயர்க்கப் பெற்றது என்றும்[2] கூறுகின்றனர். ஆனால் உண்மை வேறாகத் தோன்றுகிறது. பிறநாட்டு ஊர்ப் பெயர்களையும் மக்கட் பெயர்களையும் பிறவற்றையும் தங்கள் மொழியில் மொழிபெயர்த்துக் கொண்டு வழங்கும் வழக்கம் வடமொழியாளரிடத்தன்றிப் பிற எந்நாட்டு எம் மக்களிடத்தும் காணப்படுவதில்லை. பிறரெல்லாம பிறநாட்டு ஊர் மக்கட் பெயர்களைத் தங்கள் மொழி நடைக்கேற்பத் திரித்து வழங்கவர். அவர்களைப் போலவே தமிழர், மேனாட்டு அயோனியரை யவனரென்றும், பார்ஷியரைப் பாரசிகரென்றும், இங்கி லாந்து மக்களை ஆங்கிலரென்றும், பிற மக்கட் பெயர் இடப் பெயர் களை, பேருது, யாக்கோபு, ஏசு, சீதக்காதி, பெத்தலை, மதினா என்றும் திரித்து வழங்குவர். இவ்வாறு திரித்துக் கொள்ள வேண்டும் என்று தமிழ் இலக்கணமே விதித்திருக்கிறது[3]. இதனால் மொழிபெயர்த்து வழங்குவது வழக்காறு தமிழ் மரபு அன்று என்பது இனிது விளங்குத லால், இளங்கோசர் என்பது ''வத்ஸகோசர்'' என்ற வடமொழியின் மொழிபெயர்ப்பு என்றால் பொருந்தாது. கோசர்கள், துளு நாட்டிலும்,

---

1. குறுந். 15.
2. திரு. இராகவய்யங்கார்: கோசர். பக். 47-8.
3. தொல். சொல். எச்ச. 5.

பாண்டி நாட்டிலும், கொங்கு நாட்டிலும் இருந்தவரென்பது தோன்றப் பல குறிப்புகளை வழங்கும் சங்க நூல்கள் இவர்களை வடபுலத்துக் கோசாம்பி நாட்டினரென்றோ, கோசல நாட்டினரென்றோ தோன்ற ஒரு சிறு குறிப்பும் குறிக்கவில்லை. இனி, வத்ஸன் ஆண்ட நாடு வத்த நாடு என்றும், வத்ஸர் தலைவனை வத்தவர் பெருமகன் என்றும் வழங்குவது தமிழ் மரபு. வத்ஸனை இளையன் என்றோ, வத்ஸ நாட்டினை இளநாடு என்றோ மொழி பெயர்த்தது கிடையாது. ஆகவே இளங்கோசரென்பது வத்ஸகோசர் என்பதன் மொழிபெயர்ப்பு எனக் கூறுகூது உண்மை அறிவுக்குப் பொருத்தமாக இல்லை. மேலும், தமிழகத்து மக்கள் வகையினருள் கோசரென்பார் ஒருவகை இனத்தவர் என்றற்கும் இடமில்லை.

இனி, இக் கோசர், வடவருமல்லர், தமிழருமல்லர் எனின், வேறு நாடுகளிலிருந்து கடல் கடந்து போந்து குடியேறியவர் என்பது பெறப்படும். வட நாட்டினின்றும் புதியராய்ப் போந்த பிறரை ''வம்ப வடுகர்'' என்றும், 'வம்ப மோரியார்'' என்றும் சான்றோர கூறியது போல, இவர்களை ''வம்பக் கோசர்'' என்று கூறாமையால் இவர்கள் பன்னெடு நாட்களுக்கு முன்பே தமிழத்திற் குடி புகுந்தவர் என்பது தெளிவாம். சங்க காலத்தேயே மேலைக் கடற்கரைப் பகுதியில், யவனர் பலர் குடியேறி இருந்தனர் என்பது வரலாறு கூறும் செய்தி யாகும். அவர்கட்குப் பின் இடைக் காலத்தே சோனகரும் பின்னர் ஐரோப்பியரும் வந்து சேர்ந்தனர். இவ்வாறு வந்தோருள், பாபிலோனிய நாட்டினின்றும் போந்து தென்னாட்டிற் குடியேறியவர் இக் கோசர்கள் என்று அறிகின்றோம்.

தைகிரீஸ் (Tigris) ஆற்றுக்குக் கிழக்கில் சகராசு மலைப் பகுதி யில் (Zagros Mountains) வாழ்ந்த பழங்குடி மக்கட்குக் கோசர் (Kossears) என்பது பெயர். வில்வேட்டம் புரிவதே அவரது தொழில். பின்னர் அவர்கள், மலையடியில் வாழ்ந்த ஈரானியர் இனத்தைச் சேர்ந்த ஆலநாட்டுக் கிருதர் (Kurds or kruds) அனுசர் (Anshar) முதலியோருடன் கலந்து கொண்டனர். ஆயினும், அவர்கள் அனை வரையும் கிரேக்க யவனர்கள், கிசியர் (Kissians) என்றும், அவர்கள் நாட்டைக் கிசியா என்றும், அவர்களது தலைநகரைச் சூசா என்றும் வழங்கினர்[1]. சூசா (Susa) என்பது அவர்கள் மொழியில் நான்கு ஊர்கள் என்றும் நான்கு மொழிகள் என்றும் பொருள்படுமாம்.

இறுதியில், இக் கோசர்கள் (கிசியர்), மேலைக் கடற்கரையில் வந்து தங்கிய யவனரோடு உடன் போந்து துளுநாட்டுக் கடற்கரைப் பகுதியில் நிற்கும் மலை நாட்டில் தங்கி வாழ்ந்தனர். அவர்கள் வாழ்ந்த

1. Historian's History of the World. P. 341.

நாட்டிற் போல துளு நாட்டிலும் கால நிலையும் மலை வளமும் பொருந்த இருந்தமையால், உடனே போந்த யவனர்கள் அவரின் நீங்கித் தங்கள் நாட்டுக்குத் திரும்பிய போதும், இக் கோசர்கள் திரும்பச் செல்லாமல் துளு நாட்டையே தமக்கு வாழிடமாகக் கொண்டனர். ஆயினும், இயல்பாகவே அவர்கள், தங்கள் நாட்டில் நாடோடிகளாய் வாழ்ந்ததனால், அதே முறையில் துளுநாட்டில் தங்கிய போதும், தங்கட்கெனத் தனி நாடு ஒன்றை வரைந்து கொள்ளாது, நாட்டு வேந்தர்கட்கு விற்படை மறவராய் வாழ்ந்து வருவாராயினர். கொண் கான நாட்டு வேளிர் தலைவர்களும் பாயல் மலையில் வாழ்ந்த பிட்டன் முதலிய தலைவர்களும் இக் கோசர்களைத் தமக்குப் படை மறவராகக் கொண்டிருந்தனர். நன்னன் கிளையினர், கொங்கு நாட்டிற் படர்ந்தபோது அவர்களோடே இக் கோசர்களும் சென்று தங்கினர். எங்குச் சென்றாலும், அங்கிருந்த வேந்தர்கட்குப் படைமறவராய் நின்று பணி செய்வதே, இவர்கள் தமக்கு உரிமைத் தொழிலாக மேற் கொண்டனர். முதுமையினும் இளமைப் பண்பு வாடாத உள்ளமும் சொன்ன சொல் பெயராத வாய்மையும் சிறப்பாக வுடையராதலால், இக் கோசரைச் சான்றோர், ''ஒன்று மொழிக் கோசர்[1]'' என்று விதந்து கூறுவர். இக் கோசருட் சிலர் ''இளங்கோசர்'' ''இளம்பல் கோசர்[2]'' என்று கூறுப்படுவர். இதற்குக் காரணம் உண்டு. முன்வந்தோரை மூத்தோர் என்றும், பின் வந்தோரை இளையர் என்றும் குறிப்பது தமிழ் வழக்கு. அதனால், பின் வந்த கோசர் ''இளங்கோசர்'' எனப்பட் டனர். அவரும் பலர் என்பது விளங்க ''இளம்பல் கோசர்'' ''பல்லிளங் கோசர்'' எனச் சான்றோர் குறித்துள்ளனர்.

பொள்ளாச்சி பாலைக்காடு பகுதிகளில் வாழ்ந்த நன்னர் வழியில், நன்னனூரை(ஆனைமலையை)த் தலைநகராகக் கொண்டு ஒரு நன்னன் வாழ்ந்து வந்தான். அவன் கோசரது படைத் துணையால் வலிமிகுந்து தனி அரசாக முயன்றான். அக் காலத்தே குட்ட நாட்டை ஆண்டு வந்த பல்யானைச் செல்கெழுகுட்டுவன், துறவுள்ளம் பூண்டு தவவேள்வி செய்வதில் ஈடுபட்டிருந்தது அவற்குப் பெரிய வாய்ப் பினை அளித்தது. குட்ட நாட்டின் வட பகுதியிலும், கிழக்கிலுள்ள பூழி நாட்டிலும் வாழ்ந்த தலைவர்கள், சேரமான், கருத்துக்கு மாறாகத் தாத்தாமும் தனியரசாக முயன்றனர். வலிமிக்கோர் எளிய தலைவர் களை வென்று தமக்கு அடப்பட்டொழுகச் செய்தனர். சிலர் நன்னது துணையை நாடினர். அது கண்ட நன்னன், தன் கருத்து முற்றுதற் கேற்ற செவ்வி தோன்றியது கண்டு பெரிய தானையொடு பாலைக்

1. அகம். 196. 2. புறம் 169.

காட்டு வழியாகச் சேர நாட்டிற் புகுந்து பூழிநாட்டையும் அதனை அடுத்துள்ள பாலைக் காட்டுக் கணவாய்ப் பகுதியையும் தனக்குரிய தாக்கிக் கொண்டான். அவன் படையினது மாணாச்செயல்களால், அப் பகுதிகளில் வாழ்ந்த உயர்குடி மக்கள் பலர் நிலை கலங்கி வேறு நாடுகட்குச் சென்று வருந்தினர். வாழ்ந்த மக்கள் சிலர் தாழ்ந்து மெலிந் தனர்; நாடெங்கும் துன்பமே நிலவுதாயிற்று.

இந் நிலையில் அறத்துறையில் நின்று குட்டுவன் துறக்க மடைந்தான். அரசு கட்டிலுக்குரிய பதுமன் தேவி மகனான நார்முடிச் சேரல் குன்ற நாட்டினின்று பூழிநாடு கடந்து குட்டநாடு புகுந்து முடிசூடிக் கொள்ள வேண்டியவனானான். பூழிநாட்டுத் தலைவர் சிலர் நன்னன் பக்கல் இருந்தமையின், அவன் குன்ற நாட்டு வண்டரும் முதியரும் சேரரும் படைத்துணை செய்யப் பெரியதொரு தானை யுடன் பூழி நாட்டுட் புகுந்து எதிர்த்தவரை வென்று நன்னனையும் வெருட்டி யோட்டி வென்றி மேம்பட்டான். பூழிநாடும் பண்டு போல் சேரர்க் குரியதாயிற்று.

பூழிநாட்டின்கண் இருந்து நன்னர்க்குத் துணையாய்க் குறும்பு செய்தவர்களை அடக்கி, நன் மக்கள் துணை செய்ய நாட்டில் நல்வாழ்வு நிகழச் செய்தான். பகைவர்க்கு அஞ்சி ஒடுங்கியிருந்த சான்றோர் ஒன்று கூடிக் களங்காய்க் கண்ணியும் பனை நாரால் முடியும் செய்து, பதுமன்தேவியின் மகனைச் சேரமான் என முடிசூட்டிச் சிறப்பித்தனர்; அன்று முதல் அவன் **சேரமான் களங்காய்க் கண்ணி நார்முடிச் சேரல்** என வழங்கப்படுவானாயினான். அவனது வென்றி விளக்கத்தால் ஆங்காங்கு இருந்து குறும்பு செய்த பகையிருள் புலர்ந்து கெட்டது. குட்ட நாட்டுத் தலைவரும் பிறரும் நார்முடிச் சேரலின் அடி வணங்கி ஆணைவழி நிற்கும் அமைதியுடையராயினர். சேரமான் நார்முடிச் சேரல் குட்டநாடு அடைந்து வஞ்சிநகர்க்கண் இருந்து அரசு புரிந்து வந்தான்.

நார்முடிச் சேரல், மலைபோல் உயர்ந்து அகன்ற மார்பும் கணைய மரம் போலப் பருத்த தோளும், வண்டன்[1] என்பானைப் போன்ற புகழ்க் குணமும் உடையவன். தழைத்த கூந்தலும், ஒள்ளிய நுதலும்,

---

1. வண்டன் என்பவன் பீர்மேடு என்ற பகுதியில் பண்டை நாளில் சிறந்த புகழ்பெற்று வாழ்ந்தவன். வண்டன்மேடு, வண்டப் பேரியாறு என்ற பெயருடன் அங்கே உள்ள பகுதிகள் இன்றும் அவனை நினைப்பிக் கின்றன. இந்த வண்டன் பெயரால் அமைந்த வண்டனூர் ஏர் நாடு வட்டத் தில் மேலைக் கடற்கரைக்குக் கிழக்கே 30 மைல் அளவில் உளது; அங்கே ஏழு கற்குகைகள் இருக்கின்றன. அவற்றுட் காணப்படும் சிதைந்த எழுத்துகள் அவ்வூரை வண்டனூர் என்று கூறுகின்றன; அப் பகுதி யில் வாழ்பவர் அதனை வண்டூர் எனச் சிதைத்து வழங்குகின்றனர்.

அழகுறச் சுழிந்த உந்தியும், அறஞ்சான்ற கற்பும், இழைக்கு விளக்கம் தரும் இயற்கை யழகும் உடையளாகிய அவன் மனைவி, அருந்ததி யாகிய செம்மீனை ஒத்த கற்புநலம் சிறந்து விளங்கினாள். சேரமா னுடைய சால்பும் செம்மையும் நாற்றிசையிலும் புகழ் பரப்பி விளங்கின. அரசியற் கிளைஞர்க்கு வேண்டுவனவற்றைப் பெருக நல்கியும், குன்றாத வளம் அவற்கு உண்டாயிற்று. தன்னாட்டு அரசியல் நெருக் கடியால் வளமும் பாதுகாப்புமின்றித் துளங்கிய மக்களைப் பண்டு போல் வளமுற வாழச் செய்தான். அதனால் அவனது வென்றியைச் சான்றோர், ''துளங்குகுடி திருத்திய வலம்படு வென்றி[1]'' எனப் பாராட்டிப் பாடினர்.

பகைவரை அடக்கி ஒடுக்குவதிலும், சான்றோரை நிலை நிறுத்தி நாட்டில் நல்லொழுக்கம் நிலவச் செய்வதே வேந்தர்க்குப் பெருவென்றி என்பது அவன் கருத்தாயிற்று. தான் வென்ற பகுதி யில், காவலர் நாட்டைக் கைவிட்டுத் தம்மைக் காப்பதே கருதி ஓடிவிட்டதனால், கொழு கொம்பில்லாக் கொடிபோல் அலமந்த நாட்டு மக்கட்குத் தன் பொறைக்குணத்தால் ஆதரவு செய்தான். பகைவர் கைப்பட்டு வருந்திய மறவர்களைக் கூட்டிவந்து, வேண்டும் சலுகை தந்து, அவர் நெஞ்சில் தன்பால் மெய்யன்பு நிலவுமாறு செய்தான். அச் செயலின்கண் அவன் ஒருபாலும் கோடாது செய்த செம்மை, அவர்களை அவனது தாள் நிழற்கண் இருத்தற்கே விழையச் செய்தது.

பகைத்தோர் புலத்தை வென்ற அவ்விடத்தே தங்கி, அவர்கள் வைதும் வருந்தியும் வழங்கிய சுடுசொற்களையும் செவியேற்றுச் சினங்கொள்ளாது பொறுத்து, அவரது நெஞ்சினைத் தன்பால் அன்பு கொள்விப்பதில் நார்முடிச் சேரல் நலஞ் சிறந்து விளங்கினான்[2]. தன் செயலால் பகைவர்க்குத் துன்பமும் நகைவராகிய பாணர் கூத்தர் முதலிய பரிசிலர்க்கும் நண்பர்களுக்கும் இன்பமும் உண்டாவது காணுங்கால், உள்ளத்தே மகிழ்ச்சி யெழுமாயின், அதனையும் நார்முடிச் சேரல் தன் அறிவாலும் குணத்தாலும் அடக்கித் தனக்குரிய செம்மை பிறழாமல் நிற்கும் திண்மையால் சான்றோர் பரவும் சால்பு மிகுந்தான். இனியவை பெற்றவிடத்து அவற்றைத் தனித்திருந்து நுகர்வதில் மக்களுயிர்க்கு விருப்புண்டாவது இயல்பு. அவ் விருப்பத்தை அடக்கும் உரனும், பிறர்க்கு வழங்குதற்கென்றே பொருளீட்டம் அமைவது என்ற எண்ணமும், என்றும் பிறர்க்கென வாழ்வதே வாழ்வாம் என்னும் பெருந் தகைமையும் நார் முடிச் சேரலின் நன்மாண்பாக விளங்கின.

அக் காலத்தில், குட்ட நாட்டின் ஒரு பகுதியாகிய இருவலி நாட்டில் உள்ள காப்பியாறு என்ற ஊரில், காப்பியன் என்றொரு தமிழ்ச்

---

1. பதிற். 32 : 7 2. பதிற். 32.

சான்றோர் வாழ்ந்தார். இப்போது அக் காப்பியாறு மலையாள நாட்டைச் சேர்ந்த கோட்டயம் வட்டத்தில் உளது. சுரப்பியன் என்ற பெயருடையார் பலர் நம் நாட்டில் பண்டும் இடைக் காலத்தும் இருந்திருக்கின்றனர். பண்டை நாளில் காப்பியர் பலர் இருந்த திறத்தைத் தொல்காப்பியனார், பல்காப்பியனார் முதலிய சான்றோரது பெயர் எடுத்துக் காட்டுகிறது. இடைக்காலத்தில் இக் காப்பியர் வழி வந்தோர், தம்மைக் காப்பியக் குடியினர் என்பது வழக்கம். காப்பியக் குடியென்று ஓர் ஊரும் சோழ நாட்டுத் தஞ்சை மாவட்டத்தில் குடியென்று ஓர் ஊரும் சோழ நாட்டுத் தஞ்சை மாவட்டத்தில் உண்டு. காப்பியந் சேந்தன்[1] என்றும், காப்பியன் ஆதித்தன் கண்டத்தடிகள்[2] என்றும் சிலர் இடைக்காலத்தே இருந்தமை கல்வெட்டுகளால் தெரிகிறது.

காப்பியாற்றுக் காப்பியனார், களங்காய்க் கண்ணி நார்முடிச் சேரலின் நலங்களை அறிந்து அவன் புகழைப் பாடுவதில் பெரு விருப்பம் கொண்டார். பாடுதற் கேற்ற பண்பும் செயலும் உடைய ஆண்மக்களைப் பாடிப் புகழ் நிறுவுவது தவிரப் பாவன்மைக்குப் பயன் வேறு இல்லாமையால், காப்பியனார் சேரரது வஞ்சி நகர்க்குச் சென்று நார்முடிச் சேரலைக் கண்டார். அவனும் அவரது புலமை நலம் கண்டு, அவரைத் தன் திருவோலக்கத்தில் அரசியற் சுற்றத்துச் சான்றோராக இருக்குமாறு கொண்டான். அவர், அவ்வப்போது அவன் செயல் நலங்களை இனிமையுறப் பாடினார். அவர் பாடிய வற்றுள் அந்தாதித் தொடையாக ஒரு பத்துப் பாட்டுக்களைச் சான்றோர் பதிற்றுப்பத்தில் தொகுத்துக் கோத்துள்ளனர். முதற்பாட்டும் இறுதிப் பாட்டும் அந்தாதித்தொடை பெறாமையால், இப் பாட்டுப் பத்தும், முன்பே அந்தாதியாகப் பாடப்பட்டுக் கிடந்த பல பாட்டுகளிலிருந்து எடுத்துக் கோக்கப் பட்டனவாதல் வேண்டும் என்று கருதலாம்.

நார்முடிச் சேரல் இவ்வாறு நல்லரசு புரிந்து வருகையில், பாலைக்காட்டுப் பகுதியில், நாடு காவல் செய்து வந்த நன்னனூரில் ஒரு நிகழ்ச்சியுண்டாயிற்று. நன்னனுக்குப் படைத் துணையாகக் கோசர்கள் பலர் நன்னூரில் வாழ்ந்து வந்தனர். அவ்வூரில், நன்னன், மாமரமொன்றைத் தனக்குக் காவல் மரமாகக் கொண்டு அதனை உயிரினும் சிறப்பாகப் பேணி வந்தான். அம் மரம் அவ் ஊரருகே ஓடும் ஆற்றின் கரையில் இருந்தது. ஒரு நாள் அம் மரத்தின் பசுங்காய் ஒன்று ஆற்றுநீரில் வீழ்ந்து தண்ணீரில் மிதந்து கொண்டு சென்றது. ஆங்கொருபால் ஆற்றுநீரில் இளம்பெண் ஒருத்தி நீராடிக் கொண் டிருந்தாள். அவளருகே அக்காள் மிதந்து வரவும், அவள் எடுத்து அதனை உண்டுவிட்டாள். அச் செய்தி நன்னனுக்குத் தெரிந்தது.

---

1. S.I.I. Vol. viii. No. 196.   2. S.I.I. Vol. viii No. 660.

உடனே அவன் கழிசினம் கொண்டு அவளைக் கண்ணோட்டம் இன்றிக் கொல்லுமாறு கொலை மறவரைப் பணித்தான்.

அவள் கோசரினத்துத் தலைவருள் ஒருவன் மகளாகும். நன்னனது ஆணைகேட்ட தந்தை அவள் நிறை பொன்னும் என்பதொரு களிறும் தருவதாகச் சொல்லி அப் பெண்ணினது கொலைத் தண்டத்தை நீக்கி மன்னிக்குமாறு வேண்டினான். வன்னெஞ்சினனான நன்னன் அவன் வேண்டுகோளை மறுத்துத் தன் கருத்தையே முற்றுவித்தான்[1]. அது கண்டதும் கோசர்களுக்கு நன்னன்பால் வெறுப்பும் பகைமையும் உண்டாயின. அவர்கள் திரண்டெழுந்து நன்னனைத் தாக்கலுற்றனர். அவனது மா மரத்தையும் வெட்டி வீழ்த்தினர். நன்னன் தான் ஆராயாது செய்து தவற்றுக்கு வருந்தினான். தன் படைத் துணைவர்களான கோசர், தன்பால் பகைத் தொழுது தெரியின், சேர மன்னரும் பிறரும் தன்னை வேரொடு தொலைத்தற்க நாடுவர் என்று அஞ்சிப் புன்றுறை நாட்டிற்கு ஓடிவிட்டான்[2]. ஈரோட்டுக்கு அண்மையிலுள்ள பெருந் துறையென இன்றும் வழங்கும் மூதூரில் தங்கினான். அவன் பக்கம் நின்று பொருத வீரர் பலர் மாண்டனர். சிலர் அவனோடே சென்றனர். பெருந்துறையில் தங்கிய நன்னன், மாமரத்தைக் காவல் மரமாகக் கொள்வதை விடுத்து வானை மரமொன்றைக் காவல் மரமாகக் கொண்டு அதனைப் பாதுகாத்து வந்தான். அதனருகே தோன்றிய ஊர் வாகைப் புத்தூர் என வழங்குவதாயிற்று. விசய மங்கலத்துக்கும் பெருந்துறைக்கும் இடையே வாகைப் புத்தூர் என்று ஓர் ஊர் இருந்ததாக அப் பகுதியிலுள்ள இடைக்காலக் கல்வெட்டொன்று[3] கூறுகிறது.

நன்னன் கோசரது நட்பிழந்து வலி குன்றிய செய்தியை நார்முடிச் சேரலுக்கு ஒற்றர் போந்து தெரிவித்தனர். உடனே அவன் பெரும் படையொன்றைத் திரட்டிக் கொண்டு சென்று பூழிநாட்டின் வடக்கிலும் பொறை நாட்டிலும் நன்னன் கவர்ந்து கொண்டிருந்த சேர நாட்டுப் பகுதிகளை வென்று தனக்கு உரியவாக்கிக் கொண்டான். அவன் படைப்பெருமை கண்டு எதிர் நிற்க மாட்டாத கோசரும் பிறரும் குறும்பு நாட்டுப் புன்றுறை நாட்டில் தங்கியிருந்த நன்னன்பாற் சென்று சேர்ந்தனர்.

---

1. குறுந், 292. பெண் கொலை செய்யப்பட்ட இடத்தைப் பெண் கொன்றான் பாறை என்பர்; மலையாளர் அதனைப் **பெங்கணாம்பறா** எனக் கூறுகின்றனர்.
2. குறுந். 73.
3. Ep. A. R. No. 569 of 1905

நார்முடிச்சேரல் நன்னன் தங்கியிருந்த பகுதியைப் பண்டு போல் சேரர்க்கு உரியதாக்கிக் **கொங்கு வஞ்சி**யாகிய தாராபுரத்தை அரண்களால் வலியுறுவித்து, வடக்கில் வாகைப் பெருந்துறைப் பகுதியில் இருந்த நன்னனை எதிர்த்தான். நன்னன் படையும் சேரமான் படையும் வாகைப் பெருந்துறையில் கடும்போர் புரிந்தன. அப்போரில் நன்னன் படுதோல்வியுற்று ஓடினான். அவனது காவல் மரமான வாகையும் தடித்து வீழ்த்தப்பட்டது. சென்ற இடம் தெரியாவாறு நன்னன் மறையவே இப்போரால் நன்னன் பொருதழிந்த இடத்தைக் கடம்பின் பெருவாயில் என்று பதிற்றுப் பத்தின் நான்காம் பதிகம் கூறுகிறது. ஆனால், கல்லாடனார் என்னும் சான்றோர், ''குடாஅது, இருள்பொன் வானைப் பெருந்துறைச் செருவில், பொலம்பூண் நன்னந் பொருதுகள் தொழிய, வலம்படு கொற்றம் தந்த வாய் வாள், களங் காய்க்கண்ணி நார்முடிச்சேரல், இழந்த நாடு தந்தன்ன பெருவளம் பெரிதும் பெறினும்[1]'' என்று குறிக்கின்றார்.

சேரமானது வெற்றி யெல்லை பாயல் மலையில் தோன்றிக் காவிரியொடு வந்து கூடும் பூவானி (பவானி) யாற்றை எல்லையாகக் கொண்டு விளங்குவதாயிற்று. குட்ட நாட்டிற்குக் கிழக்கில் நிற்கும் மலைகளில் பேரியாற்றங் கரையில் நேரிமலை நிற்கிறது. அந்த மலையடிப் பகுதியில் சேரமன்னர் போதந்து வேனிற் காலத்தில் தங்கி மலைவளம் கண்டு இன்புறுவது வழக்கம். இப்போது அங்குள்ள நேரிய மங்கலம் என்னும் மூதூரே பண்டு சேரமன்னர் வந்து தங்கிய இடமாகலாம் என அறிஞர் கருதுகின்றனர்; கற்குகைகளும் பாழ்பட்ட பழங்கட்டிடங்கள் சிலவும் அவ்விடத்தில் இருந்து பழம் பெருமை யைப் புலப்படுத்தி நிற்கின்றன. வேந்தர்கள் அங்கு வந்து தங்கும் போது பாணரும் கூத்தருமாகிய இரவலர் பலரும் வேந்தன் திருமுன் போந்து, பாட்டும் கூத்தும் நல்கி இன்புறுத்துவர். நார்முடிச் சேரல், தன் மனைவியும் அரசியற் சுற்றமும் உடன்வர, நேரிமலைக்குப் போந்து தங்கினான். அக் காலையில் காப்பியாற்றுக் காப்பிய னாரும் வந்திருந்தார். வேந்தன் இன்பமாக இருக்கும் செவ்வி நோக்கி இனியதொரு பாட்டைப் பாடினார். விறலி யொருத்தியை நார்முடிச் சேரல்பால் ஆற்றுப்படுக்கும் குறிப்பில் அப் பாட்டு இருந்தது. அதன் கண், சேரமான் நன்னனொடு பொருந்தற்குச் சென்ற போது நிகழ்ந்த நிகழ்ச்சியொன்று குறிக்கப்படுகிறது. போர் முரசு படையணி யானை மீதிருந்து இமய, மறவர் முன்னணியில் நிற்க, தூசிப் படையானது சென்று கரந்தை வயலில் தங்கிற்று. பகைப்புலத்துத் தலைவர்கள், சேரமானுடைய மறவர் சுற்றத்தாருடன் தங்கிக் கண்டு அஞ்சி, அங்கே இருந்த நாட்டு மக்களைக் கைவிட்டு விட்டு ஓடிவிட்டனர். காவல்

1. அகம். 199.

மறவர் பணிந்து நின்று, "வேந்தே, இத் தூசிப்படையை இங்கே தங்காவாறு செய்தருள்க; எமக்கு புகல் வந்து காப்பவர் பிறர் இல்லை" என ஊக்கமிழந்து வலியடங்கிய நிலையினராய் வேண்டினர்; அவரது மெலிவைக் கண்டு வேந்தன் பேரருள் புரிந்தான்.

தாமும் சேரர் குடிக்குரியோர் எனச் சொல்லிக் கொண்டு, வேறு வேந்தர் சிலர் நார்முடிச் சேரலுடன் தும்பை சூடிப் பொருதனர். சேரமான் அவர்களையும் வென்று புறம்பெற்றதோடு, அவரால் அழிவுற்ற நாட்டு உயர்குடி மக்களைப் பண்டு போல் வளமுற வாழுமாறு நிறுத்தினான். இதனால் சேரநாட்டுத் தலைவர் பலரும் அவனைத் தலைவனாகக் கொண்டு பேணினர்; அதனை விளக்கமாக நார்முடிச் சேரலின் நன் மார்பில் "எழுமுடி கெழீஇய" மார்பணி பொலிவுற்றது.

காப்பியனார், இவ்வாறு அவனுடைய நலம் பலவும் எடுத்தோதி, முடிவில் அவன் நன்னனை வென்று அவனது காவல் மரமான வாகையைத் தடிந்து பெற்ற வெற்றியைப் "பொன்னங் கண்ணிப் பொலந்தேர் நன்னன், சுடர்வீ வாகைக் கடிமுதல் தடிந்த, தார் மிகுமைந்தின் நார்முடிச் சேரல்" என்று பாராட்டினார்.

அங்கே சேரமான் தரும் கள்ளையுண்ட சுவையால் வேறும்புலம் நாடாது இரவலர் அவனையே சூழ்ந்திருந்தனர். "குழைந்து காட்டற் குரிய உன்னமரம் கரிந்து காட்டினும், இரவலரை மகிழ்விக்கும் அருண் மிகுதியால், சேரல் நேரிமலையிடத்தே உள்ளான்; விறலி, நீ அவன்பாற் சென்றால், மகளிர் இழையணிந்து சிறக்கப் பாணர் பொற்பூப் பெறுவர். இளையர் உவகை மிகுந்து களம் வாழ்ந்த தோட்டின் வழிநின்று பாகர் குறிப்பறிந் தொழுகும் யானைகள் பல நல்குவன். அவன்பாற் செல்க[1]" என்று இறுதியில் வற்புறுத்தினார். வேந்தன் அப்பாட்டைக் கேட்டு இன்புற்று இரவலர் பலர்க்கும் பெரும் பொருளை நல்கிச் சிறப்பித்தான்.

பரிசில் பெற்று இரவலர் வேந்தன்பால் விடைபெற்றுச் சென்றனர். செல்பவர், அவனுடைய சுற்றத்தாரான மறச் சான்றோர் சிலரைக் கண்டு தம்முடைய புலமை நலம் காட்டி இன்புறுத்தினர். அவர்களும் நார்முடிச் சேரலையொப்ப மிக்க பரிசில்களை நல்கினர். அச் செயலைக் கண்டிருந்த காப்பியனார்க்கு வியப்புப் பெரிய தாயிற்று. வேந்தனொடு சொல்லாடிக் கொண்டிருக்கையில், அவனுடைய தானைச் சுற்றத்தின் சால்வைப் பாடலுற்ற, "வேந்தே, தும்பை சூடிச்செய்யும் போரில், தெவ்வர்முனை அஞ்சி அலறுமாறு நின் ஏவல் வியன்பணை முழங்கும்; பகைவருடைய அரண்கள்

---

1. பதிற். 40.

வலி குன்றி வாட்டமெய்தும்; அக்காலத்தே நீ காலன் போலச் செல்லும் துப்புத் துறைபோகியவன்; கடுஞ்சின முன்பனே, உலர்ந்து நிற்கும் வேல மரத்தின் கிளையில் சிலந்தி தொடுத்த நூல்வரை போலப் பொன்னாமலைத்த கூட்டின் புறத்தே நாரிடைத் தொடுத்த முத்தும் மணியும் கோத்துச் செய்த திருமுடியை அணிந்திருக்கும் வேந்தே, நின் மறங்கூறும் சான்றோர், நீ பிறக்கென வாழும் பெருந் தகையாதல் கண்டு, தாமும் தமக்கு இல்லையென்பது இன்றி இரவலர்க்குப் பெருங்கொடை புரிகின்றனர்[1]; காண்'' என்று இசைநலம் சிறக்கப் பாடினர்.

இஃது இவ்வாறிருக்க, பாண்டி நாட்டின் வடக்கிலுள்ள வெள்ளாறு பாயும் பகுதிக்குப் பண்டைநாளில் கோனாடு என்று பெயர் வழங்கிற்று. இவ் வெள்ளாற்றின் வடகரையில் புதுகோட்டையிருக்கிறது. இந்த நாட்டு உறத்தூர் கூற்றத்து உறத்தூர்ப் பகுதியில் பொருந்திலர் என்பார் வாழ்ந்து வந்தனர். அவர்கட்கு எவ்வியென்னும் வேளிர் தலைவன் காவலனாக விளங்கினான். அக் கோனாட்டின் தென்னெல்லையாகப் பறம்பு நாடு இருக்கிறது. தன் கண் இருந்து தனி அரச நடத்திய வேள்பாரிக்கு எவ்விக்கும் தொடர்புண்டு. பொருந்திலர்க்கும் அவர்தம் தலைவனான வேள் எவ்விக்கும் எக் காரணத்திலோ மனவொருமை சிதைந்திருந்தது. அதனால், எவ்வி, அந்நாளில் சிறந்து விளங்கிய நெடுமிடல் அஞ்சி என்பவனைத் துணை வேண்டினான். அந்த நெடுமிடல் இப்போதைய திண்டுக்கல்லுக்குத் தெற்கிலிருக்கும் பெரியகுளம் பகுதியில் தலைவனாக இருந்தான். அவனது நாடு நெடுங்கள நாடு என்று இடைக் காலத்தே பெயர் பெற்றிருந்தது. தன்னாட்டிற்குக் கிழக்கிலுள்ள கோனாட்டு வேளிர் தலைவன் செய்து கொண்ட வேள்கோட்கு இசைந்த நெடுமிடல், பொருந்திலர் தலைவனைக் கண்டு வேண்டுவன கூறினான், பொருந்திலர் அவனது உரையைக் கொள்ளாது இகழ்ந்து அவனைச் சினமூட்டினர். அதனால் அவனுக்கும் பொருந்திலர்க்கும் அருமண வாயில், உறுத்தூர் என்ற இடங்களில் கடும்போர் நடந்தது. பொருந்திலர் வலியிழந்து அடங்கினர். அருமணம் இப்போது அரிமளம் என வழங்குகிறது.

பொருந்திலரை வென்று எவ்வியின் துணை பெற்றுச் சிறந்த நெடுமிடலஞ்சிக்கு இந் நிகழ்ச்சியால் நாட்டில் பெருமிதப்புண்டாயிற்று. அவனுக்கும் தற்பெருமை யுணர்வு மிகுந்தது; செருக்கும் சிறிது மீதூர்ந்தது. இதனால், நார்முடிச் சேரல் நன்னன்பால் பெற்ற

---

1. பதிற். 39.

வெற்றி கேட்கவும், நெடுமிடலஞ்சிக்கு அவன்பால் அழுக்காறு தோன்றிற்று. நெடுங்கள நாட்டுக்கும் சேர நாட்டுக்கும் இடையில் வையையாறு பாயும் வளவிய நாடுளது. அதனை இடைக்காலக் கல்வெட்டுகள் அளநாடு எனக் குறிக்கின்றன. அந் நாட்டின் எல்லை யில் சேர நாட்டுத் தலைவர் காவல் புரிந்தனர். இப் பகுதியில், தேனி, சின்னமனூர், கம்பம் முதலிய ஊர்கள் இருந்து இன்றும் செல்வம் சிறந்து திகழ்கின்றன. பண்டை நாளில் பாண்டி நாட்டி னின்றும சேர நாடு செல்வோர்க்கு இந் நாடு பெரு வழியாக விளங் கிற்று. நார்முடிச்சேரலைப் போர்க்கிழுத்தல் வேண்டி நெடுமிடல் அளநாட்டின் மேற்படையெடுத்தான். அவனது படைப் பெருமை கண்டு அஞ்சி ஆற்றாது சேரர் தலைவர் தோல்வியுற்றனர்.

இச்செய்தி நார்முடிச் சேரலுக்குத் தெரிந்தது. அதன் தன் பெரும்படை யொன்றை வையை யாற்றின் கரை வழியாகச் செலுத் தினன். சேரமான் படையில் வினை பயின்ற யானைகள் மிகப்பல இருந்தன. அவை நெடுமிடலஞ்சியின் நாடு நோக்கிச் சென்றன. அஞ்சியின் படையும் சேரமான் படையும் கைகலந்து செய்த போரில் அஞ்சியின் படை பஞ்சிபோற் கெட்டொழிந்தது. நெடுமிடலும் தன் கொடுமிடல் துமிந்து கெட்டான். அவனுடைய வளமிக்க நெல் வயல் பொருந்திய நாடு யானைப் படையால் அழிந்தது. நார்முடிச் சேரல் அவனது நாட்டின் நலம் அறிந்து, அவனது ''பிழையா விளையுள் நாட்டை'' வென்று கொண்டான். ஒருபால் நன்னனையும் ஒருபால் நெடுமிடல் அஞ்சியையும் வென்று புகழ் மிகுந்த நார்முடிச் சேரலது பெருநலம் தமிழகம் எங்கும் பரந்து விளங்கிற்று.

நார்முடிச் சேரலின் வென்றி நலத்தைக் காப்பியனார் பாட லுற்றார்; ''திசை முழுவதும் விளங்கம் சால்பும் செம்மையும் நிறைந்த வேந்தே, நினது தூசிப் படை, பகைப்புலத்தின் எல்லை முற்றும் சென்று பரவி வென்றி மிகுந்து ஆங்குப் பெற்ற செல்வத்தைப் பாணர் முதலிய இரவலர்க்கு ஈந்து எஞ்சியவற்றை நின்பால் தொகுத்துள் ளனர். அச் செல்வத்தையும் துளங்குடி திருந்திய நின் வளம்படு செயல் நலத்தையும் பிறவற்றையும் எண்ணலுறின், எண்ணுதற்குக் கொண்ட கழங்கும் குறைபடுகிறது. அடுபோர்க் கொற்றம் அடுத்தார்க் கருளல் முதலிய பலவற்றாலும் நீ மாட்சி மிகுந்திருக்கின்றாய்; ஆயினும் நின் செயல்களுள் ஒன்று எனக்குப் பெரு மருட்சியை உண்டு பண்ணிற்று. நெடுமிடல் அஞ்சியோடு பொருதற்கு எழுந்து சென்று அவனுடைய நாட்டில் தங்கி அவனது கொடுமிடலை அழித்தாய்; அவனும் இறந்தொழிந்தான்; அவனது பிழையா விளையுள் நாடு நினக்கு உரியதாயிற்று. அக் காலை, ஒரு பொருளாக மதித்தற்கில்லாத

சிலர் நின்னை வைதனர். வைத வழியும் நீ சிறிதும் சினம் கொள்ள வில்லை. இஃதன்றோ எனக்கு மிக்க மருட்சியை உண்டு பண்ணிற்று[1]'' என்று பாடினார்.

அது கேட்ட நார்முடிச் சேரல் முறுவலித்து, ''சான்றோரே, படைவலியும் துணைவலியும் மெய்வலியும் இழந்தகாலத்து, மனம் அறிவுவழி நில்லாது அலமருதலால், வான்புகழ் பெற்ற மறவரும் நிறையழிந்து பல பேசுவர்; வையா மாலையராகிய பகைவர் வைவ தல்லது வேறு செயல்வகை இலராதலின் அதனைப் பொறுத்தல் தானே வலியுடையோர் செயறாலது?'' என்றான். வேந்தனது முதுக் குறை நன்மொழியால் காப்பியனார் பெரு மகிழ்ச்சி கொண்டு மேலும் அவனோடு சொல்லாடலுற்றார்.

''வேந்தே நீ போர்க்குச் செல்லுங்கால் நின்படையது வரவு கண்ட அளவிலேயே பகைவர் பலரும் அஞ்சி ஓடிவிடுகின்றனர்; அத்துணை மென்மையுடையோர், போர் தொடுப்பதைக் கைவிட்டு நின் அடிபணிந்து அன்பாய் ஒழுகலாமே என்று கருதி அவர் படை நிலைக்குச் சென்று கண்டேன். அவரது படையணி அவர் பெருவலி யுடையர் என்பதை நன்கு காட்டிற்று; வாட்படை மதிலாக, வேற்படை கடிமிளையாக, வில்லும் அம்புமாகிய படை முள்வேலியாக, பிற படைகள் அகழியாக, முரசுகள் இடியேறாகக் கொண்டு பகைவர் படை யணி அமைந்திருந்தது. நின் கடற் பெருந்தானை அதனை நோக்கி வந்தது. படை மறவர் களிறுகளைப் பகைவரது காவல் மரத்திற் பிணித்து நிறுத்தினர்; நீர்த்துறைகள் கலங்கின; வேல் மறவரும் பிறரும் ஒருபால் தங்கினர். இவ்வளவே நின் தானை மறவர் செய்தது; சிறிது போதிற்கெல்லாம் அஞ்சியோடத் தலைப்பட்டது. எனக்கு இஃது ஒரு பெருவியப்பைத் தருகிறது[2]'' என்றார்.

நார்முடிச் சேரல், காப்பியனார் கருத்தை யறிந்து, ''புலவர் பெருந்தகையே, இதில் வியப்பில்லை; நிலை மக்களைச் சால உடைய தெனினும் தானைக்குத் தலைமக்களே சிறந்தவர்; தலை மக்கள் இல்லெனின் தானையும் இல்லையாம்'' என்றான். ''அறிந்தேன், அறிந்தேன்'' எனத் தலையசைத்துத் தெளிவுற்ற காப்பியனார், ''மாறா மனவலி படைத்த மைந்தரது மாறுநிலை தேயச் செய்யும் போர் வன்மையும், மன்னர் படக் கடக்கும் மாண்பும் உடையவன் நீ; மாவூர்ந்தும், தேர்மீதிருந்தும், களிற்று மிசை இவர்ந்தும், நிலத்தில் நின்றும் நின்தானை மறவர் போர் நிகழ்த்த, நீ நின் தானையைச் சூழ்வந்து காவல் புரிகின்றாய்; அதனால பகைவர் கண்டு அஞ்சியோடு கின்றனர் என்பதை அறிந்தேன்[3]'' என்று பாடினர்.

---

1. பதிற். 32. 2. பதிற். 33. 3. பதிற். 34.

சேரமான் வஞ்சிநகர்க்கண் இருக்கையில் அவனுடைய வென்றி பெருமை முதலிய நலங்களை வியந்து, சான்றோர் பலர் அவனைப் பாடிப் பாராட்டினர். நாடோறும் இப் பாராட்டுகள் பெருகி வருவது கண்ட நார்முடிச்சேரல், இப் பாராட்டுரைகளை நயவாதான் போலக் காப்பியனாரோடு சொல்லாடினான். அக் காலை, அவர் வேந்தனை நோக்கி,

''சேரலே, புகழ்தற்குரியாரைப் புகழாமை சான்றோறாருடைய சான்றாண்மைக்கு அழகன்று. மேலும் அவர் செய்யா கூறிக் கிளக்கும் சிறுமையுடையரல்லர்; ஆதலால், நின்போர் நலமே அவர் உரைக்குப் பொருளாகிறது. நீ போர் செய்யும் களம் யானைமரப்பும் தேர்க்கால் களும் சிதறிக் கிடக்கும் காட்சி நல்குகிறது; எருவைச் சேவல்கள் தம் படையொடு கூடி நிணந்தின்று மகிழ, ஒரு பால் கவந்தங்கள் ஆடா நிற்கும்; வீழ்ந்தோரது குருதி பரந்து போர்க்களம் அந்தி வானம் போல் ஒளி செய்கிறது; பேய்கள் எழந்து கூத்தாடுகின்றன; இவ்வாறு போர்க் களம் சிறப்புறுதற் கேதுவாக நீ நின் தானையைப் பாதுகாப்பது, உரைப்பார் உரையாய் விளங்குகிறது[1]'' என்றார். வேந்தன் காப்பிய னார் பாட்டைக் கேட்டு ஏனைச் சான்றோர்க்குச் செய்தது போலப் பெருங்கொடையை நல்கி மகிழ்வித்தான்.

பிறிதொருகால், குறுநிலத் தலைவர் சிலர் நார்முடிச் சேரல்பால் பகை கொண்டு போர் தொடுத்தனர். சின்னாட்களாய்ப் பகை பொறாமையால் அவனுடைய மறவர்கள் போர்வேட்கை மிக்கிருந் தனர். மறவர் உடன்வரச் சென்று சேரமான் பகைவர் திரளைச் சவட்ட லுற்றான். போர்க்களிறுகளும் வயமாவும் உடல் துணிந்து வீழ்ந்தன; மறவர் பலர் மாண்டொழிந்தனர். போர்க்களம் பனைதடி புனம் போலக் காட்சி நல்கிற்று. பெருகியோடிய குருதிப் பெருக்குப் பிணந்தின்னும் கழுகும் சேவலும் பெடையும் பருந்து மாகியவற்றை அலைத்துக்கொண்டு சென்றது; கூளிக் கூட்டம் நிணம் தின்று கூத்தாடிற்று; வெற்றி மிகக்கொண்ட சேரலைக் காப்பியனார் கண்டு, ''வேந்தே, இத்தகைய செருப் பல செய்து சிறக்கும் நின்வளம் வாழ்க[2]'' என வாழ்த்தினர்.

இவ் வண்ணம் கடும் போர்களைச் செய்யுமுகத்தால் சேரமானது பகைவர் மிக்க துயரத்தை எய்தினர்; ஆனால் பரிசிலர்க்குப் பெரும் பொருள் நல்கப்பட்டது. வேந்தன்பால் இவ்வாற்றால் மறவேட்கை மிகாது அடங்கியிருந்தது. ஆன்ற விந் தடங்கிய அவனது செம்மைப் பண்பு கண்டு வாய்மொழிப் புலவர் மனமகிழ்ந்து அவனுடைய ''வளனும் வாழ்க்கையும் சிறப்புறுக'' என வாழ்த்தினர். நார்முடிச்

1. பதிற். 35. 2. பதிற். 36.

சேரலது நல்வளமும் நல்வாழ்க்கையும் துளங்கிய குடிகட்கு வளம் தந்தன; பகைவர் எயிலையிழந்து அவர் நாட்டு நன்மக்களோடு ஒப்பப் பேணிப் புறந்தந்தான். இதனைக் கண்ட காப்பியனார், வேந்தே, நின்னுடைய இச் சீரிய வாழ்வு உலகிற்கு மிக்க நலம் தருவதாகும். நல்லரசும் அறவாழ்வும் திருந்திய முறையில் நிலவச் செய்வதே நல்லரசன் நற்செயல்; அதனைச் செய்யும் நீ உலகிற்குப் பெருநலம் புரியும் தக்கோனாதலால் இவ்வுலகினர் பொருட்டு நீ நீடு வாழ்வா யாக[1]'' என வாழ்த்தினர். இவ் வாழ்த்துரை நார்முடிச் சேரலுக்குப் பேருவகை நல்கிற்று.

இது நிற்க, வேனிற் காலத்தில் சேர வேந்தர், நேரிமலைக்குச் சென்று மலைவளம் கண்டு இன்புறுவது போல, ஆற்றிலும் கடலிலும் நீராடி இன்புறுவதும், பண்டை நாளைய தமிழ்ச் செல்வம் வேந்தர் வழக்கமாகும். ''யாருங் குளனும் காவும் ஆடிப் பதியிகந்து நுகர்தலும் உரிய என்ப[2]'' என்பதனால், இது தொல்காப்பியர் காலத்துக்கு முன்பிருந்தே வரும் வழக்காறு என்பது தெளிவாகும். ஆறாடி மகிழும் திறத்தை இப்போதும் கேரள நாட்டார் ஆறாட்டு என வழங்குகின் றனர். மாசித் திங்களில் நிகழும் கடலாட்டு, ''மாசிக் கடலாட்டு[3]'' என வழங்கிற்று. நார்முடிச் சேரல், சேர நாட்டில் அரசு புரிந்த காலத்தில் நிகழ்ந்த ஆறாட்டு ஒன்றைக் காப்பியனார் கண்டு வியந்து பாடியுள் ளார்.

ஆறாட்டு நிகழ்தற்குச் சின்னாள் முன்பே, விரதியர் சிலர் உண்ணா நோன்புகொண்டு சேர நாட்டுத் திருமால் கோயிலில் தங்கி நின்றனர்; ஊர்களில் வாழ்வோர் ஆறாடும் திருநாளன்று தலைமேற் குவித்த கையராய்த் திருமாலின் திருப்பெயரை ஓதிக்கொண்டு வருகின்றனர்; திருமால் கோயிலிடத்து மணிகள் இடையாறு ஒலித்து ஆரவாரிக்கின்றன. பின்னர், விரதியரும் ஊரவரும் ஒருங்கு கூடி நீர்த்துறைக்குச் சென்று நீராடி, மனம் தூயராய்த் திருத்துழாய் மாலை யும் ஆழிப்படையு முடைய திருமாலை வழிபட்டுச் செல்கின்றனர். அக் காலையில், வேந்தனும் ஆற்றில் நீராடித் திருமாலை வழிபட்டுத் திருவோலக்கம் இருக்கின்றனன். அரசியற் சுற்றத்தார் உடனிருப்ப, பாணர் கூத்தர் முதலிய பரிசிலர் பாட்டும் கூத்தும் நல்கி இன்புறுத்த, சான்றோர் வேந்தனை வாழ்த்தி மகிழ்விக்கின்றனர்.

இந் நிலையில், காப்பியாற்றுக் காப்பியனார், வேந்தனை வாழ்த்தலுற்று, உண்ணா விரதியரும் மக்களும் ஆறாடித் திருமாலை வழிபட்டுச் செல்லாநிற்க, உலகிருள் நீங்க ஒளி செய்யும் திங்கள், கலை முழுதும் நிரம்பித் தாரகை சூழ விளங்குவது போல, நீ பகையிருள்

---

1. பதிற். 37. 2. தொல். கற். 50. 3. திருஞானம்: மட்டிடம்.

அறக்கடிந்து அவரது முரசு கொண்டு துளங்குடி திருத்தி வளம் பெருவிக்குமாற்றால், ஆண்கடன் இறுத்து விளங்குகின்றாய்; நின் மார்பு மலைபோல் விளங்குகிறது; வானத்திற் கடவுளர் இழைத்த தூங்கெயிற் கதவுக்கு இட்ட எழுமரம் போல நின்தோள் நிமிர்ந்து நிற்கிறது; வண்புகழ்க்குரிய வண்டன் போல நீ சிறக்கின்றாய். வண்டு மொய்க்கும் கூந்தலும், அறம் சான்ற கற்பும், ஒள்ளிய நுதலும், மாமை மேனியும் உடைய நின் தேவி, விசும்பு வழங்கும் மகளிருள்ளும் சிறந்தாளான அருந்ததி போன்ற அமைதியுடையவள். நின் முரசும், வெற்றி குறித்து முழங்குமே யன்றி, மக்களை வெறிதே அச்சுறுத் தற்கு என முழங்குவதில்லை. நின் மறவர் ஒடுங்காத் தெவ்வர் ஊக்கம் கெடுத்தற்கு எறிவதல்லது, தோற்றோடுவார் மேல் தம் படையினை எறியார். நின் தானைத் தலைவர், நகைவர்க்கு அரண மாகியப் பகைவர்க்குச் சூர் போல் துன்பம் செய்வார். இவ்வாறு, பல வகையாலும் மாண்புறுகின்றாய்; ஆதலால் நீ நெடிது வாழ்க[1] என வாழ்த்தினர்.,

இப் பாட்டின்கண் குறித்த திருமாலை, பதிற்றுப் பத்தின் பழைய வுரைகாரர், திருவனந்தபுரத்துத் திருமால் என்று கூறுகின்றனர். திருவனந்தபுரம் பாண்டி நாட்டுக்கும் சேர நாட்டுக்கும் இடைப் பட்ட வேணாட்டில் இடைக்காலத்தில் சிறப்புற்ற பேரூர்; நார்முடிச் சேரல் காலத்தில் இருந்து விளங்கியதன்று; இடைக்காலத்தில் தோன்றிய ஆழ்வார்களில் எவரும் அதனைப் பாடாமையே இதற்குப் போதிய சான்று. காப்பியனார் குறிககும் திருமால், வஞ்சி மாநகர்க்கு அண்மையில் இருந்த **ஆடக மாடத்துத்** திருமாலாதல் வேண்டும். இதன் உண்மையை ஆராய்ந்த அறிஞர் சிலர், **சுகந்தேசம்** என்ற வடமொழி நூலில், வஞ்சிநகர்க்கு அண்மையில் **கனக பவனம்** ஒன்று இருப்பதாகக் கூறுப்படுகிறதெனவும், அதுவே இளங்கோ வடிகள் குறிக்கும் ஆடக மாடமாகலாம் எனவும், அப் பகுதி பின்னர் அழிந்து போயிற் றெனவும்[2] கூறுகின்றனர். இனி கேரளோற்பத்தி என்னும் நூல், திருக்காரியூர் என்னு மிடத்தே பொன்மடம் ஒன்று இருந்தது எனக் கூறுகிறது[3]. இக் கூறிய கனக பவனமும்[4] பொன் மாடமும் வஞ்சிநகர்க் கண்மையில் உள்ளவையாதலால், இவ்விரண் டினுள் ஒன்றே காப்பியனார் குறிக்கும் திருமால் கோயிலாம் என்பது தெளிவாகிறது. **சிலப்பதிகார அரும்பதவுரைகாரர்** கூற்றைப் பின்பற்றி யுரைத்தலால், பதிற்றுப்பத்தின் உரைகாரர் இவ்வாறு

1. பதிற். 31.
2. Chera Kings of Sangam Period p. 86-9.
3. Ibid. 46-7.
4. ‘ஆடகமாடத்தின்’’ வடமொழி பெயர்ப்புக் கனக பவனம்,

கூறினாரெனக் கொள்ளல்வேண்டும். சிலர், திருப்புனித்துறா என இப்போது வழங்கும் திப்பொருநைத் துறையில் உள்ள திருமால் கோயிலே இந்த ஆடகமாடத்துத் திருத்துழாய் அலங்கற் செல்வன் கோயிலாம் எனக் கருதுவர்; அஃது ஆராய்தற்கு உரியது.

இவ்வாறு தன்னைப் பல பாட்டுக்களாற் பாடிச் சிறப்பித்த காப்பியாற்றுக் காப்பியனாரக்குச் சேரமான் களங்காய்க் கண்ணி நார்முடிச் சேரல், ''நாற்பது நூறாயிரம் பொன் ஒருங்கே கொடுத்துத் தான் ஆள்வதிற் பாகம் கொடுத்தான்'' என்றும், அவன் இருபத்தை யாண்டு அரசு வீற்றிருந்தான் என்றும் பதிற்றுப்பத்து நான்காம் பத்தின் பதிகம் கூறுகிறது. இப் பரிசு பெற்ற காப்பியனாருக்கு நார்முடிச் சேரல்பால் பெருமகிழ்ச்சி யுண்டாயிற்று. அதனால் அவரது உள்ளத்தே அழகியதொரு பாட்டு உருக்கொண்டு வந்தது. ''வளம் மயங்கிய நாட்டைத் திருத்தி வளம் பெருகுவித்த களங்காய்க்கண்ணி நார்முடிச் சேரலே, பகைவர் நாட்டு எயில் முகம்சிதைதலால் அதற்குக் காவல் புரியுமாறு நாற்படையும் செலுத்தி நல்வாழ்வு நிகழ்விக்கின்றாய்; நீ பரிசிலர் வெறுக்கை; பாணர் நாளவை; வாணுதல் கணவன்; மள்ளர்க்கு ஏறு; வசையில் செல்வன்; வான வரம்பன். இனியவை பெறின் தனித்து நுகர்வோம் கொணர்க எனக் கருதுவதின்றிப் பகுத் துண்டல் குறித்தே செல்வம் தொகுத்த பேராண்மை நின்பால் உளது; அதனால் நீ பிறர பயன்பெற்று இன்ப வாழ்வுபெற நன்கு வாழ்கின் றாய்; உலகில் செல்வர் பலர் உளரெனினும், நின் போல் பிறர்க்கென வாழும் பேராண்மையுடையோர் அரியராதலால், அவர் எல்லாரினும் நின் புகழே மிக்குளது; அவரது வாழ்வினும் நினது பெருவாழ்வே உலகிற்குப் பெரிதும் வேண்டுவது; ஆகவே நீர் பல்லாண்டு வாழ்க[1]'' என வாழ்த்தியமைந்தார்.

8. கடல் பிறக்கோட்டிய செங்குட்டுவன்

களங்காய்க் கண்ணி நார்முடிச் சேரல் காலத்தில், அவனுக்கு நேர் இளையவனும், அவன் தந்தை இமயவரம்பன் நெடுஞ்சேரலாத னுடைய மற்றொரு மனைவியான சோழன் மணக்கிள்ளியின் மகனு மான செங்குட்டுவன் குடநாட்டுப் பகுதியில் இருந்து தன் தமைய னுக்குக் கீழ்நின்று துணைபுரிந்து வந்தான். நார்முடிச் சேரல் இறந்த பின் செங்குட்டுவனே சேர நாடு முழுதிற்கும் முடிவேந்தனாயினான். செங்குட்டுவன் சிறந்த மெய்வன்மையும், பகைவரும் வியந்து

1. பதிற். 38.

பாராட்டும் திண்ணிய கல்வியறிவும், நண்பர்பாலும் மகளிர்பாலும் வணங்கிய சாயலும், பிறர்பால் வணங்காத ஆண்மையும் உடையவன். போர்கள் பல செய்து வெற்றிபெற்ற காலத்துப் பகைவரிடத்திலிருந்து பெரியவும் அரியவுமான பொருட்கள் பல பெறுவான்; ஆயினும், அவற்றை அத்தன்மையனவானக் கருதாது பிறர்க்கு ஈத்துவக்கும் இன்பத்தையே நாடுவது செங்குட்டுவனது சிறந்த பண்பாகும். மேலும், தனக்கு ஒரு குறையுண்டாயின், அது குறித்துப் பிறரை அடைந்து இரந்து நிற்கும் சிறுமை செங்குட்டுவன்பால் கனவினும், இல்லை. செங்குட்டுவன், உலகியல் பொருளின்பங்களில் மிகக் குறைந்த பற்றும், தன் புகழ் நிலைபெறச் செய்வதில் ஊற்றமும் ஊக்கமும் உடையன் எனச் சாலும்.

குடவர் கோமான் என்ற இமயவரம்பன் நெடுஞ் சேரலாதன் ஆட்சி செய்த காலத்தில், சோழவேந்தர் நட்புப் பெற்று அவருள் சிறந்தோன் ஒருவனுடைய மகளான மணக்கிள்ளி யென்பவளை மணந்து கொண்டான். அவளுக்குப் பிறந்த செங்குட்டுவன், இளமையில் சோழநாட்டு வேந்தன் மனையில் இருந்து சோழர்களின் குணஞ் செயல்களையும் நாட்டின் நலன்களையும் அறிந்திருந்தான். செங்குட்டுவன் குட நாட்டில் அரசு புரிந்து வருகையில், ஒருகால், சோழருட் சிலர் தம்முள் ஒருவனான கிள்ளியென்பான்[1] அரசு கட்டிலேறுவது பற்றிப் பகை கொண்டு ஒருவரோடொருவர் பூசலிட்டனர். அதனால் நாட்டின் நலம் குறைந்தது. அந் நாளில் பாண்டி வேந்தர் அவர்களை அடக்கி நன்னிலைக்கண் நிறுத்தும் அத்துணை வலியின்றியிருந்தனர். மதுரை மாவட்டத்தில் உள்ள மோகூரில் இருந்த குறுநிலத் தலைவர்களே மேம்பட்டிருந்தனர். ஆயினும் அவர்கள் நடுநிலை பிறந்தொழுகினர். இதனால் சோழநாட்டுச் சான்றோர் சிலர், குடவர் கோமானாய்த் திகழும் செங்குட்டுவனை அடைந்து நிகழ்ந்தது முற்றும் நிலைபெறக் கூறினர்.

செங்குட்டுவன் வலிமிக்கதொரு படையைத் திரட்டிக் கொண்டு சோழ நாட்டிற்குச் சென்றான். சோழ நாட்டில் தன் மைந்தனுமான கிள்ளிவளனோடு ஒன்பது சோழர்கள் போரிடுவது கண்டு அவர்களை ஒன்று படுத்த முயன்றான். அம் முயற்சி கைகூடாது போகவே அவர்களோடு தானும் போர் தொடுத்தான். அவர்களுட் பலர் தம்மிற் கூடி உறையூரை நோக்கித் திரண்டு வந்தனர். செங்குட்டுவன் கிள்ளிக்குத் துணையாய் நின்று உறையூர் நேரிவாயிலிலேயே[2] அவர்களை எதிரேற்று வலியழித்தான்; அதனால் அவர்கள் மீட்டும்

---

1. இவனைக் கரிகாலனெனக் கருதுவோரும் உண்டு. அகம். 125. 10.
2. உறையூரின் தென்புற வாயில் நேரிவாயிலாகும்.

போர் தொடுக்கும் ஆற்றலின்றிக் கெட்டழிந்தனர். முடிவில் செங்குட்டுவன் தன் மைந்துனனைச் சோழர் வேந்தனாக முடிசூட்டிச் சிறப்பித்து விட்டுத் தன் குடநாடு வந்து சேர்ந்தான். இதனையே, ''வெந்திறல் ஆராச் செருவில் சோழர் குடிக்குரியோர் ஒன்பதின்மர் வீரவாயிற்புறத்து இறுத்து[1] நிலைச்செருவின் ஆற்றலை அறுத்துக் கெடலருந்தானை யொடு'' திரும்பினான் என்று பதிற்றுப்பத்தின் பதிகம் கூறுகிறது.

நார்முடிச்சேரலுக்குப் பின் செங்குட்டுவன், சேரநாட்டு முடி வேந்தனாய் வஞ்சி மாநகர் வந்து சேர்ந்தான். இவனது புகழ்பெருகுவது குடநாட்டுக்கு வடக்கிலிருந்து வடவேந்தர்களுக்கு மனக்காய்ச்சலை உண்டுபண்ணிற்று. அவர்கள் கடம்பகுல வேந்தர் எனப்படுவர். அவர்கள் நெடுஞ்சேரலாதனோடு கடற்போர் செய்து கடம்பு மரமாகிய தங்கள் காவல் மரத்தை இழந்து மீளப் போர் தொடுக்கும் பரிசிழந்திருந்தனர். அவன் வானவரம்பனாக இருந்து போய் இமயவரமபன் என்ற இசை நிறுவிச் சிறந்தது அவர்களுடைய புகழ்க்கும் மாத்துக்கும் மாசு செய்வதாகக் கருதினர். அவன் காலத்தில் மேலைக் கடலில் சேரரும் அவர் நண்பரும் ஒழிய, ஏனோ எவரும் கலம் செலுத்துதல் இயலாது என்னும் பேரிசை நாடெங்கும் பரவியிரந்தது. அதனால் அவ் வேந்தர்கள் கடல் வழியாகப் போர் தொடுப்பதை விடுத்து நிலத்து வழியாக ஒரு பெரும்படை திரட்டி வரக் கருதினர். செங்குட்டுவன் குடநாடடினின்றும் நீங்கிக் குட்ட நாட்டில் அரசு வீற்றிருப்பது கண்டு குடநாட்டின் வட பகுதியில் நுழைந்து போர் தொடத்தனர். தொடக்கத்தில் குடவர் படை வடவர் படைமுன் நிற்கலாற்றது பின் வாங்கியது. பின்பு, குட்டுவர் படை போந்து இடும்பில் என்னுடமிடத்தே தங்கி வடவர் படையை வெருட்டவே, இரண்டும் வயலூர் என்னுமிடத்தே கடும்போர் புரிந்தன. வடவர் படை அழிந்தது; அவரது முழு முதல் அரணம் தவிடுபொடியாயிற்று. உய்ந்தோடிய வடவர் சிலர் கொடுகூர் என்னுமிடத்திருந்த அரண்களில் ஒளிந்தனர். சேரர் அதனையுணர்ந்து இடையிலோடிய ஆற்றைக் கடந்து கொடுகூரை அடைந்து அரணை யழித்து வடவர் படையைத் தகர்த்தனர். இந்த வயலூர் இப்போது பெயிலூர் என வட கன்னட நாட்டில் உளது. இடும்பில் என்பது இப்போது உடுப்பியென வழங்குகிறது. கொடுகூர் கோட்கூரு என மருவியுளது.

இவ்வாறு, தமது சேரந நாட்டுப் படையெடுப்பு (வஞ்சிப் போர்) வெற்றி பயவாமை கண்ட வடவேந்தர் வேற செயல்வகை அறியாது திகைத்து நின்றனர். மேலை நிலதது யவனர்கள், சேரர் ஆதரவால் அச்சமின்றிப் பொன் சுமந்து கலங்களுடன் போந்து மிளகும் சந்தனமும் அகிலும் பிற விளைப் பொருளும் கொண்டு சென்று பெரு வாணிகம்

---

1. சிலப். 27: 118-23: 116-9, பதிற். iV பதி.

செய்து பெருஞ்செல்வராயினர். அந்த யவன நாட்டப் பொருணூலறிஞர் முற்போந்து யவன நாட்டவர் தம்மை உயர்ந்த பட்டாடையாலும் விரைப்பொருளாலும் ஒப்பனை செய்துகொள்வதில் ஆண்டுதோறும் பல்லாயிரக்கணக்கான பொன்னைச் செலவிடுவது கூடாது என்றெல்லாம் தங்கள் நாட்டு மக்களுக்கு அறிவுறுத்தினர். அதனைச் செவிமடுத்த சில யவனர்க்கட்குச் சேர வேந்தர்பால் வெறுப்பும் மன வெரிச்சலும் உண்டாயின. அக் குறிப்பை அறிந்த வட வேந்தர், அவர்களோடு உறவு செய்துகொண்டு சேரரைச் சீரழித்தற்குச் சூழ்ச்சி செய்தனர். நிலத்து வழியே சென்று பொருதால் சேரரை வெல்ல முடியாதென்பதை வியலூர் போர் காட்டி விட்டதனால், கடல் வழியாகப் படைகொண்டுசென்று சேரரைத் தாக்க முயன்றனர். யவனர் சிலர் அவர்கட்கு உதவி செய்தனர்.

வஞ்சிநகர்க்கண் அரச வீற்றிருந்த செங்குட்டுவன், யவனரும் வடவரும் கூடிப் பெரியதொரு கடற்படை கொண்டு போர்க்கு வரும் செய்தியை ஒற்றரால் அறிந்தான். உடனே வில்லவன் கோதை, அழும்பில்வேள் முதலிய அமைச்சர்களை வருவித்து நால்வகைப் படையும் திரட்டுமாற ஆணையிட்டான். படைகள் பலவும் திரண்டன.

கடற்போர் செய்தற்குத் தேரும் களிறும் குதிரையும் பயன் படாமையின் அவற்றைக் கடற்கரையையும் ஏனை எல்லைப் புறங்களையும் காவல்செய்யுமாறு பணித்து, விற்படையும் வேற்படையும் வாட்படையும் கொண்ட பெரும்படையை கலங்களில் செல்லப் பணித்தான்.

சேரநாட்டுக்கு அண்மையிலன்றித் தென்பாண்டிக் கரை வழியாகப் பகைவர் நிலத்திற் புகுந்து போர் தொடுக்கக்கூடும் என்று எண்ணி, தென் பாண்டிப் பகுதியில் இருந்து அரசு புரிந்த அறுகையென்னும் குறுநிலத் தலைவனைப் பாண்டிக் கடற்கரையைக் காக்குமாறு திருமுகன் விடுத்தான். அறுகையும் செங்குட்டுவன் கருத்துணர்ந்து அவ்வாறே படை திரட்டிக் காவல் புரியலுற்றான். செங்குட்டுவனுடைய தேர் முதலிய மூன்று படைகளும் சேரநாடு முழுவதும் பரந்து அருங்காவல் புரிந்தன. இச் செயலை அறிந்த பரணர் என்னும் நல்லிசைச் சான்றோர்,

> ***"மன்பதை மருள அரசுபடக் கடந்து***
> ***முந்துவினை எதிர்வரப் பெறுதல் காணியர்,***
> ***ஒளிறுநிலை உயர்மருப் பேந்திய களிறூர்ந்து***
> ***மான மைந்தரொடு மன்னர் ஏத்தநின்***
> ***தேரொடு சுற்றம் உலகுடன் மூய*[1]"**

என்று பாடிக் காட்டுகின்றார்.

---

1. பதிற். 42.

வில்லும் வேலும் வாளும் ஏந்திய படைவீரர்கள் உடன்வரச் செங்குட்டுவன் கலங்கள் பலவற்றை அணிவகுத்துக் கடலிடத்தே செலுத்தினான்; பகைவர் படை வீரரைச் சுமந்த கலங்கள் வரும் திசையை ஒற்றரால் அறிந்து எதிர்நோக்கிச் சென்று அவருடைய கலங்களைச் சூழ்ந்து நின்று தாக்கலுற்றான். நாற்புறமும் சேரர் கலங்கள் போந்து சூழ்ந்து கொண்டதனால் பகைவர்கள், இடையே அகப்பட்டு எத்துணையோ முயன்றும் மாட்டாது தோற்றனர். பெரும் பாலோர் மாண்டனர்; மாஞ்சினோர் சிறைப்பட்டனர். அவர்களுடைய கலம் கொணர்ந்த அரியவும் பெரியவுமாகிய பொருள்கள் செங்குட் டுவன் கைவயமாயின. கடற் போரில் வாகை சூடிக் கரையை அடைந்த செங்குட்டுவனது புகழுபு தமிழக மெங்கும் பரந்தது. சோழ வேந்தரும் பாண்டி வேந்தரும் அவனைப் பாராட்டினர்.

பரிசிலர் பலர், சேர நாட்டை அடைந்து செங்குட்டுவனது கடல் வென்றியை முத்தமிழ் வழியாலும் இசைத்தனர். தமிழ்நாட்டுச் சோழ பாண்டிய மண்டலங்களில் இருந்த வேந்தர்களையும் செல்வர்களையும் பாடிச் சிறப்பித்து வந்து பரணர் என்னும் சான்றோர், மலையும் கானமும் கடந்து வஞ்சிநகர் அடைந்து செங்குட்டுவனைக் கண்டு,

"மழை பெயல் மாறிய கழைதிரங்கு அத்தம்
ஒன்று இரண்டு அல்ல பலகழிந்து திண்டேர்
வசையில் நெடுந்தகை காண்கு வந்திசினே[1]"

என்று தொடங்கி, நாளும் குதிரை யூர்ந்து பயின்ற நின் தாள், வெற்றி முரசு முழங்க, அலைகள் பிசிர் பிசிராக உடையுமாறு "படுதிரைப் பனிக்கடல்" உழந்ததனால் வருந்தா தொழிவதாக என்று வாழ்த்தி, "வேந்தே, வழி வழியாகக் கடற்போர் செய்து பயின்றவன்போல நீ இக் கடற்போரைச் செய்து பெருவென்றி எய்தினாய்;

'இனியார் உளரோ? நின்முன்னும் இல்லை;
மழைகொளக் குறையாது புனல்புக நிறையாது
விலங்குவளி கடவுள் துனிங்கிருங் கமஞ்சூல்
வயங்குமணி இமைப்பின் வேல் இடுபு
முழங்குதிரைப் பனிக்கடல் மறுத்திசி னோரே[2]'

என்று எடுத்தோதிப் பாராட்டினார்.

இவ்வாறு பாடிவந்த பாணர் கூத்தர் விறலியர் பலருக்கும், செங்குட்டுவன், கடலிற் பகைவர் பாலும் பிற பகைவர் பாலும் பெற்ற அரும்பெரும் பொருள்களை மழைபோல வரையாது நல்கி, "இனிது

1. பதிற். 45. 2. பதிற். 46.

புறந்தந்து அவர்க்கு இன்மகிழ்'' சுரந்தான். அதனால், அவர்கள் பலரும் அவன் திருவோலக்கத்தே நெடிது தங்கினர். அதனை நேரிற் கண்ட பரணர்.

> ***''கோடுநரல் பௌவம் கலங்க வேலிட்டு***
> ***உடைதிரைப் பரப்பில் படுகடல் ஓட்டிய***
> ***வெல்புகழ்க் குட்டுவற் கண்டோர்***
> ***செல்குவம் என்னார் பாடுபு பெயர்ந்தே[1]''***

என்று பாடிச் செங்குட்டுவன் சீர்த்தியைச் செந்தமிழில் நிலைபெறு வித்தார். செங்கட்டுவனது வரையாத வள்ளன்மையால், பாட்டினும் கூத்தினும், வல்லுநர் மாட்டாதவர் என்ற வேறுபாடியின்றி, யாவரும் பெரும்பொருள் பெறுவதை, அவருள் இளையர் பலர் கண்டு, தமக்குள்ளே, ''இச் செங்குட்டுவன் கல்லா வாய்மையன்'' என்று பேசிக்கொண்டனர். இதனைக் கேட்ட பரணர், செங்குட்டுவனைப் பாடிய பாட்டொன்றில்,

> ***''பைம்பொன் தாமரை பாணர்ச் சூட்டி,***
> ***ஒண்ணுதல் விறலியர்க்கு ஆரம் பூட்டிக்,***
> ***கெடலரும் பல்புகழ் நிலைஇ நீர்புக்குக்***
> ***கடலொடு உழந்த பனித்துறைப் பரதவ!***
> ***'ஆண்டுநீர்ப் பெற்ற தாரம் ஈண்டு இவர்***
> ***கொள்ளாப் பாடற்கு எளிதினின் ஈயும்***
> ***கல்லா வாய்மையன் இவன் எனத் தத்தம்***
> ***கைவல் இளையர்[2]''***

கூறுகின்றனர் எனக் குறித்து அவனது கொடை மடத்தை எடுத்தோதிச் சிறப்பித்தார்.

செந்தமிழ் வளஞ்சிறந்து திகழும் பரணருடைய நல்லிசைப் புலமையின்பால் செங்குட்டுவனுக்கு மிக்க விருப்பமுண்டாயிற்று. அவரைக் கொண்டு தமிழ் இளைஞர்க்கு அகமும் பொருளுமாகிய பொருணூல்களை அறிவுறுக்குமாறு ஏற்பாடு செய்தான். அதற்காகச் சேர நாட்டு உம்பற்காடு என்ற பகுதியின் வருவாயைப் பரணற்கு நல்கித் தன் மகன் **குட்டுவன் சேரல்** என்பவனை அவர்பால் கையடைப்படுத்துக் கல்வி கற்பிக்குமாறு செய்தான். பிற்காலத்தே, சேர நாட்டுக் கானப்பகுதி யொன்று **பரணன்** கானம் என்ற பெய ரெய்தி இன்றும் திருவிதாங்கூர் நாட்டில் மினச்சில் பகுதியில் உளது.

ஆசிரியர் பரணர், செங்குட்டுவன் விரும்பியவாறு தமிழ்ப் பணி செய்யுங்கால், களவொழுக்கம் பூண்ட ஒழுகும் தமிழ்த் தலை மகன் இரவுக்குறிக்கண் தலை வேற்றுக்குறி நிகழக் கண்டு அவ்விடம் வந்து அவனைக் காணாமல் சென்ற தலைவி, அவன் மெய்யாக வந்து

அவனைக் காணாமல் சென்ற தலைவி, அவன் மெய்யாக வந்து செய்த வரவுக் குறியையும் வேற்றுக்குறி யென்று நினைந்து வாரா தொழிந்தாள்; தலைமகன் ஏமாற்றம் எய்தித் தன் நெஞ்சை வெகுண்டு, "பெறலருங் குரையள் என்னாள், வைகலும் இன்னா அருஞ்சுரம் நீந்தி நீயே என்னை இன்னற் படுத்தினை; அதனால்,

"படைநிலா விளங்கும் கடல்மருள் தானை
மட்டவிழ் தெரியல் மறப்போர்க் குட்டுவன்
பொருமுரண் பெறாஅது விலங்குசினம் சிறந்து
செருச்செய் முன்பொடு முந்நீர் முற்றி
ஓங்குதிரைப் பௌவம் நீங்க ஓட்டிய
நீர்மாண் எஃகம் நிறத்துச் சென்றழுந்தக்
கூர்மதன் அழியரோ நெஞ்சே[1]"

என்று கூறும கருத்தமைந்த பாட்டில், செங்குட்டுவன் கடலிற் பகைவர் மேல் வேலெறிந்து அவர் பிறக்கிடச் செய்த திறத்தைப் பாடிச் சிறப்பித்துள்ளார். இவ்வாற்றால் செங்குட்டுவனுக்குக் **கடல்பிறக்கு ஓட்டிய செங்குட்டுவன்** என்று பெயர் பிறங்குவதாயிற்று.

இவ் வண்ணம் செங்குட்டுவன், தான் கடல் பிறக்கோட்டிய சிறப்பைச் சான்றோர் பரவ இனிது இருந்து வரும் நாளில், தென் பாண்டி நாட்டில் அவன் மன அமைதியைக் கெடுக்கும் செயலொன்று நிகழ்ந்தது. மதுரை மாவட்டத்து மோகூர்[2] என்னும் ஊரில் பழையன் என்னும் தலைவன் ஆட்சிபுரிந்து வந்தான். அவன் காவிரி நாட்டுப் போர் என்னும் ஊர்க்குரிய பழையன் என்பான் வழிவந்தான். போஒர்ப் பழையன், சோழர்க் குரியனாய், செங்குட்டுவனால் நேரிவாயிலில் அலைத்து வருத்தப்பட்ட சோழர் ஒன்பதின்மர்க்குத் துணைவனாய் நின்றிறு வரிசையிழந்தான். அதனால் அவற்குச் சேரன் செங்குட்டுவன்பால் மனத்தே பகைமை உண்டாயிருந்தது. அன்றியும், தென் பாண்டி நாட்டு அறுகை செங்குட்டுவற்குத் துணைசெய்தது, பழையன் உள்ளத்தில் அவ்வறுகையாலும் பகைமை பிறப்பித்தது.

அறுகை யென்பான் இருந்த ஊர் குன்றத்தூர் என்பது. அவற்குப் பின் அவ்வூர் அறுகை குன்றத்தூர் என்று வழங்குவதாயிற்று. இடைக் காலத்தே, அப் பகுதியில் அரசுபுரிந்த வேந்தர் அறுகை குன்றத்தூரி லிருந்து தமது ஆணையைப் பிறப்பிப்பது உண்டு எனச் சோழபுரத்துக் கல்வெட்டு ஒன்றால்[3] அறிகின்றோம்.

---

1. அகம். 219.
2. மோகூரும் பழையன் பெயரால் உண்டான பளையானூரும் மாற நாட்டில் இன்றும் உள்ளன.
3. Ep. A. R. No. 493 of 1909.

சோழர் பொருட்டுப் போர்ஒப் பழையன், கொங்கு நாட்டவரோடு ஒருகால் பெரும்போர் செய்து வெற்றி பெற்றான்; அறுகை, கொங்கு நாட்டினின்றும் தென்பாண்டி நாட்டிற்குட் போந்திருந்த ஒரு குடியிற் பிறந்தவன். அதனால், பழையர்பால் அறுகைக்கு வெறுப்புண்டாகி யிருந்தது; சேரன் செங்குட்டுவனோடு நேரிவாயிலிற் பொருதமிழிந்த சோழன் ஒன்பதின்மர்க்குத் துணைசெய்து தனக்க நண்பனான செங்குட்டுவனது வெகுளிக்கு இரையாகியவன் என்பதனாலும், தனக்குச் செங்குட்டுவன் நண்பர் ஆதலாலும், மோகூர்ப் பழையன் மேல் போர்க்கெழுந்தால் அவன் அஞ்சியோடுவன் என்று அறுகை படையை மோகூர் மேல் செலுத்தி அதனைச் சூழ்ந்து கொண்டு உழிஞைப் போர் தொடுத்தான். மோகூர் மன்னன், சோழவேந்தரும் வேளிரும் துணைவத் தனது பெரும்படையைச் செலுத்தி அறுகை யின் படையை வென்று வெருட்டினான். அறுகை போரிழந்து புறந் தந்து ஓடி ஒளிந்து கொண்டான். இவ் வேந்தர் பண்டு செங்குட்டவற்குத் தோற்ற சோழர் என அறிக.

இச் செய்தி செங்குட்டுவனுக்குத் தெரிந்தது. உடனே, அறுகை தன்னாட்டிற்கு மிக்க சேணிடத்தே இருப்பதை அறிந்திருந்தும், தான் செய்த கடற்போர் செவ்வே நிகழ்ந்து வென்றி விளைப்பதற்கு அவ் வறுகை துணைசெய்தமையின், அவன் தனக்குக் கேளான் என வஞ்சினம் மொழிந்து, செங்குட்டுவன் தன் பெரும் படையுடன் போந்து மோகூர்ப் பழையனோடு போர் தொடுத்தான். பழையனும் நெடுமொழி நிகழ்த்திக் கடும் போர் உடற்றினான். அவனுக்குச் சோழ வேந்தர் சிலரும் வேளிர் சிலரும் துணைபுரிந்தனர். செங்குட்டுவன அவனுடைய மோகூர் அரண்களை அழித்து, வேந்தர் முதலியோரது துணையைச் சிதைத்து, அவனுடை காவல் மரமான வேம்பினை வெட்டி, அது போர்முரசு செய்வதற்கு ஏற்றதாய் இருப்பது கண்டு, ஏற்றவாறு துண்டஞ் செய்து களிறு பூட்டிய வண்டிகளில் ஏற்றிக் கொண்டு வஞ்சி மாநகர் வந்து சேர்ந்தான். இதனைப் பரணர், ''நுண் கொடி உழிஞை வெல்போர் அறுகை... ஒழுகை யுய்த்தோய்[1]'' என்றும், விறளியாற்றுப் படையாக, ''யாமும் சேறுகம் நீரும் வம்மின், துயலும் கோதைத் துளங்கியல் விறலியர், கொளைவல் வாழ்க்கை நும் கிளை இனிது உணீஇயர்... கருஞ்சினை விறல் வேம்பு அறுத்த, பெருஞ்சினக் குட்டுவற் கண்டனம் வரற்கே[2]'' என்றும் பாடினர்.

பரணர் பாடிய பாட்டுக்குச் செங்குட்டுவன் மிக்க பரிசில் தந்தான். அவர், பின்பு பொறைநாடு கடந்து ஆவியர் தலைவனான வையாவிக் கோப்பெரும் பேகன் நாட்டுக்குச் சென்றார். செங்குட் டுவன் வஞ்சி நகர்க்கண் இனித்திருக்கையில் சோழநாட்டுக் காவிரிப்

---

1. பதிற். 44. 2. பதிற். 49.

பூமபட்டினத்தில் தோன்றிப் பாண்டி நாட்டு மதுரை மாநகரை அடைந்த கோவலன் கண்ணகி என்ற இருவருள், கோவலன், தன் மனைவி கண்ணகியின் காற்சிலம்பு விற்க முயலுகையில், பாண்டியனால் தவறாகக் கொலையுண்டான். அவன் மனைவி கண்ணகியென்பாள் மன்னனது தவற்றை வழக்குரைத்துக் காட்டி மதுரை மூதூரை எரித்து விட்டு வைகையாற்றின் கரை வழியே சேர நாடுவந்து வேங்கை மரத்தின் நிழலின் தங்கி விண்ணுலகடைந்தாள். இதற்குச் சிறிது காலத்துக்கு முன் செங்குட்டவன் தம்பி இளங்கோ என்பார். அரசுரிமை யைக் கையிகந்து துறவு பூண்டு குணவாயிற் கோட்டம் என்னு மிடத்தே உறைவாராயினர். பொறை நாட்டுப் பகுதியிலுள்ள சீத்தலை யென்னும் ஊரில் சாத்தனார் என்ற சான்றோர் ஒருவர் தோன்றி மதுரை மாநகர்க் கண் கூலவாணிகம் செய்து பெருஞ்செல்வம் ஈட்டினார். பின்னர், அவர் அச் செல்வத்தையும் வாணிகத்தையும் தம் மக்கள் பால் விடுத்துத் துறவு பூண்ட சேரநாடு வந்து சேர்ந்தார். செங்குட் டுவன் அவர்க்கு வேண்டுவன நல்கிச் சிறப்பித்ததோடு சாத்தனூர் என்று ஓர் ஊரையும் நல்கினான். அது யவன நாட்டுத் தாலமி (Ptolemy) என்போரால் மாசாத்தனூர் (Mastanour) என்று குறிக்கப்பட்டுள்ளது.

ஒருகால் செங்குட்டுவன் மலைவளம் காண விரும்பித் தன் மனைவி இளங்கோ வேண்மாள் உடன்வரப் பேரியாற்றைங்கரைக்குச் சென்றான். அங்கே, அதற்கு இலவந்திகை வெள்ளிமாடம் என்றோர் அரண்மனை இருந்தது. அப்போது அவனுடன் அரசியற் சுற்றத்தாரும் தண்டமிழாசானாகிய சாத்தனாரும் வந்திருந்தனர். அவ்விடம், நேரி மலையின் அடியில் பேரியாற்றங்கரையில், இப்போது உள்ள நேரி மங்கலம் என்னும் இடமாகும். இன்றும் அங்கே இடிந்து பாழ்பட்டுப் போன அரண்மனைக் கட்டிடங்கள் உள்ளன எனத் திருவாங்கூர் நாட்டியல் நூல்[1] கூறுகிறது. இடைக்காலத்தில் வாழ்ந்த அரச குடும் பத்தின் ஒரு கிளை அங்கே இருந்தது என அங்க வாழ்பவர் கூறுகின் றனர்.

சேரமான் வந்திருப்பதை அறிந்த மலைவாணர் மலைபடு செல்வங்களான யானைக்கோடு, அகில், மான்மயிர்க் கவரி, மதுக்குடம், சந்தனக்கட்டை முதலிய பலவற்றைக் கொணர்ந்து தந்து, கண்ணகி போந்து வேங்கை மரத்தின் கீழ்நின்று விண்புக்க கதைத் தாம் கண்ட வாறே வேந்தர்க்கு எடுத்துரைத்தனர். உடனிருந்த சாத்தனார் கண்ணகி யின் வரலாற்றை எடுத்து உரைத்தார். அது கேட்டு மனம் வருந்திய செங்குட்டுவன், தன் மனைவியை நோக்கி, "பாண்டியன் மனைவி யான கோப்பெருந்தேவியோ கண்ணகியோ, நின்னால் வியக்கப்படும்

---

1. Travancore State Manual Vol. iv. p. 223.

நலமுடையோர் யாவர்?'' என்று வினவி காணாது கழிந்த மாதராகிய கண்ணகியார் வானத்துப் பெரந்திருவுறுக; அது நிற்க, நம் நாடு அடைந்த இப் பத்தினிக் கடவுளைப் பரசல் வேண்டும்'' என்று தெரி வித்தாள். கேட்ட வேந்தன் சாத்தனாரை நோக்க, அவரும் அதுவே தக்கது எனத் தலையசைத்தார். பின்னர் வேந்தன், பத்தினிக் கடவு ளாகிய கண்ணகியின் உருவம் சமைத்தற்குக் கல் வேண்டும் என அரசியற் சுற்றத்தாரை ஆராய்ந்தான். முடிவில் இமயத்தினின்றம், கல் கொணர்வதே செயற்பாலது எனத் துணிந்தனர்.

பின்னர், வேந்தர் பெருமானான செங்குட்டுவன் மலைவளம் கண்டு மகிழ்ச்சிக் கொண்டு வஞ்சிமா நகர்க்குத் திரும்பிப்போந்து, இமயம் சேறற்கு வேண்டும் செயல் முறைகளைச் செய்யலுற்றான். இதற்கிடையே வடநாட்டில் ஒரு நிகழ்ச்சியுண்டாயிற்று, சேர நாட்டுக்கு வடக் கெல்லையாக விளங்கும் வானவாசி (Banavasse) நாட்டில் நூற்றுவர் கன்னர் (Satakarni) என்பார ஆட்சி புரிந்துவந்தனர்[1]. இச் செய்தியை வானவாசி நகரத்தில் உள்ள கல்வெட்டுக்கள் உரைக் கின்றன. அவர்கள் பெயரடியாகத்தான் புன்னாடு[2] என முன்னாளில் வழங்கிய அப் பகுதி கன்னட நாடு எனப்படுவதாயிற்று; அவர் வழங்கும் திராவிட மொழியும் கன்னட மொழி எனப் பெயர் பெறுவ தாயிற்று. சேர வேந்தர் வானவரம்பராகிப் பின் இமயவரம்பரான கால முதல், அந் நூற்றுவர் கன்னர் சேரரோடு நண்பர்களாகவே இருந்தனர். அவர்கட்கு வடக்கில் இருந்த கடம்பரும் பிற ஆரிய வேந்தரும் சேரர்பால் அழுக்காறும் மனக்காய்ச்சலும் கொண்டிருந்தனர். அந்த மன்னர் ஒரு கால் திருமணத்திற்கு கூடிவேட்டுப் புகன்றெழுந்து, மின் தவழும் இமய நெற்றியில் விளங்கு வில் புலி கயல் பொறித்த நாள், எம்போலும் முடிமன்னர் ஈங்கு இல்லைபோலும்'' என்று பேசிக் கொண்டனர்; அச் செய்தியைச் செங்கட்டுவனுக்கு அப் பகுதியி லிருந்து வந்த மாதவர் சிலர் தெரிவித்தனர். அதனால், அவ் வடவாரிய வேந்தரின் செருக்கை அடக்குதற்கு இதுவே ஏற்ற செவ்வி எனச் செங்குட்டுவன் கருதினான்.

கணிகள் கூறிய நன்னாளில் சேரல் பெரும்படை இமயம் நோக்கிப் புறப்பட்டுச் சென்றது. நூற்றுவர் கன்னர் வழியிற் குறுக் கிட்டு ஓடிய ஆறுகளைக் கடத்தற்கு வேண்டும் துணைபுரிந்தனர். வடவாரிய நாட்டில் கனகன், விசயன் என்ற இரு வேந்தர்கள், உத்தரன், விசித்திரன், உருத்திரன், பயிரவன், சித்திரன், சிங்கன், தனுத்தரன், சிவேதன் முதலிய வேந்தர்களைத் துணையாகக்கொண்டு பெரும்போர்

1. Bombay Gazeteer : Kanara. part ii p. 178.
2. Punnata of Ptolemy M. crindle P. 72. Robert Sewell's Antiquities. P. 226. Heritage of karnataka. p. 6. அகம் 396.

உடற்றினர்; அப்போர் பதினெட்டு நாழிகை நடந்தது; ஆரிய மன்னர் படை அழிந்து மாறிப் புறந்தந்து ஓடினர். கனகனும் விசயனும் சிறைப்பட்டனர். இமயத்தில் கண்ணகி பொருட்டு எடுத்த படிமக் கல்லை அக் கனகவிசயர் முடியில் ஏற்றிக் கங்கையில் நீர்ப்படை செய்து சிறப்பித்துக் கொண்டு செங்குட்டுவன் சேர நாடு வந்து சேர்ந்தான். கனக விசயர் வஞ்சிநகர்ச் சிறைக் கோட்டத்தே இருந்தனர். பின்னர்க் கண்ணகியின் உருவமைந்த கோயிலுக்குக் கடவுள் மங்கலம் செய்தான். தமிழ்நாட்டினின்றும், ஈழம் முதலிய நாட்டினின்றும், பிறநாடுகளிலிருந்தும் வேந்தர் சிறை நீக்கித் தன் வேளாவிக்கோ மாளிகையில் (வேண்மாடத்தில்) அரசர்க்குரிய சிறப்புடன் இருததிக் கண்ணகி விழாவில் கலந்துகொள்ளச் செய்தான். ஈழ நாட்டிலிருந்து வந்த வேந்தன் முதற் கயவாகு எனப்படுகின்றான். பின்பு செங்குட்டுவன்,

> *''கைவினை முற்றிய தெய்வப் படிமத்து*
> *வித்தகர் இயற்றிய விளங்கிய கோலத்து*
> *முற்றிழை நன்கலம் முழுவதும் பூட்டிப்*
> *பூப்பலி செய்து காப்புக்கடை நிறுத்தி*
> *வேள்வியும் விழாவும் நாடொறும் வகுத்துக்*
> *கடவுண் மங்கலம் செய்கென ஏவினன்.*[1]*''*

பிறகு வேந்தர் அனைவரும் தங்கள் தங்கள் நாட்டிலும், தங்களாற் செய்யப்படும் திருக்கோயிலில் எழுந்தருள வேண்டும் என்று கண்ணகித் தெய்வத்தைப் பரவினர். கண்ணகித் தெய்வமும் ''தந்தேன் வரம்'' என்று மொழிந்தது.

இது செய்த காலத்துச் செங்குட்டுவன் ஐம்பதாண்டு நிரம்பி யிருந்தான். மேலும், ஐந்தாண்டுகள் தன் வாழ்நாளைச் செங்குட்டுவன் அறத்துறை வேள்விகள் செய்து கழித்து மகிழ்ந்தான். பதிற்றுப்பத்து ஐந்தாம் பதிகம், செங்குட்டுவன் ஐம்பத்தையாண்டு வீற்றிருந்தான் என்று கூறுகிறது. கண்ணகி வரலாற்றை நேரிற் கூறிச் செங்குட்டுவன் கருத்தைப் புகழ்க்குரிய துறையில் செலுத்திய சாத்தனாரது சிறப்பை வியந்து, அவர் பெயரால் ''மாசாத்தனூர்'' என்ற ஊரோடு, இந் நிகழ்ச்சி யைச் செந்தமிழ்க் கோயிலாகிய சிலப்பதிகாரம் அமைத்துச் சிறப் பித்த இளங்கோ அடிகள் பெயரால் ''இளங்கோவூர்[2]'' என்று ஊரும் சேரநாட்டில் ஏற்படுத்தினான். அவையிரண்டும் யவன அறிஞரான தாலமயின் குறிப்பில் உள்ளமை ஆராய்ச்சி யறிஞர் கண்டு இன்று புறுவாராக[3].

---

1. சிலப் 28: 288-33.
2. Ilankour. 3. MC. Crindle's Traslation: Ptolemy P. 54.

9. ஆடுகோட்பாட்டுச் சேரலாதன்

இமயவரம்பன் நெடுஞ்சேரலாதனுக்கு வேளாவிப் பதுமன் தேவி ஈன்ற மக்கள் இருவருள், முன்னவன் களங்காய்க்கண்ணி நார்முடிச்சேரலும் பின்னவன் ஆடுகோட்பாட்டுச் சேரலாதனுமாவர். இவர் நார்முடிச் சேரலுக்கும் செங்குட்டுவனுக்கும் இளையவனாதலின் செங்குட்டுவற்குப் பின் சேரநாட்டு அரசு கட்டில் ஏறினான்.

ஒருகால், தொண்டை நாட்டுக்கும் கொண்கான நாட்டுக்கும் இடையிலிருந்த தண்டாரணியத்தில் வாழ்ந்த வேந்தருக்கும் சேரருக்கும் பகைமையுண்டாக, இச் சேரலாதன் சேரர் படையொன்றைக் கொண்டு சென்று வெட்டிசிப் போர் செய்து நிரைகளைக் கவர்ந்து வந்தான். அவற்றைத் தன் நாட்டுத் தொண்டி நகர்க்கண் நிறுத்தி அச் செயலில் துணைபுரிந்த வீரர்களுக்கும் ஒற்றர்களுக்கும் கணி மொழிந்த பிறர்க்கும் பகுத்தளித்தான். தண்டாரணியத்திற் கோட்பட்டவற்றுள் வரையாடுகளே மிக்கிருந்தமையின் அவனுக்கு **ஆடுகோட்பாட்டுச் சேரலாதன்** என்ற சிறப்புப் பெயர் உண்டாயிற்று. ''தண்டாரணியத்துக் கோட்பட்ட வருடையைத் தொண்டியுள் தந்து'' என்று பதிகம்[1] கூறுவதால், இவன தொடக்கத்தில் தொண்டி நகரைத் தலை நகரமாகக் கொண்ட பொறைநாட்டல் இருந்து வந்தான் என்பது தெரிகிறது. செங்குட்டுவனுக்குப் பின் வஞ்சி நகரை அடைந்து சேரநாடு முழுதிற்கும் இச் சேரலாதன் முடி வேந்தனானான்.

ஆடுகோட்பாட்டுச் சேரலாதன் அரசுகட்டி லேறியதும், சேர நாட்டின் வட பகுதியில் வாழ்ந்த சதகன்னர், வானவாற்றையும் வானமலையையும் வரம்பறுத்துத் தம்மை வானவரம்பர் எனச் சேரர் கூறிக்கொள்வது பற்றி அழுக்காறு கொண்டு அதற்குத் தெற்கிலும் தமது எல்லைப் பரப்ப முயன்றனர். அவரது வானவாசி நாட்டுக்குத் தெற்கில், சேர நாட்டின் வடபகுதியாக இருந்த கொண்கான நாட்டை ஆண்டுவந்த ''நன்னன் உதியன்[2]'' என்பான், சேரர் கீழ்க் குறுநிலத் தலைவனாய் இருந்துவந்தமையின், அது குட நாட்டைச் சேர்ந்த பகுதியாயினும் தனியாக வைத்துப் பேசப்பட்டு வந்தது. அதன் தென் பகுதியை குடநாடு எனப் பெயர் வழங்கிற்று. நார்முடிச் சேரலால் கொங்கு நாட்டில் நன்னன் வலியழிந்து போகவே, அவன் வழிவந்தோர் சதகன்னர்களுக்கு அஞ்சி அவர்வழி நிற்கலாயினர். இருதிறத்தாரும் தம்மிற் கூடிக் குட நாட்டுட் புகுந்து குறும்பு செய்தனர். அச் செய்தி

1. பதிற். VI பதிகம். வருடை-வரையாடு.
2. அகம் 238.

ஆடுகோட்பாட்டுச் சேரலாதனுக்கு தெரிந்தது. அவன் சதகன்னர் முதலிய வடவரது குறும்பு பொதுவாகத் தமிழகத்தின் தனி மாண்புக்கு ஊறு செய்யும் என உணர்ந்து பாண்டி வேந்தர்க்கும் சோழ வேந்தர்க் கும் வேளிர்களுக்கும் அறிவிப்புத் தமிழ் வேந்தர் பலரும் கருத்தொரு மித்துப் படைத் துணை புரிந்தனர். தமிழ்ப் பெரும்படை திரண்டு குடபுலம் நோக்கிச் சென்றது.

அக் காலத்தே, பொறை நாட்டின் கீழ்ப் பகுதியில் **நச்செள்ளை யார்** என்ற புலவர் பெருமாட்டியார் வாழ்ந்தார். இப்போது அப் பகுதி பாலைக்காடு நாட்டில் நடுவட்டம் என வழங்குகிறது. தலைமகன் வினை மேற்கொண்டு தலை மகளைப் பிரிந்து சென்று வினை முடித்து மீண்டுவந்து தன் மனையை அடைந்து இனிதிருக்கையில், மனைவியின் தோழியை நோக்கி, ''என் பிரிவுக் காலத்தில் நீ நன்கு ஆற்றியிருக்குமாறு இவட்குத் துணை செய்தாய்; உனக்கு என் நன்றி'' என்று கூற, அவனுக்கு அவள், ''தலைவ, நின் வருகையை முன்னர் அறிவித்த காக்கைக்கு நன்றி செலுத்தக் கடமைப்பட்டுள்ளோம்; இந் நாட்டுத் தொண்டி நகர்க்கண் இடப்பெறும் நெற்சோற்றில் நள்ளி யின் கானத்தில் வாழும் இடையர் தரும் நெய்யைப் பெய்து ஏழு கலங்களில் ஏந்தித் தரினும், நின் வரவை கரைந்து உணர்த்திய காக்கைக்கு நன்றியாகச் செலுத்தக் கடவபலி பெரிதாகாது, மிகவும் சிறிதாம்'' என்றாள். இக் கருத்தை நற்செள்ளையார்,

''திண்டேர் நள்ளி கானத்து அண்டர்
பல்லா பயந்த நெய்யின் தொண்டி
முழுதுடன் விளைந்த வெண்ணெல் வெண்சோறு
எழுகலத்து ஏந்தினும் சிறிது என் தோழி
பெருந்தோள் நெகிழ்ந்த செல்லற்கு
விருந்து வரக் கரைந்த காக்கையது பலியே''[1]

என்று பாடினர். இப் பாட்டின் இனிமையையும், நள்ளியினுடைய கானகத்தின் இயல்பையும், தொண்டி நகரின் நெல் வளத்தையும் உள்ளவாறு தீட்டப் பெற்றிருக்கும் ஒட்பத்தையும் கண்ட சான்றோர், அவர்க்குக் **காக்கை பாடினி** என்ற சிறப்பை நல்கினர். அதுமுதல் அவர் **காக்கை பாடினியார் நச்செள்ளையார்** என்று விளங்குவா ராயினர். அதனையறிந்த வேந்தன், அவர் இருந்த ஊரைக் காக்கையூர் என்று பெயரிட்டு அவர்க்கு இறையிலி முற்றூட்டாக வழங்கினான். அவர் தனது காக்கையூரிலிருந்து வந்தார். அது பாலைக்காட்டுப் பகுதி யில் உளது.

---

1. அகம். 258

சேர நாட்டின் வடக்கில் வடவர் செய்யும் குறும்பும், அவர்களை ஒடுக்குதற்குச் சேரலாதன் படை கொண்டு செல்லும் மேற்செலவும் அவருக்குத் தெரிந்தன. சேர வேந்தர், மகளிர் பாடும் இசையிலும், ஆடும் கூத்திலும் பேரீடுபாடு உடையவர். செங்குட்டுவன் வடநாடு சென்ற போது பாடல் மகளிரும் ஆடல் மகளிரும் உடன்சென்ற திறம் இதற்குப் போதிய சான்றாகும். ஆடுகோட்பாட்டுச் சேரலாதன், ஆண்டில் இளையனாதலால் இன்பத்துறையில் மிக்க எளியனா யிருந்தது யாவர்க்கும் தெரிந்திருந்தது. சேரலாதன் போர்ச்செலவை மேற்கொண்ட போது மகளிர் கூட்டம் ஒன்றும் உடன் சென்றது. இந்த எளிமை வேந்தரது கொற்றைத்தைச் சிதைக்கும் என்று காக்கை பாடினார் கண்டு தமது நெஞ்சில் அஞ்சிக்கொண்டே இருந்தார்.

ஆட்கோட் பாட்டுச் சேரலாதன் குடபுலம் செல்பவன், ஒருநாள் மாலையில், நுண்மணல் பரந்த பனம்பொழில் ஒன்றில் பந்தர் அமைத்து, ஏனை வேந்தரும் தலைவரும் கூடியிருப்ப விறலியரது பாட்டிசையில் இன்புறலானான். இதனை காக்கை பாடினார் அறிந்து, விரைந்து போந்து வேந்தனைக் கண்டு, ''வேந்தே நீ இவ் வண்ணம் விறலியர் பாட்டிசையில் வீழ்ந்து கிடந்தால், நின் மனத் திண்மை உணராத பிறர் 'இவ் வேந்தன் மெல்லியன் போலும்' என எண்ணி இகழ்வரே!'' என்ற கருத்துப்பட,

''சுடர் நுதல் மடநோக்கின்
வாள்நகை இலங்கெயிற்று
அமிழ்துபொதி துவர்வாய் அசைநடை விறலியர்
பாடல் சான்று நீடினை உறைதலின்,
வெள்வேல் அண்ணல் மெல்லியன் போன்மென
உள்ளுவர் கொல்லோநின் உணரா தோரே[1]''

என இதனைக் கேட்கும் வேந்தன் உள்ளம் சினம் கொள்ளா வகையில், மிக்க நயமாக விளம்பினார். அதுகேட்டு வேந்தன் மறுவலித்துத் தன் செய்கையின் விளைவைச் சிந்திக்கலானான். உடனே காக்கை பாடினியார், நின்னை நன்கு உணர்ந்தோர், ''நீ பெருஞ் சினப்புயலேறு அனையை'' என்றும், நின் படைவழி வாழ்நர் ''தடக்கையானைத் தோடிக்கோடு துமிக்குமம் எஃகுடை வலத்தர்'' என்றும், போர்க்களத் தின்கண்,

''மாற்றருஞ் சீற்றத்து மாயிருங் கூற்றம்
வலை விரித்தன்ன நோக்கலை
கடியையால், நெடுந்தகை![2]''

---

1. பதிற். 51.   2. பதிற். 51.

என்றும் உணர்ந்து அமைவர் என்று இனிது மொழிந்து அவனைக் குடபுலப் போர்க்குச் செல்லுமாறு ஊக்கினார்.

குடபுலம் சென்ற சேரலானது பெரும்படையின் வரவு கண்டதும், கொண்கான நாட்டு வேந்தரான நன்னன் வழியினருட் சிலர், மலைபடு பொருளும் காடுபடு பொருளும் கடல்படு பொருளுமாகியவற்றுள் மிகச் சிறந்தவற்றைத் திறையாகத் தந்து பணிந்தனர். சேரலாதன் அவரது திறைபெற்றும் சினந் தணியானாக, அவர் பொருட்டுக் காக்கை பாடினியார் வேந்தன் முன் நின்று,

“செல்வர் செல்வ, சேர்ந்தோர்க்கு அரணம்,
அறியாது எதிர்ந்த துப்பிற் குறையுற்றுப்
பணிந்துதிறை தருப நின் பகைவ ராயின்,
சினம்செலத் தணிமோ, வாழ்கநின் கண்ணி[1]”*

என்றும், ‘‘சினந் தணியாது போர்செய்து நாட்டை அழிப்பது கூடாது; இதுவும் நினது நாடே; பாடுசால் நன்கலம் தரூஉம் நாடு புறந்தருதல் நினக்குமார் கடனே'' என்றும் எடுத்தோதினர்.

பின்பு, சேரலாதன் அவர்கட்கு நட்பருளி, அவரது துணைமை பெற்ற, வடவாரியரைத் துணைக்கொண்டு தன்னொடு பொரற்கு வந்த சதகன்னருடன் பெரும்போர் உடற்றினான். களிறும் குதிரையும் தேரும் வீரரும் கூடிய தமிழ்ப் படை, வடவர் தானையை வென்று வெருட்டிற்று. தமிழ் மறவர் தங்கள் மெய்புதை அரணம் கிழந்தொழிந் ததை நினையாமல் தும்பை சூடிப் பொருதழித்தனர். எண்ணிறந்த வீரர் துறக்கம் புகுந்தனர். முடிவில் சேரலாதன் தானை, வானவாசி நாட்டுட் புகுந்து அங்கேயே பாடிவீடு அமைத்து நின்றது. பகைவர் பலரும் புறந்தந்து ஓடினர். ஆற்றாத சதகன்னருட் சிலர் அடிபணிந்து அருங்கலம் பல தந்து, எம்மை அருளுக என வேண்டினர். சேரலாதன் அவர்கட்கு அருள் செய்து, பண்டு போல் வானவரம்பை நிலைநாட்டி, அவர்களையும் எல்லை கடவாது காக்குமாறு பணித்துவிட்டுத் திரும்ப லானான். அதனால் சேரலாதனைச் சான்றோர் வானவரம்பன் என்று பாராட்டினர். இதுநிலை பெறுமாறு, அந் நாட்டுப் பார்ப்பனரைக் கொண்டு பெருவேள்வி செய்து, அவர்கட்குக் குடநாட்டில் ஓர் ஊரை யும் கொடுத்தான். இது பற்றியே பதிகமும் ‘‘பார்ப்பார்க்குக் கபிலை யொடு குடநாட்டு ஓர் ஊர் ஈத்து, வானவரம்பன் எனப் பேரினிது விளக்கி'' என்று கூறுவதாயிற்று.

வானவரம்பன் என்ற பேர் இனிது விளக்கிய ஆடுகோட்பாட்டுச் சேரலாதன் வஞ்சிநகர் போந்து இனி திருக்கோயில், கிழக்கில் கொல்லி

1. பதிற். 59.

மலைக்கும் காவிரிக்கும் இடையிலுள்ள நாட்டில் வாழ்ந்த மழவர் என்பார், தெற்கில் வேளிர்கள் வாழும் நாடுகளைச் சூறையாடிக் குறும்பு செய்யத் தலைப்பட்டனர். நெடும்பொறை நாட்டை[1] அடுத்திருக்கும் மீகொங்கு நாடும்[2] குறும்பு நாடும் சேரர் ஆட்சியில் இருந்தன. அம் மழவருள் சிலர் சேரர் ஆட்சியில் தலைவராகவும் தானை மறவராகவும் இருந்தனர். ஆயினும், மழவரது குறும்பு நாளடையில் மீகொங்கு நாட்டிலும் பொறை நாட்டிலும் பரவத் தலைப்பட்டது.

சேரலாதன் இம் மழவரது குறும்பை அடக்க வேண்டியவனானான். அதனால் தன் தானை மறவர்களைப் பொறை நாட்டின் வழியாகக் கொங்கு நாட்டிற் செலுத்தி மழவர்களை ஒறுங்கலுற்றான். அவர்கள் சிறந்த குதிரை வீரர்கள். அதனால், அவர்களை அறவே பகைத்து ஒதுக்குவது வேண்டத் தக்கதன்று என்பதைத் தேர்ந்து, அவர்களை வளைத்துப் பற்றித் தனக்கு அடங்கித் தன் ஏவல் வழி நிற்குமாறு பண்ண விரும்பினான். அவர்கட்குத் துவரைத் துவையலும் ஊன் கலந்து அட்ட சோறும் மிக்க விருப்பமானவை; அவற்றை நிரம்ப நல்கி தன் தானை மறவராகக் கொண்டு, பின்னர் நிகழ்ந்த போர்கள் பலவற்றில் அவர்கட்கும் மெய்ம் மறையாய் நின்று அன்பு செய்தான்.[3] அதனால் மழவர்கள் குறும்பு செய்வது தவிர்ந்து நண்பர்களாய் ஒழுகினர் அதனால் பதிகமும்[4] ''மழைவரைச் செருவிற் சுருக்கி'' என்று கூறுகிறது.

சேரலாதன் மழவரது குறும்பை அடக்கித் தனக்கு உரியராக்கும் பணியில் ஈடுபட்டிருந்தபோது கொங்கு நாட்டில் ஆன்பொருநைக் கரையில் (ஆம்பிராவதி) உள்ள **கொங்கு வஞ்சி** என்ற நகரத்தை அரண்களால் வலிமிக்கதாக்கினான். அதன்கண் சேரர் குடியில் தோன்றிய அரசியற் செல்வருள் ஒருவரை நிறுவிச் சேரர் கொங்கில் நாடு காவல் புரியச் செய்தான். இடைக்காலச் சோழ வேந்தர் கொங்கு வஞ்சியைக் கைப்பற்றி அதற்கு இராசராசபுரம் என்று பெயரிட்டனர். இதனை அவர்களுடைய கல்வெட்டுகள், ''நறையனூர் நாட்டுக் கொங்க வஞ்சியான ராசராசுபுரம்[5]'' என்று குறிப்பதினால் அறிகின்றோம். பிற்காலத்தே இதன் ஒரு பகுதி ''இராசாதிராச சதுர்வேதி மங்கல'' மாகியது. இப்போது இந்த இராசராசபுரம் தாராபுரம் என்ற மருவிக் கோயம்புத்தூர் மாவட்டத்தில் இருப்பது யாவரும் அறிந்தது.

சான்றோர் செவி கைப்பச் சொல்லினும் அவற்றை ஏற்கும் பண்புடைய வேந்தன் பொன்றாப் புகழ் கொண்டு விளங்குவன் என்பதற்கு ஒப்பச் சேரலாதன், சான்றோர் அவ்வப்போது கூறுவனவற்றை

---

1. பாலைக்காட்டை யொட்டிய மேலைமலை நாடு
2. ஈரோடும் அதனை யுள்ளிட்ட பகுதியும்.
3. பதிற். 55. 4. ஷை பதி. vi 5. பதிற். 50

யேற்று இனிதின் ஒழுகிப் புகழ்பெற்றான். ஒருகால், சேரலாதன் தன் ஆட்சியின் கீழிருந்துகொண்டே செருக்கிக் குறும்பு செய்த வேந்தன் ஒருவனைப் போரில் வென்று ஒடுக்கித் தன் நகர்க்குத் திரும்பி வரலானான். வரும் வழியில் அவ் வேந்தனுடைய அரண்மனை நின்றது. அதனை அறிந்த தானைத் தலைவர்கள், ''அதற்குள் நுழைந்து செல்வதே தக்கது; அன்றேல், அதனைச் சுற்றி பெருந்தூரம் வளைந்து வளைந்து சேறல் வேண்டும்'' என்றனர்; வேந்தனும் அவர் உரைக்கு இசையும் குறிப்புடையனானான். அப்போது காக்கை பாடினியார் குறுக்கிட்டு, ''வேந்தே, செல்லும் வழியில் இருப்பது தொல்புகழ் மூதூர்: அதன்கண் எந்திரம் புணர்த்த கோட்டை வாயிலும், முதலைகள் வாழும் ஆழ்ந்த அகழியும், வானுற ஓங்கிய மதிலும் உள்ளன; அது நின்னாற் காக்கப்படுவ தொன்று; அன்றியும், அதற்கு, நின் முன்னோர், தமக்கு முன்னும் பின்னும் வந்தோர் ஓம்புமாறு வேண்டுவன செய்துள்ளனர்; அதனால் அதன்கண் புகுந்து செல்லாது வேறுவழியே செல்வாயாக; நேரே செல்வாயேல், நின் படையிலுள்ள போர் யானைகள், ஏந்துகை சுருட்டுத் தோட்டி நீவி மேம்படு வெல் கொடி நுடங்கத் தாங்கலாகா[1]'' என்று தெருட்டினர். வேந்தனும் அவ்வாறே செய்து சிறப்புற்றான்.

நாட்டின் வருவாயைப் பெருக்கி, வந்ததனை அறம் பொருள் இன்பங்கட்குப் பகுத்துச் செவ்விய முறையில் ஆட்சி புரியும் சேர லாதன், இன்மையுற்று வருத்தும் இரவலர்க்கு வேண்டுவனவற்றை நிரம்ப நல்கி இனிது வாழச் செய்யும் இயல்புடையவன். பனியும் குளிரும் நின்று வருந்தும் மாசித் திங்களில் விடியற்காலத்தே செல்லும் பாணனுக்குக் காலையில் ஞாயிற்றின் எழுச்சியும் விளக்கமும் இன்பம் தருவது போல, இரவலருடைய சிறுகுடி பெருகப் பேருதவி செய்தான்[2]. காதலால் தமது உள்ளத்தைக் கவர்ந்து நிற்கும் மகளிர் துனித்து நோக்கும் பார்வை காதலர்க்கு மிக்க வருத்தத்தைச் செய்யும்; அதனை நீக்குதற்கு எச்செயலையும் அவர்கள் தட்டின்றிச் செய்வர் என்பது உலகியல் உண்மை. சேரலாதனோ எனின், காதலி காட்டும் துனித்த பார்வையினும் இரவலருடைய இன்மை நோக்கத்தைக் கண் டால் அஞ்சி நடுங்கி அதனை முற்பட்டு நீக்குவன்[3]. இதனால் சேர லாதன் நாட்டில், இரப்பவரே இலராயினர்; வேறு நாடுகளில் அவர்கள் இருப்பது ஒரு நாள் இவ்வேந்தனுக்குத் தெரிந்தது. உடனே அவன் அரசியற் சுற்றத்தாரை விடுத்து அந்த நாடுகட்குச் சென்று அவர்களைக் கொணருமாறு பணித்தான். அவர்கள் வந்தபோது அவர்கட்கு வேண்டுவன நல்கி இன்சொல்லும் நல்லுணவும் தந்து போக்கினான். இதனை, ''வாராயினுமம இரவலர் வேண்டித் தேரில் தந்து அவர்க்கு

---

1. பதிற். 50. 2. ஷை. 59. 3. ஷை. 59.

ஆர்பதன் நல்கும் இசைசால் தோன்றல்[1]'' என்று நச்செள்ளையார் நாம் அறியப் பாடிக் காட்டுகின்றார்.

பொறை நாட்டின் வடபகுதியில் நறவு என்னும் ஒரு பேரூர் இருந்தது. அதனைத் தாலமி (Ptoemy) நறவூர் (Nouroura) என்று குறித்திருக்கின்றார்.[2] ஆங்குள்ள அரண்மனையில் ஒருகால் சேரலாதன் சென்று தங்கியிருந்தான். அவனோடு மகளிர் பலர் இருந்தனர். அக்காரத்தே, அவனைக் கண்ட நச்செள்ளையார், விறலி யொருத்தியை அவன்பால் ஆற்றுப் படுக்கும் வகையால் ஒரு பாட்டைப் பாடினார். அதன்கண் நறவூர் கடற்கரையில் உளதென்றும், அங்கிருக்கும் மறவர், கடலலை மோதுவதால் எழும் துளிகளையும் குளிர் முகிலின் துளிகளையும் கலந்து வீசும் ஊதைக்காற்றால் உடல் நடுங்கியிருப்பர் என்றும், அவன் அம் மகளிரிடையே இன்புற்றிருப்பினும் அவன் உள்ளம் போர்வினையையே கருதியிருக்கும் என்றும், அவனை அங்கே பாடிச் சென்று கண்டால் அவன் தான் பகைப்புலத்து வென்ற அரும் பொருள்களை நல்குவன் என்றும்[3] குறித்துள்ளார்.

பிறிதொருகால், சேரலாதன் வஞ்சிநகர்க்கண் இருந்த போது, இனிய நிகழ்ச்சி ஒன்று நடைபெற்றது. இரவுக் காலத்தில் ஆடல் மகளிர் சிலர துணங்கை ஆடலுற்றனர். உயரிய கால்விளக்கை நிறுத்திப் பெருவிளக்கம் செய்யப்பட்டது. துணங்கைக் களத்தில் முழவு முதலிய இசைக் கருவிகள் முழங்கின; அரங்கேறும் மக்கட்கு வேந்தர் தலைக்கை தந்து, அவர்களுடைய ஆடல்பாடல்களைத் தொடங்கி வைப்பது வழக்கம். அவ்வாறே சேரலாதன் ஆடல் மகள் ஒருத்திக்குத் தலைக்கை தந்து, துணங்கையாடி வந்தான். மனைக்கண் புகுதலும் அவன் மனைவி ஊடிப் பிணங்கலுற்றாள். வேந்தன், அவளது ஊடலைத் தீர்க்கும் இன்சொற்கள் பல எடுத்துரைத்தான். உரைக்குந்தோறும் அவட்கு ஊடல் மிகுந்ததேயன்றிக் குறைய வில்லை. அவ் வூடல் முதிர்ந்து துனியைப் பயக்கும் எல்லையை நெருங்குதலும், கண் கலுழக், காலில் அணிந்த கிண்கிணி ஒலிப்ப, உடல் நடுங்க, நேர் நின்று, வாயிதழ் துடிப்பக், கையில் இருந்த செங்குவளைப் பூவைச் சேரலாதன் மேல் எறிதற்கு ஓங்கினாள். அப் பூதன்மேற் பட்டு வாடுதல் ஆகாது என்ற அருளுள்ளத்தாலும், அவள் கையகத்தில் இருந்து தன் கையை அடைதல் தகுமேயன்றி நிலத்து

1. பதிற். 55.
2. பெரிப்புளூஸ் ஆசிரியர் நவுறா (Naoura) என்பதும் பிளினி நித்திரியா (Nitria) என்பதும் இந்நறவூரையே; கர்னல்யூஸ் முதலியோர் நேத்தராவதி யாற்றங் கரையிலுள்ள மங்களூர் என்று கருதுகின்றனர். ஆனால், நறவூர் என்ற பெயரையேயுடைய ஊரொன்று அப்பகுதியில் உளது.
3. பதிற். 60.

வீழ்வது கூடாது என்ற காதலுணர்வாலும், இருகையையும் ஏந்தி 'என் கையகத்து ஈக' என இரந்து நின்றான். அவள், அதற்கு உடன் படாது, ''நீ எமக்கு யாரையோ'' என்று அவ்விடம் விட்டுப் பெயர்ந் தாள். பின்னர், காக்கை பாடினியார் சென்று அரசமாதேவி ஊடல் உணரத்தகுவன கூறி வேந்தன் அடியில் வீழ்ந்து பணியச் செய்தார்.

பின்பொருகால், காக்கைபாடினியார் இந் நிகழ்ச்சியை ஒரு பாட்டிடை வைத்துப் பாடி[1], நின் காதலி எறிதற்கு ஓச்சிய சிறு செங்குவளையை அவளைப் பற்றிக் கைக் கொள்ள மாட்டாயாகிய நீ, பகைவருடைய வான்தோயும் எயில்களை எங்ஙனம் கைக்கொள்ள வல்லவனையினை? என்று இனிமையுற இசைத்தார்.

ஒரு கால், சேரலாதன் பொருதுவென்ற போர்க்களம் ஒன்றில், அவன் வலியறியாது பகைவர் போந்து பொருது மடிந்தனர். அவர்கள் துறக்க வாழ்வு பெறுவது குறித்து முன்றேர்க் குரவை ஆடினன். அக் காலை, முரசு முழங்க, கையில் வாளேந்தி, மார்பிற் பூணணிந்து, சென்னியில் உழிஞை சூடி, அவன் ஆடியதைக் கண்ட காக்கை பாடினியார், விழாக் காலத்தில் கூத்தரது ஆடுகளத்தில் அவர்கள் ஆடுவதை நம் சேரலாதன் அறியான், ''வேந்து மெய்ம்மறந்த வாழ்ச்சி, வீந்துகு போர்க்களத்து ஆடுங் கோவே[2]'' என்று பாடி இன்புற்றார்.

இவ்வாறு அந்தப்புரத்தும், திருவோலக்கத்தும், எடுத்துச் செலவின்போதும், உடனிருந்து தமிழ் பாடி அறிவின்பம் நல்கிய காக்கைபாடினியார்க்குக் 'கலன் அணிக' என ஒன்பது காப்[3] பொன்னும், நூறாயிரம் காணமும் கொடுத்துத் தன் பக்கத்திருக்கும் அரசியற் சுற்றத்தாரோடு உடன் இருந்து அறிவின்பம் நல்குமாறு பணித்தருளி னான். இவ்வாறு ஆடுகோட்பாட்டுச் சேரலாதன் முப்பத்தெட்டி யாண்டு வீற்றிருந்தான் என்று பதிகம் கூறுகிறது.

காக்கைபாடினியார் சேரலாதனை வாழ்த்திய வாழ்த்துரைகள் ஒரு தனிச் சிறப்புடையவை. சோழநாட்டு வேந்தன் ஒருவன், பண்ணன் என்பவனை வாழ்த்தலுற்று, ''பண்ணனே, நீ யான் வாழ் தற்குரிய நாளையும் உன் வாழ்நாளோடும் கூட்டி வாழ்க'' என வாழ்த் தியதைப் புறநானூற்றில் காண்கின்றோம். இவ்வுலகில் நல்வினை செய்பவர் துறக்க வுலகு சென்று நெடிதுநீடுவாழ்வர்'' எனத் **திருவள் ளுவர்** கூறுவதனாலும் அறியலாம். காக்கை பாடினியார், சேரலாதனை வாழ்த்துங்கால், ''எனையதூ உம் உயர்நிலை யுலகத்துச் செல்லாது இவண் நின்று, இருநில மருங்கில் நெடிது மன்னியரோ[4]'' என்று வாழ்த்துவர். வள்ளியோர்க்கு மழை முகிலை உவமம் கூறுவது மரபு. அம் மழைமுகில் மழையைப் பெய்த பின் வெளுத்துப்

1. பதிற். 52. 2. பதிற். 56. 3. கா-ஒன்பது கழஞ்சு. 4. பதிற். 54.

பஞ்சுத்துய்போலப் பரந்துகெடும்; அதனைக் கண்ட காக்கை பாடினியார், சேரலாதன் கொடையில் மழைமுகிலை யொப்பன்; ஆனால் அவனது வாணாள் அதுபோல் கெடலாகாது என வாழ்த்துவாராய், 'பெய்து புறந்தந்து பொங்கலாடி, விண்டுச் சேர்ந்த வெண்மழை போலச் சென்று அறாலியரோ பெரும.... ஓங்கல் உள்ளத்துக் குரிசில், நின்நாளே[1]'' என்று கூறுவர்.

இவர்க்கு வேண்டும் சிறப்புகளைச் செய்த சேரலாதன் தன் திருவோலகத்துச் சான்றோருள் ஒருவராய்த் தன் பக்கத்துக் கொண்டான் எனப் பதிகம் கூறிற்றாக, அதனை உணராத சிலர், இவரை அவன் மணந்து கொண்டான் என்று சிறிதும் நாகூசாது கூறியிருக்கின்றனர். அரசன் பக்கத்திருப்ப தென்பது அமைச்சராதல் எனத் திருக்குறள் படித்த இளஞ் சிறுவரும் அறிவர். இச் சிறு பொருளால் விளையும் பெரும்பழியை நினைக்கும் திறமில்லாதார் பலர், தமிழ் நாட்டு வரலாறு எழுதுகின்றோமெனத் துணிந்து கழுவாயில்லாத வழுக்களைத் தமிழர் வாழ்வில் புகுத்தியிருப்பதைத் தமிழறிஞர் இனியும் நோக்காமல் இருப்பது பெரிதும் வருந்தத்தக்கது.

10. செல்வக் கடுங்கோ வாழியாதன்

பொாறை நாடு என்பது, மலையாள மாவட்டத்தில் உள்ள பொன்னானி, பாலைக்காடு, வைநாடு, வள்ளுவ நாடு, குறும்பர் நாடு, கோயிக்கோடு, ஏர்நாடு ஆகிய வட்டங்களைத் தன்கண் கொண்டது. பொன்னானி வட்டத்தில் உள்ள இரும்பொறை நல்லூர், வடக்கில் குறுழ்பர் நாடு முதல் தெற்கில் பொன்னானி வட்டம் வரையில் பொறை நாடு பரந்திருந்தமைக்குச் சான்று பகர்கிறது. மேலும், இந் நாடு கிழக்கிற் கொங்கு நாட்டில் பூவானியாறு வரையிற் பரந்திருந்தது. பவானிக் கருகில் காவிரியோடு கலக்கும் பூவானியாறும், அவினாசி வட்டத்திலுள்ள இரும்பொறை யென்னும் ஊரும் பொறை நாட்டின் பரப்புக்கு வரம்பு காட்டுகின்றன.

இப் பொறை நாட்டில், குறும்பர் நாட்டுப் பகுதியில், மாந்தரம் என்றொரு மலைமுடியும் அதனையடுத்து மாந்தரம் என்றோர் மூதூரும் உண்டு. அவ்வூரைத் தலைநகராகக் கொண்டு வேந்தர் சிலர் ஆண்டு வந்தனர். அவர்களும் பொறை நாட்டரசர்களேயாதலால், மாந்தரன் என்றும், மாந்தரம் பொறையன் என்றும், மாந்தரம் சேரல் இரும்பொறை என்றும் சான்றோர்களால் அவர்கள் வழங்கப் பெற்றனர். மாந்தரம் மாந்தை எனவும் வழங்கிற்று[2]. தொண்டியைத் தலைநகராகக்

1. பதிற். 55. 2. குறுந். 166.

கொண்டு ஆட்சி செய்தவர் இரும்பொறை என வழங்கப்பெற்றனர். வள்ளுவ நாட்டப் பகுதியில் இருந்த ஒரு கிளையினர் கடுங்கோ எனப்பட்டனர். இவர்களின் வேறாகக் குட்டுவர், குடக்கோ என இரு கிளையுண்டென்பது முன்பே கூறப்பட்டது. இவற்றோடு தொடர் புடைமை தோன்றக் குடக்கோச் சேரமான், குட்டுவன் சேரல் இரும்பொறை என்றும், மாந்தரஞ் சேரல் இரும்பொறை என்றும் பிறவாறும் கூறிக் கொள்வது மரபு.

இவ் வேந்தர்கள், இமயவரம்பன் நெடுஞ்சேரலாதன் காலத் துக்கு முன்பிருந்தே, சேர நாட்டில் இருந்து வரும் தொண்மையுடைய ராவர், மாந்தரஞ்சேரர்களுள் மாந்தரம் பொறையன் கடுங்கோ என்பவன் மிக்க பழையோனாகக் காணப்படுகின்றான். செங்குட்டுவன் காலத்தில் விளங்கிய பரணர் என்னும் சான்றோரால், இம் மாந்தரம் பொறையன் இறந்த காலத்தில் வைத்துக் குறிக்கப்படுகின்றான்; அதுவே இதற்குப் போதிய சான்றாகிறது.

இந்த மாந்தரன், உயர்ந்தோர் பரவும் ஒள்ளிய குணம் படைத் தவன். அப் பகுதியில், அவன் காலத்தில் விளங்கிய வேந்தருள், அவனையே மேலோனாகக் கருதப்பட்டான், நிறையருந் தானையும் பெருங்கொடை வன்மையும் அவன்பால் சிறந்து விளங்கின. இவனைப் பாடிச் சென்ற இரவலர் பெரும் பொருளும் பெரு மகிழ்ச்சியும் கொண்டே திரும்புவர். 'மந்திரம் பொறையன் கடுங்கோப் பாடிச் சென்று, குறையோர் கொள்கலம் போல உவ இனி வாழி நெஞ்சே[1]'' என்று பரணர் பாராட்டிக் கூறுகின்றனர். இவனது ஆட்சியில், மழை வளம் தப்பாவாறு நாளும் கோளும் உரிய விடத்தில் நின்றன. நாட்டில் எவ்வகை அச்சமும் மக்கட்கு ஏற்படவில்லை; எல்லோரும் இன்பமாக வாழ்ந்தனர். மாந்தரன் தனக்குரிய கல்வி முற்றும் குறை வறக் கற்று உயர்ந்தான். பகைவர் வலியைக் கடந்த வாள் வேந்தர் பலர், அவனுக்கு அடங்கி, அருங்கலங்களையும் களிறுகளையும் திறை யாகத் தந்து அவன் ஆணைவழி நின்றனர். நடுநிலை திறம்பாத செங்கோன்மையால் அவன் கெடாத புகழ் பெற்று விளங்கினான். அவனது புகழ் விசும்பு முற்றும் பரந்திருந்தது. அவனுடைய வாளாற் றலைப் பகைவர் நன்கு தெரிந்தனர். அவனை அறக்கடவுள் துணை யாய் நின்று வாழ்த்தியது. அதனால், அவனை ''அறன் வாழ்த்த நன்கு ஆண்ட விறல் மாந்தரன்[2]'' என்று சான்றோர் பரவினர்.

மாந்தரம் பொறையன் கடுங்கோவின் அரசியற் செயல்கள், இவற்றின் வேறாக நூல்களில் ஒன்றும் காணப்படவில்லை. அதற்குப் பின், **ஒள்வாள் கோப்பெருஞ் சேரல் இரும்பொறை** என்பான்

---

1. அகம். 142. 2. பதிற். 90.

சேரமானாய் விளக்க முற்றான். களங்காய்க் கண்ணி நார்முடிச் சேரல், ஆடுகோட்பாட்டுச் சேரலாதன் முதலியோர் காலத்தில் கொங்கு நாட்டில் வடக்கே பூவானி யாறுவரையும், கிழக்கே கொங்கு வஞ்சி (தாராபுரம்) வரையும் பரவியிருந்த பொறை நாட்டைக் கீழ்க் கொங்கு நாட்டக் கருவூர் வரையில் பரப்பிய முதற் சேரமான் இந்த ஒள்வாள் கோப்பெருஞ்சேரல் இரும்பொறையாவன். அக்காலத்தே, அப் பகுதியையும் காவிரிக்கு வடகரை வரையில் சோழவேந்தர் ஆண்டு வந்தனர். கோப்பெருஞ்சேரல் அச் சோழ வேந்தருடன் ஒள்ளிய வாட்போர் செய்து கீழ்க்கொங்கு நாட்டையும் அதற்கு நேரே காவிரி யின் வடகரையில் கொல்லிமலை விச்சி (பச்சை) மலைவரையில் இருந்த மழ நாட்டையும் வென்று மேம்பட்டான். பின்னர்ச் சோழ ரோடு உறவு கொண்டு கருவூர்க்கு அண்மையில் ஓடும் ஆண் பொருநை யாற்றை வரம்பறுத்து அதன் கரையிலிருந்த ஊரின் பழம்பெயரை மாற்றிக் கருவூர் என்ற பெயரையும், அந் நகர்க்கு நேர் வடகரையில் விளங்கிய மழநாட்டுப் பேரூரின் பெயரை மாற்றி முசிறியென்ற பெயரையும் இட்டு, இவை தன் சேரநாட்டிற்குரியவை என இன்றுகாறும் விளங்குமாறு செய்தான். இடைக்காலக் கல்வெட் டுகள் பலவும், கருவூரைக் கருவூரான் வஞ்சிமா நகரம்[1] என்றும், அமராவதியென்று இப்போது மருவி வழங்கும் ஆற்றை ஆன் பொருநை[2] என்றும் கூறுகின்றன. இச் செயல்களால் இவ் வேந்தனைச் சான்றோர் கருவூர் ஏறிய ஒள்வாள் கோப்பெருஞ்சேரல் இரும்பொறை என வழங்கலுற்றனர். கருவூலம் முசிறியும் சேர நாட்டின் கடற்கரைப் பெரு நகரங்கள் என்று முன்பே கூறினோம்; அவற்றின் நினைவாகவே, காவிரிக் கரையில் கருவூரும் முசிறியும் பெயர் பெற்றன.

அக்காலத்தே, நரிவெரூஉத்தலையார் என்ற புலவர் பெருமான் ஒருவர் இருந்தார். அவர் ஒருவகை நோய் வாய்ப்பட்டு உடல் நலம் குன்றி மிகவும் மெலிந்திருந்தார். அவரைக் கண்ட அறிஞர் சிலர், ‘‘சான்றீர், நீர் சென்று கருவூர் ஏறிய ஒள்வாள் கோப்பெருஞ்சேரல் இரும்பொறையைக் காண்பீராயின், நுமது உடம்பைப் பெறுகுவீர்’’ என மொழிந்தனர். அரசன் பார்வையும் ஒருவகை மருந்தாம் என்பது மேனாட்டவர்க்கும் உடன்பாடு. அரசர் பார்வையால் நோய் நீங்கப் பெற்ற செய்தி கிரேக்க நாட்டு வரலாறுகளிலும் உண்டு.

அவர்கள் சொல்லிய வண்ணமே, அப் புலவர் பெருமானும் கருவூர அடைந்து வேந்தனைக் கண்டு தம் நோய் நீங்கப் பெற்றார்; சின்னாட்சிகளில் தமது பண்டைய உடல் நிலையையும் எய்தினார். வேந்தருடைய பார்வை நலத்தை வியந்து, ‘‘மானினம் போல

1. A.R. No. 166 of 1936-7 2. Ibid 335 of 1927-8

யானையினம் பெருகியுள்ள கானகநாடன் நீதானோ? நீயாயின்[1] நீ செய்த உதவிக்கு ஒன்று கூறுவேன்; அரசாளும் செல்வம் ஒருவர் பெறுதற்கு அரியது; அரசு செய்தற்கண் அருளும் அன்பும் இல்லாத செயல்கள் உண்டாதல் இயல். ஆனால், அவற்றைச் செய்வோர் நிறையத் துன்பம் எய்துவர்; நீ அவர்களோடு கூடுதல் ஆகாது. நின் அரசியற் றோற்றம் என்போல்வார்க்கு மருந்தாய் நலஞ்செய்வது ஆகையால், நீ தீயரோடு கூடாமல், அரசு காவலைக் 'குழவி கொள் பவரின் ஓம்புமதி' என்று இனிய சொற்களால் எடுத்துரைத்தார்.

வேந்தன், அவர் மனம் மகிழத் தக்க வகையில் மிக்க பரிசில் களை வழங்கினான். அவர் அவற்றை ஏற்றுக் கொண்டாராயினும், அவற்றின் பாற் பற்றுக்கொள்ளாது ஏனைப் பரிசிலர்க்கு வழங்கினார். அந் நிலையில், அவர் நோயுற்று வந்தபோது வேந்தனைக் காண வொண்ணாதபடி இடைநின்று தடுத்த சான்றோர் சிலர் அவரை அணுகித் தமது தவற்றைக் கூறித் தம்மை அருளுமாறு அவரை வேண்டினர். அருளும் அன்பும் இல்லாத தீயோர் நிரயங் கொள்வர் என அவர் மொழிந்தது அவர்கள் உள்ளத்தை அலைத்தது. அவரும் அருள் சுரந்து, சான்றோர்களே, நரைத்துத் திரைத்த முதுமை எய்தியும், உயிர் வாழ்வதற்குப் பண்பும் பயனுமாகிய அன்பும் அறமும் கொள் ளாது நிரயம் புகுதற்குச் சமைந்தீர்; நாளைக் கணிச்சியேந்திக் கொண்டு காவலன் பற்றுங்கால் நும்முடைய பயனில் வாழ்வை நினைந்து வருந்துவீர்கள். அதற்குப் பாதுகாவலாக இதனைச் செய்ம்மின்; முதுமை மிக்கதனால், நும்பால் செயலாற்றும் வலியில்லை; அதனால், நல்லதே செய்யுமின்; நுமக்கு அஃது இயலாதாயின் அல்லது செய் தலைக் கைவிடுமின்; அதுதான் எல்லாரும் உவப்பது; அன்றியும் நல்லது செய்தோர் எய்தும் நலத்தைப் பெறும் நல்வழியுமாகும்[2]'' என்றார். எல்லாரும் அவரை வழிபட்டு வாழ்த்தி வழிவிட்டனர்.

ஆடுகோட்பாட்டுச் சேரலாதனுக்குப் பின்னர்க் குட்டுவர் குடியில் தக்கவர் இலராயினர். செங்குட்டுவன் மகனான குட்டுவன் சேரல், ஆடுகோட்பாட்டுச் சேரலாதன் அரசு வீற்றிருக்கும்போதே மகப்பேற றின்றி இறந்தான். செங்குட்டுவனுக்கு உடன் பிறந்த இளவலான **குட்டுவன் இளங்கோ** அரசு துறந்து குணவாயிற் கோட்டத்தே இருந்து தண்டமிழ் ஆசானான சாத்தனார் உரைத்த கோவலன் கண்ணகியின் வரலாறு கேட்டுத் தமிழகம் முழுவதும் சென்று ஆங்காங் குள்ள இயற்கை நலங்களை நேரிற் கண்டு சிலப்பதிகாரம் என்ற நூலைச் செய்து தமிழகத்துக்கு அளித்துவிட்டு மறைந்தார். இவ்வாறு

1. யாரைக் கண்டால் யான் உடம்பு பெறலாம் எனச் சான்றோர் கூறினரோ அவன் நீயாயின் என்பது குறிப்பு. புறம் 5.
2. புறம். 195.

குட்டுவர் குடி வழியற்றுப் போகவே, பொறையர் குடியிற் சிறந்து விளங்கிய கருவூரேறிய ஒள்வாள் கோப்பெருஞ்சேரல் இரும்பொறைக் குப்பின் **அந்துவஞ்சேரல் இரும்பொறை**யென்பான் சேரவரசுக்கு உரியவனானான்.

அந்தவன், நுண்ணிய நூல்பல கற்றும் கேட்டும் சான்றோர் பரவும் நல்லிசைப் புலமை சிறந்து விளங்கினான். திருப்பரங்குன்றத்து முருகன்பால் அவனுக்கு அன்பு மிகுந்தது. ஒருகால், அவன் திருப்பரங் குன்றம் போந்து முருகனை வழிபட்டு அவரது பரங்குன்றைத் தமிழ் நலம் கனியப் பாடினன். 'முருகன் சூர் முதல் தடிந்த சுடர் நடுவேல் ஏந்துபவன்; பரங்குன்றம் அம் முருக வேட்கேயுரியது; சந்தனமரங்கள் செறிந்து நறுமணம் கமழ்வது; அதன்கண் உள்ள இனிய சுனைகளிற் பூத்திருக்கும் செங்கழுநீர், மகளிர் விரும்பித் தங்கள் கருங்குழலில் சூடிக்கொள்ளும் கவின் மிகுந்தது. இவ்வாறு மணம் கமழும் மரங் களாலும் சுனைப் பூக்களாலும் தண்ணிதாய் விளங்கும் தண்பரங் குன்றம், அந்துவன் பாடிய செந்தமிழ் நலமுடையத'' என்று மருதன் இளநாகனார் என்ற சான்றோர் விதந்து கூறியிருக்கின்றார்[1].

அந்துவனது நல்லிசைப் புலமையை வியந்தே பதிற்றுப்பத்து ஏழாம் பதிகம், ''நெடுநுண் கேள்வி அந்துவன்'' என்று சிறப்பித்துரைக் கின்றது.

வேணாட்டில், ஒருதந்தை என்ற பெயர் பெற்று அந்நாளில் வேளிர் தலைவன் ஒருவன் விளங்கினான். அவனுக்குப் பொறையன் தேவி என்றொரு மகள் இருந்தாள். அவளை அந்துவன் மணந்து கொண்டு இனிதிருக்கையில், செல்வக் கடுங்கோ வாழியாதன் என்ற மகனைப் பெற்றான். அந்துவன் அரச வாழ்வு பெற்றும், புலவர் கூட்டத்தைப் பெரிதும் விரும்பி யொழுகினான். தமிழகத்தில் வாழ்ந்த சான்றோர் பலரும் அவன்பால் சென்று புலமை நலம் நுகர்ந்தும் நுகர்வித்தும் பரிசில் பெற்று மகிழ்ந்தனர்.

அந் நாளில், சேர நாட்டில் தெற்கில், தென்பாண்டி நாட்டில் உள்ள பொதியமலை, சான்றோர் பரவும் சால்புற்ற விளங்கிற்று. அதனடியில் ஆய்குடி என்ற ஓர் ஊருண்டு. அஃது இப்போது தென் காசிப் பகுதியைச் சேர்ந்த செங்கோட்டை வட்டத்தில் ஆய்குடி என்ற அப் பெயர் திரியாமல் இருந்து வருகிறது. அவ்வூரைத் தலைமை யாகக் கொண்ட அப் பகுதியை **வேள் ஆய்** என்ற வேளிர் தலைவன் ஆட்சி செய்து வந்தான். அவனை ஆய் அண்டிரன் என்றும் சான்றோர் வழங்குவர். அவன் இரவலர் வேண்டடவன் ஈத்து இறவாப் புகழ் படைத்து விளங்கினான். அவன்பால் பெருநட்புற்று ஒழுகிய தமிழ்ச்

1. அகம் 59.

சான்றோருள் உறையூர் ஏணிச்சேரி முடமோசியார் என்பவர் தலை சிறந்தவர். அவர் அடிக்கடி ஆய் அண்டிரனைக் கண்டு அவன் புகழ் நலன்களை இனிய பாட்டுக்களாற் பாடி இன்புறுத்தியும் இன்புற்றும் வந்தார். மோசியாருடைய புலமைவளம் தமிழ் வேந்தர் மூவருக்கும் நன்கு தெரிந்திருந்தது.

முடமோசியார் ஆய்குடியில் இருந்து வருகையில் அந்துவஞ் சேரலைக் காணவிரும்பி அவனது வஞ்சி நகர்க்குச் சென்றார். அவருடைய வரவு கண்ட சேரமான், அவரை அன்போடு வரவேற்றுச் சிறப்பித்தான். அப்போது, சேரமானுக்கும் சோழ வேந்தனான் முடித் தலைக் கோப்பெருநற்கிள்ளிக்கும் எக் காரணத்தாலோ பகைமை யுண்டாயிற்று. ஆதலால், சோழன் தன் பெரும் படையுடன் போந்து வஞ்சி நகர்ப் புறத்தே முற்றியிருந்தான். சேரருடைய வஞ்சியும் அதற்கு வடக்கில் கடற்கரையில் உள்ள கருவூரும் சேரர் பெரும் படையின் திண்ணிய காவலில் இருந்தன. வஞ்சிநகர்ப் புறத்தே, இரு படைகளின் செயல் வகைகளை இனித காணத்தக்க வகையில் உயர்ந்த மாடங்கள் அமைந்த அரண்மனையொன்று இருந்தது. அதற்கு **வேண்மாடம்** என்பது பெயர். மகட்கொடை வகையால் நெருங்கிய தொடர் புற்றிருந்த வேளிர் தலைவர்களால் அம் மாடம் நெடுங்காலத் துக்கு முன்பே அமைக்கப் பெற்றது. வேணாட்டு அரசரும் அரசியற் சுற்றத்தாரும் வரின், அவர்கள் தங்குதற்கென அது நிறுவப்பெற்றது. கண்ணகியார்க்குக் கோயில் எடுத்துக் கடவுள்மங்கலம் செய்தபோது, செங்குட்டுவன் கனகவிசயர் என்ற வட வேந்தர்களைச் சிறைவீடு செய்து அரசர்க்குரிய சிறப்புடன் இருக்கச் செய்தது இந்த வேண் மாடத்தேதான். இவ் வேண்மாடத்தே இருந்து போர் நிகழ்ச்சியை நோக்கியிருந்த அந்துவன், வேணாட்டிலிருந்து வந்த முடிமோசியாரைத் தன்னோடே இருத்தி விருந்தாற்றினான். மேலும், அவர் சோழ நாட்டில் தோன்றிய சான்றோராதலால், அவரைக் கொண்டு சோழருடைய சிறப்பியல்புகளை அவன் அறிந்து கொள்ளுதற்கு அவரது வருகை யும் உடனுறைவும் சிறந்து விளங்கின. இருவரும் வேண்மாடத்தில் இருந்து, வடமேற்கில் கடற்கரையில் படைக்கடல் காவல் புரிய விளங்கும் கருவூர் நிலையும், வஞ்சி முற்றத்தை வளைத்து நின்று காக்கும் வஞ்சிப் படை நிலையும், வடக்கிற் சேய்மையில் முற்றியிருக் கும் சோழர் பெரும்படை நிலையும் நன்கு தோன்றக் கண்டிருந்தனர். வஞ்சிமாநகர்க்குக் கண்காணும் எல்லையில் இருந்து காட்சியளித்த கருவூர், இப்போது கருவூர்ப் பட்டினமென வழங்குகிறது. மேனாட்டு யவனர்களின் குறிப்புகளில் இவ்வூர்க் குறிப்பும் உள்ளதனால், இதன் தொன்மை நன்கு தெளியப்படும்.

அந்துவனும் முடமோசியாரும் படை நிலைகளை நோக்கியிருக் கையில், சோழர் படையில் பெருங்களிறு ஒன்றின் மேல் தலைவன் ஒருவன் இருந்து படையணியை நோக்கித் திரிவதையும், அவ் யானையைச் சூழப் பரிக்கோற்காரரும் வேல்வீரரும் செல்வத்தையும் இருவரும் கண்டனர். சிறிது போதிற்கெல்லாம் படையில் பெருங் கிளர்ச்சி தோன்றிற்று. யானை மேல் இருந்த தலைவன் அதனை அடக்க முயன்றும் அஃது அடங்காது ஒரு நெறியின்றி ஓடத் தலைப் பட்டது. சூழ்வரும் பரிக்கோற்காரும் படைவீரரும், மிகை செய்த வழித் தன்னைக் கொல்வர் என எண்ணாது, களிறு மதங்கொண்ட திரிவத இருவர்க்கும் புலனாயிற்று. இதனை அறிந்த கருவூர்ப்படை, மத களிற்றின் வரவு போர் குறித்ததாகலாம் எனக் கருதி மேல்வரும் களிற்றையும் உடன்வரும் படைவீரரையும் தாக்குதற்கு அணிகொண்ட நிற்பதாயிற்று. சோழர் தலைவனுடைய யானை மதஞ் செருக்கிக் கருவூர் எல்லையை நோக்கிச் சென்றமை அந்துவனுக்குத் தெரிந்தது. சோழர் படை, கருதாது அலமருவதும், கருவூர்ப் படை, இரை வரவு காணும் புலிக்கணம் போல் போர் குறித்து நிற்பதும் அந்துவன் சேரலுக்குத் தெரிந்தன. இதற்குள், யானைமேல் உள்ள தலைவ னுடைய தோற்றம் சிறிது புலனாயிற்று. முட மோசியாரை நோக்கி, ''இதோ கிளற்றின்மேல் கருவூரிடம் செல்வோன் யாவனாகலாம்'' என வினவினன். மோசியார், மனம் வருந்திக் களிற்றின்மேல் செல் பவன் சோழன் முடித்தலைக் கோப்பெருநற்கிள்ளி; அக் களிறு, ''முந்நீர் வழங்கும் நாவாய் போலவும், பன்மீன் நாப்பண் திங்கள் போலவும் படைக்கடல் நடுவேயுளது; சுறாமீன் கூட்டம் போல வாள் வீரர் மொய்த்திருப்பதை அறியாது மைந்து பட்டது; அவன் நோயில னாகிப் பெயர்கதில் அம்ம[1]'' என்று மொழிந்தனர்.

அரசன்பால் உளதாகிய இயற்கை யன்பால் உள்ளம் கலங்கி அவலித்து உரைத்த மோசியாரின் மொழிகள் சேரமான் மனத்தைக் கலக்கி விட்டன. உடனே அவன் யானைமேல் இருப்பான் தனக்குப் பகைவன் என்பதை மறந்தான்; தன் நகர்க்கண் அவன் வந்து முற்றி யிருப்பதையும் மறந்தான். காற்றினும் கடுகச் சென்று களிற்றின் மேல் பாய்ந்து அதன் செருக்கை அடக்கிச் சோழனை உய்வித்து மீண்டான். நேரமான் வந்ததும், களிற்றை அடக்கியதும், சோழ வேந்தனை உய்வித்து மீண்டதும் இருபடைத் தலைவர்களையும் மருள வைத்தன. முடித்தலைக் கோப் பெருநற்கிள்ளி சேரமானுடைய அறந்திறம்பா மறமாண்பை வியந்து பகைமை யொழிந்து நட்பால் பிணிப்புண்டான். இச் செயலால் ''மடியா வுள்ளமொடு மாற்றோர்ப் பிணித்த, நெடுதுண் கேள்வி அந்துவன்'' என்று சான்றோர் பாராட்டினர். ''மடியா உள்ளம்''

---

1. புறம். 17.

என்றும், ''மாற்றோர்ப் பிணித்த'' என்றும் நின்ற சொற்குறிப்புகள் இவ் வரலாற்றை அகத்தே கொண்டிருப்பதே நோக்கத்தக்கது. படை மறவர், ''அறத்திற்கே அன்பு சார்பு என்ப அறியார்; மறத்திற்கும் அஃதே துணை'' என்பதை உணர்ந்து இன்பமெய்தினர். இச் செயல் தழிஞ்சித் துறையாய்த் தமிழ் மறவர்க்குப் பொதுப்பண்பாய் இருந் தமையின், இந் நிகழ்ச்சிச சிறப்பான விளக்கம் பெறவில்லை. ஏனை நாட்டவரிடையே இது நிகழ்ந்திருப்பின், நாடெங்கும் இவ் வரலாறு பரப்பப் பெற்றிருக்கும். இடைக் காலத்தே தமிழர் மறந்த அறிவு அறைபோகி அடிமை யிருளில் வீழ்ந்தமையால் இது போலவும் புகழ்க் கூறுகள் பலவற்றை அறியா தொழிந்தனர்.

அந்துவஞ் சேரலுக்குப் பொறையன் தேவிபால் ஒரு மகன் பிறந்து செல்வக் கடுங்கோ வாழியாதன் என்ற பெயருடன் விளங் கினான். அவன் இளமை முதலே சான்றோரிடையே பழகிப் பயின் றான். அதனால், உயர்ந்தோரிடத்துப் பணிவும், நண்பரிடத்தில் அன்பும் கொண்டு, அவர் மனம் வருந்தாவாறு அஞ்சித் தன்னைக் காத்தொழுகும் நற்பண்பும், காதல் மகளிர்க் கல்லது தன் மார்பு காட்டாத மறமும், நிலம் பெயரினும் சொல் பெயராத வாய்மையும் இயல்பாகக் கொண்டிருந்தான். பெரியோரைத் துணை கொண்டு அவர் உவக்குமாறு வணங்கும் மென்மையும், எத்தகைய பெரிய ராயினும் பகைவரைக் கண்டு அஞ்சி வணங்கி வாழ்வதைக் கனவி லும் கருதாத ஆண்மையும் அவன் குணஞ்செயல்களில் மிக்குத் தோன்றின. பகைமையுள்ளத்தால் மாற்றவர் கூறும் புறஞ்சொற்களைச் சிறிதும் கேளாத அவனது பொறைக்குணம் சான்றோர் பாடும் சால்பு மிகுந்து விளங்கிற்று.

பண்டை நாளில், தங்கள் நாட்டிலும் குடியிலும் தோன்றி, அறநெறியிலும் மறநெறியிலும் சான்றாண்மை குன்றாது ஒழுகிப் புகழ்கொண்டு உயர்ந்து விண்ணுலகு அடைந்தவர்களை நினைந்து பாராட்டி விழா அயர்வது தமிழ் வேந்தர் இயல்பு அன்றோ? அது சேர வேந்தர்பால் சிறந்து திகழ்ந்தது. அக் காலை, தம் முன்னோர் களுடைய புகழ் பொருந்திய வரலாற்றைப் புலவர் பாடக் கேட்டு மகிழ்வதும், பாணர் பாட்டில் இசைக்கக் கூத்தர் நாடகமாடிக் காட்டக் கண்டு இன்புறுவதும் வழக்கம். அதனைச் செய்தால் துறக்கத்தில் வாழும் அச் சான்றோர் மகிழ்வர் என்பது கருத்து. இக் கருத்தே பற்றிச் செல்வக்கடுங்கோ இவற்றை மிகுதியாகச் செய்து சிறந்தான். போர் களில் வெற்றி பெறும்போதெல்லாம் களவேள்விகள் செய்து போர்க் கடவுளாகிய கொற்றவையை மகிழ்வித்தான்.

முதியவர்களாகிய தாய் தந்தையர்க்கும் சான்றோர்க்கும் தம் மக்களைத் தொண்டு செய்ய விடுவது பண்டையோர் நெறிகளுள்

ஒன்றன்றோ! அவர்கள் மெய்வன்மையொடு வாழ்ந்த காலத்தில் செய்த நன்றியை நினைந்து இவ்வாறு செய்வது கடன் என்றும், இஃது உலகிற் பிறந்தவுடனே அமையும் கடனாதல் பற்றித் **தொல்கடன்** என்றும் தமிழ்ச் சான்றோர் கருதினர். முனிவர்களாகிய முதுசான்றோர்க்கு அரசிளஞ் சிறுவர்களைத் தொண்டு செய்ய விடுத்த செய்திகள் பலவற்றைப் புராணங்களும் இதிகாசங்களும் கூறுகின்றன. இம் முறையே மேற்கொண்டு நம் செல்வக் கடுங்கோ தன்னுடைய சிறுவர்களை முதியோர்களுக்குத் தொண்டு செய்ய விடுத்துத் தன் தொல்கடனை இறுத்தான். சான்றோரும், ''இளந்துணைப் புதல்வரின் முதியர்ப் பேணித் தொல்கடன் இறுத்த வெல்போர அண்ணல்[1]'' என்று இச் செல்வக் கடுங்கோவைப் பாராட்டியுள்ளனர். இவனுக்கு, முன்னோனாகிய செங்குட்டுவன் தம் மகன் குட்டுவன் சேரலைப் பரணர்க்குத் தொண்டு செய்ய விடுத்த செய்தியை ஐந்தாம்பத்தின் பதிகம் கூறிற்று.

செல்வக்கடுங்கோ அரசு கட்டில் ஏறிய சில ஆண்டுகட்குப் பின், சேர நாட்டின் வடபகுதியில் வாழ்ந்த சதகன்னர வேந்தன், வேறொரு வடநாட்டு வேந்தனைத் துணையாகக் கொண்டு தமிழ் நாட்டிற் புகுந்து குறும்பு செய்தான். இது கடுங்கோவுக்குத் தெரிந்தது. இச் செய்தியைச் சோழ பாண்டியர்கட்கு அறிவித்து, இச் செயலைப் பொருள் செய்யாது விடின், ''பொதுமை சுட்டிய மூவருலகம்[2]'' எனப்படும் தமிழகம் சிறப்புழியும் என்பதையும் அறிவுறுத்தினன். சின்னாட் கெல்லாம் சோழ பாண்டியர் விடுத்த பெரும்படைகள், வஞ்சி நகரிலிருந்த வட நாடு நோக்கிப் புறப்பட்டன. செல்வக் கடுங்கோ, நால்வகைத் தமிழ்ப் படையும் உடன் வரச் சேரவாறு[3] கடந்து வானவாசி நாட்டுட் புகுந்து சதகன்னர்க்குரிய நகரமொன்றை முற்றுகை செய்தான்.

தமிழ்ப்படை செறித்து முற்றியிருந்த இடம், பகைவரைத் தாக்கற்கு எளிதாயும் அப் பகைவர் முற்போந்து பொருதற்கு ஏலாததாயும் இருந்தது. பகைவரை எறிதற்கேற்ற இடங்கண்ட பின்னல்லது தமிழர் போர்வினை தொடங்கார். இதனை இடனறிதல் என்ற பகுதியில் திருவள்ளுவர் கூறுவது கொண்டு தெளியலாம். பகைவேந்தர் இருவரும் வேறு வேறு இடங்களிலிருந்து எயில்காத்து நின்றனர். நின்ற ஒவ்வொரு நாளும் தமிழ்ப்படை வந்த செறிந்த வண்ணம் இருந்தது. இவ்வாறு உழிஞை சூடிய தமிழ்ப் படையைச் செலுத்திக் குன்றுகளைத் தகர்க்கும் இடிபோற் சீறிப் பகைவர் அரண்களைக் கொள்ளுதற்குச் செல்வக் கடுங்கோ செவ்வி நோக்கி இருந்தானாக, வடவேந்தர் இருவரும் இரவோடு இரவாய்த் தம்பால் இருந்த

---

1. பதிற். 70. 2. புறம். 357, 3. சேராறு-ஷிராவதி (Sharavadi)

பொருள்களையெல்லாம் கைவிட்டு ஓடி விட்டனர். செருச் செய்தற்கு மிக்குநின்ற தமிழ்ப்படை அப் பொருள்களை மிகைபடக் கவர்ந்து கொண்டு வாகை சூடித் திரும்பிற்று. இதுபற்றி, அத் தானை, "ஒருமுற்று இருவர் ஒட்டிய ஒள்வாள் செருமிகு தானை[1]" என்று கபிலர் முதலிய சான்றோர் பாடும் சால்பு பெற்றது. முற்றிய நகர்க்கண் இருந்த பகைவீரர் பலர், மனம் மாறிச் சேரமானை அடைந்து, "வேந்தே, யாம் இனிதின் கருத்தின் படியே ஒழுகுவோம்; எம்மை ஏற்றருள்க" எனப் புகலடைந்தனர். கடுங்கோவும் அவர்கள்பால் கண்ணோடி அன்பாற் பிணிந்து அவர்கள் செய்த சூளுறவை ஏற்றுக் கொண்டான். அவர்களும் வாய்மை தப்பாது ஒழுகி மறமாண்பு பெற்றனர்.

வடபுலத்துப் பகைவர்கள் அவ்வப்போது புகுந்து செய்த அரம்புகளால் சீரழிந்த இடங்களில், பல உயர்குடியினர் தளர்ந்த சூட்ட நாட்டிலும் பொறை நாட்டிலும் குடிபுகுந்து வருந்தினர். அவர்கள்பால் அருள் பெருகிய சேரமான், நாட்டில் அவர்கள் இனிது வாழ்தற்கென ஊர்களை ஏற்படுத்தி, அவர்கட்கு அந்நிலையை உண்டுபண்ணிப் பகைவர்கள் இருந்த இடம் தெரியாதபடிப் பொருது அவர்களை வேரோடு கெடுத்தான். இச் செயலை இவனைப் பற்றிக் கூறும் பதிகம், "நாடுபதி படுத்து நண்ணார் ஒட்டி வெரவருதானை கொடு செருப் பல கடந்து" சிறப்புற்றான் எனப் பாராட்டிக் கூறு கின்றது.

செல்வக்கடுங்கோ வாழியாதன், இவ்வாறு போர்த்துறையில் மேன்மை எய்தியதற்கு இவனது படைப் பெருமையே சிறந்த காரண மாகும். யானைப் படையிலுள்ள வீரர்கள், அவற்றின் பிடரியிலிருந்து கழுத்துக் கயிற்றிடைத் தொடுத்த தம் காலால் தம்முடைய குறிப்பை யுணர்த்தித் தாம் கருதிய வினையை முடித்துக் கொள்ளும் சால்புடை யராவர். குதிரை மறவர் தம் காலடியில் அணிந்த இரும்பு விளிம்பால் தமது கருத்தைக் குதிரைகட்கு உணர்த்திப் போர்க்களத்தில் பகைவர் இருக்குமிடம் தெரிந்து செலுத்தி வெறி கொள்ளும் திறல் வாய்ந்தவர். வேலேந்தும் வீரர் கல்லொடு பொருது பயின்ற வலிய தோளை யுடையர். அவர்களும் பனங் குருத்துகளோடு குவளைப் பூ விரவித் தொடுத்த கண்ணி சூடி மதம் செருக்கித் திகழ்வர்[2] போர் யானைகளின் மேல் வானளாவ உயர்ந்திருக்கும் கொடிகள், மலையினின்று வீழும் அருவி போலக் காட்சி நல்கும். அவற்றின் முதுகின் மேல் கட்டப் பெற்றிருக்கும் முரசுகள், காற்றால் அலைப்புண்ட கடல்போல் முழக்கம் செய்யும். போர்க் களத்திற் பகைவர்மேற் பாய்ந்தோட உயர்ந்த குதிரைப் படையும், எறிந்த சிதைந்த வேலேந்தும் வேற்படையும்,

1. பதிற். 63. 2. பதிற். 69.

பன்முறையும் போர் செய்து பயின்ற வீரர் திரளுமே பகைவர் படைக் கடலைக் கலக்கி மலைபோற் பிணங்கள் குவியப் பொருது அழிக்கும் பொற்பு வாய்ந்தன எனப் புலவர் பாடிப் புகழ்ந்துள்ளார்.

உழிஞைப் போர் செய்யுங்கால், கடுங்கோவின் படைமறவர், ''இந்த மதிலை எறிந்த பின்னன்றி உணவு கொள்வதில்லை'' என வஞ்சினங் கூறி அச் சொல் தப்பா வண்ணம் நாள் பல கழியினும் உண்ணாமேயிருந்து பொரும் பெரிய மனவெழுச்சியுடையர். இவ்வாறே பகைவர் உறையும் ஊர்களையும் நாடுகளையும் கைக் கொண்டாலன்றி உறங்கோம் என உறுதி கொண்டு பன்னாள் உறக்கத் தையும் விட்டொழுகுவர். படைத் தலைவர்களின் உடம்பை நோக்கின், அது போர்ப்புண்வடு நிறைந்து இறைச்சி விற்பார் இறைச்சியை வெட்டுதற்குக் கீழே வைத்துக் கொள்ளும் அடிமணை போலக் காணப்படும்; அவ் வடு தோன்றாதபடி நறிய சந்தனம் பூசிக் கொள்வது அவரது மரபு.

இனி, அறத்துறையிலும் இச் சேரமான் சிறந்து விளங்கினான். மறத்துறையில் களவேள்வி செய்தது போல், அறத்துறையில் அந்தணர் பலரைக் கொண்ட மறைவேள்விகள் பல செய்தான். திருமால்பால் பேரன்பு கொண்டு அவனைத் தன் மனத்தின்கண் வைத்து வழிபட் டான். திருமால் கோயில் வழிப்பாட்டுக்கென ஒகத்தூர் என்னும் நெல்வளம் சிறந்த ஊரை இறையிலி முற்றூட்டாக நல்கினான். இவன் அறநூல்வல்ல அந்தணர்களுக்குப் பெரும்பொருளை நீர் வார்த்துக் கொடுப்பான்; அந் நீர் ஆறாகப் பெருகியோடி அரண்மனை முற்றத்தைச் சேறாக்கிவிடும்; அம் முற்றத்திற்குள் அந்தணரும் பரிசிலரும் இரவலரும் எளிதிற் புகுதல் கூடுமேயன்றிப் பகைவர் கனவிலும் புகமுடியாது என்ற புலவர்கள் புகழ்ந்து கூறுகின்றனர்.

இக் கடுங்கோவுக்கு இசையிலும் கூத்திலும் மிக்க ஈடுபாடு உண்டு. நகர்ப்புறத்திலிருக்கும் புறஞ்சிறைத் தெருவில் வருவது தெரியினும், கூத்தர்களை அன்போடு வருவித்து அவர்களுக்குச் செய்யப்பட்ட தேர்களையும் குதிரைகளையும் அழகுற அணிந்து நல்குவது வழக்கம்.

இத்தகைய செயல்களால், அறவேள்விகளை முன்னிருந்து செய்து முடிக்கும் வேதியர் தலைவனிலும் செல்வக்கடுங்கோவின் அறநூலுணர்வு மிக்கிருந்தது. அதற்கேற்ப அவனது உள்ளமும் வளம் பெற்றிருந்தது. அதனால் அவனது புகழ் தமிழகம் முழுவதும் நன்கு பரவியிருந்தது. நல்லொளி நிகழும் பண்பும் செய்கையுமுடையோர் எங்கே இருக்கின்றனரோ அங்கே நல்லிசைச் சான்றோர் நயந்து சென்று சேர்வது இயல்பு. அதனால் தமிழகத்தில் மேன்மையுற்றிருந்த, அந்தணரும் சான்றோரும் கடுங்கோவை நாடி வருவாராயினர்.

அந் நாளில் குடநாட்டில் குன்றின் கட்பாலி என்ற ஊர் ஒன்று இருந்தது. இப்போது அது கோழிக் கோட்டுப் பகுதியில் பாலிக்குன்னு என்ற பெயருடன் விளங்குகிறது. அவ்வூரில் ஆதனார் என்னும் நல்லிசைச் சான்றோர் வாழ்ந்தார். அவரைக் குன்றின்கட் பாலிஆதனார் என அக் காலத்தார் வழங்கினர். பிற்காலத்தே குன்றின்கட் பாலி என்பது குண்டுகட்பாலியென ஏடுகளில் திரிந்து வழங்குவதாயிற்று. அப்பகுதி தமிழ் நலம் குறைந்து கேரளமான காலையில் பாலிக்குன்னு எனச் சிதைந்தது.

பாலியாதனார் வஞ்சி நகர்க்கண் இருந்து அரசு புரிந்து, சான்றோர் பரவும் தோன்றலாய் விளங்குவது தெரிந்து, செல்வக் கடுங்கோ வாழியாதனைக் காணச் சென்றார். இடையில் அரசியற் றலைவர் சிலரைக் கண்டார். அவர்கள் இவர் குடநாட்டவர் எனத் தெரிந்து இவரைத் தொடக்கத்தே வேந்தனிடம் நேரிற் செல்லாவாறு தடுத்தனர். வடவருள் ஒருவராய்க் குடநாட்டவர் போல உருக் கொண்டு வந்திருக்கின்றாரோ என அவர்கள் ஐயுற்றனர். ஆதனார், செல்வக் கடுங்கோவின் மறமாண்பையும் அறவுணர்வையும் கொடைச் சிறப்பையும் உடன் வந்த கிணைப் பொருநன் இயக்கிய பறையிசைக் கேற்பப் பாடினர். அதன்கண், கடுங்கோவை ''எங்கோன்'' என்று பேரன்போடு பாராட்டி, ''பகை மன்னர் பணிந்து திறையாகக் கொடுத்த செல்வத்தை நகைப்புல வாணராகிய பரிசிலர்க்கும் இரவலர்க்கும் ஈந்து அவர் நல்குரவை அகற்றி மிகவும் விளங்குக'' என்ற பாடினர். அது கேட்டதும் அவர்கள் தாம் ஏந்திய குடையைப் பணிந்து அவர்க்கு வணக்கம் செய்து வேந்தனிடம் விடுத்தனர்.

செல்வக் கடுங்கோ, ஆதனாரை அன்போடு வடவேற்று அவர் பாடியவற்றைக் கேட்டு மிக்க உவகை கொண்டு குன்று போலும் களிறும், கொய்யுளை அணிந்த குதிரையும், ஆனிரையும், நெல்லும் பிறவும் நிரம்பத் தந்து மகிழ்வித்தான். அவன் செயலைக் கண்ட ஆதனார் வியப்பு மிகுந்து, ''பூழியர் பெருமகனான எங்கள் செல்வக் கடுங்கோ, வஞ்சி நகரின் புறநிலை அலைக்கும் பொருநையாற்று மணலினும், அங்குள்ள ஊர்கள் பலவற்றினும் விளையும் நென்மணி யினும் பல்லூழி வாழி[1]'' என்று வாழ்த்திய பாட்டொன்றைப் பாடி அவன்பால் விடைபெற்றுச் சென்றார்.

அக் காலத்தே, பாண்டி நாட்டின் வடபகுதியில் உற்ற பறம்பு நாட்டின் தலைவனான வேள்பாரிக்கு உயிர்த் தோழராக விளங்கிய கபிலர் என்னும் சான்றோர், அப் பாரி இறந்ததனால், அவனுடைய மகளிர் இருவரையும் மணஞ்செய்து தர வேண்டிய கடமையைத் தான்

---

1. புறம். 387.

ஏற்றுக் கொண்டு, பாரி மகளிரை மணந்து கொள்ளுமாறு சில வேந்தர் களை வேண்டினார். அவர்கள் மறுக்கவே, கபிலர், அவ்விருவரையும் அழைத்துக் கொண்டு திருக்கோவலூர்க்குச் சென்று பார்ப்பாரிடையே அவர்களை அடைக்கலப்படுத்தி அரசிளஞ் செம்மல்களை நாடிச் சென்றார். பார்ப்பார்க்கும் அவர்களுடைய பொருட்கும் யாரும் தீங்கும் செய்வது இல்லையாதலால், கபிலர் பாரி மகளிரை அவரிடம் அடைக்கலப்படுத்தினார்.

அப்போழ்து, அவர் சேரநாட்டு வேந்தனான் செல்வக்கடுங்கோ வாழியாதன் சிறப்பைச் சான்றோர் சிலர் எடுத்தோதக் கேட்டு, அவனது சேர நாடு அடைந்தார். அந் நாளில் வாழ்ந்த நல்லிசைச் சான்றோருள், ''செறுத்த செய்யுள் செய் செந்நாவின், வெறுத்த கேள்வி விளங்கு புகழ்க் கபிலன், இன்று உளனாயின் நன்றுமன்[1]'' என வேந்தராலும், உலகுடன் திரிதரும் பலர் புகழ் நல்லிசை, வாய்மொழிக் கபிலன்[2]'' என்று சான்றோர்களாலும், பொய்யா நாவிற் கபிலன்[3]'' என நல்லிசைப் புலமை மெல்லியலாராலும் புகழ்ந்தோதப்படும் பெருஞ்சிறப்புற்று விளங்கியவர் கபிலர்.

கபிலர் சேர நாட்டுக்குப் புறப்பட்ட போது, செல்வக் கடுங்கோ வஞ்சி நகரில் இல்லை; நாட்டில் சிற்றரசர் சிலரிடையே நிகழ்ந்த போர்வினை குறித்துச் சென்று பாசறையில் தங்கியிருந்தான். கபிலர் சென்றடைந்த போது போர் முடிந்துவிட்டது. பொருத வேந்தர் கடுங்கோவைப் பணிந்து திறை நல்கினர். போர் வினையில் புகழ் பெற்ற தானை மறவரும் போர்க்களம் பாடும் பொருநர், பாணர், கூத்தர், புலவர் முதலிய பரிசிலர் பலரும் வேந்தன்பால் பரிசில் பெற்றனர். அவனது அத் திருவோலக்கத்துக்குக் கபிலர் வந்து சேர்ந்தார். அவரது வருகை கேட்ட சேரமான் மகிழ்ச்சி மீதூர்ந்து, காலின் ஏழடி முன்சென்று வரவேற்று, அன்பும் இனிமையும் கலந்த சொல்லாடி மகிழ்ந்தான்.

பின்னர், அவன் வேள்பாரியின் புகழையும் மறைவையும் கபிலர்க்கு உண்டாகிய பிரிவுத் துன்பத்தையும் பிறவற்றையும் பற்றிச் சிறிதுநேரம் பேசிவிட்டு, ''சான்றீர், வேள்பாரி இருந்திருப்பானாயின், எங்கள் நாட்டுக்கு உங்கள் வருகை உண்டாகாதன்றோ?'' என்றொரு சொல்லைத் தன் உண்மையன்பு விளங்க இனிது எடுத்துரைத்தான். வேந்தராயினும் வினைவல ராயினும் யாவராயினும் சான்றோர் பரவும் சால்புடையராயின், அவரைக் கண்டு பாடிப் புகழ்வது, நல்விசை விளைக்கும் சொல்லேருழவர் இயல்பு என்பதை மறந்து சேரமான் கூறியது கபிலர்க்கு வியப்பைத் தந்தது. ஆயினும், அதனை அவ்வாறே

1. புறம். 53. 2. அகம். 78. 3. புறம். 174.

கூறாமல், இளையனான செல்வக்கடுங்கோவின் செம்மலுள்ளம் மகிழ்வும், தமது கருத்து விளங்கவும் உரைக்கத் தொடங்கி, முகத்திற் புன்னகை தவழ, ''வேந்தே எங்கள் தலைவனான வேள்பாரி விண் ணுலகம் அடைந்தான்; என்னைக் காத்தளிக்க வேண்டும் என யான் குறையிரந்து வந்தேனில்லை. 'ஈத்தற்கு இரங்கான், ஈயுந்தோறும் இன்பமே கொள்வன்; அவ்வகையிலும் பெருவள்ளன்மையே உடையன் எனச் சான்றோர் நின்னைப் பற்றிக் கூறினர்; அந்த நல் லிசையே, என்னை ஈர்த்துக் கொணரந்து நின்னால் கொன்று குவிக்கப் பட்ட களிறுகளின் புலால் நாறும் இப் பாசறைத் திருவோலக்கத்திற் சேர்த்துளது; அதனால்தான் யான் வந்துளேன்[1] என்ற கருத்தமைந்த விடையொன்றைப் பாட்டுருவில் கூறினர். அதன் சொன்னலமும் பொருனலமும் செல்வக் கடுங்கோவின் உள்ளத்தைக் கபிலர்பால் பிணித்து விட்டன. தன்னோடே இருக்குமாறு வேண்டி அவரைத் தன் வஞ்சி நகர்க்கு அழைத்துச் சென்றான்.

வஞ்சிமா நகர்க்கண் இருந்து வருங்கால், செல்வக் கடுங்கோ, வடவேந்தர் இருவரை ஒரு முற்றுகையில் தமிழ்ப்படை செறித்து வென்றதும், அவர்களாற் கைவிடப்பட்ட தானை மறவரை ஆட்கொண் டதும் சான்றோர் சொல்லக் கபிலர் கேட்டுக் கடுங்கோவின் பெருந் தன்மையைப் பாராட்டி, ''வேந்தே, நீ கண்டனையேம் என்று புகலடந்த மறவரை. உங்கள் சேரர் குடிக்குரிய முறைமையுடன் ஆண்டாய்; அதனால், உலகத்துச் சான்றோர் செய்த நல்லறம் நிலை பெறும் என்பது மெய்யானால், நீ வெள்ளம் என்னும் எண் பலவாகிய ஊழிகள் வாழ்வாயாக[2]'' என வாழ்த்தினார்.

ஒரு நாள், செல்வக்கடுங்கோ, கபிலரோடு சொல்லாடியிருக் கையில் அவருடைய கையை அன்போடு பற்றினான். அது பூப்போல மென்மையாக இருந்தது. அவனுக்கு அது புதுமையாக இருக்கவே, அவன் கபிலரை நோக்கி, 'நும்முடைய கை மென்மையாக இருக் கிறதே, என் கை அவ்வாறு இல்லையே!'' என்று வியந்தான். அவன் ''நின்னுடைய'' என்னாமல் ''நும்முடைய கை'' எனப் பன்மையிற் கூறியதனால், அது தன்னையும் தன்னையொத்த பிற புலவரையும் குறித்ததாகக் கொண்டு, ''வேந்தே, நின்னைப் பாடுவோர் கைகள் நாடோறும் ஊன்துவையும் கறிசோறும் உண்டு வருந்துதல் அல்லது பிறிது தொழில் அறியா; ஆதலால் 'நன்றும் மெல்லிய பெரும' என்றும், களிறுகளைச் செலுத்தும் தோட்டி தாங்கவும், குதிரைகளின் கடுவிசை தாங்கவும், வில்லிடைத் தொடுத்து அம்பு செலுத்தவும், பரிசிலர்க்கு அரும்பொருளை அள்ளி வழங்கவும் வேண்டியிருப்பதால், 'வலிய

1. பதிற். 61. 2. பதிற். 63.

வாகும் நின் தாள்தோய் தடக்கை[1]' என்று அழகு திகழப் பாடினார். உவகை மிகுதியால், கடுங்கோ உள்ளம் நாணி உடல் பூரித்தான்.

செல்வக் கடுங்கோ அரசியற் பணியில் ஈடுபட்டிருங்குங்கால் கபிலர் சேர நாட்டைச் சுற்றிப் பார்த்து வந்தார். அந் நாட்டின் மலை வளமும் பிறவளங்களும் அவர்க்கு மிக்க இன்பத்தைச் செய்தன. கடலிலிருந்து எடுக்கப் பெற்ற முத்துகளைப் பந்தர் என்னும் ஊரினர்[2] தூய்மை செய்து மேன்மை யுறுவித்தனர்; கொடுமணம்[3] என்னும் ஊரிலிருந்து அரிய கலங்கள் செய்யப் பெற்று வந்தன. காட்டு முரம்பு நிலப் பகுதியில் முல்லைப் பூவின் தேனையுண்டு பிடவத்தைச் சூழ்ந்து முரலும் வண்டினம், சேர நாட்டு மறவர் அணியும் பனந் தோட்டுக் கண்ணியில் விரவப்படும வாகைப் பூவின் துய்போலத் தோன்றின. அங்க வாழ்பவர் அந் நிலத்தை உழுத சாலின்கண் மணிகள் பல கிடைக்கப் பெற்றனர்[4]. நெல்விளையும் வயற் பகுதியில் வாழ்ந்தோர் வயலில் நெல் விளைந்த போது, நிலத்தில் உதிர்ந்து கிடக்கும் நெல்லைத் தொகுத்து வயற்புறத்தே நிற்கும் காஞ்சி மரங்களின் நீழலிற் குவித்துக் கள் விற்பார்க்குக் கொடுத்து அதனை வாங்கியுண்பர். களிமயக்குற்ற சிலர தம் தலையிற் சூடிய ஆம்பற் கண்ணியை மொய்க்கும் வண்டுகளை ஒப்பி மகிழ்வர்[5] இப் பகுதிகளை ஆளும் சிற்றரசர், சில காலங்களில் தமது வலியையும் கடுங்கோலின் பெறாவலியையும் ஆராய்ந்து போர் தொடுப்பதும், அதனால் அந் நாடுகள் வளன் அழிவதும் கபிலர் நினைவை வருத்தின. அவர் கடுங்கோவை வேண்டி, ''வேந்தே, நின் பகைவர் பணிந்த திறை தருவா ராயின், அதனை யேற்றுப் போரை நிறுத்துக; அவர் நாடுகள் செல்வ வளத்தால் புலவர் பாடும் புகழ்பெற்று விளங்கும்[6]'' என்று இயம்பினர்.

செல்வக்கடுங்கோ ஆட்சி புரிந்து வருகையில் சோழ பாண்டிய நாட்டுத் தலைவர்களிற் சிலர் கொங்கு நாட்டில் வஞ்சி சூடிப் போர் செய்தனர். பொறை நாட்டிற்குத் தென் கிழக்கிலுள்ள பகுதிகளில் அவர்கள் முன்னேறி வந்தனர். சேரர் படைத் தலைவர்களும் சிற்றரசர் களும் அவர்களை அப் பகுதியில் புகுதல் கூடாது என விலக்கினர். அவர்கள் அவ்வுரைகளைக் கேளாது இப் பகுதி தமிழ் வேந்தர் மூவ ருக்கும் பொதுமையானது; சேரர்க்கே சிறப்பாக உரியது எனல் கூடாது

1. புறம், 14.
2. பந்தர் இப்போது பொன்னாளி வட்டத்தில் பந்லூர் என்ற பெயருடன் இருக்கிறது.
3. கொடுமணம் திருவாங்கூர் அரசில் குள்ளத்தூர் வட்டத்தில் உளது. பதிற். 67.
4. பதிற். 66. 5. பதிற். 62. 6. பதிற். 62.

என மறுத்துப் போருடற்றினர். இச் செய்தி செல்வக் கடுங்கோவுக்குத் தெரிவிக்கப்பட்டது. இது சோழ பாண்டியர்க்கும் பொது என்ற அச் சொல்லைக் கேட்கப் பொறாது தனது பெரும் படையைத் திரட்டிச் சென்று எதிர்த்து வந்த வேந்தரை முறையே பொருத வென்றி எய்தி னான். மேலும், தன் நாட்டவர்க்கு வாழிடம் சிறிது என்று சொல்லி முன்னையிலும் விரிவான நிலப்பகுதியைத் தன் நாட்டோடு சேர்த்துக் கொண்டான். பின்பு அங்கே பாசறை நிறுதி, அந் நாட்டில் போர் வினை யால் கெட்ட குடிகளைத் திருத்திப் பொறை நாட்டினும் பூழி நாட்டினும் போதிய இடமின்றி வருந்திய நன்மக்களைக் குடியேற்றிச் செவ்விய காவல் முறைகளை நன்க வகுத்திருந்தான். சின்னாட்குப் பின் வினை முடிந்ததும் வேந்தன் மீளாமை கண்ட கபிலர், கொங்கு நாட்டில் அவன் தங்கியிருந்த பாசறைக்கு வந்து சேர்ந்தார். அவரோடு வேறு சில சான்றோரும் வந்தனர். அவர்களைச் சேரமான் அன்போடு வரவேற்று இன்புற்றான். பின்நாட்டின் நலமறிவான் போல அச் சான்றோரை நோக்கினான். அவர்களும் அக் குறிப்பறிந்து, நாட்டின் நல மிகுதியை எடுத்து விளம்பினர். மகிழ்ச்சி மீதூர நம் செல்வக் கடுங்கோ; கபிலரை நோக்கினான்; அவர், ''பகைவரால் கெட்ட குடிகளை நல்வாழ்வு பெறுவித்த வேந்தே, தான்வாழ ஏனோர் தன் போல வாழ்க என்ற அசையாக் கொள்கையுடையை நீ; நின்னைப் போலவே நின் முன்னோரும் இருந்தமையால், இனிய ஆட்சியைச் செய்தனர்; நிலம் நற்பயன் விளைவித்தது; வெயிலின் வெம்மை தணியுமாறு மழை தப்பாது பெய்தது; அதற்கேற்ப வெள்ளி மீன் உரிய கோளிலே நின்றது; நாற்றிசையிலும் நாடு நந்தா வளம் சிறந்து விளங் கிற்று[1]'' என்று பாடிப் பாராட்டினர். அப் பாட்டைக் கேட்ட வேந்தரும் சான்றோரும் பிறரும் அவர் கூறியதை உடன்பட்டு உவகையுற்றனர்.

கபிலர் வாழ்ந்த காலத்தில், சோழ பாண்டிய நாடுகளில் சிற்றரசர் களும் குறுநிலத் தலைவர்களும் சிறந்திருந்தனரே யன்றி, முடி வேந்தர் எவரும் புலவர் பாடும் புகழ்கொண்டு விளங்கவில்லை. இந் நிலையைக் கபிலர் பாடிய பாட்டுக்களைக் காண்போர் நன்கு காணலாம். இந் நிலையால் நாட்டில் வாழ்ந்த பாணர், கூத்தர், பொருநர், புலவர் முதலிய பலரும் செல்வக் கடுங்கோவின் திருவோலக்கம் நோக்கி வருவாராயினர். அவர்கட்கு ஏற்ற வரிசையறிந்து வரையா வள்ளன்மை செய்த கடுங்கோவின் புகழ்க்கு எதிரே அச் சோழ பாண்டியர் பெயரும் பிற செல்வர் சிறப்பும் விளங்கித் தோன்ற வில்லை. இதனைப் புலமைக் கண்கொண்டு நோக்கிய கபிலர், வேந்தனை நோக்கி, ''சேரலர் பெரும, விசும்பின்கண் ஞாயிறு தோன்றி ஒளிருங்கால், அங்குள்ள விண்மீன்கள் ஒளியிழந்து அஞ் ஞாயிற்றின்

1. பதிற். 59.

ஒளியில் ஒடுங்கிவிடுகின்றன; அதுபோலவே, நின்புகழ் ஒளியில் ஏனைவேந்தர் அனைவரும் ஒளியிழந்து ஒடுங்கிவிட்டனர்; பரிசிலர் கூட்டம் நின்னை நோக்கி வந்த வண்ணம் இருக்கிறது; அதே நிலையில் அக கூட்டத்திடையே நின்பால் வந்தபின் பசியும் இல்லை; பசியுடையோரைக் காண்பதும் அரிது; அம் மகிழ்ச்சியாலன்றோ நின்னை இப் பாசறை இடத்தே காண வந்தேன்[1]'' என்று பாடி அவனை மகிழ்வித்தார்.

வந்தோர் பலருக்கும் விடை கொடுத்த கடுங்கோ கபிலரை மட்டும் தன்னோடே இருத்திக் கொண்டான். இருந்து வருகையில் ஒருநாள், தான் வந்த வினைத் திறத்தைக் கூறலுற்றது, ''சான்றீர், என் நாட்டவர்க்குக் கடலும் மலையும் காடும் நின்று போதிய இடம் நல்காமையால், சிறிதாயிருக்கும் அதனை விரிவு செய்தல் வேண்டி இந் நாட்டிற்கு வந்தேன்; இங்கே இடம் பெற்றிருந்த வேந்தர் இந் நிலம் எல்லோர்க்கும் பொது என்று சொல்லிப் போர் தொடுத்தனர். அது பொறாது இவ் வினையை மேற்கொண்டு வருவது கடனாயிற்று'' என்று சொல்லி வினைக்கு ஆவன செய்யலுற்றான். கபிலர் வினை வேண்டுமிடத்து அறிவு உதவி வந்தார். இரண்டொரு நாட்குப்பின் ஒருநாள் வெயில் வெம்மை மிகுயாக இருந்தது. அதனைப் பொறாமல் கபிலர் வெதும்புவதைக் கடுங்கோ கண்டு விளையாட்டாகச் ''சான்றீர், இவ் வெயில் என்னைப் போல் வெம்மை செய்கிறதன்றோ?'' என்றான், ''வேந்தே, இந்த ஞாயிறு நின்னைப் போல்வது என்றற்கு என் நா இசையாது; இதன்பால் பல குறைகள் உண்டு'' என்று சொல்லி, ஞாயிற்றை நோக்கி, ''இடம் சிறிது என்ற ஊக்கத்தாலும், போகம் வேண்டியும் நிலம் எல்லார்க்கும் பொது என்னும் சொல் வலியுடை யார்க்கு ஏலாது எற்கொள்கையாலும் அறப்போர் புரியும் தானையை யுடைய எங்கள் சேரர் பெருமானை, ஏ, ஞாயிற்றே! நீ எவ்வாறு ஒத்தல் கூடும்? நீ பொழுது வரையறுக்கின்றாய், புறங்காட்டி மறை கின்றாய்; நாடோறும் பொழுது தோறும் மாறி மாறி வருவாய்; மாலைப் போதில் மலையில் ஒளிப்பாய்; சேரமான்பால் பொழுது வரையறுத்தல், புறங்காட்டி இறத்தல் முதலிய குற்றம் சிறிதும் இல்லையல்லவா? அவ்வாறு இருக்கவும் நீ நாணமின்றி, 'பகல் விளங் குதியால் பல்கதிர் விரித்தே[2]'' என்று உள்ளுதோறும் இன்பம் ஊறும் தெள்ளிய தமிழ்ப்பாட்டைப் பாடினார்.

பின்பொரு நாள், கபிலர் தானைமறவர் சிலரைக் கண்டார். அவரோடு அளவளாவியதில், வினைமுடியும் வரை அவ் வினைமேல் நின் அவரது நினைப்பு அது முடிந்ததும், தத்தம் மனைமேல் படந் திருந்தமை தெரிந்தது. அவர், செல்வக்கடுங்கோவைக் கண்டு,

1. பதிற். 64. 2. புறம். 8.

''வேந்தே, நின் தானை மறவரைக் கண்டேன். பகைவர் மதிலை அழித்தல்லது உணவு கொள்வதில்லை என வஞ்சினம் கூறி, அது முடியுங்காறும் உண்ணாதேயிருந்து முடிந்த பின்பே உண்டொழுகும் உரவோராக இருக்கின்றனர்; பகைவர் ஊரைக் கொண்டன்றி மீள்வ தில்லை என உறுதிக் கொண்டிருந்த அவர்கள், அவ்வூர்களைக் கைக்கொண்டு மகிழ்கின்றனர்; அதனோடமையாது, வேறு செய் வினை யாது என் வினைமேல் நினைவுறுகின்றனர். 'இவர்கட்குத் தம் மனைவாழ்வில் நினைவு செல்லாதோ?' என்ற ஐயம் என் நெஞ்சில் எழத் தொடங்கிற்று. பகைவர் களிறுகளைக் கொண்டு அவற்றின் கோடுகளைக் கைக்கொண்டு மனையடைந்து, பின்னர் அவற்றைக் கள்ளுக்கு விற்றுண்டு உத்தரகுருவில் வாழும் உயர்ந் தோரைப் போல அச்சம் அறியாத இன்ப வாழ்வில் இனிது இருக்கற் பாலர். நின் பிரிவை ஆற்றாமல் வருந்தி, வினைமுற்றி மீண்டு நீ வந்து கூடும் நாளைச் சுவரில் எழுதி விரல் சிவந்து வழிமேல் விழி வைத்திருக்கும் அணங்கெழில் அரிவையர் மனத்தைப் பிணிப்பது நின் மார்பே. நின் தாணிழலில் வாழும் வீரர் மார்பும் அப் பெற்றியது தானே'' என்று கருத்து அமையக் கூறினர்[1]. அவர் கருத்தை அறிந்த வேந்தன் தன் நகர்க்குத் திரும்பினான். வாகை சூடிச்சிறக்கும் அவன் தானையும் மகிழ்ச்சியுடன் மீண்டது.

செல்வக் கடுங்கோ வஞ்சிநகர்க்கண் இருக்கையில் வேனிற் காலம் வந்தது. சேரவேந்தர்க்குரிய முறைப்படி, வேந்தன் மலைவளம் விரும்பிப் பேரியாற்றங் கரையில் நிற்கும் நேரி மலைக்கு அரசியற் சுற்றம் சூழ்வரச் சென்றான். சேரவேந்தர் தங்கிய அவ்விடம் இப்போது நேரிமங்கலம் என்ற பெயருடன் இருக்கிறதென்பது நினைவுகூரத் தக்கது. மலைவாணர், இனியவும் அரியவுமாகிய பொருள்களைக் கொணர்ந்து தந்து சேரவரசனை மகிழ்வித்தனர். அங்கே அவனது திருவோலக்கத்துக்குக் கபிலரும் வந்து சேர்ந்தார்.

கடுங்கோவின் திருவோலக்கத்தில் ஒருபால் அரசியற் சுற்றத்தார் இருந்தனர்; ஒருபால், தானைத் தலைவர், 'எந்தக் கணத்திலும் மக்கள் இறப்பது உண்மை; அதனால் புகழ் நிற்கப் பொருது இறப்பதே வாழ்க்கையின் பயன்' என எண்ணும் காஞ்சியுணர்வு பெற்றுக் காட்சி நல்கினர். ஒருசார் விற்படைத் தலைவர், ஒருபுடை நண்புடைய வேந்தர் இருப்பக் கடுங்கோவின் அருகில் மலர்ந்த கண்ணும் பெருத்த தோளும் கொண்டு, கடவுட் கற்பும் நறுமணங் கமழும் நெற்றியும் விளங்க, வேளாவிக் கோமான் பதுமன் கூத்தும் நவிற்றிப் பரிசில் பெற்று மகிழ்ந்தனர். இவற்றைக் கண்ட கபிலர், ''பூண் அணிந்து

1. பதிற். 68.

விளங்கிய புகழ்சால் மார்ப, நின் நாண்மகிழ் இருக்கை இனிது கண்டிரும்[1]'' என்று பாடினர்.

சின்னாள்கள் கழித்தன. கபிலருக்குப் பாரி மகளிரின் நினைவு வந்தது. மலையமான் நாட்டை நோக்கிச் செல்லும் கருத்துக் கொண்டார். தன்னிடத்தில் பேரன்பு செலுத்தும் கடுங்கோவுக்கு அதனை வெளிப்படக் கூறுவதற்கு அஞ்சிக் குறிப்பாகத் தெரிவிக்க நினைத்தார். சேரமான் கொடை மடத்தை ஏனைச் சான்றோர்க்குத் தெரிவிப்பது போல, ''சான்றீர் நீவிர் வேண்டுமாயின், செல்வக் கடுங்கோவைச் சென்று காண்மின்; அவன் பகைவர்பால் பெற்ற யானைகளை மிகைபட நல்குவான்; தன் நாட்டில் விளையும் நெல்லை, மரக்காலின் வாய் விரிந்து கெடுமளவு மிகப் பலமாக அளந்து தருவான்[2] என்ற கருத்து அடங்கிய பாட்டொன்றைப் பாடினர். பிறிதொருகால், பாணன் ஒருவனைச் செல்வக்கடுங்கோ, வாழியாதனிடத்தில் ஆற்றுப்படுக்கும் பொருளில், 'பாணனே, எங்கள் பெருமானான செல்வக்கடுங்கோ, போர்ப்புகழ் படைத்த சான்றோர்க்குத் தலைவன், நேரி மலைக்கு உரியவன்; அம் மலையில் மலர்ந்திருக்கும் 'காந்தட் பூவின் தேனையுண்ட வண்டு பறக்க இயலாது அங்கேயே சூழ்ந்து கிடக்கும். நீ அவன்பால் சென்றால், உனக்கும் உன் சுற்றத்தாருக்கும் கொடுமணம் என்ற ஊரில் செய்யப்படும் அரிய அணிகலங்களையும், பந்தர் என்னும் மூதூரிற் செய்யப்படும் முத்து மாலைகளையும் தரப் பெறுவாய்[3]'' என்று பாடினர். இதன்கண் உண்ணலாகாத காந்தட் பூவின் தேனைப் படிந்துண்டதனால் வண்டினம் பறக்க இயலாது கெடுவது போலக் கடுங்கோவுக்கு உரியதாதலால் கைக் கொள்ளலாகாத நேரிமலையைக் கருதிப் போர் தொடுத்தமையால், பகை வேந்தர் கெட்டனர் என்ற கருத்துப் பொதுவாகவும், கடுங்கோவை அடைந்து அவன் தரும் கலங்களைப் பெறுவோர், தங்கள் நாட்டை மறந்து அவன் தாணிழலிலே கிடந்து வாழ்வர் என்று கருத்துச் சிறப்பாகவும் உள்ளுறுத்தப்பட்டிருப்பதைச் சேரமான் தன் நுண்ணுணர்வால் உணர்ந்து கொண்டான்.

கடுங்கோவுடன் கபிலர் இருந்து வருகையில், சேர நாட்டின் வடக்கில் உள்ளது எனத் தாலமி முதலியோர் குறிக்கும் ஆரியக (Ariyake) நாட்டு[4] வேந்தனான பிரகத்தன் என்பான் கடுக்கோவின் நண்பனாதலால் அவனைக் காணவந்தான். அந்த ஆரியன் வேந்தனுடன் இருந்து சின்னாள் பழகியபோது அவனுக்குத் தமிழரது

---

1. பதிற். 65 2. பதிற். 66 3. பதிற். 67.
2. ஆரியகம், குட நாட்டின் வடக்கில் உள்ளது; ஆர்யாவர்த்தத் இதனின் வேறு; அது இமயத்துக்கும் விந்தமலைக்கும் இடைப்பட்டது.

அகப்பொருள் நெறியை அறிவுறுத்த வேண்டிய நிலைமை கபிலர்க்கு உண்டாயிற்று. அகப்பொருள் ஒழுக்கத்தைப் பண்டையோர் தமிழ் என்றே குறிப்பதுண்டு. ''தள்ளாப் பொருள் இயல்பின் தண்டமிழ்[1]'' என்று பரிபாடல் குறிப்பது காண்க. அவன் பொருட்டுக் **குறிஞ்சிப் பாட்டு** எனப்படும் அழகிய பாட்டைப் பாடி அதன் வாயிலாகக் கபிலர் தமிழரது தமிழ் ஒழுக்கத்தின் தனி மாண்பை அவனுக்கு அறிவுறுத்தினார்.

ஒருகால், கடுங்கோவாழியாதன் நேரிமலைக்கு வட கிழக்கில், பேரி யாற்றுக்கும் அயிரை யாற்றுக்கும் இடையில் வானளாவ உயர்ந்த கோடுகளும் மிகப் பல அருவிகளும் கொண்டு நிற்கும் அயிரை மலைக்குத் தன் சுற்றம் சூழச் சென்றான். அங்கே அவன் தங்கிய இடம் இப்போது தேவிகுளம் எனப்படுகிறது. அங்கே கொற்றவைக்குக் கோயில் உண்டு. அதனைச் சேர வேந்தர் வழிபடுவது மரபு, அங்கே தங்கி இருக்கையில் கபிலர், வாழியாதனுடைய தானைச் சிறப்பும், அவனது தலைமைப் பண்பும் அரசமாதேவியின் நன்மாண்பும், பிறவும் முறைப்படத் தொகுத்தோதி, வானுலகம் கேட்குமாறு முழங்கும் அருவிகள் உச்சியினின்றும் இழியும் இந்த அயிரை மலை போல, 'தொலையாதாக நீ வாழும் நாளே[2]'' என்று வாழ்த்தினார். அவ் வாழ்த்தின் கண் கடவுளர் கடன், உயர் நிலையுலகத்து ஐயர் கடன், முதியர் கடன் ஆகிய கடன் பலவும் இறுத்தது போல, எனக்குப் பரிசில் தந்து புரவக்கடன் ஆற்றுக என்ற குறிப்பையும் உள்ளுறுத்திப் பாடினார்.

சின்னாட்குப்பின், வாழியாதன் கபிலருடன் கொங்கு நாட்டிற்குச் சென்றான். கபிலர்க்கு அவன்பால் விடைபெற்று மலையமான் நாட்டுத் திருக்கோவலூர்க்குப் போக வேண்டும் என்ற எண்ணம் மிகுந்தது. சேரமானும் அவர் கருத்தை மதித்து, சிறுபுறம் என நூறாயிரம் கானம் பொன் கொடுத்து, **நன்றா** என்னும் குன்றேறி நின்ற தன் கண்ணிற் கண்ட நாடெல்லாம் காட்டிக் கொடுத்தான். இந் நன்றா என்னும் குன்று, கி.பி. ஏழாம் நூற்றாண்டில் நாணா என மருவி வழங்கிற்று. இந் நாளைப் பவானியை நாணா என்று கூறுகின்றனர். திருஞான சம்பந்தர் திருப்பதிகம் நாணாவைக் குன்றென்று கூறுகிறது. நன்றா வின் மேலிருந்து காட்டிய நாடு கொல்லிக் கூற்றமாகும். அங்குள்ள ஊர்களில் ஒன்று கபிலக் குறிச்சி எனப் பெயர்கொண்டு நிலவுவது இதற்குச் சான்று பகர்கிறது.

இது நிற்க, கடுங்கோவிடம் விடைபெற்றுக் கபிலர் சென்ற சின்னாட்குப்பின், சேரமான் வஞ்சிநகர் சென்று சேர்ந்தான். சில

---

1. பரி. 9:25. 2. பதிற். 70

ஆண்டுகட்குப் பின், மதுரைக்கு வட கிழக்கில் வாழ்ந்த பாண்டி நாட்டுத் தலைவனொருவனுக்கும் பாண்டி வேந்தனுக்கும் போர் உண்டாயிற்று. அப் போரில், பாண்டியனுக்குத் துணையாகச் செல்வக் கடுங்கோ ஒரு பெரும் படையுடன் பாண்டி நாடு அடைந்து சிக்கல் என்னும் இடத்தே பகை வேந்தனை எதிர்த்துப் போர் உடற்றினான். அப் போரில் பகைவர் எறிந்த வேற்படை ஒன்று செல்வக் கடுங்கோவின் மார்பிற்பட்டுப் பெரும்புண் செய்தது. அவனும் தன் அரிய உயிரைக் கொடுத்து என்றும் பொன்றாத பெரிய புகழைப் பெற்றான். அங்கேயே அவன் பள்ளிப் படுக்கப்பட்டதனால், பின்வந்த சான்றோர், அவனை, **சிக்கற் பள்ளித் துஞ்சிய செல்வக் கடுங்கோ வாழியாதன்** என்று சிறப்பித்தனர். அந்தச் சிக்கல் என்னும் இடம், இப்போது இராமநாதபுரம் மாவட்டத்தில் உத்தரகோச மங்கைப் பகுதியில் உளது.

சிக்கற்பள்ளித் துஞ்சிய செல்வக் கடுங்கோ வாழியாதன் இருபத்தையாண்டு அரசு வீற்றிருந்தான் என்று பதிகம் கூறுகிறது.

11. தகடூர் எறிந்த பெருஞ்சேரல் இரும்பொறை

செல்வக் கடுங்கோ வாழியாதன் சிக்கற்பள்ளியில் துஞ்சிய காலத்தில் சேரவரசு கொங்கு நாட்டில் பரத்திருந்தது. அதற்குக் கொங்கு வஞ்சியென்னும் பேரூர் தலைநகராக விளங்கியதும் இடைக் காலத்தே கொங்க வஞ்சி தஞ்சையிலிருந்து அரசாண்ட சோழர் கைப்பட்டபோது இராசராசபுரம் என்று பெயர் பெற்று இந் நாளில் தாராபுரம் என மருவிற்றென்பதும் முன்பே கூறப்பட்டன.

அக் காலத்தே கொங்கு நாட்டின் வடக்கில் புன்னாடும், எருமை நாடும்[1], கிழக்கில் தொண்டை நாடும் சோழ நாடும், தெற்கிலும் மேற்கிலும் சேர நாடும் எல்லையாக விளங்கின. கோயம்புத்தூர்ப் பகுதி மீகொங்கு நாடு என்றும், குளித்தலையும் அதன் தென்மேற்குப் பகுதியும் கீழ் கொங்கு நாடென்றும், சேலம் பகுதி வடகொங்கு நாடு என்றும்[2] வழங்கின. பின்பு மைசூர் நாடும் அதனைச் சேர்ந்த கோலார் நாடும் சேலம் மாவட்டத்தின் வடபகுதியும் சேர்ந்து கங்க நாடெனப் பெயர் பெற்றன[3]. சேலம் பகுதியின் எஞ்சிய பகுதி முற்றும் கொங்கு

---

1. எருமை நாடு எறாமையூரைத் தலைநகரமாகக் கொண்ட நாடு, எருமை வடமொழியில் மகிஷம் எனப்படும்; மகிஷவூர் பினபு மைசூர் எனச் சிதைந்து விட்டது.
2. A. R. No. 227 of 1927-8.
3. Mysore Gazetteer Vol. I. p. 334.

நாடாகவே விளங்கிற்று. நாமக்கல்லிலுள்ள பழமையான கல்வெட் டொன்று அது வடகொங்கு நாட்டைச் சேர்ந்ததெனக் குறிக்கின்றது[4].

இக் கொங்கு நாடு முற்றும் காடும் மேடும் நிறைந்து முல்லை வளமே சிறந்திருந்ததனால், இங்கே வாழ்ந்தவர் பெரும்பாலும் ஆடு மாடு மேய்க்கும் ஆயராகவே இருந்தனர். இது பற்றியே சான்றோர் கொங்கு நாட்டவரை ''ஆகெழு கொங்கர்'' எனச் சிறப்பித்துக் கூறினர்.

கொங்கு நாட்டின் வடக்கில் இருந்த புன்னாடு, முதற்கண் கங்கவேந்தர் ஆட்சிக்குள்ளாகிக் கங்க நாடான போது, எருமை நாட்டில் எருமையூரரும் கொங்க நாட்டில் அதியமான்களும் ஆட்சி செலுத்தினர். அதியமான்கள் இருந்தவூர் தகடூர் எனச் சங்க காலத்தில் வழங் கிற்று; இப்போது, அது தருமபுரியென வழங்குகிறது. எருமையது நாடு எருமை நாடென்றும், தகடூரைத் தலைநகராகக் கொண்டது தகடூர் நாடென்றும் பெயர் பெற்று விளங்கின.[2]

தகடூர் நாட்டுக்குத் தெற்கில் காவிரியின் கீழ்க் கரைக்கும் கொல்லி மலைக்கும் இடையிலிருந்து கொல்லிக் கூற்றம் என்றும், காவிரியின் மேலைப் பகுதி குறும்பு நாடு என்றும் நிலவின. கொல்லிக் கூற்றத்தின் தெற்கில் மேற்குக் கிழக்காக ஓடும் காவிரி யாற்றின் வடகரையில் கீழ்ப்பகுதி மழநாடு எனப்பட்டது. இப்போது அது திருச்சிராப்பள்ளி மாவட்டத்தின் முசிறி லால்குடி வட்டங்களாக விளங்குகிறது. கீழ்க்கொங்க நாட்டில் பொள்ளாச்சி நாடும் உடுமலைப் பேட்டையின் ஒரு பகுதியும் பொறை நாடாகும்; எஞ்சிய பகுதியும் பழனி வட்டமும் வையாவி நாடு எனப்பட்டன; இடைக்காலத்தில் வையாவி நாடு வைகாவி நாடு என மருவி வழங்கினமை கல்வெட்டு களால்[3] தெரிகிறது. பல்லடம் தாராபுரம் வட்டங்களின் ஒரு பகுதி குறும்பு நாட்டிலும் ஒரு பகுதி கீழ்க் கொங்க நாட்டிலும், ஒரு பகுதி பொறை நாடும் வையாவி நாடுகளிலும் இருந்தன. களங்காய்க் கண்ணி நார்முடிச்சேரல் காலத்தே, வாகைப் பெருந்துறையில் நன்ன னோடு செய்த போரின் விளைவாகக் கொங்கு நாட்டின் குறும்பு நாட்டுப் பகுதி முற்று சேரர்க் குரியதாயிற்று. வடக்கில் தகடூர் நாட்டுக் கும் சேரர் கோங்கு நாடான குறும்பு நாட்டுக்கும் எல்லையாகப் பூவானியாறு விளங்கிற்று. கீழ்கொங்கு நாட்டுக் கருவூர், கருவூரான வஞ்சி என்றும் கருவூரென்றும் கல்வெட்டுகளில் பெயர் குறிக்கப் படுகிறது. கருவூரும், முசிறியும் சேரநாட்டு மேலைக் கடற்கரையில் உள்ள ஊர்களின் பெயர்கள்; கொங்கு நாட்டைச் சேரவரசின்கீழ்க் கொண்டதற்கு அறிகுறியாகச் சேரர் இப் பெயர்களைப் புகுத்தினராதல்

---

1. A.R. No. 7. of 1906. 2. A.R. No. 235 of 1926-8.
3. S.I.I. Vol. V. No. 285. 287.

வேண்டும். அதியமான்களுடைய கல்வெட்டுகள் வடார்க்காடு மாவட்டத்திலும் தென்னார்க்காடு மாவட்டத்திலும் காணப்படுகின்றன. திருநாவுக்கரசர் சூலைநோய் நீங்கிச் சைவரான இடமாகிய திருவதிகை, அதியரைய மங்கை எனப்படுவதால், அதற்கும் இவ்வதியர்க்கும் தொடர்புண்டு என எண்ண இடமேற்படுகிறது.

இனி, மேலைக் கடற்கரை நாட்டுச் சேரரது ஆட்சி, கொங்கு நாடு முழுதும் பரந்து தகடூர் நாட்டை நெருங்குவது கண்டனர் தகடூர் நாட்டு அதியமான்கள். அக் காலத்தே, ஆவியர், ஓவியர், மலையமான் என்பாரைப் போல, அதியர் என்னும் குடியில் தோன்றிப் புகழ் பொருள் படை ஆண்மை முதலியவற்றின் சிறப்பால், அவர்கள் புலவர் பாடும் புகழ் படைத்து விளங்கினர். ஔவையார்க்கு நெல்லிக் கனி வழங்கி நெடும் புகழ் பெற்று நெடுமான் அஞ்சி, இந்த அதியர் குடியில் தோன்றிய பெருந்தகையாவன். இக் குடியில் தோன்றிய தலைவர்கள் கி.பி. பத்துப் பன்னிரண்டாம் நூற்றாண்டினும் ஆங்காங்கு இருந்திருக்கின்றனர். பிற்காலத்தே சோழர்க்குத் துணையாய் இருந்து கன்னட வேந்தரோடும் பல்லவ சேர மன்னர்க்குத் துணையாய்ச் சோழ பாண்டியரோடும் பிறரோடும் பொருது மேன்மை எய்தியிருக்கின்றனர். சேரமான் பெருஞ் சேரலிரும் பொறை காலத்தில் அதியமான் எழினியென்பான் தகடூரிலிருந்து தகடூர் நாட்டை ஆண்டு வந்தான்.

சேர நாட்டரசு தனது தகடூர் நாடு வரையில் பரந்திருந்தது, அதியமான் எழினிக்கு மன அமைதியைத் தரவில்லை. அதனால், சோழ பாண்டிய முடிவேந்தர் சிறந்த நிலையில் இல்லாதிருந்தமையால், சேர மன்னர் கொங்கு நாடு முழுதும் கொண்டு தமிழகம் எங்கும் சேரவரசினையே நிலைபெறச் செய்ய முயல்கின்றனர் என்று எழினி எண்ணினான். ஆங்காங்குத் தனக்குக்கீழ் தன் ஆணைவழி அரசு புரிந்த வேளிர் தலைவரையும் பிற ஆயர் தலைவரையும் ஒருங்கே கூட்டிச் சேரரரைக் கொங்கு நாட்டினின்றும் போக்கிவிட வேண்டும் என அவர்களோடு ஆராய்ச்சி செய்தான். எழினி செய்த சூழ்ச்சிக்குத் துணையாய் வந்த தலைவர்களுள் கழுவுள் என்னும் ஆயர் தலைவனும் ஒருவனாவான்.

முன்பு ஒருகால், அக் கழுவுள், காமூர் என்னும் ஊரிடத்தே இருந்து கொண்டு, தென் கொங்கு நாட்டில் வாழ்ந்த குறுநில தலைவர்களான வேளிர்களின் நாட்டில் புகுந்து குறும்பு செய்தான். முசிறிப் பகுதியிலிருக்கும் திருக்காம்பூர் அந் நாளில் காமூர் என வழங்கிற்று. அவனது குறும்பு கண்டு சினந்த வேளிர்கள் பதினால்வர் ஒருங்கு கூடி அவனது காமூரை முற்றி நின்ற கடும்போர் புரிந்தனர். கழுவுள்

அவர்முன் நிற்கலாற்றாது ஓடி விட்டான். அவனது காமூரும் தீக்கிரை யாயிற்று[1]. தோற்றோடிய கழுவுன் கொல்லிக் கூற்றத்துக்கு வடக்கில் தகடூர் நாட்டை அடுத்துள்ள நாட்டில் தங்கித் தன் கீழ் வாழ்ந்த ஆயர் கட்குக் காவல் புரிந்து வந்தான்.

அப்போது, தனக்கு அணிமையிலுள்ள அதியமான்கள் சொல்லு மாறு, சேரர் வருகையைத் தடுக்காவிடின், அவரது பகைமை தோன்றித் தனக்கும் தன் கீழ் வாழ்வார்க்கும் கேடு செய்யுமென எண்ணிக் கொல்லிக் கூற்றத்துத் தென் பகுதியிலும் காவிரியின் மேலைக் கரையிலுள்ள குறும்பு நாட்டிலும் புகுந்து குறும்பு செய்தான். அதியமான்களின் ஆதரவில் வாழ்ந்த வேளிர் சிலர் கழுவுளுக்குத் துணை புரிந்தனர்.

இந் நிலையில், செல்வக் கடுங்கோ வாழியாதன் பாண்டி நாட்டில் போர் புரிந்து சிக்கற்பள்ளியின் இறந்த செய்தி நாட்டிற் பரவிற்று. அற்றம் நோக்கியிருந்த கழுவுள் அச் சமயத்தை நெகிழ விடாமல், வேளிர் சிலர் துணை செய்யக் கொல்லிக்கூற்றம் முற்றும் தனதாக்கிக் கொண்டு காவிரியின் வடகரைப் பகுதியில் தனக்கு ஓர் இருக்கை அமைத்துக் கொண்டு வாழ்ந்து வரலானான்.

ஆயர் தலைவனான கழுவுள், கொல்லிக் கூற்றத்தைக் கைப்பற்றிக் கொண்ட செய்தி, கொங்கு வஞ்சியாகிய நகர்க்கண் இருந்த சேரர் தலைவன் அறிந்து, செல்வக் கடுங்கோவுக்குப் பின் சேரமானாய் அரசு கட்டில் ஏறிய பெருஞ்சேரல் இரும்பொறைக்குத் தெரிவித்தான். உடனே, இரும்பொறை, பெரும்படையொன்றைத் திரட்டிக் கொண்டு கொங்கு நாட்டுக் கொல்லிக் கூற்றத்துட் புகுந் தான். பெரும்படை போந்து தங்கியிருப்பதை உணராது கழுவுள் தன் அரணிடத்தே இருந்தான். படைப் பெருமை கண்ட வேளிருட் பலர் சேரமான் பக்கம் சேர்ந்து கொண்டனர்.

தொடக்கத்தில், காவிரிக் கரையில் இருந்து கொண்டே சேரரது படை வெட்சிப்போரைத் தொடங்கிற்று. ஆயர் தலைவர் சிலர் கரந்தை சூடிப் பொருது சேரரது பெருமை கண்டதும் அஞ்சித் தம்பால் இருந்த ஏனை ஆனிரைகளையும் கொணர்ந்து தந்து, ''வேந்தே, எங்கட்கு இவற்றின் வேறாகச் செல்வமும் வாழ்வும் இல்லை; எங்களைக் காப்பது நின்கடன்'' என்று சொல்லி அடி பணிந் தனர். வெட்சி வீரரான சேரர் படைத் தலைவர், அவர்களுடைய நிலை மையைக் கண்டு அருள் மிகுந்து, தாம் கவர்ந்து கொண்ட ஆனிரை களையும் அவர்கட்கு அளித்து இனிது வாழுமாறு விடுத்து வடக்கு நோக்கிச் சென்றனர். கொல்லிக் கூற்றத்தின் இடையே அகழும் மதிலும்

1. அகம். 135.

நன்கமைந்த ஓரிடத்தே கழுவுள் இருந்து வந்தான். ஆயர் தலைவர்கள் சேரமான்பால் புகல் அடைந்ததையும், அவர்கட்கு முன்பே தனக்குத் துணை செய்ய வந்த வேளிர்கள் தன்னின் நீங்கிச் சேரரொடு சேர்ந்து கொண்டதையும் அவன் அறிந்தான். முன்பு, அக் கொங்கு நாட்டில் வாழ்ந்த வேளிர்கள் தன்னொடு பகைத்துத் தனது காமூரைத் தீக்கிரை யாக்கி அழித்த செய்தியை நினைத்தான்; ''பழம்பகை நட்பாகாது'' என்னும் பழமொழியின் உண்மை அவனுக்கு நன்கு தோன்றிற்று. கொல்லிக் கூற்றத்துக்கு வடக்கில் வாழும் அதியமான்களுக்கு அறிவித்து அவர்களது துணையைப் பெறக் கருதினான். ஒருகால் அவர்களும் வேளிரது தொடர்புடையராதலால தன்னைக் கைவிடு வதும் செய்வர் என்ற எண்ணம் அவற்குண்டாயிற்று. முடிவில் தனக் குரிய துணைவரை ஆராய்ந்தான். தானும் தன்கீழ் வாழும் ஆயர்கள் செய்தது போலச் சேரமானைப் புகலடைந்து அவனது தாணிழல் வாழ்வு பெறுவதே தக்கது எனத் துணிந்தான்.

வடக்கில் அதியரும் ஏனைப் பகுதிகளில் வேளிரும் போற்றத் தனிப் பெருமையுடன் அரசு செலுத்தி வந்த தன் வாழ்வையும், அவர்கள் அறியத்தான் சேரரைப் புகலடைந்தால் உண்டாகும் தாழ்வை யும், அதியரும் வேளிரும் தன்னை இகழ்வர் என எழுந்த நாணமும் கழுவுகளைப் பெரிதும் வருத்தின. அதனால், அவன் மேன்மேலும் வந்து கொண்டிருக்கும் சேரர் படைப் பெருமையைத் தடுத்தற்கான செயல் ஒன்றையும் செய்ய இயலாதவனானான். சேரர் படையும் போந்த அவனிருந்த நகரைச் சூழ்ந்து கொண்டது. கழுவுளின் கருத் தறியாத தலைவர் சிலர், கொட்டி வருந்தும் குளவிக் கூட்டைக் கெடுத்து, அவைகள் பறந்து போந்து கொட்டத் தொடங்கியதும் மூலைக்கொருவராய்ச் சிதறியோடும் இளஞ்சிறார்களைப் போல, முற்றியிருக்கும் சேரர் படைக்குச் சினமூட்டி விட்டு, அது சீறியெழக் கண்டு வலியிழந்து சிதறினர். உயிரிழந்தவர் போக, எஞ்சினோர் 'உய்ந்தோம் உயர்ந்தோம்' என ஓடி ஒளிந்து கொண்டனர். முடிவில் சேரர் படை கழுவுள் இருந்த ஊரைத் துவைத்தழிக்கலுற்றது; புகை யும் எழுந்து அரண்மனையைச் சூழ்ந்து கவிந்துகொண்டது. சேரர் தலைவர் அம்மதிலைரக் கைப்பற்றிக் கொண்டனர். அன்றிரவு விடியற் காலத்தே ஒருவர் கண்ணிலும் படாமல் கழுவுள் தான் ஒருவனுமே தனியனாய் வந்து இரும்பொறையின் இணையடி தாழ்ந்து புகல் அடைந்தான். அவனுடைய மானவுணர்வையும் கட்டாண்மையை யும் கண்ட இரும்பொறை அருள் சுரந்து அவனைத் தனக்கு உரிய னாக்கிக் கொண்டு முன் போல இருக்கச் செய்தான். ஆயர்களும் அவனுடைய தலைமையில் இருந்து வருவாராயினர். அன்றியும், ஆயருட் சிலர், பொறையனது தலைமையின்கீழ் அவற்குத் 'துணைவ ராய்ப் பல போர்களில் நெறியும் வெற்றியும் காட்டித் தந்தனர்.

தோற்றோர் தந்த யானைகளையும் அருங்கலங்களையும் திறையாகப் பெற்றுக் கொண்டு இரும்பொறை வேறு பகைவரை நாடி மேற்செல்வா னாயினன்.

அக் காலத்தில் சோழநாட்டில் கும்பகோணத்துக்கு அண்மை யில் காவிரியிலிருந்து அரிசிலாறு பிரியும் இடத்தில் அரிசிலூர் என்றோர் ஊரிருந்தது. அஃது இப்போது மறைந்து போயிற்று. ஆயினும், அஃது இருந்ததென்பதைக் குடந்தைக் கீழ்க்கோட்டத்துக் கல்வெட் டொன்று[1] காட்டி நிற்கிறது. அவ்வூரில் அரிசில்கிழார் என்றொரு சான்றோர் அந்நாளில் சிறந்து விளங்கினார். கபிலரினும் ஆண்டில் இளையராயினும், சான்றோரினத்தில் அவர் தாமும் ஒருவராகக் கருதப் படும் தகுதி வாய்ந்திருந்தார். அதனால், அவருக்கு நம் தமிழகத்தில் மிக்க சிறப்புண்டாகியிருந்தது. சோழ நாட்டிலும் பாண்டி நாட்டிலும் புலவர் பாடும் புகழ் பெறத் தக்க முடிவேந்தர் இல்லாமையால், தகுதி நிறைந்திருந்த சேர வேந்தரைக் காண அவர் சோழ நாட்டினின்றும் புறப்பட்டார். அப்போது, சேரமான் பெருஞ்சேரல் இரும்பொறை கொங்கு நாட்டிற் பாசறையிட்டிருந்தான். அரிசில்கிழார் காவிரிக்கரை வழியே மழநாடு கடந்து கொங்குக நாட்டில் கொல்லிக் கூற்றத்தில் இரும்பொறை தங்கியிருக்கும் பாசறைக்கு வந்து சேர்ந்தார்.

அங்கே சேரமானைக் காண்பதற்கு இரவலரும் பரிசிலரும் வந்து கொண்டிருந்தனர். அவர்கள் இரும்பொறையின் போர்ச் சிறப்பையும் வள்ளன்மையையும் அரிசில் கிழார்க்கு எடுத்துரைத்தனர். அவரும் அதற்கு முன்பே அவனுடைய குணநலங்களைக் கேள்வியுற் றிருந்தார். சேர நாட்டு உழவர், உழுத படைச்சாலிலே அரிய மணி களைப் பெறுவர் என்றொரு சிறப்பு அக் காலத்தில் தமிழகமெங்கும் பரவி யிருந்தது. அது பற்றியே கபிலரும், ''செம்பரல் முரம்பின் இலங்குகதிர்த் திருமணி பெறூஉம் அகன்கண் வைப்பின் நாடு[2]'' எனப் பாடினர். இதனை அரிசில்கிழாரும் அறிந்திருந்தார். பாசறைத் திருவோலக்கத்தில் தன்னை வந்து காணும் இரவலர் பலர்க்கும் பகைவர்பாற் பெற்ற குதிரைகளை இரும்பொறை வரைவின்றி வழங்குகின்றான் என்பது, அவனுடைய தானை மறவர் போர்வினை யில் துறை போகியவர் என்பதும் அவர்க்குத் தெரிந்திருந்தன. அவர்கள் தமது நாட்டு வணிகர் கடல் கடந்து வாணிகம் செய்து வரும் கலங்கள் கரைக்க வந்ததும், அவற்றை அவ்வப்போது பழுது பார்த்துச் செம்மை செய்து கொள்வது போல, போரிற் புண்பட்டு வரும் யானைகளின் புண்ணை ஆற்றிப் பின்பு அவற்றைச் செய்வினை சிறப்புறச் செய்யும்

1. A. R. No. 255 of 1911. 2. பதிற். 66.

விறனுடையன வாக்கி இரவலர்க்கு வழங்கினர். சேர நாட்டு உழவர் பகன்றைப் பூவால் தொடுத்த கண்ணியணிந்த சில ஏர்களைக் கொண்டு பலவிதை வித்திப் பயன்பெறும் பாங்குடையர் என்ற அரிசில் கிழார் சான்றோர்பால் கேட்டறிந்திருந்தார். பொறையனது பாசறையை நெருங்க நெருங்க, தாம் கேள்வியுற்றவையெல்லாம் அரிசிலார் உள்ளத்தில் ஓர் அழகிய பாட்டாய் உருக்கொண்டன. வேந்தன் அவரது வருகை அறிந்ததும், அவரை எதிர்கொண்டு வரவேற்று இருக்கை தந்து மகிழ்வித்தான். சான்றோராகிய கிழாரும் தனது மனத்தில் உருவாகியிருந்த பாட்டைச் சொல்லி இறுதியில், ''இரப்போர்க்கு ஈதல் தண்டா மாசிதரு இருக்கை கண்டனென் செல்கு வந்தனென்[1]'' என்றார். வேந்தன் இன்புற்று அவரைத் தன்னோடே இருக்குமாறு வேண்டினான்.

பெருஞ்சேரல் இரும்பொறை கொல்லிக் கூற்றத்தில் இருந்த கழுவுளது குறும்பை அடக்கி அவன் தன்னைப் பணிந்து தனக்கு உரியனாமாறு செய்து கொண்டதையும், வேளிருட் சிலர் சேரமானைச் சேர்ந்து கொண்டதையும், தகடூர் நாட்டு வேந்தனான அதியமான் எழினி அறிந்தான். மேற்கே கொண்கான நாட்டுக்கும் கிழக்கே தொண்டை நாட்டுக்கும் இடையில் தனியரசு செலுத்தி அந்த அவனுக்குச் சேரவரசின் பரப்புப் பகைமையுணர்வை எழுப்பிற்று. ஆகவே, அவன் ஆங்காங்கு வாழ்ந்த குறுநிலத் தலைவர்களை ஒன்றுகூட்டி இரும்பொறையை வென்று வெருட்டுதற்கு உரியவற்றைச் சூழ்வானாயினன்.

அதியமான் எழினியின் குடிவரவும் காவற் சிறப்பும் கொடை வளமும் அரசில்கிழார் நன்கறிந்தன. அவன்பால் அவர்க்குப் பெரு மதிப்புண்டு. சேரமானுடைய படைப் பெருமையைத் தான் நேரிற் கண்டிருந்தமையால், அதியமான் செயல் அவனுக்குக் கேடு தரும் என்பதை உணர்ந்து, அவன்பால் சென்று எடுத்தோதிப் போர் நிகழா வகையில் தடைசெய்ய வேண்டும் என அரிசில்கிழார் எண்ணி, இரும்பொறையால் விடைபெற்றுக் கொண்டு தகடூர்க்குச் சென்றார். அதியமானையும், அவனுடைய தானைத் தலைவர்களையும், துணை நின்ற குறுநிலத் தலைவர்களையும் நேரிற் கண்டு, சேரனுடைய படைவலி, வினைவலி, துணைவலி முதலிய பல வலி வகைகளை எடுத்தோதினார். கழுவுள் தலைமடங்கி ஆயருடன் சேரமான்பால் புகல் அடைந்ததை வேந்தன் குறிப்பாய் இகழ்ந்து பேசியரேயன்றி, அவர்கள் அரிசில் கிழார் கூறியதை மனங் கொள்ளவில்லை. அதனால், அவர் அவர்களது மடமைக்குப் பெரிதும் மனம் கவன்று சேரமான்

---

1. பதிற். 76.

பக்கலே வந்து சேர்ந்தார். அவரது முயற்சி பயன்படாமையை வேந்தன் குறிப்பாய் உணர்ந்து கொண்டு வேறு வகையிற் சொல்லாடி இன்புற்றான். அவனோடு இருக்கையில் அரிசில்கிழார் சேரனுடைய போர்ச் சுற்றத்தாரைக் கண்டார். அவர்கள் செல்வக் கடுங்கோவின் காலத்தேயே நல்ல பயிற்சியும் ஆற்றலும் கொண்ட விளங்கினவர். அவர்கள் கூறுவனவற்றையும் இரும்பொறை அவர்கட்கு அளிக்கும் நன்மதிப்பையும் காணக் காண அரிசில் கிழார்க்கு அவன்பால் உளதாகிய நற்கருத்து உயர்ந்தது. அத் தானை வீரரிடத்தே போர் அறிவும் அறமும் சிறந்து விளங்கின. பல வகைகளில் சேரமானுடைய பண்பும் செயலும் அவர்களுடைய பண்பையும் செயலையும் ஒத்திருந்தன. தகடூர் நாட்டுத் தலைவர்கள், சேரரின் அறிவு ஆண்மை படை முதலியவற்றை, அறிந்தொழுகுதற்கு ஏற்ற வாய்ப்புகள் பல இருந்தும், தம்முடைய மடமையால் கெடுவது அரிசில் கிழாரது புலமைக் கண்ணுக்குப் புலனாயிற்று.

சில நாள்களுக்கெல்லாம் தகடூர் நாட்டுத் தலைவர்களுக்கும் சேரமானுக்கும் போருண்டாயிற்று. சேரர்படை, அதிபர் தலைவர்கள் இருந்த ஊர்களைச் சூழ்ந்து சூறையாடலுள்ளது. சேரர் படை புகுந்த விடமெலாம் தீயும் புகையும மிக்கெழுந்தன. ஒரே காலத்தில் பல இடங்களில் தீ எழுந்தது. எங்கும் தீயும் புகையும் சேரக் கண்ட அரிசில் கிழாரது நெஞ்சம் நீராய் உருகிற்று. அத் தீக்குக் காரணமாய் நின்ற பகை வேந்தரின் பெருமடமையை நினைந்து ஒருபால் சினமும், ஊழிக் காலத்தில் உலகில் பரவும் திணியிருளைப் போக்குதற்கு ஞாயிறுகள் பல தோன்றுவது போலச் சேரர் படை கொளுவும் நெருப்புப் பரந்தெழுவதும், அக் காலத்தில் பரவும் பிரளய வெள்ளத்தை வற்றச் செய்யும் வடவைத் தீப்போல இத் தீயழல் வெறுப்புவதும் காண ஒருபால் வியப்பும் அரிசில்கிழார் உள்ளத்தில் உண்டாயின. சேரமானை நோக்கி, ''இகல் பெருமையின் படைகோள் அஞ்சார் சூழாது துணிதல் அல்லது வறிதுடன் நாடு காவல் எதிரார் கறுத்தோர்[1]'' என்று பாடினர். சிறிது போதில் தானைத்தலைவர் சிலர் கைப்பற்றப்பட்டுச் சேரமான் முன் நிறுத்தப்பட்டனர். அவர்கள் சேரமானுடைய படைப் பெருமையை அறிந்து, ''ஆ, இதனை அறியாமலன்றோ கெட்டோம்'' என எண்ணும் குறிப்பு அவர் முகத்தில் நிலவிற்று. அதனை நோக்காது சேரமான் சினம் மிகுவது கண்டார் அரிசில்கிழார். அவர், ''வேந்தே, உரவரும் மடவரும் அறிவுதெரிந்து எண்ணி அறிந்தனை அருளாயாயின், யார் இவண், நெடுந்தகை, வாழுமோரே[2]'' என்று பாடி அவருட் சிலரை உய்வித்தார்.

---

1. பதிற். 72. 2. பதிற். 71.

பின்னர், ஒருநாள் தகடூர் வேந்தனான எழினியும் வேளிர் சிலரும் தம்மிற் கூடிப் பொருவது சூழ்கின்றனர் எனச் சேரமானுடைய ஒற்றர் போந்து உரைத்தனர். சேரர் படை செய்யும் போர் வினையால் நீர் வளமும் நிலவளமும் பொருந்திய பகுதிகள் அழிவுற்றுப் புன்செய்க் கரம்பையாய்ப் பாழ்படுவதும், மக்கள் செந்நெல் பெறாது வறுமை யுற்று வாடி வருந்துவதும் கண்டிருந்தமையால், தாமாகிலும் அதியமான் பால் தூது சென்ற போரைக் கைவிடுவித்துச் சேரமானோடு அவனை நண்பனாக்க முயறல் வேண்டும் என நினைத்தார். இதனை வெளிப் படக் கூறலாகாமை கண்டு, ''வேந்தே, நீயோ இரும்புலியைக் கொன்ற பெருங்களிற்றைத் தாக்கி அழிக்கும் அரிமாவை ஒப்பாய்; நின்னோடு பகைத்துப் போர் செய்யக் கருதும் தகடூர் நாட்டு வேந்தரும் வேளிரும் பிறரும் வந்து அடிபணிந்து நின் ஆணைவழி நிற்கும் முடிவு கொள்ளாராயின், 'தத்தம் பாடல் சான்ற வைப்பின் நாடுடன் ஆனாதல் யாவணது?[1]'' என்றார்.

அவரது குறிப்பறிந்த சேரமான் இரும்பொறை அவரை நோக்கி, ''சான்றீர், தகடூர் வேந்தனான எழினியும் அவன் துணைவரும் தம்மை யும் தங்கள் தலைமையையுமே நோக்கிச் செருக்கால் அறிவு மழுங்கி இருக்கின்றனர். அவரைத் தெருடட வல்லவர் யாவர்? ஒருவரும் இலர்'' என்றான். அவன் கூறியது உண்மையே எனத் தேர்ந்தாராயினும், தாம் ஒருமுறை முயல்வது நன்று என்று அரிசில்கிழார் நினைத்து அவன்பால் விடைபெற்றுச் சென்றார். அதியமான் எழினியின் குடிச் சிறப்பும், நெடுமான் அஞ்சி போல் அவன் நல்லறிவும் சான்றோர் புகழும் சான்றாண்மையும் உடையனாதலும், அவசை் சூா்ந்திருக்கும் தீநெறித் துணைவர்களால் அவன் சேரனது படைப் பெருமை நோக்காது தன்னை வியந்து தருக்கியிருப்பதும் அவர் நெஞ்சை அலைத்தன.

அரிசில்கிழார் தகடூர்க்குச் சென்று கொண்டிருக்கையில் வழி யில், தலைவர் சிலர் அவரைக் கண்டனர். அவர்கள் கொல்லிக் கூற்றத்தைக் கடந்து சேரர்படை நிலையைக் கண்டு வருவது அறிந்து அவர் வாயிலாகச் சேரர் படையின் பெருமையை அறிய விரும்பினர். அவர்களுடைய ஒற்றர்களை வழிப்போக்கர் உருவில் அவரெதிரே விடுத்தனர். அவர்கட்கு விடை கூறுவாராய், அரசில்கிழார், ''வழிப் போக்கர்களே, சேரமானுடைய படையின் தொகை யாது என்று கேட்கின்றீர்கள். பகையரசர்களைக் களத்தே கொன்று அவர் படை களை வீற்று வீற்றோடத் துரத்தி, இறந்து வீழ்ந்த பிணத்தின் மேல்

1. பதிற். 72.

தேராழி உருண்டு ஓடப் பொரும் சேரமானுடைய தேர்களையும் குதிரைகளையும் மறவர்களையும் எண்ணுதல் முடியாது; ஆதலால், நான் அவற்றை எண்ணவில்லை; ஆனால் ஒன்று கொங்கருக்கு உரியனவாய் நாற்றிசையும் பரந்து மேயும் ஆனிரைகள் போல யானை நிரைகளை அவன் தானையின்கட் காண்கின்றேன்[1]'' என்ற இசைத்தார்.

பின்பு அவர் தகடூரை அடைந்து அதியமான் எழினியைக் கண்டு, அவர்களுடைய படைவலியையும் சேரனுடைய வலியையும் எடுத்துக்காட்டி இரண்டினையும் சீர்தூக்கித் தக்கது செய்யுமாறு தெரிவித்தார். உடனிருந்த தலைவர்களும் பிறரும் எழினியின் உள்ளத்தை மாற்றிப் போர் செய்தற்கே அவனைத் தூண்டினர். எழினி யின் உள்ளமும் அவர் வழியே நின்றது. அது காணவே அரிசில் கிழார்க்கு மனச் சோர்வு பிறந்தது. தகடூரை விட்டுச் சேரமான் பாசறை யிட்டிருக்கும் இடம் வந்து சேர்ந்தனர். அவரது வாட்டம் கண்ட சேரமான், அரிசில் கிழாரது மனம் புண்ணுறுமாறு அவரை எழினி முதலியோர் இகழ்ந்து பேசினர் போலும் எனக் கருதி, நிகழ்ந்ததும் முற்றும் கூறுமாறு வேண்டினான். அப்போது; அவர் ''வேந்தே, கொடை மடத்துக்கும் படைமடம் படாமைக்கும் எல்லையாக இருப் பவன் நீ; ஆதலால், இவ்விரண்டினும் பிறருக்கு எடுத்துக்காட்டாக இலங்குபவன் நீயே யாவாய், மேலும் நீ இப்போது பொறை நாட்டுக் கும் பூழி நாட்டுக்கும் கொல்லிக் கூற்றத்துக்கும் தலைவனாகியத னால், காவிரியின் இருகரையும் நினக்கு உரியவாயின; ஆகவே நீ ''காவிரி மண்டிய சேய்விரி வனப்பின் புகா அர்ச்செல்வன்'' ஆயினை. மேலும் இப்போது, பூழியர் மெய்ம்மறை, கொல்லிப் பொருநன், கொடித்தேர்ப் பொறையன் என்றற்கு அமைந்தனை; யான் சென்று அதியமானைக் கண்டு உனது இந்த அமைதியையும், உன்னுடைய வளம், ஆண்மை, கைவண்மை முதலியன மாந்தர் அளவிறந்தன என்பதையும் விரித்து உரைத்தேன்; ஒரு நாளைக்குப் பல நாள் சென்று எடுத்துக் கூறினேன்; அவர்கள் கேட்கவில்லை; பின்னர், அந்நாட்டுச் சான்றோர் சிலரைக் கொண்டு சொல்வித்தேன். அதுவும் பயன்தர வில்லை. இவ்வாற்றால், என் மனம் கலங்கி மருண்டதும், அவர்கட்கு நல்லறிவு வழங்கும் திறம் யாது என எண்ணி வருந்தியதுமே இம் முயற்சியால் யான் பெற்ற பயனாயின[2] என்று சொல்லி வருந்தினார்.

இவற்றைக் கேட்டதும் பெருஞ்சேர இரும்பொறையின் மனத் தில் சினமே கிளர்ந்தெழுந்தது; இன்றிருந்து நாளை மறையும் வேந்தரி னும், என்றும் பொன்றாது புகழுடம்பு பெற்று உலகம் உள்ளளவும் நின்று நிலவும் சான்றோரைத் தெளியாத வேந்தர் நிலத்திற்கே

---

1. பதிற். 77. 2. பதிற். 73

பொறை எனக் கருதினான்; தன் தானைத் தலைவரை நோக்கி, உடனே தகடூரை முற்றி உழிஞைப் போர் உடற்றுமாறு பணித்தான். கடல் கிளர்ந்தது போல அவனது பெரும் படை கிளர்ந்து சென்று தகடூரைச் சூழ்ந்து கொண்டது. அதியமான் எழினியும் அவற்குத் துணைநின்ற தலைவர்களும் போரெதிர்த்தனர். அப் போரில் மிகப் பல படைமறவர் மாண்டனர், களிறுகள் வீழ்ந்தன; குதிரைகள் இறந்தன; வேளிரும் வேந்தரும் பிறரும் வெந்திட்டு வெருண்டோடினர்; தகடூர் படை கண்டு பொடியாயிற்று. அதியமான் தன தனி யாண்மை விளங்க நின்று அருஞ்சமம் புரிந்தான். அறிஞர் அறிவு கொல்வார்க்கு அரண் ஏது? சேரமான் செலுத்திய படைக்கு ஆற்றாது முடிவில் எழினி தன் அகன்ற மார்பை வீரமகட்கு நல்கி மறவர் புகும் வானுலகை அடைந்தான். அவனது தகடூரும் தீக்கிரையாயிற்று. உயர்ந்த வீரர் சிலர் சேரமான் அருள் நாடிப் புகலடைந்தனர். வெற்றி மிகு விளங்கிய பெருஞ்சேரல் இரும்பொறை, **தகடூர் எறிந்த பெருஞ் சேரல் இரும்பொறை** எனச் சான்றோர் பரவும் சால்பு எய்தினான்.

எழினியின் வீழ்ச்சி கேட்ட வேளிர் சிலர், சிதறியோடிய மறவரை ஒருங்க திரட்டி வந்து போரெதிர்த்தனர். ஒருபால் முரசு முழங்க ஒருபால் போர்க் களிறுகள் அணிகொண்டு நிற்க, போர் எதிர்ந்து நிற்கும் பகைவர் படைமுன், சேரரது படைமறவர் வில்லும் அம்பும் ஏந்தி இங்கமங்கும் உலாவி, ''எம் வேந்தனான சேரலன், நும்மை ஏற்றுப் புரந்தருளுதற்க இசைந்துள்ளான்; நுமக்குரிய திறையினைப் பணிந்து தந்து உய்தி பெறுமின்'' என வெளிப்படையாக எடுத்து மொழிந்தனர். சேரர் படையின் சிறப்பினைக் கண்ட பலர், சேரமானிடத்தில் புகலடைந்து திறையிட்டு அவனது அருளிப்பாடு பெற்றனர். அவ்வாறு செய்யாதார் பொருதழிந்து புறந்தந்தோடினர். அவர் தம் மதிற்றலையில் நின்ற கொடிகள் இறங்கின. சேரமானுடைய விற்கொடி சேணுயர்ந்து சிறந்தது[1] சேரமான் பெருஞ்சேரல் இரும் பொறையின் புகழ் தமிழகமெங்கும் பரந்தது.

சேரமானை யுள்ளிட்ட எல்லோரும் இன்புற்றிருக்கையில் சான்றோராகிய அரிசில் கிழாரது மனம் மட்டில் பெரு வருத்தம் கொண்டது. அதியர்குடி புலவர் பாடும் புகழ் பெற்ற பெருங்குடி; அதன்கண் தோன்றி வந்த **வேந்தர்** அனைவரும் கைவண்மை சிறந்தவர். கற்றோர் **பரவும் கல்வியும்**, செற்றோரும் புகழும் மற மாண்பும் அதியர் குடிக்குச் சிறப்பியல்பு. அது வழியெஞ்சிக் கெடலாகாது என்பது அரிசில் கிழார் முதலிய சான்றோர் கருத்து. அதுபற்றியே அவர் பன்முறையும் எழினிபால் தூது சென்று சேரமானுக்கு அவனை

1. பதிற். 80.

நண்பனாக்கித் தகடூர் அரசு நிலைபெறச் செய்ய வேண்டும் என முயன்றார். அவருக்கு எழினியின் வீழ்ச்சி பெரு வருத்தத்தை விளை வித்தது. எழினியை வீழ்த்தியது தமிழ் வள்ளன்மையையே வீழ்த்திய தாக எண்ணினார். அவனைப் போரிடத் தூண்டிப் பொன்றுவித்த தலைவர் எவரும் உயிருய்த்து சேரமான் ஆணைவழி நிற்பது கண்டார். அதனால், அவர்களை நோவாமல், கூற்றுவனை நொந்து, "அறமில் லாத கூற்றமே, வீழ்குடி யுழவன் ஒருவன் வித்தற்குரிய விதையை உண்டு கெடுவது போல, எழினியின் இன்னுயிரை உண்டு பேரிழப் புக்கு உள்ளாயினாய். அவனுயிரை உண்ணுவயாயின், எத்துணையோ பகையுயிர்களை அவனது போர்க்களத்தே பெருக உண்டு வயிறு நிரம்பியிருப்பாய்; அவனது ஆட்சியில் கன்றோடு கூடிய ஆனிரைகள் காட்டிடத்தே பகையச்சமின்றி வேண்டுமிடத்தே தங்கும்; அவன் நாட்டிற்குப் புதியராய் வருவோர்கள் வந்து அச்சமின்றித் தாம் விரும்பிய இடத்தே தங்குவர்; நெல் முதலிய பொருட் குவைகள் காவல் வேண்டாதிருந்தன; இவ்வாறு நாட்டில் அகமும் புறமுமாகிய இருவகைப் பகையும் கடிந்து செங்கோன்மை வழுவாமல் நடந்தது; அவனுடைய போர்ச்செயல் பொய்யாத நலம் பொருந்தியது; அதனால் அவனைச் சான்றோர் அனைவரும் புகழ்ந்து பாடினர். அத்தனையோன் போரில் இறந்ததனால், ஈன்ற தாயை இழந்த இளங்குழவி போல அவனுடைய சுற்றத்தாரும் இளைஞர்களும் ஆங்காங்கு நின்று அழுது புலம்புகின்றனர். ஏனை மக்கள் கடும்பசி வருத்தக் கலங்கிக் கையற்று வாடுகின்றனர்[1]" என்று பாடி வருந்தினார்.

பின்பு, பெருஞ்சேரல் இரும்பொறை, அறம்பிழையாது பொருது புண்ணுற்று விண்புகுந்த சான்றோர்க்குச் செய்யும் சிறப்பனைத்தும் தானே முன்னின்று அதியமான் எழினிக்குச் செய்து, அவற்குப் பின் அரசுக் கட்டில் ஏறுதற்கு உரியானைத் தேர்ந்து அவனைத் தகடூர் நாட்டுக்கு அதியமானாக்கினான். அப் போரால் அழிந்த குடிகளை நிலைநிறுத்தி நாட்டில் நல்லரசும் நல்வாழ்வும் அமையச் செய்து தனது நாடு திரும்பினான்.

வஞ்சி நகரம் அடைந்த இரும்பொறை, தான் சென்றவிடமெல் லாம் தனக்கு வெற்றியே எய்தியது குறித்துத் தங்கள் குடிக்குரிய குலதெய்வமாகிய அயிரை மலையில் உறையும் கொற்றவைக்குப் பெரியதொரு விழாச் செய்தான். யானைக் கோடுகளால் கட்டில் ஒன்று செய்து அதன்மேல் அக் கொற்றவையை எழுந்தருளுவித்தனர். அந்த யானைக் கோடுகளும் சேரமானுடைய ஆணைவழி வராத பகை

1. புறம். 230.

வேந்தர் யானைகளைப் பற்றி அவை கதறக் கதற அறுத்துக் கொல்லப் பட்டவை. பிறகு, அக் கொற்றவைக்குப் பலியிடுங்கால், வழிபாடு இயற்றும் மறவர் தம் மார்பிற் புண்ணிலிருந்து ஒழுகும் குருதியைப் பிடித்துத் தெளிப்பர். அதனைக் கண்டிருந்த அரிசில்கிழார் பெரு வியப்புற்று, ''வேந்தே, போரில் நீ நின் உயிரைப் பொருளாகக் கருதுகின்றாயில்லை. இரவலர் நடுவண் இருந்து கொடை வழங்கு வதிலும் நீ குறைபடுவதில்லை. அறிவு ஆண்மைகளிற் பெரியராகிய சான்றோரைப் பேணித் தமராகக் கொள்வதிலும் தலைசிறந்து விளங்கு கின்றாய்; இத்தகைய குணஞ் செயல்களால் எல்லாப் புகழும் நின் பாலே எய்தியுள்ளன; இக் கொற்றவை எழுந்தருளியிருக்கும் இந்த அயிரை மலை போல நின் புகழ்கள் கெடாது நிலைபெறுக[1]'' என்று வாழ்த்தினார்.

வாழ்த்து முடிவில் பாணரும் கூத்தரும் பொருநரும் பிறரும் போந்து பெருவளம் நல்கப் பெற்றனர். ஊர் பெற்றவரும், யானை பெற்றவரும், குதிரை தேர் முதலியன பெற்றவரும் பலர். அதனைக் கண்டு மகிழ்ச்சி மீதூர்ந்த அரிசில் கிழார், விறலி யொருத்தியைப் பெருஞ்சேரல் இரும்பொறைபால் ஆற்றுப்படுக்கும் கருத்துடைய பாட்டு ஒன்றைப் பாடினார். அதன்கண், ''தாமரையும் நெய்தலும் அரிந்துகொண்டு மகளிர் முல்லை நிலத்திற் புகுந்து கிளிகடி பாட்டைப் பாடும் வளஞ் சிறந்தது சேரமான் நாடு; பல்வகை வளம் நிறைந்த அந் நாட்டு ஊர்களைப் போர்வல்ல ஆடவரே காவல் புரிவர்; பேரூர் களைச் சூழ வில்வீரர் காக்கும் வளவிய காவற் காடுகள் உண்டு; அந் நாட்டில் எங்கும் பரந்து இனம் பெருகி மேயும் ஆடுகளைப் போலக் குதிரைகளையும், ஆனிரைகளைப் போல யானைகளையும் உடைய பெருஞ்சேரல் இரும்பொறையின் குன்று அதோ தோன்றும் குன்றின் பின்னே நிற்பது; அவன்பாற் சென்றால் அதனைப் பெறலாம்[2]'' என்று பாடினர்.

ஒருகால், இரும்பொறை தம் மக்கட்கு அறிவுரை வழங்கி னான்; அரசிளஞ் சிறுவர்கள் கல்வியறிவு பெறுவதும் மெய்வலி பெறுவதும் அவர் தம் கோற்கீழ் வாழும் மக்கட்கு நலஞ் செய்தற் பொருட்டு என்றும், அக் கருத்தாலேயே சிறுவர்களைத் தான் பெற்று வளர்ப்பதாகவும் அறிவுறுத்தினான். அவன் மக்களுடைய எண்ணமும் சொல்லும் செயலுமாகிய எல்லாம் அக் கருத்தைப் பின் பற்றி நிற்கக் கண்டு அரிசில் கிழார் பெருவியப்புற்றார். பின்பொருகால், உயர் நிலையுலகம் புகுந்த சான்றோர் இன்புறுதற்கென வேள்வியொன்று

1. பதிற். 79. 2. பதிற். 78.

செய்தான். வேள்வித் தொழில் வல்ல சான்றோர் பலர் அவ்வேள்விக்கு வந்திருந்தனர். வேள்வியும் மிக்க சிறப்பாக நடந்தேறியது. வேள்வி முடிவில் வந்திருந்த பலர்க்கும் பெரும் பொருள்கள் பரிசில் வழங்கப் பெற்றன. அவ் வேள்விக் காலத்தில், அரிசில் கிழார் உடனிருந்து, பாட்டாலும் உரையாலும் அரசனது புகழ் பெருகத்தக்க செயல் வகைகளைச் செய்தார். அதனால் மகிழ்ச்சி மிகுந்து, பெருஞ்சேரல் இரும்பொறை கோயிலாளுடன் புறம்போந்து நின்று ''கோயிலில் உள்ளவெல்லாம் கொள்க'' என்று சொன்னான்; அதனால் அரிசில் கிழார்க்கு உண்டான வியப்புக்கு அளவில்லை; அவர் அப்படியே மருண்டு போய்விட்டார்.

சிறிது தெளிவுற்று வேந்தனை நோக்கினார்; ''வேந்தே என் மனத்தில் ஒரு குறையுளது; அதனை நிறைவித்தல் வேண்டும்'' எனக் குறையிரந்து நின்றார். அவர் கருத்தறியாத வேந்தன், ஒன்பது நூறாயிரம் பொன்னையும் தனது அரசு கட்டிலையும் நல்கினான். அரிசில் கிழார், அப் பொன்னைப் பெற்றுக் கொண்டு, வேந்தனைப் பணிந்து ''அரசே, நீயே இக் கட்டில்மேல் இருந்து அரசாளுதல் வேண்டும்; இக் கோயிலும் இதன் கண் உள்ளனவும் யாவும் நீயே ஏற்றுக் கொளல் வேண்டும்; இதுவே யான் நின்பால் இரந்து கேட்டுக் கொள்வது'' என்றார். வேந்தனும் அவரது மன மாண்பைப் பாராட்டி மகிழ்ந்தான்.

இஃது இங்ஙனமாக, அவன் செய்த வேள்வியை முன்னின்று நடத்திய சான்றோர் நரைத்து முதிர்ந்த ஒரு வேதியராவர். அவர்க்கும் இரும்பொறை, அரிசில் கிழார்க்குச் செய்தது போன்ற பெருஞ்சிறப் பினைச் செய்தான். தான் எய்தியிருக்கும் முதுமைக் கேற்ப அவர்க்கு மண் பொன் முதலியவற்றில் ஆசை அவியாது பேராசையாய்ப் பெருகி அவர் உள்ளத்திற் குடிகொண்டு இருப்பது தெரிந்தது. ''இளமை இறந்த பின்னரும், அதற்குரிய நினையும் செயலும் அவர்பால் தீராதிருப்பது, மக்களொடு துவன்றி அறம் புரியும் சுற்றத்தோடு நிரம்பி யுள்ள சான்றோர்க்குச் சால்பாகாது; ஆதலின் நீவிர் துறவு மேற் கொண்டு காடு சென்று தவம்புரிதல் தக்கது'' என அறிவுறுத்தி அவரைத் துறவு மேற்கொள்ளச் செய்தான். இவ்வாறு அறம் புரிந்து மேன்மையுற்ற பெருஞ்சேரல் இரும்பொறை பதினேழாண்டு அரசு வீற்றிருந்தான் எனப் பதிகம் கூறுகிறது.

12. குடக்கோ இளஞ்சேரல் இரும்பொறை

தகடூர் எறிந்த பெருஞ்சேரல் இரும்பொறைக்குப் பின், சேரமான் குடக்கோ சேரல் இரும்பொறை என்பான் சேரநாட்டு அரசனாக விளங்கினான். அவன் மிக்க செல்வமும் சிறப்பும் உடையனாயினும், தன்னை நாடிவரும் பரிசிலர்க்கு அவர் தம் வரிசை அறிந்து நல்கும் கொடை நலம் இலனாயினான்.

இப்போது பொன்னானி வட்டம் இருக்கும் பகுதியில் பெருங் குன்னூர் என்றோர் ஊருளது. அதற்கு அந்நாளில் பெருங்குன்றூர் என்று பெயர் வழங்கிற்று. அவ்வூரில் நல்லிசைச் சான்றோர் ஒருவர் வாழ்ந்து வந்தார். அவர் பிற்காலத்தே பெருங்குன்றூரைத் தமக்குக் காணியாட்சியாகப் பெற்றுக் கிழார் என வேந்தரால் சிறப்பு நல்கப் பெற்றதனால் பெருங்குன்றூர் கிழார் எனச் சான்றோர்களால் குறிக்கப் பெறுவராயினர். குடக்கோச்சேரல் இரும்பொறை காலத்தில், அவர் நல்லிசைப் புலமை பெற்று விளங்கினாராயினும், கிழாராகவில்லை; அவர் எளிய நிலையிலேயே இருந்து வந்தார்.

அவர், ஒருகால், குடக்கோச் சேரல் இரும்பொறையைக் கண்டு தனது புலமைநலம் தோன்ற இனிய பாட்டைப் பாடினார். அவன் பெரிதும் மகிழ்ந்து அவர்க்கு உண்டியும் உடையும் தந்த பரிசில் வேறே நல்காது காலம் நீட்டித்தான். புலவரது உள்ளம் வறுமையின் கொடுமையை நினைத்த பெருவாட்டம் உற்றது. அவர் குடக்கோவை நோக்கி, ''அரசே, உலக மக்களைப் புரத்தற்குரிய நினது உயர்ச்சி யைக் கருதாமல் அன்பு கண்மாறி அறம் நினையாதிருக்கின்றாய். உன்னைப் போலும் வேந்தர் பலரும் அப் பெற்றியராய் விடின், என்னைப் போலும் பரிசிலர் இவ்வுலகிற் பறிக்கமாட்டார்கள் என்றார்.

குடக்கோ: (முறுவலித்து) வறுமையுற்ற போது நும் மனைவியும் நும்மை வேண்டாள்; ஆகவே, நீர் இப்போது போவதாற் பயன் என்ன?

பெருங்குன்: வேந்தே, என் மனையுறையும் காதலி வறுமைத் துயர் வாட்டும் போதும் தன் கடமை தவறாள். இதுகாறும் அவள் இறந்திருக்க வேண்டும்.

குடக்கோ: அப்படியாயின், வருந்த வேண்டாவே.

பெருங்: இறவாமல் இருந்தால்?

குடக்கோ: (நகைத்து) இருந்தால், இதுவரை இருந்தது போல் இருக்கத்தானே போகிறாள்!

பெருங்: இறவாதிருப்பளாயின், என்னை நினையாதிராள்; நினைக்கும் போதெல்லாம் ''கூற்றமோ அறமில்லாதது; இழைத்த நாள் நோக்கி உயிர்களைக் கவர்வது அதற்கு அறம்; அந்த அறத்தைக் கைவிட்டு என் கணவன் உயிரை யுண்டதோ, என்னவோ? அவர் இன்னும் வந்திலரே!'' என்று நினைத்து வருந்துவள். அவளது இடுக்கணைத் தீர்த்தற்காகவேனும் யான் போதல் வேண்டும்.

குடக்கோ: அப்படியாயின், நீவிர் போய் வரலாம்.

பெருங்: (திகைப்பும் சினமும் கொண்டு) வேந்தே, நின் தானை சென்று பகைவர் அரணை முற்றியபோது, அரண் காக்கும் பகைவர் செயலற்றுப் போவர், அவ்வாறே யான் செய லற்றுச் செல்கின்றேன். நினது தானைபோல என்னை வறுமைத் துயர் முற்றிக் கொண்டு நிற்கிறது. அந்தத் துயரை முந்துறுத்தே செல்கின்றேன்[1].

குடக்கோ: (முறுவலித்து) நும்மை முற்றியிருக்கும் வறுமைத் துன்பத்துக்கு என் தானை தக்க உவமமாகாது, அஃது என் வயம் இருப்பது.

இதனைக் கேட்டதும் பெருங்குன்றூர்கிழார், ''சேரமான் கொடா தொழிகுவனல்லன்; சில நாள்கள் தன்பால் இருக்க வேண்டும்'' என்று கருதுகின்றான் போலும் என நினைத்தார். அவ்வாறே சின்னாள்கள் இருந்து மறுபடியும் ஒருநாள் இரும்பொறையைக் கண்டார். அவ னோடு அளவளாவிப் பரிசிலர்க்குப் பரிசில் கொடாது மறுத்த செல்வர் சிலரைக் குறித்துக் கூறித் தனக்கு விடை நல்குமாறு வேண்டினார். அப்போதும் அவன் பரிசில் ஒன்றும் நல்கும் குறிப்புடையனாகத் தோன்றவில்லை. புலவர்க்கு அது காணவே ஒருபால் அவலமும், ஒருபால் வெகுளியும் உண்டாயின. தம்முடைய கண்களைப் பரக்க விழித்து வேந்தனை நோக்கினார். ''புகழுடைய வேந்தே, உன்னைக் கண்டு பரிசில் பெற வந்த யான் ஒரு பரிசிலனே; ஆயினும் யான் ஓர் ஓங்கு நிலைப் பரிசிலன், பரிசிலரை யேற்று அவர்க்கு உரிய பரிசில் கொடாது மறுத்த பிற செல்வருடைய கொடுமைகளைச் சொன்னால், நீ வள்ளன்மையுடையை யாதலால், மனம் இரங்கிப் பெரும் பரிசில் நல்குவாய் என எண்ணியே அவற்றை நினக்கு மொழிந்தேன்.

---

1. புறம் 210.

எனினும், நீ உன் கருத்தையே முடித்துக் கொண்டாய். முன்னாள் கையில் உள்ளது போலக் காட்டி, மறுநாள் அது பொய்பட நின்ற உனது நிலைக்கு நீ சிறிதும் நாணுகின்றாயில்லை. நீ கேட்டு நாணு மாறு நின் புகழெல்லாம் நான் பலபட என் செந்நாவால் பாடினேன்; யான் பாடப் பாடப் பாடுபுகழ் பெற்றாய்; நல்லது; வணக்கம்; சென்று வருகிறேன்'' என்று கை தொழுது சென்றார். அப்போது அவன் ''புலவீர் ஒன்றும் மனத்திற் கொள்ள லாகாது; சென்று வருக'' என்றான். அந் நிலையினும் அவர், ''வேந்தே, என் புதல்வனோடு வாடி வதங்கி யிருக்கும் என் மனைவியையே நினைத்துக் கொண்டு செல்கின்றேன்; ஆதலால், நின் கொடுமையை நினைப்பதற்கு என் நெஞ்சில் இட மில்லை. காண்[1]'' என்று சொல்லிவிட்டுச் சென்றார். அது கண்டும் இரும்பொறையின் மனம் கற்பொறையாகவே இருந்தொழிந்தது.

பெருங்குன்றூர் கிழார் தனது பெருங்குன்றூர் அடைந்து சின்னாள் இருந்துவிட்டுக் கொங்குநாடு கடந்து சோழ நாட்டுக்குச் சென்றார். அங்கே உறையூரின்கண் சோழன் உவருப்பஃறேர் இளஞ் சேட் சென்னி என்பவன் ஆட்சி செய்துவந்தான். சான்றோர் வரவு கண்ட சென்னியும் மிக்க அன்போடு வரவேற்ற உரிய சிறப்புக்களைச் செய்தான். 'வறுமை என்பது எத்தகைய அறிஞரது அறிவையும் கெடுத்துவிடும்; விருந்து கண்டு அஞ்சும் திருந்தா வாழ்வும் அதனார் உண்டாவது. யான் வறுமையுற்று வாடுகின்றேன்; அவ் வாட்டத்தை உடனே களைந்தருள வேண்டும்[2]'' என்று தனது கருத்தைச் சோழ வேந்தனுக்குப் பெருங்குன்றூர் கிழார் எடுத்துரைத்தார். புலவர்க்குப் புக்கிலாய் விளங்கும் சோழர் பெருமான், அவர் கருத்தை முன்னமே அறிந்து பெரும் பரிசில் நல்கிவிடுத்தான். சான்றோரும் அவனை மனமார வாழ்த்திவிட்டுத் திரும்பி வரலானார்.

திரும்பி வருங்கால், அவர் கீழ்க்கொங்கு நாடு நடந்து வையாவி நாட்டு வழியாகத் தனது பொறை நாட்டுக்கு வர வேண்டியவராயி னார். அதற்குக் காரணமும் உண்டு. வையாவி நாட்டில் பொதினி (பழனி) மலைக்கு அடியில் உள்ள ஆவிகுடியில் இருந்து பெரும் பேகன் என்ற ஆவியர் பெருமகன் பெருவள்ளன்மை கொண்டு விளங் கினான். அவன் முல்லைக்குத் தேர் ஈத்த வேள் பாரி போல, மயிலுக்குப் போர்வை அளித்த வள்ளியோன். அவற்குக் கண்ணகி யென்பாள் கோப்பெருந்தேவியாவள். அவள் வான்தரு கற்பும் மான மாண்பும் உடைய பெருமகள். அந்த வையாவி நாட்டில் நல்லூர் ஒன்றில் பெருவனப்புடைய யொருத்தி வாழ்ந்தாள். அவன்பால்

1. புறம். 211. 2. புறம். 266.

பேகனுக்கு நட்புண்டாயிற்று. அதனால், அவன் கண்ணகியைப் பிரிந்து பரத்தையின் கூட்டத்தையே பன்னாளும் விரும்பி ஒழுகினான். அவனது புறத்தொழுக்கம் ஆவியர் பெருங்குடிக்கு மாசு தருவது கண்ட கண்ணகி, தனித்ததொரு பெருமனையில் இருந்து வருந்துவா ளாயினள். இச் செய்தி பெருங்குன்றூர் கிழார்க்குத் தெரிந்தது. அவள் காரணமாகப் பேகனைக் காண்டல் வேண்டுமென்று நினைத்து, வையாவி நாட்டை அடைந்து கண்ணகியின் மனநிலையை உணர்ந் தார், பின் பெரும் பேகனைக் கண்டார். சான்றோர் சால்பறிந்து பேணும் தக்கோனாகிய பேகன், அவரை வரவேற்று அவர்க்குப் பெரும் பொருளைப் பரிசில் நல்கினான்.

பெருங்குன்றூர் கிழார் முதலிய அந் நாளைச் சான்றோர், வெறும் பொருட்காகப் பாடித் திரியும் வாணிகப் பரிசிலரல்லர். அவர் பேகனை யடைந்தது பரிசில் குறித்தன்று; அதனால், அவர் ''வள்ளால், யான் வேண்டும் பரிசில் ஈதன்று'' என்றார். தனது புறத்தொழுக்கம் அவர்க்குத் தெரியாது என எண்ணிய பெரும்பேகன் வியப்புற்று நோக்கினான். ''ஆவியர் கோவே, காடுமலைகளைக் கடந்து நேற்று இவ்வூர் வந்த யான் ஓரிடத்தே தனித்துறையும் நங்கையார் மாசறக் கழுவிய மணிபோல் விளங்குமாறு தன் குழலை நெ ய்விட்டு ஒப்பனை செய்து புதுமலர் சூடி மகிழச் செய்தல் வேண்டும். அதனைச் செய்விக்கும் உரிமை யுடையவன் நீயே; நீ அதனைச் செய்வ தொன்றே யான் நின்பால் பெற விரும்பும் பரிசில்; வேறு ஒன்றும் இல்லை[1]'' என்ற கருத்தமைந்த பாட்டை இசை நலம் விளங்க யாழி லிட்டுச் செவ்வழிப் பண்ணிற் சிறக்கப் பாடினர். வையாவிக் கோவாகிய பெரும்பேகன் முதற்கண் தன் தவற்றுக்கு நாணி அவர்க்கு உரிய பரிசில் நல்கிவிடுத்தான். சான்றோரும் பின்பு தனது பெருங் குன்றூர் வந்து சேர்ந்தார்.

பெருங்குன்றூர் கிழார் சோழநாடு சென்று திரும்பி வருவதற்கு, பொறை, நாட்டில் சேரமான் குடக் கோச்சேரல் இரும்பொறை இறந்தான். அவன் தம்பி குட்டுவன் இரும்பொறைக்கு மையூர் கிழான் மகள் வேண்டாள் அந்துவஞ்செள்ளை என்பவன்பால் பிறந்த மகனாக குடக்கோ இளஞ்சேரல் இரும்பொறை சேரமானாய் அரசு கட்டில் ஏறினான். மூத்தவனான சேரல் இரும்பொறை இறக்குமுன்பே குட்டுவன் இரும்பொறை இறந்துபோனமையின், இளஞ்சேரல் இரும்பொறை அரசுக்குரியவனானான்.

---

1. புறம். 147.

இளஞ்சேரல் இரும்பொறை அரசு கட்டிலேறிய சின்னாட் கெல்லாம், காவிரியின் வடகரையில் உள்ள கொங்கு நாட்டில், அதன் கிழக்கில் இருந்த விச்சி மலைக்குரிய விச்சிக்கோவும் சோழ பாண்டிய அரசிளஞ் செல்வர்களும் இரும்பொறையின் இளமையை இகழ்ந்து குறும்பு செய்தனர். கீழ்க்கொங்கு நாட்டிலிருந்த கொங்கரும் பொறை யரும் பெருந்திரளாக இளஞ்சேரல் பக்கல் நின்று கடும் போர் புரிந் ததனால், இரு வேந்தரும் விச்சிக் கோவும் தோற்றோடினர். இரும் பொறையும் வெற்றி வீறு கொண்டு திரும்பினான்.

விச்சி மலையென்பது இப்போது திருச்சிராப்பள்ளி வட்டத் தில் பச்சைமலை என வழங்குவதாகும். இம் மலையில் வாழும் மலையாளிகள் அதனைப் பச்சிமலை என்று கூறுவதும், அம் மலை யின் கிழக்கே அதன் அடியில் விச்சியூர் என்று ஓர் ஊர் இருப்பதும், விச்சி நாட்டதெனப் பரணர் கூறும் குறும்பூர்[1]'' அப் பகுதியில் இருப் பதும் இம் முடிவு வற்புறுத்துகின்றன.

விச்சியும் வேந்தரும் தோற்று வீழ்ந்த காலத்தில் பொற்கலன் கள் பல சேரமானுக்குக் கிடைத்தன. அவற்றை அவன் சிறு சிறு கட்டி களாக உருக்கித் தானை மறவர்க்கு பரணர் முதலிய பரிசிலர்க்கும் இரவலர்க்கும் வழங்கினான். கொல்லிமலையில் உள்ள இருள்வாசிப் பூவையும் பசும் பிடியை (மனோரஞ்சிததததை)யும் தன் மனைவி விரும்பிச் சூடிக் கொள்ளக் கண்டு இன்புற்றான்[2].

குடக்கோ இளஞ்சேரல் இரும்பொறை தன் நகர்க்கு வந்ததும் பெரியதொரு வெற்றி விழாச் செய்தான். அக்காலை, குறுநிலத் தலைவரும் வேந்தரும் செல்வரும் வந்திருந்தனர். பாணர், விறலியர், பொருநர், கூத்தர் முதலிய பரிசிலர் பலரும் வந்து வேந்தனை மகிழ் வித்துப் பரிசில் பெற்றனர். பெருங்குன்றூர் கிழார், ''இரும்பொறை யைக் கண்டு, கடம்பு முதல் தடித்த நெடுஞ்சேரலாதன், அயிரை பரவிய பல்யானைச் செல்கெழுகுட்டுவன், நன்னனை வென்ற நார்முடிச் சேரல், கடல் பிறக்கோட்டிய செங்குட்டுவன், ஆடுகோட் பாட்டுச் சேரலாதன், கொங்குபுறம் பெற்ற செல்வக் கடுங்கோ வழி யாதன், கழுவுளை வென்ற பெருஞ்சேரல் இரும்பொறை என்ற இவர்கள் வழிவந்த நீ, பாசறைக் கண் கவணைப் பொறியும் கள் ளுணவும் உடைய கொங்கர்க்கும், தொண்டியைத் தலைநகராகவுடைய

1. குறுந், 328. விச்சியூர், பின்பு சிறுவிச்சியூர் பெருவிச்சியூர் என இரண் டாயிற்று; அவற்றுள் பெருவிச்சியூர் மறைந்துபோகச் சிறுவிச்சியூர் இப்போது சிராப்பள்ளி சென்னைப் பெருவழியில் சிறுவாச்சூர் என நிலவுகிறது.
2. பதிற். 81.

பொறையர்க்கும் தலைவன்; அயிரை மலையிலிருந்து இழிந்து வரும் பேரியாறு போல, நின்பால் வரும் இரவலர் பலர்க்கும் ஈயக் குறையாத பெருஞ் செல்வம் மேன்மேலும் பெருக, அரண்மனைக்கண் மகளிர் நடுவண் ஞாயிறு போலப் பன்னாள் விளங்குவாயாக; நின் விளக்கம் காணவே யான் இங்க வந்தேன்[1]'' என்று தேனொழுகும் செஞ்செற் கவியினைப் பாடினர். கேட்டோர் பலரும் பேரின்பத்தால் கிளர்ச்சியுற் றனர். வேந்தனும், அவர்க்கு அவர் வாழும் பெருங்குன்றூரையே இறையிலி முற்றூட்டாகத் தந்து பெருங்குன்றூர் கிழார் என்ற சிறப்பும் அளித்து இன்புற்றான். அது முதல் அவர் **பெருங்குன்றூர் கிழார்** எனச் சான்றோரரால் பெரிதும் பேசப்படுவாராயினர். அதன் விளை வாக அவரது இயற்பெயர் மறைந்த போயிற்று. இன்றும் நாம் பெருங் குன்றூர் கிழார் என நூல்கள் கூறக் காண்கிறோம்.

இளஞ்சேரல் இரும்பொறை அரசுபுரிந்த நாளில் விச்சிக்கோ வொடு பொருத இளஞ்சேட்சென்னி இறக்கவும், உறையூரில் கோப்பெருஞ்சோழன் வேந்தாகி அரசு வீற்றிருந்தான். பாண்டி நாட்டு மதுரையில் பாண்டியன் அறிவுடை நம்பி அரசு செலுத்தினான். தென்பாண்டி நாட்டுத் தண்ணான் பொருநைக் கரையிலுள்ள பழையன் கோட்டையில்[2] இளம் பழையன்ன மாறன் என்பான் குறுநிலத் தலைவ னாய் விளங்கினான். விச்சிக்கோவுடன் கூடிக் கொங்கு நாட்டில் இரும்பொறையோடு போர் தொடுத்துத் தோற்று ஓடியவர்கள், இளஞ்சேட் சென்னியும் அறிவுடை நம்பியும் தூண்டி விடுத்த அரசிளஞ் செல்வராவர்; அப் போர் நிகழ்ந்த சின்னாட்கெல்லாம் இளஞ் சேட் சென்னி இறந்தானாக, பாண்டி நாட்டில் அறிவுடைநம்பி மாத்திரம் மதுரையில் இருந்து வந்தான்.

அறிவுரை நம்பி தன் பெயருக்கேற்ப நல்ல அறிவுடையனே; ஆயினும் குடிகளிடம் வரி வாங்குவதில் அவன் தன் அரசியற் சுற்றத் துக்கே முழுவுரிமை வைத்தான்.

அதனால், நாடு யானை புக்க புலம்போலப் பெருங்கேட்டுக்கு உள்ளாயிற்று. அவன் சுற்றத்தாரோ புலவர் பாலும் பிறர்பாலும் பொழுது நோக்குச் செலுத்தி, வரிசையறிந்து ஆற்றும் செயல்திறம் இல்லாதவர்[1]. அதனால் பிசிராந்தையர் முதலிய சான்றோர் தக்காங்கு வேண்டும் அரசியல் நெறிகளை அவனுக்கு அறிவுறுத்தினர். ஆயினும்

---

1. பதிற். 88.
2. பழையன்கோட்டை பிற்காலத்தே பனையன் கோட்டையாய்ப் பாளையங்கோட்டையாய் மருவி விட்டது. தண்ணான் பொருநை தாம்பிரபரணியாய் விட்டது.
3. புறம். 84.

அச் சான்றோர் உள்ளத்தைப் பிணிக்கும செங்கோன்மை இல்லையா யிற்று. அவர் தமது அன்பெல்லாம் உறையூர்ச் சோழனான கோப் பெருஞ் சோழன்பாலே செலுத்தி வாழ்ந்தார்.

பாண்டியனுடைய ''வரிசை யறியாக் கல்லென்'' சுற்றத்தாருள் இளம்பழையன் மாறனும் ஒருவன். அவன் பழையன் கோட்டை யிலிருந்து தன் வேட்டபடி நாட்டை ஆட்சி செய்து வந்தான். அவனுக் குக் கொங்கு நாட்டுப் போரில் உண்டான வீழ்ச்சி சேரமான்பால் பகைமையுணர்வை உண்டாக்கி விட்டது. பழையனுக்குத் தானைத் தலைவனாகவும் அறிவுத் துணைவனாகவும் **வித்தை** என்ற பெயரை யுடைய தலைவன் ஒருவன் இருந்தான். அவன் பாண்டிய நாட்டில் இப்போது திருப்புத்தூர் வட்டம் என வழங்கும் பகுதியில் பிறந்தவன்; அவனது வித்தையூர் இப்போது வித்தியூரென விளங்குகிறது. அவன் தொடக்கத்தில் பாண்டி நாட்டு மோகூரிலிருந்து ஆட்சி செய்த பழையன் என்னும் குறுநிலத் தலைவனுக்கு நண்பனாயிருந்து அவன் வழியினனாகிய இளம்பழையனுக்குத் துணையாய் வந்திருந்தான்.

இளம் பழையனும் வித்தையும் இரும்பொறையோடு போர் தொடுக்கக் கருதி நல்லதொரு சூழ்ச்சி செய்தனர். கோப்பெருஞ் சோழனும் மக்கள் சிலர் உண்டு. அவர்கள் தெளிந்த அறிவும் தகுந்த வினைத் திட்பமும் இல்லாதவர். அவர்களை மெல்ல நண்பராக்கித் தமக்குத் துணைபுரியுமாறு அவர்கள் உள்ளத்தைக் கலைத்தனர். அவர்கள் ஒருவாறு உடன்பட்டுக் கோப்பெருஞ் சோழனைக் கலந் தனர். கோப்பெருஞ்சோழன் சான்றோர் சூழவிருக்கும் சால்பும் மா னவுணர்வும் மலிந்தவன். அவற்குப் பொத்தியார் என்பவர் அறிவுடை அமைச்சராய் விளங்கினார்; அவர் வேந்தற்கு உற்றுழி உயிர் கொடுக் கும் பேரன்புடையவர். மக்கள் கூறுவது கேட்ட கோப்பெருஞ்சோழன், இரும்பொறையின் ஆற்றலையும், படைவலி துணைவலி முதலிய வலிவகைகளையும் சீர்தூக்கி இரும்பொறையோடு பொருவது தற்செய லாகாது; உயர்ந்த நோக்கமும் சிறந்த செய்கையும் உடையவரே உயர்வர்; அவர்கட்கு இம்மையிற் புகழும் மறுமையில் வீடுபேறும் உண்டாகும்; அவ்விரண்டும் இல்லை யென்றாலும், இம்மையிற் புகழுண்டாதல் ஒருதலை[1] என வற்புறுத்தி அவர்கள் கூறிய கருத்தை மறுத்தான். **தன்** மக்கட்கு அவன் கூறிய நல்லறம் இனிதாகத் தோன்ற வில்லை. பழையன் மாறனது சூழ்ச்சி வலைப்பட்ட அவர்களது உள்ளம் தந்தையின் கூற்றையும் புறக்கணித்தது. அவர்களும் பாண்டி நாடு வந்து பழையன் முயற்சிக்குத் துணையாய் வேண்டுவன செய்யத் தலைப்பட்டனர்.

---

1. புறம். 214.

பாண்டி நாட்டுத் தென்காசிப் பகுதியில் கல்லக நாடு என்பது ஒரு பகுதி[1]. அப் பகுதி அரிய காவற்காடு அமைந்து சீர்த்த பாதுகாப் புடைய இடமாகும். அப் பகுதியில் அவர்கள் ஐந்து இடங்களில் வலிய எயில்களை அமைத்துக் கொண்ட சேர நாட்டவரைப் போர்க் கிழுத்தனர். இளஞ்சேரல் இரும்பொறை, பொறையரும் குட்டுவரும் பூழியரும் கலந்து பெருகிய பெரும் படைப்புடன் வந்து கங்கைப் பகுதியில் பாசறையிட்டான்.

கோப்பெருஞ்சோழன் மக்களும் பழையன் மாறனும் கல்லக நாட்டில் அமைத்திருந்த எயில்களைச் செவ்வையாகக் காத்து நின்றனர். போர்க்குரிய செவ்வி எய்தியதும் போர் தொடங்கிற்று. சேரமான் ஒவ்வொரு எயிலாக முற்றி நின்று பொருதத் தலைப்பட் டான். அதனால் அவனுடைய பாசறை இருக்கைக் காலம் நீட்டிப்ப தாயிற்று. அவனது பிரிவு மிக நீண்டது கண்ட இரும்பொறையின் கோப்பெருந்தேவிக்கு ஆற்றாமை பெரிதாயிற்று. அதனைக் குறிப் பால் உணர்ந்த பெருங்குன்றூர் கிழார், இரும்பொறை பாசறையிட் டிருக்கும் இடத்துக்கு வந்தார். அப்போத பகைவர் எயிலொன்று முற்றப் பட்டிருந்தது.

பாசறைக்கண் களிற்றியானைகள் மதம் மிக்கு மறலின; போர் ஏதிராது எயில் காத்தல் ஒன்றே செய்தனர். யானை மறவர், மதம் பட்ட களிறுகளைப் பிடியானைகளைக் கொண்டு சேர்த்து மதம் தெளிவித் தனர். அவ்வாறு செய்தும், பல களிறுகள் மதம் குன்றாமல் மைந்துற் றன. குதிரைகள் போர்க் கோலம் செய்யப் பெற்றுப் பகைவர் போர் தொடுக்காமையால் கனைத்தக் கொண்டிருந்தன. கொடியுயர்த்திய தேர்கள் நிரல்பட நின்ற நிகழ்ந்தன. கிடுகு தாங்கும் வாள் வீரரும் வேல் வீரரும் போர் நிகழாமை கண்டு, தாம ஏந்திய படை விளங்க வேந்தனது ஆணையை எதிர்நோக்கி ஆராவாரித்து நின்றனர். இவ் வண்ணமே நாள்கள் பல கழிந்தன.

பாசறை யிருக்கைக்குப் பெருங்குன்றூர் கிழார் வந்தது வேந்த னுக்குப் பெரு வியப்பை உண்டு பண்ணிற்று. வினைமுற்றி வெற்றி பெறுங்காலையில், பரணர் முதலியோர் போந்து வேந்தனைப் புகழ்ந்து பாடி இன்புறுத்துவது முறை. அம் முறையன்றி, வினை நிகழ்ச்சிக்கண் வருவது வேந்தற்கு வியப்பாயிற்று. அதனை உணர்ந்த சான்றோ ரான கிழார், ''வேந்தே போர் நிகழழமையால் நின் படை முழுதும் போர் வெறி மிகுந்து மைந்துற்றிருக்கிறது; பகைவர் தாமும் போர் எதிர்கின்றிலர்; நாள்கள் பல கழிகின்றன; ஆதலாற்றான், யான்

1. A. R. No. 614 of 1917.

நின்னைக் காணப் பாடி வந்தேன்[1]'' என்றார். வேந்தன் தன் மகிழ்ச்சியைத் தன் இனிய முறுவலாற் புலப்படுத்தினான். சான்றோர் அவனோடே தங்கினர்.

புலமைமிக்க சான்றோர் உடனிருப்பது சூழ்ச்சித் துணையாதலை நன்கு அறிந்தவன் சேரமான்; அதனால் அவன் அவரைத் தன்னோடே இருத்திக் கொண்டான். இரண்டொரு நாட்குப்பின் ஒருபால் போர் தொடங்கிற்று. சேரன் படைமிக்க பெருமிதத்துடன் சென்றது. அவனே அதனை முன்னின்று நடத்தினான். அவனுடைய போருடையும் பெருமித நடையும் பெருங்குன்றூர் கிழார்க்குப் பெருமகிழ்ச்சியைத் தந்தன. பாசறையிடத்திருந்த பார்வல் இருக்கைக் கண் இருந்து அவர் போர்வினையைப் பார்த்துக் கொண்டிருந்தார். பின்னர், வேந்தன் வெற்றி விளங்கத் திரும்பி வந்தான். கண்ட புலவர் பெருந்தகை, ''யானைத் தொகுதியும் கொடி அசையச் செல்லும் தேர்நிரையும், குதிரைப் பத்தியும் ஏனை மறவர் திரளும் ஆகிய நின் தானை அணிகொண்டு செல்லும் செலவு காண்போர்க்கு மிக்க இன்பத்தையே தருகிறது. ஆனால் ஒன்று, இனிது சென்று நன்கு போர் உடற்றியவழி மிக்க அருங்கலங்களை நல்குவது போர்வினை; ஆயினும், நின்னை நேர்பட்டுப் பொருது வீழ்கின்ற பகைவர்கண்கட்கு அச்சத்தையும் அவலத்தையும் அன்றோ அது தருகிறது[2]'' என்று இனிய இசையோடு பாடினார். ''போர்ச் செலவுக்கு அவ்வியல்பு இல்லையாயின், அது நன்மையும் தீமையுமாகிய பயன்களை விளைக்காதன்றோ?'' என வேந்தன் கூறினன். சான்றோரும் ''ஆமாம்'' எனத் தலையசைத்தனர். ''இதுபற்றியே, அறிவுடையோர் போர்வினையைத் தவிர்த்தற்கு எப்போதும் முயன்று கொண்டிருக்கின்றனர்'' எனச் சேரமான் கூறி முடித்தான்.

மறுபடியும், ஒருபால் போர் தொடங்கிற்று; சேரமான் படை மறவர்களுள், பூழியர் யானைகளைத் தொழில் பயிற்றுவதில் கைதேர்ந்தவர். அவர்களுடைய யானைகள் மழைமுகிலின் முழக்கங் கேட்டாலுமே அதனைப் போர் முரசின் வெம் முழக்கம் எனக் கருதி வெனில் கட்டை அறுத்துக் கொண்டு வெளிவரும் வீறுடையவை. அவைகள் ஒருபால் அணி வகுத்துச் சென்றன. குதிரைப்படை, கடலலை போல் வரிசை வரிசையாய் வந்தன. வேல் வாள் வில் முதலிய படை ஏந்தும் மறவர் போர் தொடங்கினர். சிறிது போதிற் கெல்லாம் பகைவர் படை உடைந்து ஓடலுற்றது.

கோப்பெருஞ்சோழன் மக்களும் பழையன் மாறனும் அந் நிலையிலேயே அடிபணிந்து சேரமானது அருளும் நட்பும் பெற்றிருக்கலாம்.

---

1. பதிற். 82. 2. பதிற். 83.

அது செய்யாது, செருக்கொன்றே சீர்த்த துணையாகப் பற்றிக் கொண்டு கடும்போர் உடற்றினர். மண்டிச் சென்று பொருதற்குரிய தண்ணுமை முழக்கம் கேட்டதுமே, சேரர் படைமறவர் பகைவரது படையகத்துட் புகுந்து எண்ணிறந்த மறவர்களையும் களிறுகளையும் குதிரைகளையும் கொன்று குவித்தனர். தேர்கள் சிதறுண்டு காற்றிற் பறந்தன. பகைவர் படைத்திரள், எதிர்க்கு வலியின்றி ஈடழியக் கண்டதும், நெடிது பெய்யாதிருந்து, பின்பு மழை நன்கு பெய்த விடத்துப் புள்ளினம் ஆரவாரிப்பது போல, இரும்பொறையத பாசறை யில் மறவர் பேராரவாரம் செய்தனர்[1]. பழையன் மாறன், இந் நிலை யில் தான் உயிர் உய்வது அரிது என அஞ்சி, மேலும் தானை கொணர் வதாகச் சோழர்கட்குச் சொல்லிவிட்டு ஓடிவிட்டான். சோழர்களும் தாம் இருந்த எயிலின் கண் இருந்து மானத்தோடு போர் செய்யக் கருதித் தோற்றோடிய பழையன் வரவை எதிர்நோக்கியிருந்தனர்.

பாசறையில் இருந்த களிறுகள் போர்க்கருத்தோடு இங்குமங்கும் உலாவின; குதிரைகள் வீரரைச் சுமந்து கொண்டு பகைவர் வரவு நோக்கித் திரிந்து கொண்டிருந்தன. தேர்கள் தம் வீரர் குறிப்பின்படி இயங்கின. இரவுப் போதினும், தோளில் தொடி விளங்கப் போரில் மடிந்து புகழ் நிறுவும் வேட்கை கொண்டு அரிய வஞ்சினம் கூறிக் காவல் புரிந்தனர் காவல் மறவர்[2].

இவ் வகையில் நாள்கள் சில சென்றன. இரவிலும் பகலிலும் ஒற்றர் கூறுவனவற்றை எண்ணிப் பகைவர்களை வேரோடு தொலைக்கவும் அவரது நாட்டை அழிக்கவும் வேண்டிய குறிப்பி லேயே இரும்பொறையின் உள்ளம் ஈடுபட்டது. அதனால், அவனது மனம் வெவ்விய சினத் தீயால் வெந்து கரிந்து அருள் என்பதே இல்லையாமாறு புலர்ந்து விடுமோ என்ற பெருங்குன்றூர் கிழார் அஞ்சினார். ஒருகால், அவன் மகிழ்ந்திருக்கும் செவ்வி கண்டு, அவரோடு சொல்லாடலுற்று, ''வேந்தே, முன்பு விச்சிக்கோவும் வேந்தர் இருவரும் கூடிச் செய்த கொங்கு நாட்டுப் போரில் பகைவர் பாற் பெற்ற பொற்கலங்களை உருக்கிக் கட்டிகளாக்கி இரவலர்க் கும் பரிசிலர்க்கும் வரைவின்றி நல்கினை. அங்குள்ள கொல்லி மலைப் பகுதி மணம் மிகுந்த இருள்வாசிப்பூவும் பசும்பிடியும் சிறக்கவுடையத. நின் தேவி அவற்றைத் தன் கூந்தலில் விருப்பத் தோடு சூடிக்கொள்வள். அக் கூந்தல், தன்பால் மொய்க்கும் வண்டினத் தின் நிறம் விளங்கித் தோன்றாவாறு விளங்குவது; கூந்தற்கேற்ற ஒளிதிகழும் நுதலும், அழகுமிகும் அணிகளும், குழையளவும் நீண்டு ஒளிரும் கண்களும், பெருந்தகைமைக்கு இடமெனக் காட்டும் மென் மொழியும், அருளொளி பரப்பும் திருமுகமும் பிரிவின்கண் மறக்கத்

1. பதிற். 84. 2. பதிற். 81.

தகுவனவல்ல; நீ பிரிந்திருப்பதால் நாளும் கண்ணுறக்கமின்றி முகம் வாடி நுதல் ஒளி மழுங்கி இருக்குமாதலின், ஒரு நாளைக்கு நீ நின் தேவியைக் காண்பது குறித்துத் தேரேறுவாயாயின், தேவியும் பிரிவுத்துயர் நீங்கித் தெளிவு பெறுதல் கூடும். பன்னாட்களாய்க் கண்ணுறக்கமின்றி அடைமதிற்பட்டு அமைந்திருக்கும் அரசரும் சிறிது கண்ணுறங்குவர்; பின்னர் அவரும் போரெதிவர்; நீயும் வெல்போர் உடற்றி வீறுபெறுவாய்[1]'' என்றார். மனம் மாறிய வேந்தன் அவ்வாறே வஞ்சிநகர் சென்றன்.

சின்னாட்கெல்லாம் சேரமான் வந்து சேர்ந்தான். அவனுடைய செலவும் வரவும் பிறர் எவரும் அறியா வகையில் நடந்தன. இவ்வாறே பழையன் மாறனும் துணைப்படையொன்று கொணர்ந்தான். போரும் கடிதில் தொடங்கிற்று. முற்றியிருந்த எயில்கள் பலவும் சேரர் படை வெள்ளத்தின் முன் நிற்க மாட்டாது சீரழிந்தன. புதுப்படையும் பழம் படையும் கலந்து நின்ற பகைவர் படை வலியிருந்த கெட்டது. எஞ்சியவற்றுள் சோழர் படை எதிரே காட்சியளித்தது; சேரமான், 'சென்னியர் பெருமானை என்முன் கொணர்ந்து நிறுத்துக'' என ஆணையிட்டான். கோப்பெருஞ்சோழன் மக்கள், பழையன் மாறனுக்கு துணை வந்திருப்பது சேரமானுக்கு மிக்க சினத்தை உண்டாக்கியது. இச்செய்தியைத் தானைத் தலைவர்கள் படை மறவர்க்குத் தெரிவித்த ஓசை, சோழருடைய படைமறவர் செவிப்புலம் புகுந்தது. சோழன் மக்கள் மானமிழந்து இருந்தவிடம் தெரியாதபடி ஓடிவிட்டனர். சோழர் படைமறவர் தாம் ஏந்திய வேல்களைக் களத்தே எறிந்துவிட்டு ஓடினர். அவர்கட்குத் தக்கது சொல்லித் தேற்றிச் சந்துசெய்விக்கக் கருதிய பெருங்குன்றூர் கிழார் திரும்பி வந்து, ''வேந்தே, நீ நின் தானைக்கிட்ட ஆணை கேட்டதும், சோழர் படையை எறிந்து விட்டு ஓடிய வேல்களை எண்ணினேன். ஒன்று நினைவிற்கு வந்தது. பண்டொரு நாள் நின் முன்னோர், தன் மேல் நின்று காணின் நாடு முழுதையும் நன்கு காணத்தக்க உயர்ச்சி பொருந்திய குன்றின்கண் உள்ள நறவூரின்கண்ணே இருந்தனர். அவரது நாண்மகிழ் இருக்கையாகிய திருவோலக்கத்தைக் கபிலர் என்னும் சான்றோர், இன்றும் கண்ணிற் காண்பது போல அழகுறப் பாடியுள்ளனர்; அவருக்குக் கொங்க நாட்டுக்குன்றேறி நின்று கண்ணிற் பட்ட ஊர்களையெல்லாம் கொடுத்தனர். அன்று கபிலன் பெற்ற ஊர்களினும் சோழர் எறிந்த வேல்கள் பலவாகும்[2]'' என்று பாடினர். இரும்பொறை அவர்க்குப் பன்னாறாயிரம் காணம் பொன்னும் நிலமும் தந்து மகிழ்வித்தான்.

---

1. பதிற். 81
2. பதிற். 85.

இனி அஞ்சியோடினும், சேரமான் தன்னை இனிது இருக்க விடான் என்று நினைத்து மனங்கலாகிய இளம் பழையன் மாறன், பெருஞ் செல்வங்களையும் பெறற்கரிய கலங்களையும் திறை தந்து பணிந்து புகலடைந்தான். அவற்றைப் பெற்றுக் கொண்டு பழைய னுக்குப் புகல் அளித்த சேரமான் இளஞ்சேரலிரும்பொறை, அவற்றைத் தன் வஞ்சி நகர்க்குக் கொணர்ந்து பரிசிலர்க்கும் இரவலர்க்கும் எல்லார்க்கும் வரைவின்றி வழங்கினான். பழையன் மாறனும் அவன் ஆணைவழி நின்று ஒழுகலானான்.

தன் கருத்துக்கு மாறாகப் பழையனோடு கூடிச் சென்று, சேரமானுடன் பொருது, தோற்றோடி வந்த மக்கள் செயல் தன் புகழ்க்கு மாசு தரக் கண்டான் கோப்பெருஞ் சோழன். அவனுக்கு அவர்கள் மேல் அடங்காச் சினமுண்டாயிற்று. அவர்களும் கோப்பெருஞ் சோழனது மான மாண்பை உணராது அவனையே எதிர்த்து நின்றனர். சோழர் குடிக்குரிய பெரும் புகழைக் கொன்ற அவர்களைக் கொல் வதே கருமம் என அவன் தானைபண்ணிப் போர்க்கெழுத்தான். உடனே, அங்கிருந்த புல்லாற்றார் எயிற்றியனார் என்னும் நல்லிசைச் சான்றோர், அவனது பெருஞ் சினத்தைத் தணித்து, அறநெறியை எடுத்துரைத்தனர். சோழனும் மானவுணர்வும் மறமாண்பும் இல்லாத மக்களோடு உயிர் வாழ்வதை விட, அறம் நோற்று வடக்கிருந்தொழி தல் நன்று எனத் தேர்ந்து உறையூர்க்கு வடக்கில் காவிரி யாற்றின் இடைக்குறையில் தங்கி வடக்கிருந்து உயிர் துறந்தான். எயிற்றிய னாரது புல்லூற்றூர் இடைக்காலத்தில், பில்லாறு என மருவி, ''இராச ராச வளநாட்டப் பாச்சில் கூற்றத்துப் பில்லாறு[1]'' என நிலவி இருப் போது மறைந்து போயிற்று. திருவெள்ளறை, கண்ணனூர் முதலி யவை இப் பாச்சில் கூற்றத்தைச் சேர்ந்தவை.

இது நிற்ப, பின்பொருகால், கொங்கு நாட்டின் வடபகுதியான குறும்புநாட்டுப் பூவானி யாற்றின் கரைப் பகுதியில் வாழ்ந்த குறுநிலத் தலைவர்கள் சேரமானுக்கு மாறாகக் குறும்பு செய்வாராயினர். இந் நாளில் பவானி என வழங்கும பெயர், பண்டை நாளில் வானியென்றே வழங்கிற்று; இதற்குக் கோபிசெட்டிபாளையும் வட்டத்தில் வானி யாற்றின் கரையில் உள்ள வானிப்புத்தூரே சான்று பகருகிறது. இடைக் காலத்தில் இதற்குப் பூவானி என்றும், அதனால் இதனைச் சார்ந்த நாட்டுக்குப் பூவானி நாடு என்றும் பெயர் வழங்குவதாயிற்று. சீவில்லிப் புத்தூர்ப் பகுதியில் குடமலையில் தோன்றிவரும் சிற்றாறு மாட்டில் பூவானி என்ற பெயர் திரியாது இன்றும் நிலவி வருகிறது.

---

1. A.R. No. 126 of 1936-7.

இனி குறும்பு செய்தொழுகிய குறும்பர்களை அடக்குதற்குப் பெரும்படையொன்று கொண்டு இரும்பொறை அப் பகுதிக்குச் சென்றான். சேரமான் ஓரிடத்தே பாசறையிட்டிருக்கையில், குறும்பர் கள் தம் படையுடன் போந்து போர் செய்தனர். சிறிது போதிற்கெல்லாம் சேரமான் பாசறையில் ஒரு பேராரவாரம் உண்டாயிற்று. பெருங்கன் றூர் கிழார் விரைந்து அங்கே சென்ற அதற்குரிய காரணம் அறிந்து வந்தார். அவர், ''வேந்தே, நின் அடிபணிந்து வாழும் திறமறியாது பொருது நிற்கும் குறுநில மன்னர், களிற்றின் காற்கீழ்ப் பட்ட மூங்கில் முளைபோல அழிவது திண்ணம். போர் தொடங்குமாறு நின் தானைத் தலைவர் தண்ணுமை முழக்கினர்; உடனே மறவர் பலரும் பகைவரது படைக்குட் புகுந்து மறவர்களையும் களிறு முதலிய மாக்களையும் கொன்று குவித்தனர். அதுகண்டு பாசறையிலுள்ளார் பேராரவாரம் செய்தனர்; வேறொன்றும் இல்லை[1]'' என்றார்.

போர் நடப்பதைப் பெருங்குன்றூர் கிழார் ஒருபால் இருந்து நோக்கினார். இரும்பொறையின் பெரும்படை மறவர் கடுஞ்சமர் புரிவதும், பகைமறவர் பலர் பலராக மடிந்து வீழ்வதும் கண்டார். அவர் நெஞ்சில் குறுநிலத்தவர்பால் இரக்கம் பிறந்தது. வேந்தனைக் கண்டு, ''வேந்தே, யான் பகைப்படைத் தலைவரிடம் சென்று நினது படைமாண்பை எடுத்தோதி, அவர்கள் வந்து நின் திருவடியைப் பணிந்து அருள் பெறுமாறு செய்யக் கருதுகின்றேன்'' எனச் சொல்லி விடை பெற்றுக் கொண்டு சென்றார். கருதியவாறே, பகை மன்னர் களைக் கண்டு வேண்டுவனவற்றை எடுத்தோதினார். அவர்கள், ''இரும்பொறையோ வெப்புடைய ஆண்டகை; பகைவரை அருளின் றிக் கொலை புரிபவன். அவனுடைய போர்க்களம் மறவரது குருதி தோய்ந்து நெடுநாள் காறும் புலால் நாறிக் கொண்டிருக்கும். அவன் அருளின்றிச் செய்தன பல'' எனப் பெருங்குன்றூர் கிழாரது மனமும் மருளுமாறு மொழிந்தனர். அவர்கட்கு அவர், 'தலைவர்களே, போர்க் களம் குருதிப் புலவு நாறப்பகைவரைக் கொன்றழிக்கும் வெந்திறல் தடக்கை வென்வேறு பொறையன் என்று பலரும் கூற, யானும் கேட்டு, அவனை வெப்புடைய ஆடவன் என்றே கருதினேன்; பின்பு, யான் அவனை நேரிற் சென்ற கண்டேன். தனது நல்லிசை இந் நில வுலகில் நிலைபெற வேண்டும் என்ற ஆர்வமும், அதற்கேற்ப இல் லார்க்கு வேண்டுவன நல்கி அவரது இன்மைத் துயரைப் போக்கு வதிற் பேரூக்கமும் உடையனாதலைக் கண்டேன். அவன், தான் செய்யும் செய்வினையின் நலம் தீங்குகளை நாடிச் செய்யும் நயமுடை யவன். பாணர் பொருநர் முதலிய பலரையும் பரிவோடு புரக்கும் பண்புடையவன்; சுருங்கச் சொன்னால், புனலிற் பாய்ந்து ஆடும்

1. பதிற். 84.

மகளிர் இட்ட காதணியாகிய குழை எத்துணை ஆழத்தில் வீழ்ந்தாலும் தன் தெளிவுடைமையால் அவர்கள் எளிதில் கண்டெடுத்துக் கொள்ளத் தக்க வகையில் தெளிந்து காட்டும் வானியாற்று நீரினும், சேரமான் மிக்க தண்ணிய பண்புடையன்[1] என்று கூறித் தெருட்டினார். அவர் களும் அவர் சொல்லிய வண்ணமே இரும்பொறையால் புகலடைந்து அவ்வாறு அருள்பெற்று அவன் ஆணைவழி நிற்பாராயினர்.

இனி, குட்ட நாட்டின் தெற்கிலுள்ள வேணாட்டில் மரத்தை நகரைத் தலைமையிடமாகக் கொண்டு வேளிர்கள் ஆட்சி செய்து வந்தனர். இமயவரம்பன், செங்குட்டுவன் முதலிய பேரரசர் காலத்தில் சேரநாடு தென்பாண்டி நாடு முழுவதும் பரந்திருந்தமையின், மரத் தையோர் அவர்கட்குக் கீழ்ச் சிற்றரசர்களாய்த் திகழ்ந்தனர். இந்த மரத்தை நகர் மேனாட்டு யவன ஆசிரியர்களால் மருந்ததை (Marunda) என்று குறிக்கப்படுகிறது. இப்போது நாஞ்சில் நாட்டுக் கல்குளம் வட்டத்தில் இருக்கும் மண்டைக்காடு என்பது பண்டை நாளை மரத்தை யாகவும் இருக்கலாம் என்று கருதுவோரும் உண்டு. ஒருகால் இம் மரத்தையோர் இளஞ்சேரல் இரும்பொறையால் பிணக்கம் கொண்டு வேறுபட்டனர். அவர்கட்கு அவன் சான்றோரைக் கொண்டு நல்லறிவு கொளுத்தித் தன் ஆணைவழி நிற்குமாற பண்ணினான். அதனால் மரந்தையோர் பொருநன் என்ற சிறப்பை இரும்பொறை பெற்றான்.

தான் சென்ற இடங்களிலெல்லாம் சீரிய வெற்றி பெற்றது குறித்துத் தன் முன்னோரைப் போலவே இரும்பொறையும் அயிரை மலைக்குச் சென்று கொற்றவையைப் பரவினான். குடவரம் குட்டு வரும் பொறையரும் பூழியரும் கொங்கரும் மரத்தையோரும் பிறரும் வந்திரந்தனர். பெருங்குன்றூர் கிழார், விறலி யொரத்தியை நோக்கி, ''பொறையன், சந்தனமும் அகிலும் சுமந்து செல்லும் யாற்றில் ஓடும் வேழப் புணையினும் மிக்க அளியன்; அவன்பாற் செல்க; சென்றால் நல்ல அணிகலன்களைப் பெறுவாய்[2]'' என்ற ஆற்றுப் படைப்பாட் டைப் பாடி இன்புறுத்தினார்.

சின்னாட்குப்பின், நம் குடக்கோ, அறவேள்வியொன்று செய் தான். பல நாட்டுகளிலிருந்தும் சான்றோர் பலர் வந்திருந்தனர். அவ் வேள்வியை அவனுடைய அமைச்சருள் ஒருவனான மையூர் கிழான் என்பான் முன்னின்று நடத்தினான். இந்த மையூர் இப்போது தேவி குளம் என்ற பகுதியில் உளது. இங்கே பழங்காலக் கற்குகைகளும் வேறு சின்னங்களும் உண்டு. வேள்வி ஆசானாகிய புரோகிதன் முறையோடு சடங்குகளைச் செய்து வருகையில் தவறொன்றைச் செய்து விட்டான். மையூர் கிழான் அதனை எடுத்துக் காட்டினான். அது

1. பதிற். 86.   2. பதிற். 87.

குறித்துச் சொற்போரும் ஆராய்ச்சியும் நடந்தன. மையூர்கிழான் கூறுவதே சிறந்ததாக முடிவாயினமையின் அவனையே வேள்வி யாசானாய் இருந்து வேள்வியை முடிக்குமாறு வேந்தன் ஆணையிட் டான்.

அந் நிலையில் பெருங்குன்றூர் கிழாரும் வந்து சேர்ந்தார். அவர் வருகையை வேந்தன் வியப்போடு நோக்கினான். அவன் நோக்கத்தைப் பெருங்குன்றூர் கிழார் அறிந்து கொண்டு, ''மாந்தரன் மரகனே, இனிய நீர் போலும் தண்மையும், அளப்பரும் பெருமை யும், குறையாச் செல்வமும் கொண்டு, விண்மீன்களின் இடைவிளங் கும் திங்கள் போலச் சுற்றம் சூழ இருக்கின்றாய், நீயோ உரவோர் தலைவன்; கொங்கர்கோ; குட்டுவர் ஏறு, பூழியர்க்கு மெய்ம்மறை; மரந்தையோர் பொருநன்; பாசறை இருக்கம் வயவர்க்கு வேந்து; காஞ்சி மறவரான சான்றோர் பெருமகன்; ஓங்கு புகழ் கொண்ட உயர்ந்தோன். எல்லாவற்றிற்கும் மேலாக, நீ காவிரி நாடு போன்ற வண்மையும், கற்புறு பொற்பும, கலங்காத நல்லிசையுமுடைய நல்லாளுக்குக் கணவன்; நின்வாழ் நாள் வெள்ள வரம்பினவாக என உள்ளிக் காணவந்தேன்[1]'' என்றார். அப் பாட்டின் நலம் கண்டு சான்றோர் பலரும் அவரது புலமையை வியந்து பாராட்டினர். வேந்தனும் அவர்க்கு மிக்க சிறப்புகளைச் செய்தான்.

பின்பு, அங்க நடைபெற்ற வேள்வியில் புரோகிதன் தவறு செய்ததும் மையூர் கிழான் எடுத்துக் காட்டியதும் வேந்தன் முடிவு கூறியதும் சான்றோர்களால் பெருங்குன்றூர் கிழார் அறிந்தார், அவர், வேந்தனை நோக்கி, ''பொறை வேந்தே, வேள்விச் சடங்குகட்குரிய விதிவிலக்குரைகளின் பொருள் காண்பதில் பண்டை ஆசிரியர்களின் வகுத்தறிவது நம்மனோர்க்கு அரிது; உண்மை காணவேண்டின் சதுக்கத் தேவரைக் கேட்பது தக்கது;

'தவமறைந் தொழுகும் தன்மை யிலாளர்
அவமறைந் தொழுகும் அலவற் பெண்டிர்
அறைபோ கமைச்சர் பிறர்மனை நயப்போர்
பொய்க் கரியாளர் புறங்கூற் றாளர்என்
கைக்கொள் பாசத்துக் கைப்படுவோர் எனக்
காத நான்கும் கடுங்குரல் எடுப்பிக்
பூதம் புடைத்துணும் பூதசதுக்கத்தின்[2]'

இயல்பு இது; இத் தெய்வம் காவிரிப்பூம்பட்டினத்தில் இருப்பது; பார்ப்பனி மருதியென்பாள் தன் குற்றத்தைத் தானே யறியாது 'யான் செய்த குற்றத்தை அறிகில்லேன்[3]

1. பதிற். 90. 2. சிலப். V. 128-34. 3. மணி. 22:54.

என்று சதுக்கப் பூதரைக் கேட்டு உண்மை தெரிந்த வரலாறு நாடறிந்த தொன்று'' என எடுத்துரைத்தார்.

அங்கிருந்த சான்றோரும் வேந்தரும் வஞ்சிநகர்க் கண் பூத சதுக்கம் அமைக்க வேண்டுமென வேந்தனை வேண்டிக் கொண் டனர். சின்னாட்களில் பூத சதுக்கம் அமைத்துச் சாந்தி விழாவும் செய்யப்பட்டது. விழாவின் இறுதியில் வந்திருந்த சான்றோர் பலரும் குடக்கோ இளஞ்சேரல் இரும் பொறையை வாழ்த்தினர். பெருங்குன் றூர் கிழார், ''மழை தப்பாது பொழிக, கானம் தழைக்க; மாவும் புள்ளும் வண்டினமும் பிறவும் இனம் பெருகப் புல்லும் இரையும் தேனும் இனிதுண்டு இன்புறுக; இவ்வாறு நன்பல வூழிகள் செல்க; கோல் செம்மையாலும், நாட்டவர் நாடோறும் தொழுதேத்தலாலும், உயர்ந் தோர் பரவுதலாலும் அரசுமுறை பிழையாது செருவிற் சிறந்து கற்புடைக் காதலியுடன் நோயின்றிப் பல்லாண்டு வேந்தன் வாழ்க[1]'' என்று வாழ்த்தினர்.

இளஞ்சேரல் இரும்பொறை, ''மருளில்லார்க்கு மருளக் கொடுக்க என்று உவகையின் முப்பத்தீராயிரம் காணம் கொடுத்து அவர் அறி யாமை, ஊரும் மனையும் வளமிகப் படைத்து, ஏரும் இன்பமும் இயல்வரப் பரப்பி'', ''பெருங்குன்றூர் கிழார்க்கு எண்ணறகாகா அருங்கல வெறுக்கையொடு பன்னூறாயிரம் பாறபட வகுத்துக் காவற் புறம் விட்டான்'' என்ற பதிற்றுப்பத்தின் பதிகம் கூறுகிறது.

குடக்கோ இளங்சேரல் இரும்பொறை பதினாறாண்டு அரசு வீற்றிருந்தான்.

13. சேரமான் பாலை பாடிய பெருங்கடுங்கோ

மலையாள மாவட்டத்து, இப்போது வயனாடு எனப்படும் பகுதிக்குப் பண்டைக்காலத்திலும் இடைக்காலத்திலும் பாயல் நாடு என்ற பெயர் வழங்கினமை சங்க நூல்களும்[2] கல்வெட்டுகளும்[3] குறிக்கின்றன. அப் பகுதியிலுள்ள குடமலைத் தொடர்க்குப் பாயல் மலை என்பது பெயர். மலையாளத்துக் குறும்பர் நாடு வட்டத்தின் ஒரு பகுதிக்கும் பாயல் நாடு என்றே இன்றும் பெயர் வழங்குகிறது.

இப் பாயல் நாட்டின் வேறொரு பகுதிக்குக் கடுங்கோ நாடு என்பது பெயர். வள்ளுவ நாடு மாவட்டத்தில் இன்றும் கடுங்கோவூர்,

---

1. பதிற். 89. 2. புறம். 398.
3. Coorg. Ins. Vol. i. Introduction P. 3.

கடுங்கோபுரம் எனப் பெயர் தாங்கிய ஊர்கள் இருக்கின்றன. அந்நாட்டி லிருந்து அரசு புரிந்தவர் கடுங்கோ எனப்படுவர். அந் நாடு செல்வக் கடுங்கோ வாழியாதன் காலத்திலோ அவற்கு முன்னோ இப்பெயரை எய்தியிருக்கலாம். இந் நிலையில் தென்பாண்டி நாட்டில், கொற்கை, ஆற்றூர் முதலிய ஊர்கள் இருக்கும் பகுதிக்குக் குடநாடு என்றும் கடுங்கோ மண்டலம்[1] என்றும் பெயர் உண்டு; குட நாட்டுப் பிரம தேயம் கடுங்கோ மங்கலமான உலகுய்ய வந்த பாண்டியச் சதுர்வேதி மங்கலம் எனவரும் ஆற்றூர்க் கல்வெட்டொன்றும்[2] ஈண்டு நினைவு கூரத் தக்கது. வேள்விக்குடிச் செப்பேட்டில்[3] காணப்படும் பாண்டி வேந்தர் நிரலில் முன்னோனாக வரும் கடுங்கோவின் பெயரால் இத் தென்பாண்டி நாட்டுப் பகுதி இவ்வாறு கடுங்கோ மண்டலம் எனப் படுவதாயிற்று. ஈங்கு நாம் காணும் கடுங்கோ, பொறை நாட்டுச் சேர வேந்தராவர். தென்பாண்டி நாட்டில் காணப்படும் கடுங்கோ பாண்டியனாவன். தென்பாண்டி நாட்டுப் பகுதிக்குக் கடுங்கோ மண்டலம் என்பதோடு குடநாடு என்ற பெயரும் இருப்பது நோக்கின், பாண்டியனான கடுங்கோ, இப்பொறை நாட்டுக் கடுங்கோ வழியன னாகலாம் என்றும், அவனுடைய முன்னோர் தமது நாட்டை நினைவு கூர்தற் பொருட்டு இத் தென் பாண்டி நாட்டுப் பகுதியைக் குடநாடு என்று வழங்கியிருக்கலாம் என்றும், கடுங்கோவுக்குப் பின் குடநாடு கடுங்கோ மண்டலமாகியிருக்கலாம் என்றும், எனவே, பொறை நாட்டுக் கடுங்கோக்களுக்கும் தென்பாண்டி நாட்டுக் குடநாட்டுப் பகுதியை யாண்ட கடுங்கோவுக்கும் தொடர்பு இருந்திருக்கலாம் என்றும் நினைத்தற்குப் போதிய இடம் உண்டாகிறது. இவ்வாறே நாவரசர் காலத்தில் தென்குமரிப் பகுதி கொங்கு நாடு[4] எனப் பெயர் எய்தியதற்கும் காரணம் இல்லாது போதற்கு இடனில்லை என அறிய லாம்.

இது நிற்க, பெருங்கடுங்கோ, இளங்கடுங்கோ என்பன இக் கடுங்கோ நாட்டு வேந்தர் பெயராதலை அறிய வேண்டும். பாலை பாடிய பெருங்கடுங்கோ நன்னனது ஏழில்மலை நாட்டைப் பாராட்டிப் பாடுகின்றார். கொண் கானநாடு பொன்வளமுடையது என்றும், அந் நாடு நன்னனுக்கு உரியது என்றும், அந்நாட்டில் ஏழில்மலை சிறந்த தொரு மலை என்றும், பெறுதற்கரிய பேறுகளுள் அவ் வேழில்மலை சிறந்தது என்றும் கூறுகின்றார். இதனால், இவர் நன்னன் வாழ்ந்த காலத்தார் என்பது பெறப்படும். ஆயினும் இந்த நன்னன் வேறு. களங்காய்க் கண்ணி நார்முடிச்சேரல் காலத்தில் வாழ்ந்த நன்னன் வேறு.

---

1. A. R. No. 391 of 1930.   2. A. R. No. 468 of 1930.
3. Epi. India. Vol. xvii. No. 16.
4. திருநாவுக். 213:2.

பெருங்கடுங்கோவின் பாட்டுகளில் வரும் அரிய உவமங்களும் கருப்பொருள்களும் கருத்துகளும் இவரது பரந்து பெரும் புலமையை விளக்குவனவாகும். இவரது நுண்மாண் நுழைபுலப்பெருமையை ஒருவன் இனிதெடுத்துக் கூற விரும்பின், அஃது ஒன்றே ஒரு தனித்த பெரு நூலாகும் பெருமையுடையது, கருத்துகளின் பொருட்கவினும், அவற்றை வெளிப்படுத்தும் சொல் வழக்கும், இயற்கைக் காட்சி களைப் படிப்போர் மனக்கிழியிற் பொறிக்கும் சொல்வளமும், உலகிய லறியும், உயரிய நோக்கங்களும் சொல்வளமும், உலகியலறியும், உயரிய நோக்கங் களும் படிக்குந்தோறும் வற்றாத இன்பம் சுரப்பவை யாம். அரசரிற் பிறந்து அரசரில் வளர்ந்து அரசு முறைக்குரிய கலை பலவும் கற்றுத் துறைபோகிய இப் பெருங்கடுங் கோவின் பெருமை நம் தமிழ்மொழிக்கே சிறப்பாக விளங்குகிறது. ''கற்றறிந்தார் ஏத்தும் கலி'' எனப்படும் கலித்தொகையைக் கோத்த நல்லந்துவனார், பிற ஆசிரியர் எவரும் வைக்காதொழிந்த பாலைத் திணைப்பாட்டை முதற்கண் வைத்து முறைசெய்து கோத்ததற்குக் காரணம் அப் பாட்டை இப் பெருங்கடுங்கோ பாடியது பற்றியே எனின் ஒரு சிறிதும் அது மிகையாகாது.

வெயில் தெறுதலால் வெம்மை மிகுந்து வெம்பிய அருஞ் சுரத்தைக் கூறக் கருதும் பெருங்கடுங்கோ, கோல் கோடிய வேந்தன் கொலையஞ்சா வினையாளரைக் கொண்டு அறநெறியைக் கைவிட்டுக் குடிகள் வயிறு அலைத்துக் கூக்குரலிட்டு அழஅழப் பொருள் கவர்ந்து கொள்வானாயின், அவனது நாடு எவ்வாறு பொலிவழிந்து கெடுமோ, அவ்வாறே உயரிய மரங்கள் உலறிப் பொலிவின்றியிருக்கின்றன[1] என்று கூறுகின்றார். காதலனைப் பிரிந்துறையும் கற்புடைய மக ளொருத்தியின் வருத்தத்தை, ''ஆள்பவர் கலக்குற அலைவுற்ற நாடு போல், பாழ்பட்ட முகத்தோடு பைதல்கொண்டு அமைவாளோ[2]'' என்றும், அந் நிலையில் இளவேனில் காலம் வர அதனைக் காணும் தோழி அவ் வேனிலை வெறுத்து, பேதையை அமைச்சனாகவுடைய பீடிலா மன்னன் ஒருவனுடைய நாட்டில் பகையரசர் எளிதில் வந்து புகுவதுபோல இளவேனில் வந்தது[3] என்றும் கூறுவன அவரது அரசிய லுணர்வை வெளியிடுகின்றன.

உள்ள பொருள் செல்வாகித் தொலைந்தமையால் இரப்பவரும், அறவே ஒன்றும் இல்லாது வறுமையால் இரப்ப வரும், வேண்டு மளவு பொருளில்லாமையால் இரப்பவரும் என இரப்போருள் பல வேறு வகையினர் உண்டு. இப்பெற்றியோர்க்குச் சிறிதளவேனும் ஈத்தொழிவது சிறப்பு; ஒன்றும் ஈயாமை இழிவு[4] என்பது இக் கடுங்கோ

1. கலி. 10. 2. கலி. 5. 3. கலி. 27. 4. கலி. 1.

கூறும் அறிவுரை. நிலைபேறில்லாத செல்வப் பொருளை உயிர்க்கு உறுதுணையாகும் நிலையுடைய பொருள் என உணர்வது மயக்க வுணர்வு. பொருளில்லார்க்குக் காதலர் யாது செய்வர் என்று ஏதிலார் கூறுவர்; அவர் சொல் கொள்ளத் தகுவதன்று. செம்மை நெறியி லன்றிப் பொருள் செய்பவர்க்கு அஃது இருமையும் பகை செய்யும்[1]. வளமை எக் காலத்தும் செய்து கொள்ளப்படும் எளிமையுடையது; இளமையோ கழிந்தபின் பெறல் அரிது;[2] இன்னோர் என்னாது பொருள் தான் பழவினை மருங்கிற் பெயர்பு பெயர் மறையும்;[3] ஒருவர்பால் கடன் கேட்குங்கால் கடன் வாங்குவோர் முகம் இருக்கும் இயல்பு வேறு; அக் கடனைத் திரும்பத் தருங்கால் அவர் முகம் இருக்கும் இயல்பு வேறு; இவ்வாறு முகம் வேறுபடுவது முற்காலத்து இவ் வுலகில் இயற்கை; இப்போது அது புதுவதாக இல்லை[4]. கண்ணிற் கண்ட போது சிறப்புச் செய்து புகழ்பல கூறி, நீங்கியவழி அச் சிறப்புச் செய்யப் பட்டோருடைய பழியை எடுத்துத் தூற்றுவதும், செல்வமுடையாரைச் சேர்ந்திருந்து, அவரது செல்வத்தைக் கூடியிருந்து உண்டு அது குறைந்தபோது அவர்கள் உதவாதொழிவதும், நட்புக் காலத்தில் ஒருவருடைய மறை (இரகசியம்) எல்லாம் அறிந்து கொண்டு, பிரிந்த காலத்தில் அவற்றை எடுத்துப் பிறரெல்லாம் அறிய வுரைப்பதும் தீச் செயல்களாகும்;[5] முன்பு தமக்கு ஓர் உதவியைச் செய்து தம்மை உயர்த்த முயன்ற ஒருவர் தாழ் வெய்துவராயின், இயன்ற அளவு முயன்று கூடியதொன்றைச் செய்வரே பீடுடையோராவர்;[6] ஆடவர்க்கு உழைப்பே உயிர்; மனையுறையும் மகளிர்க்கு அவ்வாடவர் உயிர்;[7] தம்பால் உள்ள பொருளைச் சிதைப்பவர் உயிரோடிருப்பவர் எனப் பட்டார்; இல்லாதாருடைய வாழ்க்கை இரத்தலினும் இளிவந்தது[8]; ஒருவர்க்கு அறத்தின் நீங்காத வாழ்க்கையும், பிறன்மனை முன் சென்ற உதவி நாடிநில்லாத செல்வமும் உண்டாவது பொருளால்தான் ஆகும்[9]; நீர்சூழ்ந்த நிலவுலக முற்றும் அதன்கண் வாழ்வோடு அனைவர்க்கும் பொது என்பதன்றி தனக்கே சிறப்புரிமையென்ன அமைந்தபோதும், ஒருவன்பால் செல்வம் கனவு போல் நீங்கி மறையும்[10]; தன்னை விரும்பி ஈட்டிக் கொண்டவரைத் தான் பிரியுங் கால், கொண்ட காலத்துக்கு மாறாகப் பிறர் கண்டு எள்ளி நகையாடு மாறு நீங்குவத செல்வத்தின் இயல்பு. நிலையில்லாத அதனை ஒருவர் விரும்பலாகாது, ஒரு பயனும் நோக்காது தன்னையுடைய அரசன் ஆக்கம் பெற வேண்டும் என முயலும் சான்றோன் ஒருவனை, அவ்வரசன் கண்ணோட்டம் இன்றிக் கொல்வானானயின், அவனது

1. கலி. 14.
2. கலி. 14.
3. ஷை 21.
4. கலி. 22.
5. ஷை. 25.
6. ஷை. 34.
7. குறுந். 15
8. ஷை. 283.
9. அகம். 155.
10. அகம். 379.

அரசு நிலை பெறாது ஒழிவது போலச் செல்வமும் நில்லாது நீங்கும்; பெருங்கடுங்கோவின் அரசியலறிவும் உலகியலறிவும் இப் பெற்றி யவை என நாம் நன்கறிதற்குச் சான்றாகின்றன.

இவரது உள்ளமுற்றும் அறவுணர்வுகளே நிரம்பிக் கிடத்தலால், சொல்லும் சொற்றோறும் அறமே கூறுகின்றார். அவரது செயல் வகைப்பட்ட கட்பார்வையும் அவ்வாறே அறம் கனிந்திருப்பது நாம் அறியற்பாலது. வெவ்விய சுரத்தின்கண் செல்பவர்க்கு நீர்வேட்கை உண்டாவது இயல்பு. சுரத்தின்கண் நீர்நிலைகள் இரா. சுரங்களில் கள்ளி காரை முதலிய செடிகளும், நெல்லி, பாலை முதலிய மரங்களும் இருக்கும். நிலமும் சிறுசிறு கற்கள் பரந்த முரம்பாகும். வேனிற் காலத்தில் நெல்லி மரங்கள் காய்ப்பது இயற்கை. சுரத்துவழிச் செல்வோர் வேனில் வெப்பத்தால் விடாய்கொண்டபோது நெல்லிக் காயைத் தின்பர். அஃது இனிய நீரூறி வேட்கை தணிவிக்கும். அதனாலே, சுரத்தில் அமைந்த பெரு வழிகள், இருமருங்கும் வரிசை யாக அம் மரங்களைக் கொண்டிருக்கின்றன. நெடுஞ்சுரத்தின் வழிச் செல்வோர்க்கு இனிய காயைத் தந்து வேனில் வேட்கை தணிவிக்கும் சிறப்புக் கண்ட நம் கடுங்கோ, ''அறம் தலைப்பட்ட நெல்லியம் பசுங் காய்''[1] என்பாராயின், அவரை நடமாடும் அறக்கோயில் என்பதன்றி வேறு யாது கூறலாம்?[2]

இயற்கையழகில் அவரது உள்ளம் தோய்வது காண்மின்: வேனிலில் ஒரு பால் முருக்க மரத்தின் செம்முனைகள் வீழ்ந்து சிதறிக் கிடக்கின்றன; கோங்கு, அதிரல், பாதிரி முதலியன மலர்ந்து கிளை களில் மலர்களைத் தாங்கி நிற்கின்றன; எங்கும் வண்டினம் தேன் உண்டு முரலுகின்றன. இவற்றைக் காணும் கடுங்கோவின் உள்ளம் அக்காட்சியில் ஈடுபடுகிறது.

மராமலர் கொண்டு மனைமுழுதும் கோலஞ் செய்து முருக வேளை வழிபடும் செல்வர் மனையொன்றின் உருவம் மனக் கண் ணில் தோன்றுகிறது. உடனே, பெருங்கடுங்கோ தமது தமிழ் கமழும் மனங்கனிந்து ''மராஅ மலரோடு விராய் அய்ப் பராஅம், அணங்குடை நகரின் மணந்த பூவின் நன்றே கானம் நயவரும் அம்ம''[3] என்று பாடுகின்றார். மரங்களின் இடையே யிருந்து குயில்கள் கூவுகின்றன. அவற்றின் இன்னிசைக் குரல் அவரது செவியகம் நிறைந்து இன்பம் செய்கிறது. அதன் ஓசை அவர்க்கு ஒரு புதுப்பொருள் தருகிறது. பிரிவு கருதிய காதலர்க்குப் பிரியாதிருக்குமாற பேசும் பெண்மகள் ஒருத்திக்கு இக் காட்சி எழுப்பும் உணர்வை எண்ணுகிறார். அந்நங்கை,

---

1. கலி. 8. 2. அகம். 379. 3. அகம். 99

''குரா மரங்கள் அரும்பு தொடுக்கின்றன; ஆகவே இது முன்பனிக் காலம்; பின்னர் வருவது பின்பனிக் காலம்; அது பிரிந்தார்க்குத் துன்பம் தருவது; ஆதலால், கூடியுறையும் காதலர்களே, நீவிர் பிரியா திருந்து கூடுமின்'' என்று கூறுவதாக நினைக்கின்றார். ''பின்பனி அமையும் வருமென முன்பனிக் கொழுந்து முந்துறீஇக் குரவு அரும் பினவே, புணர்ந்தீர் புணர்மினோ என இணர்மிசைச் செங்கண் இருங்குயில் எதிர்குரல் பயிற்றும், இன்ப வேனிலும் வந்தன்று''[1] என்று அக்குயில் கூறுவதாகப் பாடுகின்றார்.

பாலைத்திணை பாடுவதில் வல்லவராகிய நம் புலவர் பெருந் தகை, இக் காட்சி யின்பங்களை நுகர்தற்கெனத் தலைமைக் குணங் களே நிறைந்து இளமை நலம் கனிந்து விளங்கும் தலைமகன் ஒருவனையும் தலைமகள் ஒருத்தியையும் கொணர்ந்து நிறுத்தி, அவர்களிடையே நிகழும் பேச்சுகளை எடுத்தோதுகின்றார். தலை மகளோடு கூடியுறையும் தலைமகன் கடமை காரணமாகப் பிரியக் கருதுகின்றான்; தன் பிரிவை மெல்லத் தன் காதலிக்கு உணர்த்த லுற்று, ''அன்பே, நின்னுடைய மனையகத்தே நின்னைத் தனிப்ப நிறுத்தி யான் பிரிந்திருப்பது என்பது இயலாது; அவ்வாறு ஒன்று இயலுமாயின், அதனால் என் மனைக்கு இரவலர் வாராத நாள்கள் பல உண்டாகுக''[1] என்று இயம்கின்றான். பிறிதொருகால் அவன் பிரிய வேண்டுவது இன்றியமையானதாகிறது; பிரியக் கருதுகிறான்; பிரிவுக் குறிப்பைத் தோழீ அறிகிறாள்; அவள், ''தலைவரே, இளமைச் செவ்வியும் காதல் வாழ்வும் ஒருங்கு பெற்றவர்க்கு அவற்றினும் செல்வம் சிறந்ததாகத் தோன்றுமோ?' செல்வம் இல்லாமையால் ஒருவரது ஆடையை மற்றவர் கூறு செய்து உடுக்கும் அத்துணைக் கொடிய வறுமை உண்டாயினும் ஒன்றினார் வாழ்க்கையே வாழ்க்கை''[2] என்று சொல்லுகிறாள். மடங்கா உள்ளமுடைய தலைமகன் பிரிவையே நினைவானாயினன். அவனை நோக்கி, ''ஐய, நீவிர் சென்று வருக; சென்றிருக்குங்கால் இங்கிருந்து வருவோரைக் காண்பீர். கண்டால் எம்மைப்பற்றி அவரைக் கேட்கலாகாது'' என்றாள். அவன் குறுநகை செய்து, ''ஏன்?'' என்றான்; ''கேட்டால், நீ மேற்கொண்ட வினை தடைப் படும்; எடுத்த வினை முடியாமை கண்டு மக்கள் நின்னை இகழ்வர்; நினது தலைமை அதனால் சிதையும்'' என்பது தோன்ற,

"செல்; இனி', சென்று நீ செய்யும் வினைமுற்றி,
'அன்பற மாறி யாம் உள்ளத் துறந்தவள்
பண்பும் அறிதிரோ?' என்ற வருவாரை
எம்திறம் யாதும் வினவல்; வினவின்,

1. நற். 224. 2. குறுந். 137. 3. கலி. 18.

பகலின் விளங்கும் நின்செம்மல் சிதையத்
தவலரும் செய்வினை முற்றாமல், ஆண்டு, ஓர்
அவலம் படுதலும் உண்டு''

என்று கூறுகின்றாள்.[1] காளை யுள்ளத்தில் கவலையும் கலக்கமும் களுலுகின்றன; கையறவுபடுகின்றான்.

சின்னாட்குப்பின், தன் காதலிபால் தனது பிரிவுக் குறிப்பைத் தெரிவிக்கின்றான். அவள் தன் மகனைக் கையில் ஏந்திக் கொண்டு நிற்கிறாள். மகனுடைய தலை எண்ணை யிட்டு நீவிப் பூச்சூடி வனப்புடன் விளங்குகிறது. ''பிரிவது அறத்தாற அன்று'' எனச் சொல்லித் தன் காதலனைச் செலவு விலக்க நினைத்தாள். துயர் மீதூர்ந்து நா எழாவாறு தடுத்தொழிந்தது. ஆயினும், அவள், தனது கருத்தைக் கண்ணாலும் முகத்தாலும் காட்டினாள். அவளது அப்போதைய நிலை அவனுடைய மனக்கிழியில் நன்கு பதிந்து விட்டது. அவள், தன் மகன் தலையில் சூடிய பூவை மோந்து உயிர்த்தாள். அதன் வெப்ப மிகுதியால் பூவும் நிறம் மாறி வதங்கிவிட்டது. அதனை நினைந்து தான் செல்வது தவிர்ந்ததாக அவன் கூறியதனைப் பெருங் கடுங்கோ அப் பாட்டொன்றில் சொல்லோவியம் செய்கின்றார், காண்மின்;

'பரல் முரம்பாகிய பயமில் கானம்
இறப்ப எண்ணுதிராயின் அறத்தாறு
அன்று என மொழிந்த தொன்றுபடு கிளவி
அன்ன வாக என்னுநள் போல
முன்னம் காட்டி முகத்தின் உரையா
ஓவச் செய்தியின் ஒன்று நினைந்து ஒற்றிப்
பாவை மாய்த்த பனிநீர் நோக்கமொடு
ஆகத்து ஒடுக்கிய புதல்வன் புன்தலைத்
தூநீர் பயந்த துணையமை பிணையல்
மோயினன் உயிர்த்த காலை மாமலர்
மணியுரு இழந்த அணியழி தோற்றம்
கண்டே கடிந்தனர் செலவே[2]
என்று வருவது அப் பாட்டு.

அவருடைய பாட்டுகளில் முன்னர்க் காட்டிய அறங்களே யன்றி, மூவெயில் முருக்கிய முக்கட் செல்வனும், அரக்கு மனையில் அகப் பட்டு வருந்தும் பாண்டவரும், அவரை விரகிறற் கொண்டேகும் வீமனும், மீனக் கொடியுடைய காமனும் பிறரும் காட்சி தருகின்றனர். கான மரங்கள் ஞானம் நல்குகின்றன. கான்யாற்றின் கான மரங்கள்

---

1. கலி. 19.
2. அகம். 5.

தீதிலான் செல்வத்தைச் சிறப்பிக்கின்றன. இளவேனிலில் மரங்களும் கொம்பும் கிளையும் கொடியும் புதலும், உணர்ந்தோர் ஈகை, நல்லவர் நுடக்கம், ஆன்றவர் அடக்கம் முதலிய நற் காட்சிகளை[1] மனக் கண்ணிற் காட்டுகின்றன. இயற்கைக் கவிஞர் என ஏனை நாட்டுப் புலவர்களை ஏத்தித் திரியும் அறிஞர் அவரை அறிந்திலரே! என்னே அவரது இயல் பிருந்தவாறு!

இதோ, கோங்கமரஞ் செறிந்த காடு தோன்றுகிறது; கார்த்திகை விளக்கீடு கடுங்கோவின் நினைவுக்கு வருகிறது. அதனைத் தமிழ்மகள் ஒருத்திக்குக் காட்டுவார் போன்று, ''கண்டிசின் வாழியோ குறுமகள் நுந்தை, அறுமீன் பயந்த அறஞ்செய் திங்கள், செல்சுடர் நெடுங்கொடி போலப், பல்பூங்கோங்கம் அணிந்த காடே[2]'' என்று இசைக்கின்றார். கார்த்திகை விளக்கீடு காட்சிக்கு இனிது என்பதை, இடைக் காலத்தில் இருந்த திருஞானச் சம்பந்தரும், ''தொல்கார்த்திகை நாள், தளத் தேந்திள (முல்லைத்) தையலார் கொண்டாடும், விளக்கீடு காணாதே போதியோ பூம்பாவாய்''[3] என்று பாடியுள்ளார்; கார்த்திகையைக் கைவிட்டுத் தீபாவளியைத் தீவளியாக்கி இருளிரவில் தோசை தின்றுழலும் இக்காலத் தமிழர்களுக்கு இதன் அழகு எங்ஙனம் தெரியப் போகிறது?

இவருடைய பாட்டுகளில் ஈடுபட்டுப் பேரின்பம் துய்த்த நற்றிணையுமைரகாரரான திரு. நாராயணசாமி ஐயர்[4], ''தலைமகளைத் தலைமகன் காண்பது, தான் வழிபடு தெய்வத்தைக் கண்ணெதிரில் வரப்பெற்றாற் போன்றது என்று கூறுகின்றார்; இதில் தலைமகளை இனிது கூறி நடத்திச் செல்வது வியக்கத்தக்கது'' என்றும் ''பிரிவு உணர்த்தியவழித் தோழி நாம் முன்பு வந்த கொடிய சுரம் இப்பொழு தும் என் கண்ணெதிரே உள்ளது போலச் சுழலா நிற்கும் என இறும்பூது படக் கூறுகின்றார்'' என்றும், ''பிரிவுண்மை அறிந்த தலைவி தலை வனை மயக்கும் தன்மையுடைய கோலத்தோடு வந்து அவன் மீது சாய்ந்து முயங்கி வருந்துவதாக இவர் கூறியது நீத்தாரை விழை விக்கும் திறத்ததாகும்'' என்றும், 'பிரிவோர் பழியுடையரல்லர்; அவரைப் பிணிக்க அறியாத தோள்களே தவறுடையன எனத் தலைவி கூறுவதாக அமிழ்தம் பொழியர் நிற்பர்'' என்றும் கூறி மகிழ்ச்சி கொள்வர்.

''இரவலர் வரா வைகல் பல ஆகுக'' என்றாற் போலும் சொற்றொடர்களால் பெருங்கடுங்கோ ஈகையிலும் சிறந்து விளங்கினார்

---

1. கலி. 32.
2. நற். 202.
3. ஞானசம். திருமயிலை. 3.
4. நற். பாடினோர். பக் 55.

என்பது தெளிவாகிறது. மேலும், பெருஞ் செல்வமும், செல்வத்துக்கேற்ற புலமைச் செல்வமும், கொடை நலமும் சிறக்கப் பெற்ற இச் சேரமான் தன்னை நாடி வந்த பரிசிலரை நன்கு சிறப்பித்திருப்பர் என்பது சொல்லாமலே விளங்குவதொன்றன்றோ!

14. யானைக்கண்சேய் மாந்தரஞ் சேரல் இரும்பொறை

குடக்கோ இளஞ்சேரல் இரும்பொறை வழியில் யானைக் கண் சேய் மாந்தரஞ்சேரல் இரும்பொறை தோன்றிச் சேர நாட்டு அரச கட்டிலேறிச் சேரமானாய் விளங்கினான். சேய் என்பது இந்த இரும் பொறையின் இயற்பெயராகும். தனது சிறு கண்ணைக் கொண்ட பருவுடலைத் தாங்கி நெறியறிந்து இயங்கும் யானை போலச் சிறு முயற்சி செய்து பெரும்பயன் விளைத்துக் கொள்ளும் சிறப்புடையன் என்பது போலும் கருத்துப்பட வரும் பெயரால், இவன், யானைக்கண் சேய் மாந்தரஞ்சேரல் இரும்பொறை என்று சிறப்பிக்கப்படுவானாயினன். இவனைப் பாடிய சான்றோர்களும் ''வேழ நோக்கின் விறல் வேஞ்சேய்''[1] என்று பாராட்டிக் கூறுகின்றனர். இச் சேரமானுக்கு மாந்தரன் குடியோடு தொடர்புண்டு என்பது இவன் மாந்தரஞ்சேரல் இரும்பொறை எனப்படுவதால் தெரிகிறது.

திருவிதாங்கூர் நாட்டு ஆனைமுடிப் பகுதியில் ஆனக் கஞ்சிறு என்பதும், மலையாள மாவட்டத்தைச் சேர்ந்த வள்ளுவ நாட்டு வட்டத்திலுள்ள வெள்ளாத்திரி நாட்டுப் பகுதியில் இருக்கும் ஆனக்கன் குன்னு என்பதும் யானைக் கண் சிறை என்றும், யானைக்கண் குன்று என்றும் பொருள் தருவன. இவை இரண்டுக்கும் இடையிலுள்ள பகுதி பொறை நாடாதலால், இவை யானைக் கண் சேய் மாந்தரஞ் சேரல் இரும்பொறையின் பெயரையும் புகழையும் நினைவு கூர்விக்கின்றன. இக் குறிப்புகளையன்றி, இவ் வேந்தர் பெருமானுடைய பெற்றோர் மக்கள் முதலியோரைப் பற்றிய குறிப்புகள் ஒன்றும் கிடைக்கவில்லை.

யானைக்கண் சேயினது ஆட்சிக் காலத்தில் சேர நாடு மிக்க சிறப்புற்று விளங்கிற்று. தொண்டி நகரம் தலைநகரமாக இருந்தது. மக்கள் செல்வக் குறைபாடின்றி இனிது வாழ்ந்தனர். இவன் காத்த நாடு புத்தேள் உலகம் போல்வது[2] எனச் சான்றோர் புகழும் பொற்புடைய தாய் விளங்கிற்று. இவன் நாட்டு மக்கட்குச் சோறு சமைக்கும் தீயின் வெம்மையும், ஞாயிற்றின் வெம்மையுமே யன்றிக் கோல் வெம்மையோ பகைவர் செய்யும் வெம்மையோ ஒன்றும் தெரியாது.

---

1. புறம். 22.   2. புறம். 22.

பொறையர் கடுங்கோக்கள் காலத்து

சேரநாடு

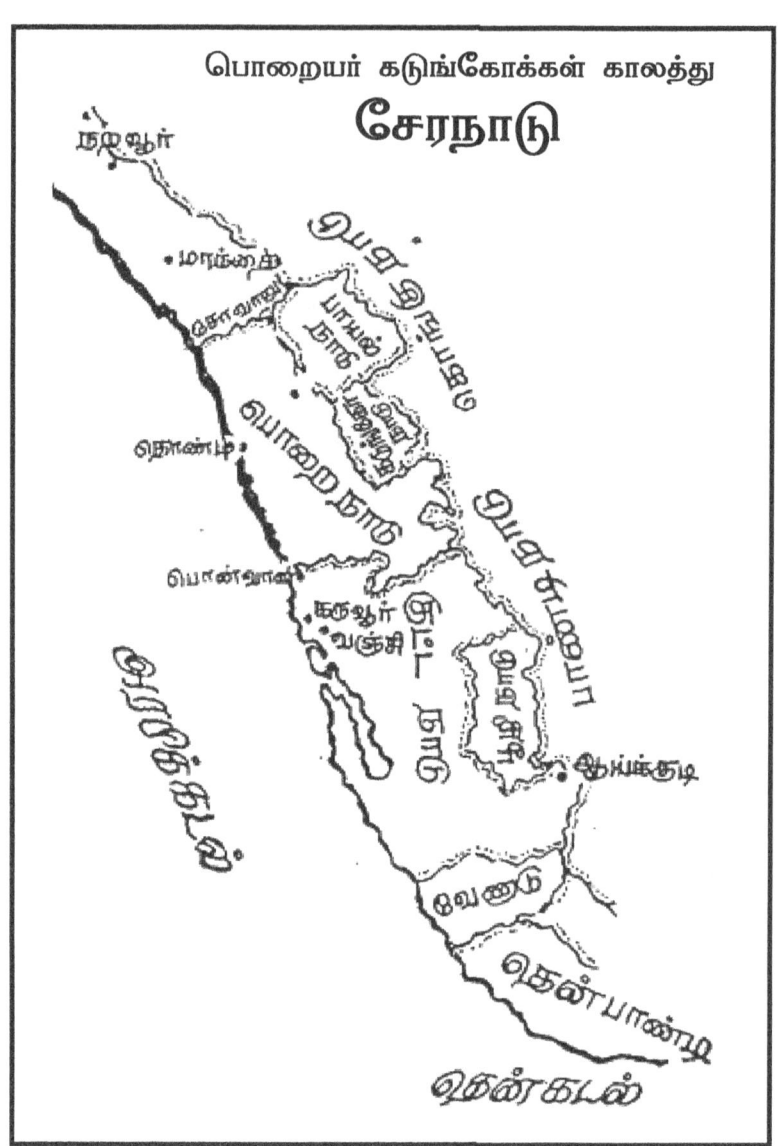

அவர்கள் நாட்டில் வானவில் வளைந்து தோன்றுவதுண்டேயன்றிக் கொலை குறிக்கும் வில் வளைந்து தோன்றுவது கிடையாது; படை வகையில், நிலத்தைக் கலப்பை கொண்டு உழுங்கால் காணப்படும் படையல்லது பகைவர் அணி கொண்டு திரண்டு வரும் படைவகை காணப்படுவ தில்லை. அவனது நாட்டில் சூல்கொண்ட மகளிருள் சிலர் மண்ணை உண்பது கண்டதுண்டேயன்றிப் பகை வேந்தர் போந்து கவர்ந்துண்ணக் கண்டதில்லை.[1]

இவனது ஆட்சியில் சேரர் குடியில் தோன்றிய தலைவர பலர், நாட்டின் பல பகுதிகளிலும் இருந்து நாடு காவல் புரிந்தனர். சேர நாட்டின் எல்லை தெற்கே தென்பாண்டி நாடு வரையிலும் கிழக்கிற் கொங்குநாடு முற்றும் பரவியிருந்தது. வடகொங்க நாட்டுக் கொல்லிக் கூற்றமும், தெற்கில் தென் பாண்டி நாட்டுக்கும் குட்ட நாட்டுக்கும் இடையிற் கிடந்த வேணாடும் சேர நாட்டிற்குள் அடங்கியிருந்தன.

இப்போது திருவாங்கூர் நாட்டிலுள்ளதும், பண்டை நாளில் குட்டநாட்டைச் சேர்ந்திருந்ததுமான அம்பலப் புழை வட்டத்தில், குறுங்கோழியூர் என்றோர் ஊர் இருந்தது. அஃது இப்போது கோழி முக்கு என வழங்குகிறது. எனவே பெருங்கோழியூர் என்றோர் ஊரும் இருக்க வேண்டும் என நினைவு எழும்; பெருங்கோழியூர் இப்போது பெருங்கோளூர் என்ற பெயருடன் புதுக்கோட்டைப் பகுதியில் உளது. அதற்குப் பண்டை நாளில் பெருங்கோழியூர் எனப் பெயர் வழங்கிற் றென அவ்வூர்க் கல்வெட்டொன்று[2] கூறுகிறது. சேரமான் யானைக் கண் சேய் மாந்தரஞ் சேரல் இரும்பொறை அரசுபுரிந்த நாளில் இக் குறுங்கோழியூர் நல்லிசைப்புலமை வாய்ந்த சான்றோர் ஒருவர் வாழ்ந்தார். சேயினது ஆட்சி நலத்தால் மக்கள் இன்ப அன்பு கலந்து அறவாழ்வு வாழ்வது கண்டு அவர் பெருமகிழ்வு கொண்டார். வேந்த னுடைய அறிவும் அருளும் பெருங் கண்ணோட்டமும் அப்புலவர் பெருமானுக்குப் பேருவகை தந்தன. பகைமையும் வறுமையும் இன்றி, நாட்டவர் மழையும் வயல் வளமும் பெருகப் பெற்றுச் செம்மாந்திருந் தனர். போர் இல்லாமையால், கடியரண்களில் அம்பும் வேலும் வாளு மாகிய படைகள் செயலற்றுக் கிடந்தன. வேத்தவையில் அறக்கடவுள் இன்பவோலக்கம் பெற்றிருந்தது. புதுப்புள் வரினும், பழம்புள் போகினும், நாட்டு மக்கள் அச்சம் சிறிதுமின்றி அமைந்திருந்தனர். குறுங்கோழியூர்ச் சான்றோர் இவற்றைக் கண்டு இன்புற்று வருகை யில் நாட்டவர் உள்ளத்தில் அச்சம் ஒன்று நிலவக் கண்டார். அவர்க்கு வியப்புண்டாயிற்று. உண்மையாய் ஆராய்ந்தபோது, மக்கட்கு வேந்தன் பால் உண்டான அன்பு மிகுதியால், ‘‘அவனுக்கு எங்கே இடையூறு

1. புறம். 20. 2. P.S. Ins. 701.

உண்டாகிவிடுமோ?'' என்ற அச்சம் அவர்களது உள்ளத்தில் நில வின்மை தெரிந்தது. அதனால், அவர் வேந்தன்பால் சென்று தாம் கண்ட காட்சிகளைத் தொகுத்து இனிய பாட்டொன்றில்[1] தொடுத்துப் பாடினார். அப் பாட்டின் கண் சேரமான் யானைக்கண் சேயினுடைய அளப்பரிய வலி நிலையை வியந்து, ''வேந்தே, கடலும் நிலமும் காற்றும் வழங்கும் திசையும் ஆகாயமுமாகிய இவற்றின் அகலம் ஆழம் உயர்வு முதலிய கூறுகளை அளந்தறிவது என்பது அரியதொரு செயல்; முயன்றால் அதனையும் செய்து முடிக்கலாம்; ஆனால், உனது வலி நிலையை அளந்தறிவது மிகவும் அரிது'' என்று பாடினர். வேந்தன் முறுவலித்தான்; அரசியற் சுற்றத்தார் அளவுகடந்த மகிழ்ச்சி எய்தினர்.

இவ்வாறு சில ஆண்டுகள் கழிதலும், கொங்கு நாட்டில் பகைவர் சிலர் தோன்றி நாட்டவர்க்கு அல்லல் விளைத்தனர். அங்கிருந்து நாடு காவல் புரிந்த சேர மன்னர், அப் பகைவரை ஒடுக்கும் திறமில ராயினர். நாட்டின் பகுதிகள் பல சீரழிந்தன. குடிகள் பலர் மிக்க துன்புற்றனர். இச் செய்தி சேரமானுக்குத் தெரிந்தது. அவன் தக்கதொரு படை கொண்டு சென்று குறும்பு செய்த பகைவரை ஒடுக்கினன். கொங்கு நாட்டுத் தலைவர் பலரும் சேரமான் பக்கல் நின்று அரும் போர் உடற்றி அப் பகுதிகளிற் புகுந்து அரம்பு செய்த பகையிருளை அகற்றினர். பகைவரால் அழிவுற்ற பகுதிகளைச் சேரமான் சீர்செய்து துளங்குகுடி திருத்தி வளம் பெருகச் செய்தான். மட்கட்கு வாழ்வு இன்பமாயிற்று. நீர்வளத்துக்குரிய பகுதிகளில் நெல்லும் கரும்பும் நெடும்பயன் விளைவித்தன. மலைபடு பொருளும் காடுபடு பொருளும் பெருகின. அச்சத்துக்கும் அவலத்துக்கும் இடமின்றிப் போகவே எம் மருங்கும் இன்பமே பெருகி நின்றது. அந் நிலை விளங்கக் கண்ட சான்றோர், ''மாந்தரஞ் சேரல் இரும்பொறை ஓம்பிய நாடு, புத்தேள் உலகத் தற்று'' எனப் புகழ்வாராயினர். இப் புகழ் தமிழக மெங்கும் தமிழ்த் தென்றல் போலப் பரவித் தழைத்தது. ''எத்திசைச் செல்லினும் அத்திசைச் சோறே'' என்னுமாறு எங்கும் சோற்றுவளம் பெருகிற்று.

இந் நிலையில் சேரமான் கொங்கு நாட்டில் தான் தங்கியிருந்த பாசறைக் கண்ணே பெருஞ்சோற்று விழா நடத்தினான். சேர நாட்டின் பகுதிகள் பலவற்றினின்றும் சான்றோர் பலர் வந்து குழுமினர். அவர் கட்கு வேண்டுவன பலவும் கொல்லி நாட்டுத் தலைவர்களே மிக்க அன்போடு செய்தனர். யானைகளும் தேர்களும் அணி அணியாகத் திரண்டு வந்து நின்றன. பாடி வந்த பாணர் கூத்தர் முதலிய பரிசிலர்

1. புறம். 20

பலர்க்கும் அவர்கள் பகை வேந்தர்பால் திறையாகப் பெற்ற செல்வங்களைப் பெருக நல்கினர். ஒருகால் தம்மைப் பாடிய அவர்நா, பிறர்பால் எப்போதும் சென்று பாடாவண்ணம் மிக்க பொருளை நல்கினர்.

சேரமானுடைய புகழ்ச்செய்தி குறுங்கோழியூர் கிழாருக்குச் சென்று சேர்ந்தது; அவரைக் கண்ட சான்றோர் ''இரும்பொறை ஓம்பிய நாடு புத்தேளிர் வாழும் பொன்னுலகு போல்வது'' என்று பாராட்டிக் கூறினர். உளங் கொள்ளலாகாத பேருவகை நிரம்பிய அச் சான்றோர் சேரமான் பாசறையிருக்கும் திருவோலக்கத்துக்கு வந்து சேர்ந்தார். வேந்தன் அவரை அன்புடன் வரவேற்றுச் சிறப்பித்தான். கொல்லி நாட்டு வேந்தர சூழ வீற்றிருந்த வேந்தனது காட்சி அவர்க்கு மிக்க இன்பம் செய்தது.

''ஓங்கிய நடையும், மணிகிடந்து மாறி மாறி ஒலிக்கும் மருங்கும், உயர்ந்தொளிரும் மருப்பும், செறல் நோக்கும், பிறை நுதலும் கொண்டு, மதம் பொழியும் மலைபோல நின் யானைகள் கந்தணைந்து அசைந்து விளங்குகின்றன. வெண்மதிபோலும் கொற்றக்குடை நீழலில் வாழும் வாள்மறவர் பக்கத்தே நின்று காவல் புரிகின்றனர். ஒருபால் நெல் வயலும், ஒருபால் கரும்பு வயலும் விளைந்த விழாக் களம்போல இனிய காட்சி நல்குகின்றன. நெல் குற்றுவோர் பாடும் வள்ளைப் பாட்டும், பனங்கண்ணி சூடிய மறச் சான்றோர் பாடும் வெறிக்குரவைப் பாட்டும் இசைக்கின்றன. இவ்வகையால் கடல்போல் முழங்கும் பாசறையில் தங்கிய வேந்தே, நின்னைச் சூழவிருக்கும் வேந்தர் கொல்லி நாட்டுக் கோவேந்தராவர். பகைப்புலத்தில் தாம் வென்று பெற்ற திறைப் பொருளைத் தம்மைச் சேர்ந்தோர்க்கும் அவர் சுற்றத்தார்க்கும் அளித்து உதவும் வண்மையுடையர். அவர் கட்குத் தலைவனாக நீ விளங்குகின்றாய்; யானைக் கண்ணையுடைய சேயே! நின் வரம்பிலாச் செல்வம் பல்லாண்டு வாழ்க. பாடி வந்தோரது நா பிறர்பாற் சென்று பாடாதவாறு நல்கும் வண்மையும் ஆற்றலும் உடைய எம் அரசே, மாந்தரஞ்சேரல் ஓம்பிய நாடு புத்தேளுலகத்தற்று எனச் சான்றோர் சாற்றக் கேட்டு நின்னைக் காண வந்தேன்; வந்த யான் அவர் கூற்று முற்றும் உண்மையாதல் கண்டு உள்ளம் உவமை மிகுகின்றேன். வேற்று நாட்டிடத்தே தங்கியிருக்கும் நின் தானையால் நாடுகாவற்குரிய செயல் வகைகளை மடியாது செய்து எங்கும் சோறுண்டாக வளஞ் செய்கின்றனை, நீ நீடுவாழ்க''[1] என்று பாடி யாவரையும் மகிழ்வித்தனர். பாட்டின் நலங்கண்டு மகிழ்ந்த வேந்தன் அவரைக் குறுங்கோழியூர்க்குக் கிழார் என்ற சிறப்பித்தான். சின்னாள்களில் சேரமான் தொண்டிக்குச் சென்றார். சான்றோர் குறுங்கோழியூர் சென்று சேர்ந்தார்.

---

1. புறம். 22

பின்னர், யானைக்கண் சேய்மாந்தரஞ் சேரல் இரும் பொறை தொண்டி நகர்க்கண் இருந்து வருகையில், பாண்டி நாட்டில் தலையா லங்கானத்துச் செருவென்ற நெடுஞ்செழியன் பாண்டி வேந்தனாகும் உரிமை எய்தினான். அவ் வரசு கட்டிலுக்குப் பாண்டியர் குடியிற் பிறந்த வேறு சிலரும் முயற்சி செய்தனர். அவர்கட்குத் துணையாகத் திதியன், எழினி, எருமையூரன், இருங்கோவேள் என்ற குறுநிலத் தலைவரும், சேரர் குடிச் செல்வரும், சோழர் குடிச் செல்வரும் சேர்ந்து போருடற்றினர். அப்போர் தலையாலங்கானம்[1] என்னுமிடத்தே நடந்தது. அப் போரில் பகைவர் எழுவரையும் வென்று நெடுஞ் செழியன் புகழ் மிகுந்தான். அவன் புகழைக் குடபுலவியனார், இடைக் குன்றூர்க்கிழார் முதலிய பலரும் பாடித் தமிழகமெங்கும் பரப்பினர்.

சேரர் குடித் தலைவனொருவன் பாண்டியனொடு பொருது அழிந்த செய்தியைச் சேரமான் கேள்வியுற்றான். அத் தோல்வி சேரர் குடிக்கு மாசு தருவது கண்டு யானைக்கண் சேய் நெடுஞ்செழியன் பால் பகைமை கொண்டான். அவனது பகைமை பாண்டியனுக்கும் தெரிந்தது. இருவருடைய படைகளும் ஓரிடத்தே கை கலந்து பொரு தன. சேரர் படையினும் பாண்டிப் படை வலியும் தொகையும் மிகுந் திருந்தமையின், சேரர் படை உடைந்தோடலுற்றது. அதனால், பாண்டியர் படை சேரமானை வளைந்து பற்றிக் கொண்டது. நெடுஞ் செழியன் சேரமானைப் பற்றிச் சிறையிட்டான். இச் செய்தி சேர நாட் டுக்குத் தெரிந்தது. அந் நாட்டுச் சான்றோர் எய்திய துன்பத்துக்கு அள வில்லை. சேர நாடு முழுவதும் பெருங் கவலைக் கடலுள் ஆழ்ந்தது.

தலையாலங்கானத்துச் செருவென்ற பாண்டியன் நெடுஞ் செழியன் ஓரிடத்தே நல்ல அரணமைந்த சிறைக்கூடம் அமைத்து அதன்கண் சேரமானை இருப்பித்தான். அவ்வரண்களைச் சூழ ஆழ்ந்த அகழியொன்று வெட்டி அதன் உண்மை தோன்றாதபடி மேலே மெல்லிய கழிகளைப் பரப்பி மணல் கொண்டு மூடிக் காண்பார்க்கு நிலம் போலக் காட்சி நல்கச் செய்திருந்தான். இச் சூழ்ச்சியைச் சேரமான் எவ்வண்ணமோ தெரிந்து கொண்டான். சேரமான் ஒற்றர்கள், காண்பார் ஐயுறாத வகையிற் போந்து வேந்தனுடைய நலம் அறிந்து அவற்கு வேண்டும் உதவிகளைச் செய்து வந்தனர்.

பாண்டின் செய்தது போன்ற செயலைப் பூழி நாட்டவர் யானை களைப் பற்றுதற்காகச் செய்வது வழக்கம். சேரநாட்டுச் சான்றோர் புகுந்து வேந்தன் இருப்பதை உணர்ந்து கொள்ள முயன்றால், அவர் களை அகழியில் அகப்படுத்திக் கொள்ளுதற்கும், சேரமான் தப்பி யோட முயன்றால் அவன் அகப்பட்டு வீழ்தற்குமாக இச் சூழ்ச்சியைப்

1. புறம். 36.

பாண்டியன் செய்திருந்தான். சேரமான் யானைக்கட்சேய், அதனைத் தெரிந்து கொண்டு பாண்டியர் சூழ்ச்சி பாழ்படுமாறு சீர்த்த முயற்சிகள் செய்தான்; தான் இருந்த சிறைக் கோட்டத்துக்குப் பாண்டியர் வந்து போதற் பொருட்டுச் செய்திருந்த கள்ள வழியை அறிந்து அதன் வாயிலாகக் காவலர் அயர்ந்திருந்த அற்றம் பார்த்து வெளிப் போந் தான். உடனே அவனுடைய வாள்மறவர் அவ் வழியைத் தூர்த்து விட்டனர். சிறைக் கோட்டத்தைச் சூழ்ந்திருந்த பாண்டிப் படைமறவர் பற்பன்னூற்றுவர் அகழியை மறைத்திருந்த நிலத்திற் பாய்ந்தனர். அஃது அவரனைவரையும் அகழியில் தள்ளி வீழ்த்திற்று.

சிறிது போதிற்குள் சேரர் படை போந்து அகழியை அழித்து அரணைச் சிதைத்துச் சிறைக்கோட்டத்தைத் தீக்கிரையாக்கிற்று. உயிருய்ந்த பாண்டி மறவர் சிலர், வைகையாற்று வழியே மதுரைக்குச் சென்று நெடுஞ்செழியனுக்கு உரைத்தனர். சேரமான் பாண்டி நாட்டி னின்றும் நீங்கி நேரிமலை வழியாகக் குட்டநாடு சென்று சேர்ந்தான். இவ் வரலாற்றை அப் பகுதியில் வாழும் முதுவர்கள் திரித்தும் புனைந்தும் வழங்குகின்றனர் எனத் திரு.பி.ஆர். அரங்கநாத புஞ்சா அவர்கள் கூறுகின்றார்கள். இது கேரளமான்மியத்தில் வேறுபடக் கூறப்படுகிறது; இவற்றில் சேரமான் யானைக்கட்சேயின் பெயரும் பாண்டியன் நெடுஞ்செழியன் பெயரும் குறிக்கப்படவில்லை; ஆயினும் இந் நிகழ்ச்சி மட்டில் விளக்கமாகிறது.

சேரமான் தன் நாடு சென்று சேர்ந்த செய்தி தெரிவதற்குள் பாண்டியன் அவனைத் தேடிப்பற்றிக் கொணருமாறு செய்த முயற்சி கள் பயன்படவில்லை. படை மறவருட் சிலர் சேர நாட்டு மலைக் காடுகளில் தேடிச்சென்று சேரர் வாட்படைக்கும் வேற்படைக்கும் இரையாயினர். சேரமான் யானைக்கண்சேய் தனது குட்டநாடு கடந்து பொறை நாட்டுத் தொண்டி நகரையடைந்து முன்பு போல் அரசு கட்டி லில் விளக்க முற்றான்.

யானைகளை அகப்படுப்போர், அவைவரும் வழியில் மிக்க ஆழமான குழிகளை வெட்டி மெல்லிய கழிகளை அவற்றின் மேல் பரப்பி மண்ணைக் கொட்டி இயற்கை நிலம் போலத் தோன்ற விடுவார். அவ் வழியே வரும் யானைகள் அக் குழிகளில் வீழ்ந்து விடின் பழகிய யானைகளைக் கொண்டு இவற்றைப் பிணித்துக் கொள்வர். வரும் யானைகளுள் சில இச் சூழ்ச்சியை அறிந்து கொள்ளு தலுமுண்டு; வலி மிக்கவை அக் குழியில் வீழ்ந்து கரையைத் தம் மருப்பினால் இடித்தழித்துக் கொண்டு வெளியேறுவதும் செய்யும். சேரமான், இச் சூழ்ச்சி முழுதும் நன்கு கண்டு கொண்ட கொல்களிறு போலப் பாண்டியர் செய்த சூழ்ச்சியைச் சிதைத்துப் போந்தமை பற்றி 'யானைக் கண் சேய்மாந்தரன்'' என்று சிறப்பிக்கப்படும் தகுதி

பெற்றான் என்றற்கும் தக்க இடமுண்டாகிறது. சேர நாட்டுச் சான்றோ
ரும் அக் கருத்து விளங்கவே இவனைப் பாடியிருக்கின்றனர்.

சேரமான், தொண்டி நகர்க்கண் சிறுப்புறுவது நன்கறிந்த
குறுங்கோழியூர் கிழார் ஒருகால் அவன்பாற் சென்றார். அவன் பாண்டி
யன் நெடுஞ்செழியானது பிணிப்பினின்றும் நீங்கிப் போந்த செய்தி
யைப் பாராட்டுதற்குப் பொருட்டுச் சேர நாட்டின் பல பகுதியி
லிருந்தும் வேந்தரும் சான்றோரும் பிறரும் வந்து அவனது திரு
வோலக்கத்திற் கூடியிருந்தனர். அப்போது குறுங்கோழியூர்கிழார்,
சேரமான் சிறை தப்பிப் போந்த செயலை, யானையொன்று படுகுழி
யில் வீழ்ந்து தன் பிரிவெண்ணி வருந்திய ஏனைக் களிறும் பிடியு
மாகிய தன் இனம் மகிழப் போந்து கூடிய செய்தியை உவமமாக
நிறுத்தி,

"மாப்பயம்பின் பொறை போற்றாது
நீடுகுழி அகப்பட்ட
பீடுடைய எறுழ்முன்பின்
கோடு முற்றிய கொல்களிறு
நிலைகலங்கக் குழிகொன்று
கிளைபுகலத் தலைக்கூடியாங்கு
நீபட்ட அருமுன்பின்
பெருந்தளர்ச்சி பலர் உவப்ப

வந்த சேர்ந்ததனை; வேந்தே, இதனை அறியும் நின் பகைவர் இனி
நினக்குப் பேணி செய்யத் தொடங்குவரே யன்றிப் பகை செய்யக்
கனவிலும் நினையார்; நின் முன்னோர்,

"கொடிது கடிந்து கோல் திருத்திப்
படுவது உண்டு பகலாற்றி
இனிது உருண்ட சுடர் நேமி
முழுதாண்டோர்"[1]

என்று பாராட்டிப் பாடினார். இந்த அழகிய நெடும் பாட்டைக் கேட்டு
வேந்தனும் வேத்தியற் சுற்றத்தாரும் மிக்க மகிழ்ச்சியெய்தினர்.
வேந்தன் கிழார்க்கு மிக்க பொருளைப் பரிசில் நல்கிச் சிறப்பித்தான்.

மலையாள மாவட்டத்தில் பாலைக்காடு பகுதியைச் சேர்ந்த
நடுவட்டம் பகுதியில் கூடலூர் என்றோர் ஊர் உண்டு. அவ்வூரில்
நல்லிசைப் புலமைமிக்க சான்றோர் ஒருவர் வாழ்ந்து வந்தார். அவர்
யானைக்கண் சேய் மாந்தரனுடைய முன்னோர்களாலே நன்கு சிறப்
பிக்கப் பெற்றுக் கடலூர் கிழார் என விளங்கி யிருந்தனர். யானைக்

---

1. புறம். 17.

கண் சேய் இளையனாய் இருந்த காலத்தில் அவர்பால் அவன் கல்வி பயின்றான். அவன் வேண்டுகோட்கு இசைந்தே கூடலூர் கிழார் ஐங்குறுநூறு என்னும் தொகை நூலைத் தொகுத்தார். அத் தொகை நூலின் இறுதியில் இந்நூல் தொகுத்தார். ''புலத்துறை முற்றிய கூடலூர் கிழார்'' என்றும், தொகுப்பித்தான், ''கோச்சேரமான் யானைக் கட்சேய் மாந்தரஞ் சேரல் இரும்பொறை'' என்றும் பண்டைச் சான்றோர் குறித்திருக்கின்றனர். இவர் மாந்தர்க்குரிய மாந்தை நகரத்தைக் குறுந்தொகைப் பாட்டொன்றில்[1] குறித்துள்ளார். தலைமகனோடு கூடி இல்வாழ்க்கை புரியும் தலைமகள், அவற்கு முளிதயிரைப் பிசைந்து புளிக்குழம்பு செய்து உண்பித்தலும், அவன் ''இனிது'' எனச் சொல்லிக் கொண்டு உண்பதும், அது கண்டு அவளது ஒண்ணுதல் முகம் ''நுண்ணிதின் மகிழ்ந்ததும்''[2] படிப்போர் நாவில் நீருறுமாறு பாடியவர் இக் கூடலூர் கிழாரேயாவர். அத் தலைமகள் களவுக் காலத்தில் தலைமகன் விரைந்து வரைந்து கொள்ளாது ஒழுகியது பற்றி மேனி வேறுபட்டாள்; அதற்குரிய ஏது நிகழ்ச்சியை யுணராத அவளுடைய தாயார் வெறியெடுக்கலுற்றது கண்டு, தோழி, தலைமகன் ஒருகால் தலைமகள் இருந்த புனத்துக்குப் போந்து ''பெருந்தழை உதவி'' யதும், பின்பு ''மாலை சூட்டி''யதும் அறியாது, இவ்வூரவர் வெறிநினைந்து ஏமுறுகின்றனர்[3] என அறத்தோடு நிற்பதாக இக் கூடலூர் கிழார் பாடிய பாட்டுத் தமிழறிஞர் நன்கறிந்தது.

இவர், வயது மிகவும் முதிர்ந்திருந்ததனால் குறுங்கோழியூர் கிழார் போலச் சேரமானை அடிக்கடிச் சென்று பாடும் வாய்ப்பு இலாரானார். இவர் வானநூற் புலமையிலும் சிறந்தவர். ஒருநாள் இரவு விண்ணிலே ஒரு மீன் விழக் கண்டார். அதன் பயனாக நாட்டில் வேந்தனுக்குத் தீங்குண்டாகும் என்பது வானநூல் முடிபு. ஏழு நாள்களில் அது நிகழும் என்ற அச்சத்தால் தாமும் வேறு சில சான்றோரும் கூடி ஒவ்வொரு நாளையும் கழித்தனர். அவர் எண்ணியவாறே மீன் வீழ்ந்த ஏழாம் நாளன்று யானைக்கட்சேய் உயிர் துறந்தான். அது கண்டு பெருந்துயர் உழந்த புலவர் பெருமானான கூடலூர் கிழார்,

''ஒருமீன் விழுந்தன்றால் விசும்பினானே, அதுகண்டு,
யாமும் பிறரும் பல்வேறு இரவலர்,
பறையிசை அருவி நன்னாட்டுப் பொருநன்
நோயிலனாயின் நன்றுமன் தில்லென
அழிந்த நெஞ்சம் மடியுளம் பரப்ப
அஞ்சினம் எழுநாள் வந்தன்று இன்றே''

---

1. குறுந். 166 2. குறுந். 6. 3. குறுந். 214.

என்று சொல்லி, ''யானைகள் நிலத்தே கை வைத்து உறங்குகின்றன; முரசம் கண் கிழிந்து உருளுகின்றது; கொற்றவெண் குடைகால் பரிந்து வீழ்கிறது; குதிரைகள் ஓய்ந்து நிற்கின்றன;'' இத் தீக் குறிகளின் இடையே வேந்தன் ''மேலோர் உலகம் எய்தினன்''[1] என்று புலம்பினர். இவ் வேந்தன், ''பகைவரைப் பணிக்கும் பேராற்றலும், பரிசிலர்க்கும் இரவலர்க்கும் அளவின்றி நல்கும் ஈகையும், மணிவரை போலும் மேனியும் உடையன; மகளிர்க்கு உறுதுணையாகி மாண்புற்றவன்; இன்று தன் துணைவரையும் மறந்தான் கொல்லோ'' என அவர் வருந்திக் கூறுவன நெஞ்சையுருக்கும் நீர்மையுடையவவாகும்.

இறுதியாக ஒன்றி கூறுதும்: இந்த யானைக்கண் சேய் மாந்தரன், சேரன் செங்குட்டுவனுக்கு மகன் என்று திரு. கனகசபை பிள்ளை யவர்கள் கூறினாராக. அவரைப் பின் தொடர்ந்து டாக்டர் திரு. எஸ். கிருஷ்ணசாமி அய்யங்கார் அவர்களும், திரு. பானர்ஜி அவர்களும்[2] கூறியுள்ளனர். இவர்கள் கூற்றுக்கு ஓர் ஆதரவும் கிடையாது. தமிழ் நாட்டு வரலாறு எழுதிய ஆராய்ச்சியாசிரியர் சிலர் தமிழ் நூல்களை ஆழ்ந்து நோக்காது தாம்தாம் நினைந்தவாறே தவறான முடிபுகள் கொண்டு ஆங்கிலத்தில் எழுதி வரலாற்றுலகில் புகுத்தியிருக்கின்றனர். இவ்வாறே திரு. கே.ஜி. சேஷையரவர்கள் சேரமான் மாந்தரஞ்சேர லிரும்பொறையும் சேரமான் யானைக்கண் சேய் மாந்தரஞ்சேரல் இரும்பொறையும் ஒருவரே எனக் கூறுகின்றார்.[3] சேரமான் மாந்தரஞ் சேரல் இரும்பொறை காலத்தில் சோழ நாட்டில் இராயசூயம் வேட்ட பெருநற் கிள்ளியும் பாண்டி நாட்டில் கானப் பேரெயில் கடந்த உக்கிரப் பெருவழுதியும் ஆட்சி செய்தனர். சேரமான் யானைக்கட்சேய் காலத்தில் பாண்டியன் தலையாலங்கானத்துச் செருவென்ற நெடுஞ் செழியன் ஆட்சி செய்தான்; ஆகவே, சேரமான்கள் இருவரும் வேறு வேறு காலத்தவர் என்பது தெளிவாம். இவையெல்லாம் நோக்காது தமிழ் வேந்தர் ஆட்சி நலங்களும் கொள்கையுயர்வுகளும் தவறாகவே பரப்பப் பெறுகின்றன. அதனால் ஏனை நாட்டவர் உண்மை அறிய மாட்டாது இருளில் விடப்படுகின்றனர்.

---

1. புறம். 229.
2. Junior History of India, p. 94.
3. Cera Kings of the Sangam Period. p. 62.

15. சேரமான் மாந்தரஞ்சேரல் இரும்பொறை

சேரமான் மாந்தரஞ்சேரல் இரும்பொறை, யானைக்கட்சேய் மாந்தரனுக்குப் பின்பு அரசுகட்டில் ஏறிய சேர வேந்தனாவன். இவனது இயற்பெயர் காணப்படாமையால், யானைக்கட்சேய் மாந்தரனும் இவனும் ஒருவரே என்றும் கருதிவிட்டனர். தலையாலங்கானத்துச் செருவென்ற பாண்டியன் நெடுஞ்செழியன் காலத்தில் யானைக்கட் சேய் மாந்தரனும், இராயசூயம் வேட்ட பெரு நற்கிள்ளியின் காலத் தில் இந்தச் சேரமான் மாந்தரனும் இருந்தமையின், இருவரும் வேறு வேறு ஆதலேயன்றி, நெடுஞ்செழியனுக்குப் பின்னர் விளங்கிய இராயசூயம் வேட்ட பெருநற்கிள்ளி காலத்தவனாகிய சேரமான் மாந்தரஞ் சேரலிரும் பொறை யானைக்கட் சேய்க்குப் பின்னோனாத லையும் தெளியவுணர வேண்டும். இம் மாந்தரஞ் சேரல் ஆட்சி நிகழும் போது, திருமுனைப்பாடி நாட்டுத் திருக்கோவலூரில் **தேர்வண் மலையன்** என்ற குறுநிலத் தலைவன் ஆட்சி செய்துகொண்டு வந்தான்.

மாந்தரஞ் சேரலுடைய ஆட்சி கொங்கு நாடெங்கும் பரந்து கிழக்கிற் சோழ நாட்டைத் தனக்கு எல்லையாகக் கொண்டிருந்தது. சோழ வேந்தருட் சிலர், காலம் வாய்க்கும் போது நமது நாட்டை யடுத்திருக்கும் கொங்கு நாட்டைக் கைப்பற்றுவதும் உண்டு. இவ் வகையில் கொங்குநாடு சோழர்க்கும் சேரர்க்கும் கைம்மாறுவது வழக்கம். இன்றும் கொங்குநாட்டக் கல்வெட்டுகளில் சோழர் கல்வெட் டுகள் பல இருத்தலை நாம் காணலாம். பிற்காலத்தே கொங்குச் சோழர் என்றே ஒரு குடியினர் இருந்து கொங்கு நாட்டை ஆண்டு வந்தது வரலாற்றாராய்ச்சியாளர் நன்கறிந்தது. இதனால், மாந்தரஞ் சேரலுக்கும் சோழன் இராயசூயம் வேட்ட பெருநற்கிள்ளிக்கும் எக்கார ணத்தாலோ பகைமை யுண்டாயிற்று. இருவரும் போர் செய்தற்கும் சமைந்து விட்டனர்.

அந் நாளில் திருக்கோவலூரிலிருந்து மலையமான் நாட்டை ஆண்டுவந்த தேர்வண்மலையன் என்பான் அடல் வன்மையும் படை வன்மையும் மிக்கு ஏனை முடிவேந்தர் மூவரும் நன்கு மதிக்குமாறு விளங்கினான். இவன் இராயசூயம் வேட்ட பெருநற்கிள்ளிக்குத் துணைவனாயிருந்தான். ஆயினும் அவனுக்குச் சேரரும் பாண்டியரும் பகைவரல்லர். பெருநற்கிள்ளி மாந்தரனோடு போர்செய்யச் சமைந்த காலையில் தேர்வண் மலையன் அவனுக்குத் துணை செய்ய

வேண்டிய வனானான். மலாடரும் சோழரும் சேர்ந்து சேரர் படையொடு கடும்போர் உடற்றினர். சோழர் வலிகுன்றுமிடங்களில் மலாடர் துணைபுரிந்து வெற்றி சோழர்கட்கே எய்து வித்தனர். முடிவில் சேரலார் பின்னிட்டு நீங்க வேண்டியவராயினர். வெற்றிப் புகழ் நிறைந்து மலையமான் தன் நாடு திரும்பி வந்தான். அவனது கீர்த்தி நாடெங்கும் பரந்தது. சான்றோர் பலர், மலையன் சிறப்பைப் பாடித் தேரும் களிரும் பிறவும் பரிசிலாகப் பெற்றுச் சென்றனர். வடம வண்ணக்கன் பெருஞ்சாத்தனார் என்னும் சான்றோர், மலையனைக் கண்டு, ''வேந்தே, சோழர்க்கும் மாந்தரனுக்கும் நடந்த போரில் வெற்றிபெற்ற சோழன் நமக்கு வெற்றி எய்துவித்தவன் இவன் அன்றோ, இவற்கு நம் நன்றி யுரியது எனப் பாராட்டுகின்றான்; அது பெறாது நீங்கிய சேரமானும், வல்வேல் மலையன் துணை செய்யாதிருந்தால், நன்கு வாய்த்த இப்போரை வெல்வது நமக்கு எளிதாகும்; இவ்வகையால் இருபெரு வேந்தரும் ஒருங்கு பரவ ஒரு நீ ஆயினை, பெரும''[1], என்று பாராட்டினர்.

நிற்க, திருவாங்கூர் நாட்டில் நெய்யாற்றங்கரை வட்டத்தில் விளங்கில் என்றோர் ஊர் உண்டு. இடைக்காலேத்தே விளம்பில் எனத் திரித்து, இப்போது அது விளப்பில் என வழங்குகிறது. பண்டை நாளில் அத வேணாடு என்ற பகுதியில் மாவண் கடலன் என்னும் வேளிர் தலைவனுக்கு உரியதாய்[2] இருந்தது. அக் காலத்தில் அது செல்வங் கொழிக்கும் சிறப்புடையவூராகவும் விளங்கிற்று. உயர்ந் தோங்க பெருமனைகளில் வனப்பு மிக்க மகளிர் வாழ்ந்தனர். அவர்கள் தமது மனைத் தெற்றிக்கண் இருந்து தம்முடைய கைவளையொலிப்ப விளையாடுவது இனிய காட்சி நல்கும். இவ் வேணாட்டிற்குத் தெற்கில் தென்பாண்டி நாடு எல்லையாக இருந்தது. மாந்தரன் சோழரொடு பொருது தோற்றாடி வந்தது. தென்பாண்டி நாட்டவர் வேணாட்டிற் புகுந்து அலைப்பதற்கு இடந்தந்தது. மாந்தரன் போதிய வலியிலன் என அவர்கள் தவறாக எண்ணி வேணாட்டவர்க்குத் தொல்லை விளைவித்தனர். அதனால் விளங்கிலில் வாழ்ந்த மக்கள் பெருவிழுமம் எய்தினர். இச் செய்தி மாந்தரனுக்கத் தெரிந்தது. உடனே, அவன், பெரும் படையொன்று கொணர்ந்து விளங்கிலர் எய்திய விழுமம் போக்கி இன்பவாழ்வு எய்தச் செய்தான்.

மாந்தரன் விளங்கிலில் தங்கியிருக்கையில் அவனைச் சான்றோர் பலர் பாராட்டிப் பாடிப் பரிசில் பெற்றுச் சென்றனர். அப் பகுதியில் பொருந்தில் என்னும் ஊரில் வாழ்ந்த இளங்கீரனார் என்னும் சான்றோர் மாந்தரனைக் கண்டார். மாந்தரனுக்குச் செந்தமிழ் வல்ல சான்றோர்பால்

1. புறம். 125. 2. அகம். 47.

பேரன்புண்டு; அதனால் அவன் பொருந்தில் இளங்கீரனாரை அன்புடன் வரவேற்று இன்புற்றான்.

மாந்தரனுக்குப் பண்டைப் புலவர் நிரலில் ஒருவராய் நிலவிய கபிலருடைய பாட்டில் பெரிதும் ஈடுபாடு உண்டு. ஒய்வுக் காலங்களில் அவர் பாட்டைப் படித்து மகிழ்வது அவனுக்கு வழக்கம். இளங்கீரனார் அவனுக்குத் தாம் பாடிய பாட்டுகளிற் சிலவற்றைப் பாடிக்காட்டினார்.

பொருள் கருதிப் பிரிந்தொழுகும் தலைமகன் நெஞ்சில், அவன் மேற்கொண்டு வினைமுடிவில் அவனுடைய காதலியைப் பற்றிய காதல் நினைவுகள் தோன்றி வருத்தும் திறத்தை இரண்டு பாட்டுகளில் வைத்து அழகுறக் கீரனார் பாடியிருந்தார். வினை முடிந்தபின் தலைமகன் தன் மனைக்கு மீண்டு வருகின்றான். அப்போது, தான் திரும்பி வருதலைத்தன் காதலி கேட்பின் எத்துணை மகிழ்ச்சியெய்துவள் என நினைக்கின்றான்; நாடோறும் ஆழி இழைத்தும், குறித்த நாளை விரலிட்டு எண்ணியும், கண்ணீர் நனைப்ப அணைமேல் கிடந்த கன்னத்தை அங்கையில் தாங்கிக் கொண்டு பல்லி செல்லும் சொல்லைக் கேட்டுத் துயர் மிக்கு உறையும் காதலியின் கட்சி அவன் மனக் கண்ணில் தோன்றி அலைக்கின்றது. பிரிவு நினைந்து பெருந்துயர் உழக்கும் அவளது நிலையைக் கண்டதும், அவனது நெஞ்சு அத் தலைவிபால் சென்று அவள் பின்னே நின்று அவளுடைய முதுகைத் தழுவித் தேற்றுவதாக நினைந்து, ‘இத் துணைப் பெருங்காதற் பணிபுரியும் நெஞ்சே, நீ அன்று யான் பிரிந்த காலையில் என்னோடு வாராது அவளிடத்தே நின்று இருக்கலாமே; என்னோடு வாராது அவளிடத்தே நின்று இருக்கலாமே; என்னோடு வந்தன்றோ பெருந்துன்பம் உழந்தாய்; இப்போது என் பின்னே வருவதை விட்டு முன்னதாகச் சென்று சேர விருமபினை; அற்றாயின், செல்க; சென்று சேர்ந்தபின் அங்கே அகல் விளக்கைத் தூண்டிக் கொண்டு அதன் எதிரே நிற்கும் காதலியைக் கண்டு நலம் அளவளாவுங்கால் என்னை மறவாது நினைப்பாயாக’ என்று மொழிந்து முற்படச் செல்லும் உன் முயற்சி சிறப்புறுக’’ என அப் பாட்டில் வாழ்த்துகின்றான். அவற்றைக் கேட்டு இன்புற்ற மாந்தரன், ‘‘அந் நாளில் சிறந்த செய்யுட்களைப் பாடி மேன்மையுற்ற கபிலர், இன்று உளராயின் நன்றன்றோ’’ என்று மொழிந்தான்.

வேந்தன் உரைத்த இச் சொற்களைக் கேட்டதும் இளங்கீரனார் திடுக்கிட்டார்; பலபட நினைந்து, ‘‘இவன் இதுபோது பாடுபவர்கள் கபிலர் போலும் புலமையுடைய ரல்லர் என்று கருதுகின்றானோ? அன்றி, நம் பாட்டுகள் கபிலன் பாட்டுகளை நினைப்பிக்கின்றனவோ? வேந்தன் கருதுவது யாதோ? கபிலனை யொப்பவோ, மிகவோ, யாம்

பாடுவோம் என்பதும் பொருந்தாது; ஒருகால் ஒப்பத் தோன்றினும் பழமைக்கே பெருமை காணும் உலகம் ஏலாதே'' என்று நினைந்தார். ''விளங்கில் என்னும் இவ்வூர்க்கு உற்ற இடுக்கண் களைந்த வேந்தே, கடுமான் பொறையனே, நின் புகழை யாங்கள் விரித்துப் பாடலுறின், நின் புகழை யாங்கள் விரிந்துகொண்டே போகிறது; தொகுத்துக் கூறுவோ மெனின், அப் புகழ் முற்றும் அடங்காது எஞ்சி நிற்கிறது; அதனால் எமது புலமையுள்ளம் மயங்குகிறது. எம்மனோர்க்கு நின் புகழ் கைமுற்றுவதன்று. கபிலர் போல ஒளியுடையோர் பிறந்த இப் பரந்த உலகில் யாங்கள் பிறந்து விட்டோம்; இனி, அவர்களைப் போல ஒளியுடையராக மாட்டாமையால் இங்கே வாழோம் என்றலும் கூடாது; ஆகவே, சிறிதும் தாழாது பொருள் செறிந்த செய்யுள் பாடும் தீவிய செந்நாவினையும், மிக்க கேள்வியறிவினையும் விளங்கிய புகழினையும் உடைய கபிலர் இன்று உளராயின் நன்று என்ற கூறு கின்ற நீ மகிழப் பகைவரை வஞ்சியாது பொருவெல்லும் நின்வென் றிக்கு ஒப்பப் பாடுவேன்''[1] என்று பாடினர். எண்ணாது உரைத்த தற்கு மாந்தரன் மனம் நொந்து கீரனார்க்கு வேண்டிய பரிசில்களைச் சிறப்ப நல்கி மகிழ்வித்தான். இளங்கீரனார் வேந்தன்பால் விடை பெற்றுக் கொண்டு தமது பொருந்திலுக்குச் சென்றார்.

16. சேரமான் வஞ்சன்

மலையாளம் மாவட்டத்தில் வயனாடு எனப்படும் வட்டத் திற்குப் பண்டை நாளில் பாயல் நாடு என்று பெயர் வழங்கிற்று. இப்போதுள்ள குடகுநாடு இந்தப் பாயல் நாட்டில்தான் அடங்கி யிருந்ததென்று அந்நாட்டு வரலாறு[2] கூறுகிறது. குடகு நாட்டுக் கல்வெட்டுகளும் மேற்கு மலைத் தொடரின் இப் பகுதியதைப் பாயல் மலையென்று குறிக்கின்றன எனக் குடகு நாட்டுக் கல்வெட்டறிஞரும்[3] எடுத்துரைக்கின்றனர்.

இப்போதும் மலையாளம் மாவட்டத்தைச் சேர்ந்த குறும்பர் நாடு வட்டத்தின் ஒரு பகுதி, பாயல் நாடு எனவே வழங்குகிறது. கி.பி. 1887-ல் ஆங்கிலேயராட்சியில் பாயல் நாட்டின் பகுதிகளான உம்பற்காடு, சேரன் நாடு என்பன நீலகிரி மாவட்டத்தோடு இணைக்கப் பெற்றன.[4]

---

1. புறம். 51.
2. Imp. Gazett. Mysore&Coorg p. 278-9.
3. Coorg. Ins. Int. p. 2.
4. Malabar Series. Wynad. p.5.

சேரவேந்தர் குடிவகையில் ஒருவகையினர் இப் பகுதியிலிருந்து ஆட்சி செய்தனர். அவருள் சேரமான் வஞ்சன் என்பவன் சிறந்து விளங்கினான். அவன் காலத்தில் திருவாங்கூர் நாட்டு ஆனைமுடிப் பகுதியும் அவனது ஆட்சியில் இருந்தது. பண்டை நாளை வஞ்சிக் களம் பிற்காலத்தே அஞ்சைக்களம் எனத் திரிந்தாற் போல, வஞ்சன் நாடு அஞ்சன் நாடு எனத் திரிந்து வழங்குகின்றது. இவ்வாறே வயனாடு வட்டத்திலுள்ள அஞ்சன்குன்று (அஞ்சன்குன்னு) என்பதும் வஞ்சன் குன்று என்பதன் திரிபாகும். இந்த அஞ்சன் நாடு கோடைக் கானற்கு மேற்கில் உளது. ஆகவே, வடக்கே வயநாடுமுதல் தெற்கே கோடைக்கானல் வரையிலுள்ள மலைப்பகுதி சேரமான் வஞ்சனுக்கு உரியதாயிருந்தது என்றும் அதற்குத் தென்னெல்லை கண்ணன் தேவன் மலையென்றும் கொள்ளலாம்.

இவ்வாறு பரந்த மலைப் பகுதிக்குத் தலைவனாக விளங்கிய வஞ்சனது தலைமையான ஊர் இன்னது எனத் தெரியவில்லை. ஆனால், வஞ்சனைப் பாடிய திருத்தாமனார் அவ்வூரைப் ''பெரும் பெயர் மூதூர்''[1] என்ற குறிக்கின்றார். இதனால் அது வஞ்சனுடைய முன்னோர் வாழ்ந்து வந்த தொன்மையும் புகழும் உடைய ஊர் என்பது தெளிவாகிறது. அஞ்சனது பெரும் பெயர் மூதூர் இப்போதுள்ள நீலகிரி எனக் கருதுதற்கு ஏற்ற சான்றுகள் உள்ளன. இப்போதுள்ள குடகு, பாயல் நாட்டின் பகுதியாயிருந்த போது அதன்கண் அடங்கியிருந்த அஞ்சனக்குன்று நீலகிரி என்று வடசொல்லாக மாறிற்று. அங்கு அஞ்சனகிரி என்ற ஒரு மாளிகையும் இருந்தது எனக் குடகு நாட்டில் கல்வெட்டாராய்ச்சியும் புதை பொருளாராய்ச்சியும் நிகழ்த்திக் கண்ட **லூயி ரைஸ்**[2] என்பார் குறித்துள்ளார். கோடைக்கானலின் பழைய வரலாறு, எவ்வாறு அஃது ஆங்கிலர் சென்ற காண்பதற்கு முன்பே தமிழர் கண்டு வழங்கிய சிறப்புடையது என்பதைக் காட்டுகின்றதோ, அவ்வாறே நீலகிரியும் ஆங்கிலர் அறிந்த நகரமைக்கக் கருதியதற்கு முன்பே, தமிழர் அறிந்து வழங்கும் சால்புடைது என அறிஞர் அறிதல் வேண்டும். இதற்கு அந்த ஆங்கில மக்கள் **நேர்மையோடு** செய்து தந்த ஆராய்ச்சியே சான்றாவதையும் எண்ணுதல் வேண்டும். அஞ்சன் குன்று அஞ்னகிரியாகி நீலகிரியாயிற்று. அவ்வூரது காவலருமையும் வஞ்சனுடைய தோள்வன்மையும் தாமனாரது புலமைக்கு விருந்து செய்கின்றன. அவர் அவ்வூரைப் பெரும்பெயர் மூதூர் என்றும், வஞ்சனை, ''வரையுறழ் மார்பின் புரையோன்'' என்றும் புகழ்ந்து பாடுகின்றனர்.

ஒருகால், திருத்தாமனார் விடியற் போதில் கிணைப் பொருநரும் உடன்வர அவனது செல்வ மனைக்குச் சென்றார். முற்பக்கத்து நிலவு

1. புறம். 398.
2. R. L. Rice: Coorg Ins. Vol. No. 10.

மறைய வெள்ளியாகிய மீன் தோன்றி விண்ணில் விளக்கம் செய்தது. கோழிச் சேவல் எழுந்து கூவத் தொடங்கிற்று. பொய்கைகளில் நெய்தல் முதலிய பூக்கள் மலரத் தொடங்கின. உடன் வந்த பாணர் யாழை இசைக்கத் திருத்தாமனார் அவனுடைய மனை முன்றிலில் பரிசிலர்க்கு என நிறுத்தப் பெற்றிருந்த பந்தரை அடைந்து அவன் மறபாண்பினைப் பாடலுற்றனர். அவ்விடம், பரிசிலர் குறுகுதற்கு எளிதேயன்றிப் பகைவர் புகமுடியாத அரிய காவல் பொருந்தியது. புலி துஞ்சும் மலைமுழைஞ்சு, ஏனை விலங்கினங்கள் நுழைதற்கு அச்சம் விளைப்பதுபோல, அவனுறையும் மூதூர் பகைவர்க்குப் பேரச்சம் தந்து கொண்டிருந்தது.

தாமனார் பாடிய பாட்டைப் பாணரும் கிணைப் பொருநரும் கேட்போர் மனம் மகிழுமாறு யாழிசைத்தும் கிணைப்பாறை கொட்டியும் பாடினார். பாட்டிசை சென்று உறங்கிக் கொண்டிருந்த வஞ்சனுடைய செவியகம் புகுந்து அவனைத் துயிலுணர்வித்தது. அவன் அப்பாட்டிசையைக் கேட்டு மனம் மகிழ்ந்தான். சொற்பெயரா வாய்மையும் தன்னையடைந்த இரவலர்பால் பொருளும் உடையனாதலால், வஞ்சன் அவரது பாட்டு இசைக்கும் பொருளை நோக்கினான். இரப்புரை கலந்த அப் பாட்டு, ''வேந்தே, நின்னை நினைந்து வரும் இரவலர்க்கு வேண்டுவன நல்கிச் சிறப்பிக்கும் வள்ளலாகிய நீ, எம்மைப் புறக்கணிக்காத மிக்க அருளுடையனாதல் வேண்டும்'' என வேண்டிற்று.

அவன் உடனே எழுந்து போந்து திருத்தாமனாரை அன்போடு வரவேற்றான். அவர் பாடியது ஒரு சிறு பாட்டேயாயினும் அவனுக்கு அது நல்கிய மகிழ்ச்சியோ பெரிது. அதனால், அவன் முகம் மலர்ந்து அன்பு கனிய நோக்கி இன்னுரை வழங்கினான். வறுமையால் வாடி மாசு படிந்திருந்த அவரது ஆடையை நீக்கிப் புத்தாடை தந்து புனைந்து கொள்ளச் செய்தான். இனிய தேறல் வழங்கப் பெற்றது. பின்பு தனக்கெனச் சமைக்கப்பெற்றிருந்த அவரோடு வந்த பாணர் முதலியோர்க்கும் நல்கினான்; தன் மார்பில் அணிந்திருந்த மணி மாலையையும் பூத்தொழில் செய்யப்பட்ட மேலாடையையும் தாமனார்க்குத் தந்து இன்புறுத்தினான்.

திருத்தாமனார் அவன் மனைக்கண்ணே சின்னாள் தங்கியிருந்த அவன், தனக்கும் ஏனைப் பாணர் பொருநர் முதலிய பரிசிலர்க்கும் பெரும் பொருள் நல்கப் பெற்றுக் கொண்டு அவன்பால் விடை பெற்று ஊர் வந்து சேர்ந்தார்.

இச் சேரமான் வஞ்சனுடைய குடி மரபு பற்றியும் அவற்குப் பின் வந்த வேந்தரைப் பற்றியும் வேறு குறிப்பொன்றும் தெரியாமலே அவனதுவரலாறு நின்று வற்றுகிறது.

17. சேரமான் மாவண்கோ

மாந்தரஞ் சேரல் இரும்பொறை சேர நாட்டில் இருந்து வருகையில், கடுங்கோக் குடியில் தோன்றிய மாவண்கோ சேரர்க்குரிய கொங்குநாட்டுப் பகுதியை ஆண்டு வந்தான். அக் காலத்தில் சோழ நாட்டில் இராயசூயம் வேட்ட பெருநற்கிள்ளி ஆட்சி புரிந்து வந்தது முன்பே கூறப்பட்டது. பாண்டி நாட்டில் கானப்பேர் தந்த உக்கிரப் பெருவழுதி அரச கட்டிலேறி விளங்கினான். சேரமான் மாவண்கோவை மாரிவெண்கோ எனவும் சில ஏடுகள் கூறுகின்றன.

உக்கிரப் பெருவழுதி பாண்டி வேந்தனாய் வீற்றிருக்கையில் கிழக்கில் முத்தூற்றுக் கூற்றத்தில் வேங்கை மார்பன் என்னும் குறுநிலத் தலைவன் ஆட்சி செய்துவந்தான். முத்தூற்றுக் கூற்றம் என்பது இப்போதுள்ள இராமநாதபுர நெல்வேலி மாவட்டத்தின் கடற்கரைப் பகுதியாம். அந்நாளில் அப் பகுதியிலுள்ள கானப்பேரெயில் சிறந்த அரண் அமைந்து பாண்டியர்க்கு உரியதாயிருந்தது. உக்கிரப் பெருவழுதி அரசு கட்டிலேறிய காலத்தில் அதனை வேங்கை மார்பன் என்பான் கைப்பற்றிக் கொண்டு செருக்கினான். கானப்பேரெயில் வெயிற் கதிர் நுழையாவாறு செறியதத் தழைத்த காவற்காடும் பகைவர் நுழைதற் கரிய காட்டரணும் உடையது; மதிலரண் வானளாவி உயர்ந்தும் நீரரணாகிய அகழி நிலவெல்லைகாறும் ஆழ்ந்தும் இருந்தன. வானளாவி நின்ற மதிலின் உறுப்புகள் வானத்தின் கண் தோன்றும் மீன் போல் காட்சியளித்தன. இந் நலங்களைக் கண்ட வேங்கை மார்பன் இதனைத் தனக்கே உரியதாக்கிக் கொள்ள வேண்டும் என்ற அவா மேலிட்டதால் இதனை அவன் கைப்பற்றிக் கொள்ளலானான்.

இதனை அறிந்தான் உக்கிரப் பெருவழுதி; பெரும் படையொன்றைத் திரட்டிக் கொண்டு கானப் பேரெயிலை நோக்கிச் சென்றான். வேங்கை மார்பனும் தனது அரும்படையோடு எயில் காத்து நின்றான். வேங்கையின் படையும் பாண்டிப் படையும் கடும்போர் உடற்றின. முடிவில் பாண்டிப் படை கானப் பேரெயிலை வென்று கொண்டது. வேங்கை மார்பன் புறந்தந்து ஓடினான். பின்னர், அவ் வேங்கை மார்பன், இனிக் கானப்பேரெயிலை நாம் பெறுவதென்பது ஆகாத செயல்: ''கருங்கைக் கொல்லன் செந்தீ மாட்டிய இரும்புண் நீரினும் மீட்டற் கரிது''[1] என இரங்கிச் செயலற்றொழிந்தான். அப்போது உக்கிரப் பெருவழுதியின் வெற்றியைப் பாராட்டி,

---

1. புறம். 21.

ஐயூர் மூலங்கிழார் என்ற சான்றோர் பெருவழுதியை வியந்து, கானப் பேர் எயில் இரும்புண்ட நீரினும் மீட்டற்கரிது என, வேங்கை மார்பன் இரங்க ''வென்ற'' கொற்ற வேந்தே, இகழுநர் இசையோடு மாய ''நின்வேல்'' ''புகழொடு விளங்கிப் பூக்க'' என்று வாழ்த்தினர்.

உக்கிரப் பெருவழுதி கானப் பேரெயில் தந்த உக்கிரப் பெரு வழுதி என்ற சிறப்புடன் மதுரை அடைந்து வெற்றி விழாக் கொண் டாடினான். அவ்விழாவிற்குச் சான்றோர்களும் சோழன் இராயசூயம் வேட்ட பெருநற்கிள்ளியும் சேரமான மாவண்கோவும் வந்திருந்தனர்.

விழா விடிவில் சேர சோழ பாண்டியர் மூவரும் ஒருங்கு வீற்றி ருப்பச் சான்றோர் பலர் கூடியிருந்தனர். அச் சான்றோர் கூட்டத்தே ஔவையாரும் வந்திருந்தார். அவருக்கு முடிவேந்தர் மூவரும ஒருங்கே கூடியிருந்த காட்சி பேரின்பம் தந்தது. அவரது வளஞ் சென்ற புலமையுள்ளத்தே உயர்ந்த ஒழுக்கத்துப் பார்ப்பார் வேட்கும் மூவகைத் தீயும் காட்சி அளித்தன. ''ஒன்று புரிந்து அடங்கிய இரு பிறப்பாளர் முத்தீப் புரைய'' இருந்த மூவரையும் நோக்கி, ''கொடித் தேர் வேந்தர்களே'' என்று சொல்லி, ''விண்ணுலகு போலப் பெருநலம் தரும் இந் நிலவுலகு முற்றும் தமக்கே உரித்தாக உடையராயினும், வேந்தர் இவ்வுலகை விட்டு நீங்குங்கால், இதுவும் அவருடன் செல்வது கிடையாது. ஏற்வர் இருந்த காலையும் தவமுடையார் எவரோ அவர்பாலே இது செல்லும்; அத்தவப் பயனையுடைய நீவிர் மூவரும் செய்யத் தக்கது இதுவே; உங்களை அடைந்து இரந்து நிற்கும் பார்ப்பார்க்கு அவர் வேண்டுவனவற்றை நீரொடு பூவும் பொன்னும் சொரிமின். மகளிர் பொற்கலங்களில் பெய்து தரும் தேறலை யுண்டு மகிழ்ச்சி கூர்ந்து உறைமின். உங்களை வந்தடைந்து இரக்கும் இரவலர்க்கு அருங்கலன்களைக் குறைவின்றி நல்குமின். இவ் வகை யால் உங்கட்கெனப் படைத்தோன் விதித்த நாளெல்லை முற்றும் நீவிர் வாழ்தல் வேண்டும். இவ்வாறு வாழச் செய்த நல்வினையல்லது இறுதியில் துணையாவது பிறிது யாதும் இல்லை. யான் அறிந்த அளவு இதுவே. இனி, நீங்கள் வானத்தில் தோன்றும் மீன்களினும், எங்கும் பரந்து நின்ற பெய்யும மழைத் துளியினும் உங்களுடைய வாழ்நாள் பெருகிப் பொலிக''[1] என்று வாயார வாழ்த்தினர். ஏனைச் சான்றோர் பலரும் பெருமகிழ்ச்சியுற்று வாழ்த்தினர்.

சேரமான் மாவண்கோ ஔவையார் வழங்கிய வாழ்த்தினைப் பெற்றுக் கொண்டு ஏனை எல்லாரிடத்தும் இன்ப விடை பெற்று நீங்கினான்.

---

1. புறம். 67.

18. சேரமான் குட்டுவன் கோதை

சேர வேந்தர் குடியில் கோதையென்னும் பெயர் கொண்ட கிளையொன்று பண்டை நாளில் இருந்திருக்கிறது. இக் கிளையினர் பெயர் கோதையென்றே முடியும். இவர்கள் பெரும்பாலும் குட்ட நாட்டிலேயே இருந்துள்ளனர். இன்றும் குட்ட நாட்டில் கோதைச் சிறை, கோதைக் குறிச்சி, கோதைசச் சேரி, கோதை நல்லூர், கோதைக் குளங்கரை, கோக் கோதை மங்கலம் என ஊர்களும், கோதை யாறு என யாறும் உள்ளன. இவ்வாறு கோதை என்ற பெயரோடு கூடிய ஊர்களோ பிறவோ ஏனைக் குடநாடடிலும் வேணாட்டிலும் இல்லை.

செங்குட்டுவன் காலத்தில் வில்லவன் கோதை என்ற பெயருடைய அமைச்சனொருவன் இருந்தான் என இளங்கோவடிகள் குறிக்கின்றனர்.[1] இக் கோதை குட்ட நாட்டுக் கோதை வேந்தரின் குடியினனாகும் எனக் கருதுவதுண்டு. இக்கோதைவேந்தர், சங்கத் தொகை நூல் காலத்திலும், கி.பி. ஒன்பதாம் நூற்றாண்டில் வாழ்ந்த சேரமான் பெருமாள் நாயனார் காலத்திலும் இருந்தனர் என்பது ஒரு தலை. இவருள் குட்டுவன் கோதை என்பவன் மிகவும் பழையோனாக வுள்ளான். அவன் காலத்தில் பாண்டி நாட்டில் இலவந்திகைப் பள்ளித் துஞ்சிய பாண்டியன் நன்மாறனும், வெள்ளியம் பலத்துத் துஞ்சிய பெருவழுதியும், சோழ நாட்டில் குராப் பள்ளித் துஞ்சிய நலங்கிள்ளி சேட் சென்னியும், குளமுற்றத்துத் துஞ்சிய கிள்ளிவளவனும், காரி யாற்றுத் துஞ்சிய நெடுங்கிள்ளியும் ஆட்சி செய்து வந்தனர். ''ஒளிறு வேற் கோதை ஓம்பிக் காக்கும் வஞ்சி''[2] என்றும் ''நெடுந்தேர்க் கோதை திருமா வியனகர்க் கருவூர் முன்றுறை''[3] என்றும் சான்றோர் கூறுவதால், குட்டுவன் கோதையது ஆட்சியில் குட்ட நாடு வஞ்சிமா நகரும், அதற்கண்மையிலுள்ள கருவூரும் சிறந்து விளங்கின என்றும் அறிகின்றோம்.

குட்டுவன் கோதை பெருவலி படைத்த முடிவேந்தன். அதனால் அவனுடைய குட்டநாடு பகைவர்க்கு மிக்க அச்சம் பயந்து நின்றது. அக் காலத்தே கோனாட்டு எறிச்சிலூர் மாடலன் மதுரைக் குமரனார் என்ற நல்லிசைச் சான்றோர் குட்டுவனை நேரிற் கண்டு பாடியிருக் கின்றார். அப்போது அந்த நாட்டைப் பற்றி ஏனை நாட்டவர் கொண் டிருந்த எண்ணத்தை அவர் நன்கறிந்து தாம் பாடிய பாட்டில் குறித் துள்ளார். ஏனை நாட்டவர் குட்டுவன் கோதையைப் புலியெனவும்,

---

1. சிலப். 25:151. 2. அகம். 263. 3. ஷை. 93.

அவனது நாட்டைப் புலி கிடந்து உறங்கும் புலம் எனவும் கருதி, புலி துஞ்சம் புலத்திற்குள் செலல அஞ்சும் ஆட்டிடையன் போல அவ் வேந்தர்கள் அஞ்சினர் எனவும்[1] குமரனாரது குறிப்புக் கூறுகிறது.

அந்நாளில் குடநாடும் சேர நாடாகவே இருந்தது. கேரள நாடாகவோ கன்னட நாடாகவோ மாறிவிடவில்லை. குட நாட்டில் பிட்டங்கொற்றன் என்றொரு குறுநிலத் தலைவன் ஆட்சி செய்த வந்தான். அவனது நாடு குதிரை மலையைத் தன் அகத்தே கொண் டிருந்தது. குதிரைமலை இப்போது சஞ்சபரு வதமென ஒரு சிலரால் மொழி பெயர்க்கப்பட்டிருப்பினும், குதிரை மூக்கு என்ற பழைய தமிழ்ப் பெயருடன் தென் கன்னடம் மாவட்டத்தில் உப்பினங்காடி வட்டத்தில் வழங்கி வருகிறது. இந் நாட்டில் மேற்கரை என்னும் தமிழ்ப் பெயர் மர்க்காரா என்னும், வடகரை படகரா என்றும் வானவன் தோட்டி மானன்டாடி என்று உருத்திரிந்தும் வழங்குகின்றன. வட மொழியாளர் குதிரை மலையைச் சஞ்ச பருவதம் என்றும், மேற்கு மலைத் தொடரைச் சஃயாத்திரி என்றும் மொழி பெயர்த்துள்ளனர்; ஆனால் மக்கள் வழக்குக்கு வரவில்லை. மேலும், இம் மலை தென் கன்னடத்துக்கும் மைசூர் நாட்டுக்கும் எல்லையாய் நிற்கிறது. இதன் மேற் பெய்யும் மழை ஒருபால் கிருஷ்ணயாற்றையும் ஒருபால் காவிரி யாற்றையும் அடைகிறது. இம்மலையை மேலைக்கடலிலிருந்து பார்ப்போமாயின், இது குதிரையின் முகம் போலக் காட்சி தருவது பற்றிக் குதிரை மலையனெப்படுவதாயிற்று.[2]

பிட்டனுடைய இந்தக் குடநாடு மலை நிறைந்தது. மலை யிடையிலும் சரிவிலும் மூங்கில் அடர வளர்ந்து செறிந்திருக்கும். மலைச் சரிவுகளில் அருவிநீர் வீழ்ந்து பெருமுழக்கம் செய்யும். காட்டாற்றின் கரையில் கமுகும் வாழையும் வளர்ந்திருக்கும். அவற்றின் இடையே மிளகுக் கொடிகள் வளர்ந்து அம் மரங்களைச் சுற்றிக் கொண்டிருக்கும். பக்கங்களில் உள்ள புனங்களில் காந்தள் முளைத்துக் கைபோல் பூத்து மலைப்புறத்தை அழக செய்யும். அங்குள்ள பெருங் காடுகளில் வாழும் காட்டுப் பன்றிகள் காந்தட் புனத்தைத் தம் கொம்பால் உழுது காந்தளின் கிழங்கைத் தோண்டி உண்ணும். அதனால் அங்கே வாழும் குறவர் நிலத்தை உழுவது கிடையாது. பன்றி உழுத புழுதியின் செவ்விநோக்கி அவர்கள் தினையை விதைத்துவிடுவர். அது நன்கு வளர்ந்து உரிய காலத்தில் மிக்க தினையை விளைத்து நல்கும். பொங்கற் புது நாளன்று, அவர்கள் புதிது விளைந்த தினையரசி கொண்டு, மலையா (காட்டுப்பசு)

---

1. Imp. Gazett Madras. Vol. ii. p. 395-6.

விடத்துக் கறந்த பாலை உலையிற் பெய்து அடுப்பிலேற்றிச் சந்தனக் கட்டைகளை விறகாக எரித்துச் சமைத்த சோற்றைக் கூதாளி மரத்தின் கால் நிறுத்தி மலை மல்லிகைக் கொடி படரவிட்டு இருக்கும் மனை முற்றிலில் விருந்தினரை இருத்தி, அகன்ற வாழையிலையை விரித்து அதன்மேற் படைத்து உண்பித்துத் தாமும் உண்பர்.[1] இதனை இப்போது அந் நாட்டவர் புத்தரி (புத்தரிசி; பொங்கற் புதுச்சோறு) என்று வழக்குகின்றனர்.[2] தினைவிளையும் பருவம் ஏனற் பருவம்[3] என்றே வழங்குகிறது.

இத்தகைய வளவிய நாட்டில் இருந்து காவல் புரிந்த குறுநிலத் தலைவனான பிட்டங்கொற்றன், தான் பிறந்த குடிக்கு முதல்வ னாவன். அந் நாட்டவர் தங்கள் குடியில் முதல்வனாவன். அந் நாட்டவர் தங்கள் குடியில் **முதல்வனாக உள்ளவனைப் பிட்டன் என்பது வழக்கம்.** இன்றும் வயனாட்டுக் குறிச்சியாளர்பால் இம் முறைமை இருந்து வருகிறது.

இப் பிட்டங் கொற்றனுடைய மலை குதிரையெனப்படுவதால், ஏனைக் குதிரையாகிய விலங்குகளினின்றும் வேறுபடுத்தற் பொருட்டுச் சான்றோர் குதிரை மலையை ''ஊராக் குதிரை'' என்று கூறுவர். ஏனைக் குதிரைகளை மக்கள் ஊர்ந்து செல்வர்; இக் குதிரை அன்ன தன்று. அதுபற்றியே அம் மலை ஊராக் குதிரை எனப்படு கிறது; வேந்தனும் ''ஊராக் குதிரைக் கிழவன்'' எனப்படுகின்றான்.

இம் மலை நாட்டில் வாழும் மறவர் பலரும் கூரிய அம்பும் சீரிய வில்லும் உடையவர். சேர நாட்டவர்க்குப் பொதுவாக விற்படை உரியதென்றாலும் இக் குடநாட்டவர்க்கு அது சிறப்புடைய கருவி யாகும். இக் காலத்திலும், அவர்களிடையே ஆண் குழந்தை பிறந்தால் முதலில் அதன் கையில் ஆமணக்கின் கொம்பால் வில்லொன்று செய்து, அதன் இலை நரம்புகொண்டு அம்பு செய்து கொடுப்பது ஒரு சடங்காக நடைபெறுகிறது.[4] ஆண் மக்கள் இறந்து போவராயின், அவர்களைப் புதைக்குங்கால், அவர்களது உடம்போடே அம்பு ஒன்றையும் உடன் கிடத்தி புதைக்கின்றனர்.[5] இவ் வில்லோர்க்குத் தலைவனாதலால், பிட்டங் கொற்றனைச் சான்றோர் ''ஊராக் குதிரைக் கிழவன், வில்லோர் பெருமகன்'' எனச்சிறப்பித்தனர்.

தோளாண்மையும் தாளாண்மையும் ஒருங்க பெற்றுப் பகை யொடுக்கி இனிய காவல் புரிந்து வந்த பிட்டனுடைய பெருவன்

---

1. புறம். 168.
2. Imp. Gazett. Mys & Coorg. p. 300.
3. Malabar. Series. Wyanad. p. 62.
4. Imp. Gazett. Mys & Coorg. p. 299.
5. Malabar. Series. Wyanad. p. 62.

மையை நன்குணர்ந்த குட்டுவன் கோதை, அவனைத் தனக்குரிய அரசியற் சுற்றமாகக் கொண்ட அன்பு செய்தான். முடிவேந்தனான குட்டுவன் நட்பைப் பிட்டனும் பெரிதென எண்ணி வேண்டும் போதெல்லாம் பெருந்துணை புரிந்தான். பகையகத்துப் பெற்ற பெருஞ்செல்வத்தைப் பரிசிலர்க்கு ஈயும் பண்பு பண்டை நாளைச் செல்வர்பால் பிறவியிலேயே ஊறியிருந்தது. கொடைமடம் படுவதும படைமடம் படாமையும் வெல்போர் வேந்தர்க்கு வீறுடைமையாகும். அவ்வழி வந்தவனாதலால் பட்டக்கொற்றன் வரையாத வள்ளன்மை செய்தொழுகினான்.

அவனைக் குதிரைமலைக் கிழவனாகச் சான்றோர் கூறுவதால், அவன் குடநாட்டின் பண்டைத் தலைநகரமான நறவு என்னும் ஊரை விடுத்துக் குதிரை மலைக்கு அண்மையிலேயே ஓர் ஊரமைத்திருப் பான் எனக் கருதலாம். குதிரை மலைக்கு அண்மையில் சமால்பாத் என்னும் பெயருடைய ஊரொன்று இருக்கிறது. அங்கே பழையதொரு கோட்டையும் இருக்கிறது. அது திப்புசுல்தான் தன் தாயான சமால் பாயினுடைய பெயரால் அமைத்தது என்றும் அதன் பழம் பெயர் நரசிம்மங்காடி என்றும் அப் பகுதி பற்றிய வரலாறு[1] கூறுகிறது. அங்கு வாழ்பவர், அந் நகரம் தொன்று தொட்டே பழைமையான நகரம் என்றும், நரசிம்மவன்மன் என்ற கடம்ப வேந்த னொருவன், மிகவும் பழைமை பெற்றிருந்த அதனைப் புதிக்கிக் கொத்தகரூர் என்ற பழம் பெயரை மாற்றி நரசிம்மங்காடி எனப் புதுப் பெயரிட்டான் என்றும் கூறுகின்றனர். கொங்காணிகளில் பழையோர் அதனைக் கொத்த கனவூர் என்பர். இச் செய்தியை நினைத்துப் பார்க்குங்கால், பண்டை நாளில் அப் பகுதி முற்றும் தமிழ் வழங்கும் நல்லுலகமாய்த் திகழ்ந் தது எனவும் அக் காலத்தில் பிட்டங்கொற்றனால் அது கொற்றன் கருவூர் என்றோ கொற்றன் நறவூர் என்றோ வழங்கி வந்தது. பின்பு வேறு வேறு பெயர் கொண்டது எனவும் நினைத்தற்கு இடமுண் டாகிறது.

இக் கொற்றன், நறவூரிலிருந்த படையமடம் படாது கொடை மடம் பூண்டு புகழ் பெருகி வாழ்வது தமிழகமெங்கும் நன்கு பரவி யிருந்தது. அக் காலத்தில் வஞ்சி நகர்க்கு அண்மையிலுள்ள கருவூரில் கதப்பிள்ளை என்றொரு சான்றோர் வாழ்ந்தார். அவர் பெயரைச் சில ஏடுகள் கந்தப் பிள்ளை என்றும் கூறுவதுண்டு. குடநாட்டில் பிட்டங் கொற்றன் குதிரைமலைக் குரியனாய் ஈதலும் இசைபட வாழ்தலுமே வாழ்வின் ஊதியமாய்க் கருதிப் புகழ் நிறுத்தும் இன்பநெறியறியாத

---

1. Imp. Gazett Madras. Vol. ii

ஏனைவேந்தர் நாணுமாறு தமிழகம் அறியச் செய்து கொண்டிருப்பதை நேரிற் கண்டார். முடிவில் கதப்பிள்ளை அவனது திருவோலக்கத்தை அடைந்து அவன் செய்யும் கொடைவளத்தைப் பார்த்துக், "கைவள் ளீகைக் கடுமான் கொற்ற, ஈயா மன்னர் நாண, வீயாது பரந்த நின் வசையில் வான்புகழ் வையக வரைப்பின் தமிழகம் கேட்பப், பொய்யாச் செந்தா நெளிய நாளும், பரிசிலர் ஏத்திப் பாடுப என்ப"[1] என்று பாடிப் பாராட்டினார். அவர்பால் பேரன்பு கொண்ட பிட்டன், மனம் மகிழ்ந்து பெருஞ்செல்வத்தைப் பரிசிலாத் தந்து அவரைச் சிறப்பித்தான்.

சில நாள்களுக்குப் பின், சேரர்க்கு உரிய கொங்கு நாட்டில் படர்ந்து வாழ்ந்து வந்த கோசர் என்பார் குட்டுவன் கோதைக்கு மாறாக எழுந்து நாட்டில் குறும்பு செய்யத் தலைப்பட்டனர். பேராற்றல் கொண்டு விளங்கிய நன்னனையே நாட்டினின்று வெருட்டியோட்டிய தறுகண்மை மிக்கவர் கோசர் என்பது குட்டுவனுக்கு நன்கு தெரிந்த செய்தி, மேலும், அவர்கள் விற்போரில் அந்நாளில் சிறந்து விளங்கினர். அதனால் அவன் வில்லோர் பெருமகனான பிட்டங்கொற்றனைத் தனக்குத் துணைபுரியுமாறு வேண்டினான். பிட்டனும் தன் வில் வீரருடன் குட்டநாடு போந்து அங்கே குட்டுவன் தன்னுடைய படை யுடன் போதரக் கொங்கு நாட்டிற் புகுந்து குறும்பு செய்தொழிலாகிய கோசரது விண்மைச் செருக்கை வீழ்த்தினான்.

கோசர்கள், தாம் இளமையில் விற்பயிற்சி பெற்ற போது எவ்வண்ணம் அம்பு எய்வரோ அவ்வண்ணமே எய்வதாகப் பிட்டன் கருதினன். அவர் சொரிந்த அம்புகள் பிட்டனுடைய மனநிலையையோ வலியையோ சிறிதும் அசைக்கவில்லை. பிட்டன் அவர்களை மிக எளிதில் வெருட்டி அவர்களது குறும்பை அடக்கினான். அவர் செய்த குறும்புகளால் அலைப்புண்ட நாட்டைச் சீர் செய்து கெட்ட குடிகளைப் பண்டு போல் நிலைபெறச் செய்தற்குப் பிட்டன் சில நாள்கள் கொங்குநாட்டில் தங்க வேண்டியவனானான். அங்கே காவிரிப் பூம்பட்டினத்துக் காரிக்கண்ணனார் என்னும் சான்றோர் அவனைக் காணச் சென்றார். அப்போது அவன் பகைவரை அடக்கும் செயலில் ஈடுபட்டிருந்தான். அவன் வினை முடித்து மீளுந்தனையும் அவன் இருந்த பெருமனைக்கண் தங்கினார். அவன் வெற்றியோடு திரும்பி வரவும் அவர் பெருமகிழ்ச்சி கொண்டு பாடினார். அப்போது, அவனது பார்வை, தன்னை அவர் போர்வினை இடத்தேயே கண்டிருக் கலாம் என்ற குறிப்பைப் புலப்படுத்திற்று. அதனை உணர்ந்தார் கண்ணனார்;

1. புறம். 168.

''பெரும, போர்வினையிடத்தும் நின் செவ்வி கிடைப்பது அரிதாகவுளது. போர்க்களத்தில் பகைவர் எறிதற்கு மேற்செல்லும் நின் வேற்படை வீரரை முன்னின்ற நடத்துகின்றாய்; பகைவரது விற்படை எதிர்த்து மேல்வருங்கால் காட்டாற்றின் குறுக்கே நின்று அதன் கடுமையைத் தடுத்து நிறுத்தும் கற்சிறை போல அப் படையைக் குறுக்கிட்டுத் தடுத்து மேன்மையுறுகின்றாய்; ஆகவே எவ்வழியும் நினது செவ்வி பெறுவது எம்மனோர்க்கு அரிது; செவ்வியும் இப்போதே கிடைத்தது. இதுகாறும் தாழ்த்தமையால் என் சுற்றத்தார் பசி மிகுந்து வருந்துகின்றனர்; எனக்கு இப்போதே பரிசில் தந்து விடுதல் வேண்டும்[1] என வேண்டினர். ''கோசரது விற்போர் கண்ட எனக்கு அவரது இளமைப் பயிற்சியையே அவரது விற்போர் மிகவும் நினைப்பித்தது. இளமைக் காலத்தில் அவர்கட்கு இலக்கமாய் நின்ற முருக்கமரக் கம்பம் போல நின் மார்பு காணப்பட்டது; அன்று அவர்கள் எய்த அம்புகள் பலவற்றில் ஒன்றிரண்டே அக் கம்பத்திற் பட்டது போல இன்றும் மிகச் சிலவே நின்னை அடைந்தன; அவர்களால் அக் கம்பம் வீழ்த்தப் படாமைபோல இன்று நீ அவரது வில்வன்மையை விஞ்சி நிற்கின்றாய்'' என்று அவர் குறிப்பாய் உரைத்தார்; அது கண்டு பிட்டன் பெரிதும் வியந்து அவர்க்கும் பிறர்க்கும் மிக்க பரிசில் நல்கி விடுத்தான்.

அந் நாளிலேயே தமிழகத்தின் அரசியலைச் சீரழித்து, அதன் பரப்பைச் சுருக்கி அதன் மொழியாகிய தமிழையும் கெடுத்து உருக்குலைக்கக் கருதிய கூட்டம் தோன்றி விட்டது. அதனுடைய சூழ்ச்சியும் செயல்படத் தொடங்கிவிட்டது. ''நல்ல போலவும், நயவ போலவும், தொல்லோர் சென்ற நெறிய போலவும்'' அச் சூழ்ச்சிகள் தொழில் செய்தன. படை மடம்பாடாமை ஒன்றையே கைக் கொண்டு ஏனைக் கொடை முதலிய துறைகளில் பெருமடம் பூண்பது பெருமையாக அவர்கட்கு அறிவுறுத்தப்பட்டது; அவ் வகையில் அவர்களும் அறிவறை போயினர். தமிழ்ப் புலமைக் கண்ணுக்கு அஃது அவ்வப்போது புலனாயிற்று. செவ்வி வாய்க்கும் போதெல்லாம் புலவர்கள் அதனை எடுத்துரைத்துத் தெருட்டி வந்தனர். அத்தகைய நிகழ்ச்சியொன்று சோழ பாண்டிய நாட்டில் தோன்றிற்று. சோழ பாண்டியரது ஒருமை தமிழகத்துக்குப் பேரரணமாகும் என்பதை அச்சூழ்ச்சிக் கூட்டம் உணர்ந்து அதனைக் கெடுத்தற்கு முயன்று கொண்டிருந்தது.

அதனைக் கண்டு கொண்டார், நம் காவிரிப் பூம்பட்டினத்துக் காரிக்கண்ணனார். தமிழ் அரசு வீழின், தமிழர் வாழ்வும் தமிழகத்தின் பரப்பும் தமிழ் மொழியின் மாண்பும் கெட்டழியும் என்பதைச் சால்புற உணர்ந்தொழுகிய அவரது தமிழ் உள்ளம் ஒரு சிறிதும் பொறாதாயிற்று,

1. புறம். 166.

ஒரு கால், சோழன் குராப் பள்ளித்[1] துஞ்சிய பெருவழுதியையும், ஒருங்கிருப்பக்காணும் செவ்வியொன்று கண்ணனார்க்கு வாய்ந்தது. உடனே அவர், ''அன்புடைய உங்கள் இருவர்க்கும் இடை புகுந்து கெடுக்கும் ஏதில் மாக்கள் உளர்; அவருடைய பொது மொழியைக் கொள்ளாது இன்றே போல்க நும்புணர்ச்சி[2] என்று பாராட்டிக் கூறினார். இத்தகைய தமிழ்ச் சிறப்புடைய காரிக் கண்ணனார் பிட்டங் கொற்றனைப் பெரிதும் பாராட்டிப் பாடிய குறிப்பு நல்லிசைச் சான்றோர் பலர்க்குப் பிட்டனைக் காண்டல் வேண்டும் என்ற விருப் பத்தை உண்டு பண்ணிற்று. பலரும் கொங்கு நாடு போந்து பிட்டங் கொற்றனைக் கண்டனர். அவர் அனைவரையும், பிட்டன் தன் பெருமையும் அன்பும் விரவிய வரவேற்பளித்து மகிழ்ந்தான். அவர் களுள் ஆனிரையும் நெற்குவையும், சிலர்க்குப் பொற்குவையும், சிலர்க்குப் பொற்கலங்களும் சிலர்க்குக் களிறும் தேரும் எனப் பரிசில் வகை பலவும் வரிசை பிறழாது நல்கினான்.

இவ்வாறு பிரிட்டன்பால் வந்த சான்றோருள், உறையூர் மருத் துவன் தாமோதரனாரும் ஒருவர். அவர் வந்திருந்த போது ஒற்றர்கள் சிலர் போந்து பகைவர் தம்முட் பேசிக் கொள்வனவற்றை எடுத் துரைத்தனர். உறையூர் மருத்துவனார் அப் பகை வேந்தரது ஒற்றர் செவிப்படுமாறு, ''பகைவர்களே, கூர்ணவேல்பிரிட்டன் மலைகெழு நாடன்; அவனைப் பகைத்துக் குறுகு தலைக் கைவிடுவீர்களாக; தன்பால் உண்மை அன்புடையார்க்கே அவன் எளியன்; பகைவர்க்கோ எனின், கொல்லன் உலைக்களத்தில் இரும்பு பயன்படுத்தும் கூடத் துக்கு (சம்மட்டிக்கு) இளையாத உலைக்கல் போல்பவன் என்று உணர்வீர்களாக,''[3] என்று பாடினர்.

வடம வண்ணக்கன் தாமோதரனார் என்ற சான்றோரும் மதுரை மருதன் இளநாகனாரும் ஆலம்பேரி சாத்தனாரும் பிறரும் பிட்டங் கொற்றனைப் பாடிப் பரிசில் பெற்று இன்புற்றனர். அப்போது அவர் களிடையே பிட்டனுடைய வள்ளன்மை பொருளாக ஒரு சொல்லாட்டு நிகழ்ந்தது. தன்னைப் பாடி வருவோர்க்கு நம் பிட்டன் நன்கொடை வழங்குவது ஒக்கும்; அவனது கொடைமடம் ஆராயத் தக்கது என்ற முடிவு அவர்களிடையே உண்டாயிற்று. அப்போது அங்கே இருந்த காவிரிப்பூம்பட்டடினத்துக் காவிரிக் கண்ணனார், பிட்டனைப் பலகால் கண்டு பயின்றவராதலால் முடிந்த முடிபாகக் கூறலுற்று, ''சான்றீர், இப்பொழுது சென்றாலும், சிறிது போது கழித்துச் சென்றாலும்,

---

1. குராப்பள்ளியென்பது இக் காலத்தே திருவிடைக்கழி என வழங்குகிறது. M.Ep. A. R. No. 265 of 1925, வெள்ளியம்பலம்-மதுரை மாடக்கூடலின் ஒரு பகுதி.
2. புறம். 58.
3. புறம். 170

முற்பகல் பெற்றவன் பிற்பகல் சென்றாலும், பிட்டங்கொற்றன் தனது கொடை மடத்தால் முன்னே வந்தவன் என்னாமல் கொடுத்தலைக் கடனாகக் கொண்டு செய்பவன்; எக்காலத்தும பொய்த்தலின்றி எம்வறுமை நீங்க வேண்டுவன நல்கிவிடுவது அவனுக்கு இயல்பு; மேலும், அவன்பால் நம்மனோர் சென்று ஆனிரை விளைக்கும் நெல்லை நெற்களத்தோடே பெறவேண்டினும், அருங்கலம் வேண் டினும் களிறு வேண்டினும், இவை போல்வன பிற யாவை வேண் டினும் தன் சுற்றத்தாராகிய பிறர்க்கு அளிப்பது போலவே நம்ம னோர்க்கும் நல்குவன்''[1] என்று பாடிக் காட்டினார். கேட்டவர் யாவரும் ஒக்கும் ஒக்கும் எனத் தலையசைத்து உவந்தனர்.

பிட்டங்கொற்றன், சான்றோர் அனைவர்க்கும் அவரவர் வரிசைக் கேற்பப் பரிசில் தங்கி விடுத்தான். அதனால் தம்மை வருந்திய வறுமைத் துன்பம் கெட நின்ற வடம வண்ணக்கன் என்னும் சான்றோர். ''வன்புல நாடனான பிட்டனும் அவனுக்கு இறைவனாரும் குட்டுவன் கோதையும் அவ்விரு வரையும் மாறுபட்டொழும் பகை மன்னரும் நெடிது வாழ்க; பகை மன்னர் வாழ்வு எப்போதும் பரிசிலருக்கு ஆக்கம்''[2] என்று பாடினார். இவ்வாறே பிறரும் பாடிய பின்பு, காரியக் கண்ணனார், ''இவ்வுலகத்தில் ஈவோர் அரியர்; ஈவோருள் ஒருவனாய்ச் சிறக்கும் பிட்டன் நெடிது வாழ்க; அவனது நெடிய வாழ்வால் உலகர் இனிது வாழ்வர்''[3] என்று வாழ்த்தினர்.

தலைமகன் கடமை குறித்துத் தன் காதலியைப் பிரிந்து செல்ல வேண்டியவனானான். அவன் செலவுக் குறிப்பு அறிந்த தலைமகன் ஆற்றாமல் கண் கலுழ்ந்து அவனை நோக்கினாள். அவன் தனித் திருந்து பிரிவுக் குரியன செய்யுங்கால் அவன் மனக் கண்ணில் காதலி யின் கன்னிய கண்ணினை நீர் நிறைந்து காட்சியளித்தது. அக் கட்பார்வையைக் கூறக் கருதிய மருதன் இளநாகனார்க்குப் பிட்ட னுடைய வேற்படை நினைவுக்க வந்தது. உடனே அவர் தலைமகன் கூற்றில் வைத்து, ''வானவன் மறவன் வணங்குவில் தடக்கை, ஆனா நறவின் வண்மகிழ்ப் பிட்டன், பொருந்தா மன்னர் அருஞ்சமத்து உயர்த்த திருத்திலை எஃகம் போல, அருந்துயர் தரும் இவள் பனிவார் கண்ணே''[4] என்று பாடினர். இவ்வாறே தலைவியது ஆற்றாமை கண்ட தோழி, தலைவனை யடைந்து, ''தலைவ, சென்று வருவேன் என்று நீ சொன்ன சிறு சொல்லைக் கேட்டதும் ஆற்றாளாய்க் கண்ணீர் சொரிந்தாள்; அவளை யான் எங்ஙனம் ஆற்றுவேன்'' என்று கூறலுற் றாள். தோழி கூற்றைப் பாட்டு வடிவில் தர வந்த ஆலம் பேரிசாத் தனார், கண்ணீரால் நனைந்த தலைவியின் கண்களை நினைத்தலும்

---

1. புறம். 171. 2. புறம். 171. 3. புறம். 171. 4. அகம். 77.

பிட்டனுடைய குதிரை மலையிலுள்ள சுனைகளில் மலர்ந்து நீர்த் திவலையால் நனைந்திருக்கும் நீல மலர் நினைவிற்கு வரவே,

"வசையில் வெம்போர் வானவன் மறவன்,
நசையின் வாழ்நர்க்கு நன்கலம் சுரக்கும்
பொய்யா வாய்வான் புனைகழல் பிட்டன்
மைதவழ் உயர்சிமைக் குதிரைக் கவாஅன்
அகல் அறை நெடுஞ்சுனைத் துவலையின் மலர்ந்த
தண்கமழ் நீலம் போலத்
கண்பனி கலுழ்ந்தன நோகோ யானே"[1]

என்ற பாடித் தனது நன்றியினைப் புலப்படுத்தினார்.

19. சேரமான் கணைக்கால் இரும்பொறை

சங்க காலத்து இரும்பொறை வேந்தருள் சேரமான் கணைக்கால் இரும்பொறையே இறுதியில் இருந்தவன். குட்ட நாட்டின் தென்பகுதி, வஞ்சி நகரைத் தலைநகராகக் கொண்டது; வட பகுதியில் தொண்டி நகர் சிறப்புற்று விளங்கிற்று. இச் சேரமான் பெரும்படையும் மிக்க போர் வன்மையும் உடையன்.

இவன் காலத்தே கொங்கு நாட்டில் மூவன் என்றொரு குறுநிலத் தலைவன் வாழ்ந்தான்; அவன், முன்பு ஒருகால், பெருந்தலைச் சாத்தனார் என்னும் சான்றோர்க்குப் பரிசில் கொடாது நீட்டித்து வருத்திய மூவன் வழியில் வந்தவனாவன். இந்த மூவன், சேரமான் கணைக்காலிரும் பொறையை ஒருகால் இகழ்ந்து அவனது பகைமை யைத் தேடிக் கொண்டான். நா காவாது சேர வேந்தை வைது உரைத்த அவனை, இரும்பொறை, போரில் வென்று அவன் வாயிற் பல்லைப் பிடுங்கித் தன் தொண்டி நகர்க் கோயில்வாயிற் கதவில் வைத்து இழைத்துக் கொண்டான். மத்தியென்பான் ஒரு காலத்தில் சோழ வேந்தனை வைதுரைத்த எழினி யென்பவனுடைய பல்லைப் பிடுங்கி வெண்மணி[2] யென்னும் நகரத்துக் கோயில் வாயிற் கதவில் வைத்து இழைத்துக் கொண்டதுண்டு.[3] ஆகவே, சேரமான் கணைக்காலிரும் பொறை மூவன் பல்லைப் பிடுங்கிக் கொண்டதில் வியப்பு ஒன்றும் கோடற்கில்லை. பண்டையோர் கொண்டிருந்த பகைத்திறச் செயல் வகையில் அதுவும் ஒன்று போலும்.

இந்த இரும்பொறை காலத்தில் சோழ நாட்டில் சோழன் செங்கணான் அரசு புரிந்து வந்தான். அவன் சிவபெருமான்பால்

---

1. அகம். 77.   2. A. R. 379 of 1918.   3. அகம். 211.

பேரன்புடையன். அவன் செய்த கோயில்கள் பல தமிழகத்தில் உள்ளன. திருஞான சம்பந்தர் முதலியோர் இச் செங்கணான் செய்த திருப்பணியைப் பாராட்டிப் பாடியிருக்கின்றனர். திருமங்கையாழ்வாரும் அவன் சிவபெருமானுக்கு செய்த திருப்பணியை வியந்து ''இருக்கிலங்க திருமொழிவாய் எண்டோன் ஈசற்கு எழில் மாடம் எழுபது[1]'' செய்தான் என்று சிறப்பித்துப் பாடியிருக்கின்றனர்.

இச் சோழன் செங்கணானுக்கும் கணைக்காலிரும் பொறைக்கும் எவ்வகையாலோ பகைமையுண்டாயிற்று. செங்கணான் பெரும்படையொன்று கொண்டு பாண்டி நாடு கடந்து குட்டநாட்டுக் கழுமலம் என்னும் ஊரை வளைத்துக் கொண்டு போர் உடற்றினான். சேரமான் கணைக்காலிரும் பொறையும் கடும்போர் உடற்றினான். போர் நடந்து கொண்டிருக்கையில் ஒரு நாள் இரவு, இரும்பொறையின் பாசறையில் களிரொன்று மதங்கொண்டு, ஓய்ந்து உறங்கிக் கொண்டிருந்த சேரருடைய படைமறவர்க்குத் தீங்கு செய்யத் தலைப்பட்டது. அவர்களும் திடுக்கிட்டுச் செய்வகை அறியாது திகைப்புற்று அலமரத் தொடங்கினர். இச் செய்தி சேரமானுக்குத் தெரிந்ததும் அவன் சட்டெனப் போந்து மத களிற்றின் மத்தகத்திற் பாய்ந்து குத்தி அதனை அடக்கி வீறு கொண்டான். பின்னர் அனைவரும் ''திரைதபு கடலின் இனிது கண்டுப்ப''[2] அமைத்தனர்.

இத்துணைப் பேராற்றல் படைத்த இரும்பொறை செங்கணானொடு செய்த போரில் வெற்றி பெறானாயினன்.

ஒரு களிறு மதம் பட்டமைக்குக் கையற்றுக் கலங்கிய சேரமான் படைஞர், மதகளிறு பலவற்றை ஒருங்கு அடக்க வல்ல மாண்புடையனான செங்கணானது படைக்க எதிர் நிற்கமாட்டாரன்றோ; அதனால் அவர்கள் சோழர் படைக்கு உடைந்து கெட்டனர்; களிரும் தேரும் மாவுமாகிய பல்வகைப் படையும் வீழ்தொழிந்தன. சோழர் படையில் இருந்த மாவும் களிறு உதைத்தலால் சேரர் தலைவர் ஏந்திய குடைகள் ''ஆவுதை காளாம்பி போன்றன''[3], கடுங்காற்றால் அலைப்புண்ட போது காக்களில் வாழும் களிமயில்கள் வீற்று வீற்றோடுவது போலப் பல திசையிலும் கேள்வரைப் பிரிந்த மகளிர் புலம்பித் திரிந்தனர்''[4] குருதிப் புனல் பாய்ந்து நன்னீர் யாறுகள் பலவும் செந்நீர் யாறுகளாய் மாறின. முடிவில் செங்கணானும் சேரமானும் திருப்போர்ப்புறம் என்னுமிடத்தே நேர் நின்று பொருதனர். இரும்பொறையைச் சோழன் கைப்பற்றிக் கால்யாப்பிட்டுக் கொணர்ந்து குடவாயிற் கோட்டத்திற் சிறையிட்டு அரிய காவலும் அமைத்தான். திருப்போர்புறம் கேரள நாட்டில் இப்போது திருவார்ப்பென வழங்குகிறது.

---

1. பெரிய திருமொழி; 6, 6, 8.
2. நற். 18.
3. களவழி. 400.
4. களவழி. 15.

சேரநாட்டுட் புகுந்து சேரமான் கணைக்கால் இரும் பொறையை வென்ற வெற்றி காரணமாக அவன் அந் நாட்டில் முதற்கண் கைப்பற்றிய பகுதி செங்கணான் சேரி என்று பெயர் பெற்றது போலும். இப்போது அது செங்கணாசேரி என்ற வட்டத்தின் தலைநகராக விளங்குகிறது. பிற்காலத்தே முதல் இராசராச சோழன் சேரநாட்டு வள்ளுவ நாட்டிற் பெற்ற வெற்றி காரணமாக முட்டம் என்னும் ஊரின் பெயரை மாற்றி, மும்முடிச் சோழ நல்லூர் எனத் தன் பெயரிட்ட செய்தியை[1] நோக்குமிடத்து, தான் வென்ற கழுமலத்துக்குச் செங்கணான் சேரியென்று தன் பெயரையே இட்டிருப்பான் என நினைத்தற்கு இடமுண்டு.

குட்ட நாட்டின் வடபகுதியில் குறும்பொறை நாடு வட்டத்திலுள்ள தொண்டி நகர்க்கண் பொய்கையார் என்றொரு நல்லிசைச் சான்றோர் வாழ்ந்தார். அவர் சேரமான்பால் பேரன்புடையர். இரும் பொறையைக் ''கானலந் தொண்டிப் பொருநன் வென்வேல், தெற லருந்தானைப் பொறையன்''[2] என்று சிறப்பித்துப் பாடியுள்ளார். சேரமான், சோழன் செங்கணானுக்குத் தோற்றுக் குடவாயிற் கோட்டத்துச் சிறையிலுள்ளான் என்பது பொய்கையார்க்குத் தெரிந்தது. அவர் மனம் எய்திய துன்பத்துக்கு எல்லை கிடையாது. பண்டு கரிகாலனோடு நிகழ்ந்த போரிற் புறப்புண் பட்டதற்கு நாணி வடக்கிருந்து உயிர் துறந்த சேரலாதன் வழீத் தோன்றலாதலால், சேரமான் கணைக்கா லிரும்பொறை சோழ நாடு அடைந்து செங்கணானைக் கண்டார்.

புலவர் பெருமான் வரவு கண்ட சோழன் மிக்க சிறப்புடன் வரவேற்று அவர் மனம் மகிழத் தகவனவற்றைச் செய்தான். அவர், செங்கணான் சேரநாட்டுக் கழுமலத்திற் செய்த போரைச் சிறப்பித்துக் களவழி என்னும் நாற்பது பாட்டுக் கொண்ட நூலைச் செய்து சோழன் திருமுன் பாடினார். அமிழ்தம் பொழியும் அவரது தமிழ் நூல் வேந்தர் பெருமானுக்குப் பெருமகிழ்ச்சியைத் தந்தது. அவன் அவர்க்குக் களிறும் மாவும் பொன்னும் பொருளும் பரிசிலாக நல்கினான். ஆனால் பொய்கையார் செங்கணானைத் தொழுது, ''வேந்தே, பொன்னும் பொருளுமாகிய பரிசில் வேண்டிவந்தேனில்லை; யான் வேண்டுவது வேறு பரிசில்; அரசு காவலின்றி அலமரும் சேர நாட்டுக்கு உரிய வேந்தனைப் பெறுதலினும் யாம் விழையும் பேறு வேறு இல்லை. மக்களுயிரின் இன்ப வாழ்வுக்கு நிலைக்களமாகிய நாட்டை மக்கள் தமது உயிரிழந்து வருந்தும் பிணக்களமாக்கும் வல்லரசு ஒழிதல் வேண்டும். அதற்கு ஆவன செய்வதே யாம் பெறும் பரிசில். இதனைக்

1. T. A. S. Vol. p. 292.
2. நற். 18.

கருப்பொருளாகக் கொண்டதே இக் களவழி நூல்; அந்நத நாட்டிற்கு உரியவனை அரசனாக்குவதே யான் வேண்டும் பரிசில்'' என்றார். செங்கணான் பொய்கையாரது புலமை நலம் கண்டு பேருவகை கொண்டு தன் அரசியற் சுற்றத்தாரை விடுத்துச் சேரமானைச் சிறை வீடு செய்து, மீள அவனைச் சேரமானாக்கி வருமாறு பணித்துப் பொய்கையாருக்கு மேலும் பல பரிசில் நல்கி விடுத்தான்.

செங்கணானது சிறை வீட்டாணை உறையூரிலிருந்து குடவாயிற் கோட்டம் என்று சேருமுன், அங்கே வேறொரு செய்தி நிகழ்ந்தது. சிறையிலிருந்த சேரமான் சிறைக் காவலரைச் சிறிதுநீர் கொணர்ந்து தருமாறு பணித்தான். அவர்கள் அவனது ஆணையை மதியாது சிறிது தாழ்த்துக் கொணர்ந்து தந்தனர். மான மிக்க வேந்தனாகிய சேரமானுக்கு அவரது செயல் பெரு வருத்தத்தை யுண்டுபண்ணிற்று. அவன் நெஞ்சு சுழலத் தொடங்கிற்று; பற்பல எண்ணங்கள் தோன்றின. வீரமும் மானமும் வீற கொண்டெழுந்தன; ''குழவி இறப்பினும் ஊன் தடி பிறந்தாலும் இவை வாள் வாய்ப்பட்டு இறந்தாலன்றி மறக்குடிப் பிறந் தார்க்கு மாண்பு அன்று எனக் கருதி எம்மனோர் அவற்றையும் வாளாற் போழ்ந்து அடக்கம் செய்வர். அவர் வயிற்றிற் பிறந்த யான் நாய் போற் பகைவர் சங்கிலியாற் கட்டுண்டு சிறையிற் கிடப்பது தீது; அதன் மேலும் தன்மை மதியாத பகைவர்பால் தமது வயிற்றுத் தீயைத் தணித்தற் பொருட்டு கண்ணீர் இரந்துண்ணுமாறு மக்களைப் பெறு வாரோ எம் பெற்றோர்? ஒருகாலும் பெறார்காண் என அஃதொரு பாட்டாய் வெளிவந்தது. அதனை ஓர் ஓலை நறுக்கில் எழுதிப் படித்தான்;[1] கண்களில் நீர் துளித்தது; உடல் ஒருபால் துடித்தது. உயிரும் உடலின் நீங்கி ஒளித்தது.

சிறிது போதிற்கெல்லாம் அரசியற் சுற்றத்தாரும் பொய்கை யாரும் வந்தனர்; உயிர் நீங்கிய சேரமான் உறங்குபவன் போலக் கிடந்தான். வந்தோர் அனைவரும் கண்டு கரை செய்ய அரியதொரு பெருந்துன்பக் கடலில் மூழ்கிக் கையற்றனர். சோழன் செங்கணான் ஆணைப்படி அரசர்க்குரிய சிறப்புடன் அவனது உடல் அடக்கம் செய்யப் பெற்றது.

பின்னர் அனைவரும் சேரநாடு சென்று, அரசியற்குரியாரை ஆராய்ந்து, **சேரமான் கோதை மார்பன்** உரியனாதல் கண்டு அவனை ஏனைச் சேரர் குடிக்குரியோர் கூடிச் சேரமானாய் முடி சூட் டினர். கோதை மார்பன் கோக்கோதை மார்பனாய் விளக்கமுற்றான். அவனுடைய அரசவையில் பொய்கையார் வீற்றிருந்தார். அவனும் தொண்டி நகர்க் கண்ணே இருந்து வரலானான்.

1. புறம். 74.

தொண்டி நகர் கடற்கரைக்கும் மலைப் பகுதிக்கும் இடையிலுள்ள நகரம். மலைப்பகுதியில் தினைப் புனங்கள் பல உண்டு; புனங்காவல் புரியும் குறிச்சியர் தினையுண்ணும் புள்ளினங்களை ஒப்புதற்குத் தட்டையென்னும் இசைக் கருவியைப் புடைப்பர். கிழக்கிற் புனமும் மேற்கிற் கானற் சோலையும் வடக்கில் முல்லைக்காடும் தெற்கில் மருத வயலும் சூழ்ந்த நானில வளமும் நன்கு பொருந்தியது இத் தொண்டி. கிழக்கிற் குறிஞ்சிக் கொல்லையில் எழும் தட்டை யோசையைக் கேட்டு மேற்கே கானற் சோலையில் தங்கும் புள்ளினம் ஆரவாரித்து எழும்.

ஒருகால் பொய்கையார் கோதை மார்பனைப் பாட விரும்பி வந்தபோது, எங்கள் வேந்தனை, குறிஞ்சி முல்லையாகிய நிலங்கயுடையனாதலால் நாடன் என்பேனா, நெய்தல் நிலமுடையனாதல் பற்றிச் சேர்ப்பன் என்பேனோ, மருதுவயல்களையுடையனாதல் பற்றி ஊரன் என்பேனோ, யாங்கனம் மொழிகோ ஓங்குவாட் கோதையை[1] என்று பாடினர். வேறொருகால் புலவனொருவனை ஆற்றுப் படுக்கலுற்ற பொய்கையார், ''எம் வேந்தனான கோதை யிருக்கும் நகரம் தொண்டி; அது கானற் சோலையின் காட்சி மலிந்தது; கழியிடத்து மலர்ந்த பூக்களாலும் கோதை மார்பன் அணிந்த கோதையாலும் அத் தொண்டி தேன்மணம் கமழ்வது; அதுவே எமக்கு ஊர்; அவன் எமக்கு இறைவன்; அவன்பாற் செல்க''[2] என்று பாடியுள்ளார்.

மேலைக் கடற்கரையில் குறும்பர் நாடு வட்டத்தில் சிற்றூராய்ச் சுருங்கியிருக்கும் இவ்வூர், இன்றம் இக் காட்சியை நல்குவது இப் புறப்பாட்டின் பொய்யா வாய்மையைப் புலப்படுத்துகிறது.

முடிப்புரை

தொகை நூல்களுள் பதிற்றுப்பத்து என்னும் நூலைத் துணையாகக் கொண்டு இதுவரையும் பண்டை நாளைச் சேர மன்னர் களின் வரலாற்றை ஒருவாறு நிரல்பட வைத்துக் கண்டு வந்தோம். இங்கே நாம் கண்டவர்களின் வேறாக ஏனைத் தொகை நூல்களுள் சிலர் காணப்படுகின்றனர். அவர்களில் குடக்கோ நெடுஞ்சேரலாதன், பெருஞ்சேரலாதன், சேரமான் அந்தை, முடக்கிடந்த சேரலாதன், இளங்குட்டுவான், நம்பி குட்டுவன், மருதம் பாடிய இளங்கடுங்கோ, கோட்டம் பலத்துத் துஞ்சிய மாக்கோதை என்போர் சிறந்து விளங்கு கின்றனர்.

குடக்கோ நெடுஞ்சேரலாதன் காலத்தில் சோழ நாட்டில் சோழன் வேற்பஃறடக்கைப் பெருநற்கிள்ளி ஆட்சி புரிந்தான்.

---

1. புறம். 48. 2. புறம். 49.

இருவர்க்கும் எக் காரணத்தாலோ பகையுண்டாகவே இருவரும் போர் செய்தனர். போர் முடிவில் நெடுஞ்சேரலாதன் இறந்தொழிந்தான். போர் செய்த இடமும் போர்ப்புறம் என அவர்கட்குப் பின் பெயரெய்து வதாயிற்று. அதனை இப்போது கோவிலடி என்பர்; கல்வெட்டுகள்[1] **திருப்போர்த் திருப்புறம்** என வழங்குகின்றன. இப்போரில் வென்றோ ரும் தோற்றோரும் இல்லாதவாறு சேரலாதனம் பெருநற்கிள்ளி யும் ஒருவர்பின் ஒருவராய் உயிர் துறந்தனர். அப்பொழுது அவர்களைக் காண்டற்குக் கழாத்தலையார் என்னும் சான்றோர் சென்றார். நெடுஞ் சேரலாதன் மாத்திரம் குற்றுயிராய்க் கிடந்தான். அவன் கழாத்தலை யாரையும் அவருடன் போந்த பரிசிலர் சுற்றத்தையும் கண்டு கண்ணீர் சொரிந்து, தன் கழுத்திற் கிடந்த ஆரத்தைப் பெற்றுக் கொள்ளுமாறு குறிப்பால் உணர்த்தினான். உடனிருந்த சான்றோர் பலரும் அவனது வள்ளன்மையை நினைந்து வியந்து வருந்தினர். ''நின் வெற்றி கண்டு பாடிக் களிறு முதலிய பரிசில் பெற வந்தோம். களிறுகள் கணைபட்டுத் தொலைத்தனர்; தேர்கள் பீடழிந்து நிலஞ் சேர்ந்தன; குதிரைகள் குருதிப்புனலில் கூர்த்தொழிந்தன; ஆகவே யாம் பாடி வந்தது நின் தோளிடைக் கிடந்த ஆரம் பெறற்கே போலும்''[2] என்று பாடிப் பரிபுலம்பினர். சேரலாதனும் சிறிது போதில் உயிர் துறந்தான். அதனைக் கண்ட கழாத்தலையார் மனம் கரைந்து,

> ***''அறத்தின் மண்டிய மறப்போர் வேந்தர்***
> ***தாம்மாய்ந்தனரே; குடை துளங்கினவே;''***

என்று சொல்லி, இருவரும் ஒருங்கே இறந்ததைச் சுட்டி,

> ***''பன்னூறு அடுக்கிய வேறுபடு பைஞ்ஞிலம்***
> ***இடங்கெட ஈண்டிய வியன்கண் பாசறைக்***
> ***களம்கொளற்கு உரியோர் இன்றித் தெறுவர என்றும்***
> ***உடன்வீழ்ந் தன்றால் அமரே''***

அவ் வேந்தருஜடய மனைவியரும் பின்னே உயிருடன் இருந்து கைம்பெண்களாய் வாழ்வதை விரும்பாது உடன் கட்டை ஏறினர் என்ற செய்தியை,

> ***''பெண்டிரும்,***
> ***பாசடகு மிசையார் பனிநீர் மூழ்கார்***
> ***மார்பகம் பொருந்தி ஆங்கு அமைந்தனரே''[3]***

என்றும் பாடி வருந்தியுள்ளார்.

---

1. S. I. I. Vol. VII No. 497. 2. புறம். 368. 3. புறம். 62.

பரணர் என்னும் சான்றோர், அவர்களுடைய வீழ்ச்சி கண்டு மனநோய் மிகுந்து, யானைப்படை; குதிரைப்படை; காலாட்படை யாவும் வீழ்ந்தது கூறி, அரசர் இருவரும் வீழ்ந்த நிலையை,

"சாந்தமை மார்பில் நெடுவேல் பாய்ந்தென,
வேந்தரும் பொருது களத்து ஒழிந்தனர்"

என்று எடுத்துரைத்தார். அப்போது அவர்களை இழந்த நாடுகளின் நலத்தை எண்ணி, அவர்களுடைய நல்லரசால் நல்வாழ்வு பெற்று இனிதிருந்த நாடு என்னாகுமோ? என ஏங்கி,

"இனியே
என்னா வதுகொல் தானே கழனி
ஆம்பல் வள்ளித் தொடிக்கை மகளிர்
பாசவல் முக்கித் தண்புனல் பாயும்
யாணர் அறாஅ வைப்பின்
காமர் கிடக்கை அவர் அகன்றலை நாடே"[1]

எனக் கையறுகின்றார்.

பெருஞ்சேரலாதன்: சேரமான் பெருஞ்சேரலாதன் பெயர் சில ஏடுகளில் பெருஞ்சேரலாதன் பெயர் சில ஏடுகளில் பெருந்தோள் ஆதன் எனவும் காணப்படுகிறது. இவன் காலத்தே சோழநாட்டில் கரிகாலன் ஆட்சிபுரிந்து வந்தான். யாது பற்றியோ இருவர்க்கும் போர் மூண்டது. பெருஞ்சேரலாதனது பெருமை சோழன் கரிகாலன் முன் சிறுமையடைந்து விட்டது. அவன் எறிந்த வேல் பெருஞ்சேரலாதனது மார்பில் பாய்ந்து உருவி முதுகிற் புண் செய்துவிட்டது. சேரலாதன் உயிர்க்கு இறுதியுண்டாகவில்லை; ஆயினும், சேரலாதன் மானத் துக்கு அது பெரியதோர் இழுக்காயிற்று. போர் நிகழ்ந்த இடமாகிய வெண்ணி என்ற ஊரிலேயே அவன் வடக்கிருத்தல் என்ற நோன்பு மேற்கொண்டு உயிர்துறந்தான். அதனை அறிந்த கழாத்தலையார்,

"தன்பால் வேந்தன் முன்புகுறித்து எறிந்த
புறப்புண் நாணி மறத்தகை மன்னன்
வாள்வடக் கிருந்தனன், ஈங்கு
நாள்போற் கழியல ஞாயிற்றுப் பகலே"[2]

என்று பாடி வருந்தினர்; வெண்ணியென்னும் ஊரவரான குயத்தியார் என்ற புலவர் பெருமாட்டியார் பெரிதும் வியந்து பெண்மையால் மனங் குழைத்து,

---

1. புறம். 63.   2. புறம். 65.

"களமியல் யானைக் கரிகால் வளவ
சென்றமர் கடந்தநின் ஆற்றல் தோன்ற
வென்றோய்; நின்னினும் நல்லன் அன்றே
கலிகொள் யாணர் வெண்ணிப் பறந்தலை
மிகப்புகழ் உலகம் எய்திப்
புறப்புண் நாணி வடக்கிருந் தோனே"[1]

என்று பாடினர்.

இவ்வாறு இச் சேரமான் புறப்புண் நாணி வடக்கிருந்து உயர் துறந்த செய்தி சேரநாடு சென்று சேரவும், அந் நாட்டு மறச்சான்றோர் பலர் தாமும் அவன் போலவே உயிர் துறந்தனர் என ஆசிரியர் மாமூலனார் கூறுகின்றார்.

சேரமான் அந்தை: இவர் பெயர் எந்தை என்றும் சில ஏடுகளில் காணப்படுகிறது. அந்தை என்பது இவரது இயற்பெயர். பண்டை நாளில் அந்தை ஆந்தை என்பன மக்கட் பெயர் வகையாக இருந்துள் ளன. கோட்டையூர் நல்லந்தையார் என்றொரு சான்றோர் சங்க நூல்களில் காணப்படுகின்றார். இவரைப் பற்றிய வரலாற்றுக் குறிப்பு ஒன்றும் கிடைக்கவில்லை; ஆயினும் இவர் பாடிய பாட்டுகள் தொலை நூல்களில் உள்ளன.

புதுமணம் செய்துகொண்டு மனைவாழ்வில் இன்புற்றிருக்கும் செல்வக் காதலரிடையே கடமை காரணமாகக் காதலன் பிரிந்து செல்ல வேண்டியவனாகிறான். அவனது குறிப்பறிந்த காதலிக்கு அவன் பிரிவு வருத்தம் செய்கிறது. "நீர்வார் கண்ணாய், நீ இவண் ஒழிய யாரே பிரிகிற்பவரே?[2] என்று தோழி தேற்றுகிறாள். பின்பு ஒருவாறு அவளைத் தேற்றிவிட்டு அவன் சென்று விடுகிறான். சென்ற விடத்தே அக் கட்டிளங் காதலன் கண்ணெதிரே, கானம் தளிர்த்துப் பூத்து இனிய காட்சியால் அவன் உள்ளத்தை ஈர்க்கின்றது. தான்பெறும் இன்பத்தைத் தன் காதலியோடு உடனிருந்து நுகர்தற்கில்லாமையை நினைந்து அவன் வருந்துகிறான். அதனை எண்ணிய இச் சேரமானார்,

"காடணி கொண்ட காண்தகு பொழுதின்
நாம்பிரி புலம்பின் நலம்செலச் சாஅய்
நம்பிரிவு அறியா நலனொடு சிறந்த
நற்றோள் நெகிழ வருந்தினள் கொல்லோ"

எனக் கூறி வருந்துவதாகப் பாடி நல்லிசைச் சான்றோர் நிரலை எய்தி விடுகின்றார்.

---

1. புறம். 66. 2. குறுந்தொகை. 22.

சேரமான் முடக்கிடந்த நெடுஞ்சேரலாதன்: இச் சேரமானை முடம் கிடந்த நெடுஞ்சேரலாதன் என்றும் முடங்கிக் கிடந்த நெடுஞ் சேரலாதன் என்றும் ஏடுகள் குறிக்கின்றன. இதனால் இவன் முடக்கு நோயால் வருந்தினவன் என்பது புலனாகிறது. நோயின் நீங்கினா லன்றித் தெளிவான கருத்தமைந்த அகப்பாட்டு எழாமையால், இவன் முடக்கு நோயை வென்று உயர்ந்தமை தோன்ற நிற்கும் முடக்கு இடந்த நெடுஞ்சேரலாதன் என்ற பாடம் பொருத்தமாக மேற்கொள்ளப் பட்டது.

இச் சேரலாதன் வரலாறு ஒன்றும் தெரியவில்லையாயினும், இவன் சீரிய புலமைச் செல்வன் என்பது இவன் பாடிய அகநானூற்று நெய்தற் பாட்டு ஒன்றால் இனிது தெரிகின்றது. நற்பண்புகளெல்லாம் உருவாய் அமைந்த தலைவன் தன் கண்ணுக்கும் கருத்துக்கும் ஒத்த தலைவிபால் காதல் கொண்டான்; அவளுக்கும் அவன்பால் காதலுண் டாயிற்று. இவ்விருவரும் தம் உள்ளத்தே தோன்றிய காதலலைக் களவுநெறியில் வளர்த்து முடிவில் கடிமணம் செய்து கொள்ளும் கடமை மேற்கொண்டனர். நங்கையின் காதல் முறுகிப் பெருகி அவனை இன்றி அமையாத செவ்வி எய்தவும், அவன் கடிமணத்தை விரைந்து நாடாது சிறிது காலம் தாழ்க்கலுற்றான். அவனைக் கடிமணத் தில் கருத்தைச் செலுத்துவிக்கக் கருதுகிறாள் தோழி. அவன் காலம் தாழ்த்துவதால் நங்கையின் மேனி வாடுகிறது. அதனையும் தோழி காண்கிறாள். ஒருநாள் அவன் வரவு கண்ட தோழி அவனை நோக்கி,

> ***"பெருமை என்பது கெடுமோ ஒருநாள்***
> ***மண்ணா முத்தம் அரும்பிய புன்னைத்***
> ***தண்நறுங் கானல் வந்து நும்***
> ***வண்ணம் எவனோ என்றனிர் செலினே"***

என்று வினவுகின்றாள்.

பெரியோருடைய பெருமை என்பது, பிறர்நலம் பாராட்டலும் பிறர்க்கும் உளதாகும் குறையறிந்து தாங்கலுமாகும். நாடோறும் இங்கே வந்து இவளது நலம் பாராட்டுவதாகிய பெருமைப் பகுதியை மாத்திரம் மேற்கொண்டு செய்கின்றாய். இந் நங்கைக்க உண்டாகிய வண்ணக் கேட்டினைக் கேட்டறிதல் பெருமையன்று எனக் கருதுகின் றவர் போல வாளாது போகின்றாய்; ஒரு நாளைக்கேனும் யாங்கள் மனம் தெளியக் கேட்பீராயின், எனக்கு அது மிக்க ஆறுதலையாகும்; நும் பெருமைக்கும் சிறப்பாம் என்றெல்லாம் சொல்லக் கருதிய தோழி, சுருங்கிய சொற்களால் ''பெருமை யென்பது கெடுமோ?'' என்று சொல்லுகிறாள்.

இதனைக் கேட்டதும் அந்தக் காதலன், ''ஏன் இவள் இங்ஙனம் இன்று பேசுகிறாள் என நினைக்கின்றான். தோழி இதனைச் சொல்லு தற்கு முன்பு அவள் உரைத்தவை அவன் நினைவுக்கு வருகின்றன. பெருங்கடலுள் கிடக்கின்ற மீன்களை அவ்விடத்தினின்றும் தமது வலையால் நீக்கிக் கரைக்குக் கொணர்ந்து இரப்பவர்க்கும் தம் இனத் தவர்க்கும வழங்கி, மீனாகிய உயிர்களை வருத்தினோமே என்ற உணர்ச்சி யின்றி மீன் வேட்டுவர் மணற்குன்றிலே உறங்கும் துறை வனே என்ற கருத்துப்பட,

''நெடுங்கயிறு வலந்த குறுங்கண் அவ்வலைக்
கடல்பாடு அழிய இனமீன் முகந்து
துணைபுணர் உவகையர் பரத மாக்கள்
இளையரும் முதியரும் கிளையுடன் துவன்றி...
பெருங்களம் தொகுந்த உழவர் போல
இரந்தோர் வறுங்கலம் நிறைய வீசிப்
*பாடுபல **அமைத்துக் கொள்ளை** சாற்றிக்*
கோடுயர் திணிமணல் துஞ்சும் துறைவ,
*பெருமை **என்பது கெடுமோ?''***

என்றான். இதனை நினைத்தபோது, பெருங்குடியிற் பிறந்திருக்கின்ற இவளை நின் காதல் வலையால் நின்வயமாக நீக்கிக், கடிமணம் புரிந்து கொள்ளக் காலம் தாழ்த்தி வருத்தி இவள் மேனி வேறு படுவது கண்டு பிறரெல்லாம் பலப்பல குழும்படி அலராக்கிவிட்டுத் துயரமின்றி நின் மலையின்கண் நீ உறங்குகின்றாயே என்ற கருத்து உள்ளுறுத்தப்பட்டது தெரிகிறது. பின்னர் அவன் அவளை விரைவில் வரைந்து கொள்கிறான். இங்ஙனம் சிந்திக்குமிடத்துச் சிறந்து செந்தேன் முந்திப் பொழியும் முழுநலம் அமைந்த சொற்களைத் தொடுத்துப் பாடும் இச் சேரமான் பாடல் உள்ளுந்தோறும் உள்ளம் இனிக்கும் உயர் வமைந்ததாகும்.

சேரமான் இளங்குட்டுவன்: இச் சேரமானுடைய பெயரை நோக்கும் போதே இவன் குட்டநாட்டு அரசர் குடிகள் ஒன்றில் தோன்றி யவன் என்பதை அது காட்டிவிடுகிறது. இவகைப் பற்றி அரசியல் குறிப்பொன்றும் இதுகாறும் கிடைக்கவில்லை. இளங்கடுங்கோ, இளஞ்சேரல், இரும்பொறையென்றாற் போலச் சேரமன்னர் நிரலுள் இவன் இளங்கட்டுவன் எனப்படுகின்றான். தான் தோன்றிய குட்டுவர் குடியில் இவன் இளையனாதல் பற்றி இவனை இளங்குட்டுவன் என்றனர். இவன் பாடிய பாலைப்பாட்டு ஒன்று அகநானூற்றில் உளது. வேறே இவன் பாடிய பாட்டுகளும் இல்லை.

காதலொழுக்கம் பூண்ட, பண்புடைய இளையர் இருவர் இடையே ஒருவரை யொருவர் இன்றிமையாத காதலன்பு மிகுந்தது. காதலியை மணந்து கோடற்குரிய முயற்சியில் காதலன் ஈடுபட்டிருக் கையில், வேற்றவர் மணப் பேச்சும் பெற்றோர் மகள் மறுப்பர் என்ற குறிபபும் முற்பட்டெழுந்தன. காதல் மகளின் கற்பறம் அறியாத பெற்றோர்பால் இருந்து அறம் கெடுதலை விரும்பாத அவள், பெற்றோர் செயலைத் தன் காதலனுக்கு உணர்த்துகிறாள். கற்பறம் காத்தற்கண் மணமாகுமுன்னே காதலனுடன் தனிமையில் உடன் போதலைக் கற்புடைய பெண்ணுக்கு அறமாம் என்பது தமிழ் நூலோர் முடிபு. அதனால் ஒருநாள் இரவில் யாவர் கண்ணுக்கும் தெரியாமல் இருவரும் கூடி அவனுடைய ஊர்க்குச் சென்று அங்குள்ள சான்றோர் அறிய மணம் முடித்துக் கொள்ளுகின்றனர்.

அந் நிலையில் மகட்போக்கிய தாய் செவிலியிடம் மகளியல்பு சொல்லி வருந்துகின்ற துறை அமைந்தது இந்த இளங்குட்டுவ னாரது பாட்டு. தன் மகள் போகிய காட்டு வழியின் கடுமையும், அருமையும், மகளினுடைய மென்மையும் தாய் சொல்வதாக இந்தச் சேரமான் வகுத்துரைக்கும் இப் பாட்டு நம்மை இன்புறுத்துகிறது. மகளின் இளமையையும் மென்மையையும் நினைத்த தாய்,

> ***"நோகோ யானே; நோக்கும் உள்ளம்;***
> ***அந்தீங் கிளவி ஆயமொடு கெழீஇப்***
> ***பந்துவழிப் படர்குவ ளாயினும் நொந்து, தனி***
> ***வெம்பும்மன்; அளியள் தானே"***

என்ற சொல்லிக் கண்ணீர் வடிக்கிறாள். இத்துணை மென்மையுடை யவள் ''உம்மைப் பிரியும் மனவன்மையை எவ்வாறு பெற்றாள்? தன் பிரிவால் நீவிர் வருந்தும் வருத்தத்தை அவள் எப்படி நினையா ளாயினாள்? என்பன போன்ற வினாக்கள் கேட்போர் உள்ளத்தில் எழும் அன்றோ! அவற்றிற்கு விடை கூறுவாள் போல, அவள் மிக்க மென்மையுடையவளாகவே இதுவரை இருந்தாள்; அந்த வன்கணாள னால் (காதலனால்) இப்போது இவ்வளவு வன்மையும் ஊட்டப் பெற்று எமது துன்பத்தை நினையாமல் அக் காளையின் பின்செல்வாளாயி னாள்'' என்று சொல்லுவாளாய்,

> ***"தனிவெம்பும்மன் அளியள் தானே; இனியே***
> ***வன்கணாளன் மார்புற வளைஇ***
> ***இன்சொல் பிணிப்ப நம்பி, நங்கண்***
> ***உறுதரு விழுமம் உள்ளாள்"***

என்று தாய் மொழிகின்றாள். காதலனாகிய வன்கணாளன் தன் மகட்கு வன்மை ஊட்டிய திறத்தை, ''மார்புற வளைஇ, சொல் பிணிப்ப நம்பி''

என்பதனால் மிகவும் அழகுறுச் செப்புகின்றாள். மகளை நினைக்குந் தோறும் தன் மனத்தெழுந்து மிகும் துயரத்தை ''நங்கண் உறுதரும் விழுமம்'' என்று சொல்வது மிக்க நயம் வாய்ந்தது. உறுதரும் என்பது உண்டாகிமிகும் என்று பொருள்படும்.

நும் மகளைக் கொண்டு சென்றவனை வன்கணாளன் என்று சொல்லுகின்றீர்கள்; ஆகவே, வழியில் உண்டாகும் ஏதங்களை அவன் தனது வன்கண்மையால் போக்கி அவளை மகிழ்விப்பனன்றோ? என்று இதனடியாகக் கேட்போர் உள்ளத்தில் ஒரு கேள்வி எழும். அதனையும் அவள் எண்ணியே, ''வழியில் ஆறலைக் கள்வராலும் விலங்கு களாலும் ஒரு தீங்கும் உண்டாகாது என்பதை அறிவேன்; பகை போக்குவதில் அவனது வன்கண்மை ஒப்புயர் வற்றது; அவள் செல்லும் பாலை நிலத்தின் கொடுமைதான் என் நெஞ்சை நீராய் உருக்குகின்றது'' என்பாளாய்,

''தெறுகதிர் உலைஇய வேனில் வெங்காட்டு
உறுவளி ஒழிகழைக் கண்ணுறுபு தீண்டலின்
பொறிபிதிர்பு எடுத்த பொங்கெழு கூரெரிப்
பைதறு சிமையப் பயம்நீங்க ஆரிடை''

என்று உடல் வியர்த்து வருந்துகிறாள். ''தெறுகதிர் உரைஇய வேனில்'' என்றதனால், வெயில் வெம்மையும், ''உறுவளி ஒலிகழைக் கண் உறுபு தீண்டலின் பொறி பிதிர்பு எடுத்த பொங்கெழு கூரெரி'' என்றத னால், மூங்கில்கள் காற்றால் ஒன்றோடொன்று உராய்வதால் எழு கின்ற தீயின் தீமையும், ''பைதறு சிமையப் பயம் நீங்கு ஆரிடை'' என்றதனால், வழியின் செலவருமையும் கூறுகின்றாள்.

இந் நினைவுகளால் அவள் உள்ளத்தில் தன் மகள் சென்ற வழி யின் வெம்மையும் அருமையும் தோன்றவே அவற்றைப் பொறுக்க லாகாத மகளது மென்மையும் உடன் தோன்றுவதாயிற்று. அதனால், உளம் புழுங்கி, இவ் வழிகள் அவளுடைய ''நல்லடிக்கு அமைந்தன வல்ல; மெல்லியல்; வல்லுநள் கொல்லோ?'' என்று சொல்லிக் கதறிக் கண்ணீர் சொரிகின்றாள். அதனை, தன் நெஞ்சில் தோன்றிய முறை யிலேயே, அவள்,

''ஓங்குவரை அடுக்கத்து உயர்ந்த சென்னி
மீனொடு பொலிந்த வானின் தோன்றித்
தேம்பாய்ந்து ஆர்க்கும் தெரியிணர்க் கோங்கின்
காலுறக் கழன்ற கள்கமழ் புதுமலர்
கைவிடு சுடரின் தோன்றும்
மைபடு மாமலை விலங்கிய சுரனே''

என்று சொல்லுகிறாள். இதனைக் கேட்டுக் கொண்டிருந்த செவிலியோ மகளது காதலொழுக்கத்தை அறிந்தவள். ''தெரியிணர்க் கோங்கின், காலுறக் கழன்ற கள்கமழ் புதுமலர், கைவிடு சுடரின் தோன்றும்' என்று அவன் கூறியதையே எடுத்துச் சொல்லி, காற்று வீச இணர்களிலிருந்து கழன்று வீழும் புதுப் பூகை விளக்குச் சுடர்வது போல ஒளிவிடும் என்றாயன்றோ! கோங்கு போன்ற நின்பால் தோன்றி முதுக்குறைவு முற்றிய நின் மகள் காதற்செல்வி அலைத்தலால் தனது பிறந்த இல்லினின்றும் நீங்கித் தன் காதலுனுடன் சென்றது, யாவரும் புகழ் தற்குரிய சிறந்த கற்பொழுக்கமாயிற்று என்று இயம்பித் தாயைத் தேற்றினாள். இச் செய்தியை உய்த்துணருமாறு வைத்த இந்த இளங் குட்டுவனது புலமை நலத்தை நோக்கின், இச் சேரமான் நல்லரசு நடத்தி நல்லோர் பரவ வாழ்ந்த பெருந்தகை என்பது தெளிய விளங்கு கிறது. தான் கூறுவதைக் கேட்போர் உள்ளத்தில் எழக்கூடிய கருத்து களை, அந் நெறியிலே முன்னுணர்ந்து அவற்றுக்கு ஏற்ற சொற்களைத் தொடுப்பது ஒன்றே இதற்குப் போதிய சான்று பகர்கின்றது.

சேரமான் நம்பி குட்டுவன்: செல்கெழு குட்டுவன், வேல்கெழு குட்டுவன், செங்குட்டுவன், இளங்குட்டுவன் என்றாள் போல இச் சேரமான் நம்பி குட்டுவன் எனப்படுகின்றான். இவனும் இளங்குட் டுவன் போல ஏற்றமான புலமைச் சிறப்புடையன். இவன் பாடியன வாக நற்றிணை, குறுந்தொகை முதலிய தொகை நூல்களில் சில பாட்டுகள் தொகுக்கப்பட்டுள்ளன. இவன் வரலாற்றை அறிதற்குரிய சான்றுகள் கிடைக்கவில்லையாதலால் இக் குட்டுவனுடைய பாட்டு களின் நலத்தை அறிவது இவனைப் பற்றி ஓரளவு அறிந்த வாறாகும்.

தலைமைப் பண்புகள் நிறைந்த தக்கோன் ஒருவனும் அவ் வியல்பேயுடைய நங்கை யொருத்தியும் தனிமையிற் கண்டு காத லுற்றுக் களவொழுக்கம் மேற்கொண்டுள்ளனர். விரைய வரைந்து கொள்ளாது. தலைமகன் களவின்பத்தையே விரும்பி யொழுகுவது அவளுக்கு வருத்தம் பயக்கின்றது. அதனைத் தோழீ அறிகிறாள். வரைவு என்பது இன்னானுக்கு இன்னவள் உரியவள் என்று பெற்றோரும் சான்றோரும் கூடிப் பலரும் அறிய உறுதி செய்வது. அதன் பின்னரே கடிமணம் நடைபெறும். அதனைப் பழந்தமிழ் நூல்கள் வதுவை மணம் என்று குறிக்கின்றன. வடநூல் கூறும் காந்தருவ மணத்துக்கும் பலரும் அறிய நிகழ்த்தும் வதுமை மணம் நடந்தே தீர வேண்டுமென்ற கட்டுப்பாடு இல்லை. தமிழ்நூல் கூறும் களவுக்கு கற்பு மணம் நடந்தே தீர வேண்டும்; அதன் பின்னே இருவரும் **உடனுறைந்து செய்யும் மனையறம்** தொடங்கும். வரைவு இடையீடு படுகிறபோது தான் உடன்போக்கு நிகழும். அவ்வுடன் போக்கும் முடிவில் திருமணத் தால் தான் முற்றிக் கற்பு நெறியாகும் தனித்துக் கண்டு காதலுறும்

வகையில் களவும் காந்தருவமும் ஒன்றாய்த் தோன்றுதல் பற்றிக் களவு காந்தருவம் போன்றது என்பர்; என்றாலும் முறையும் பயனும் வேறுபட்டுப் போவதால் களவு காந்தருவமென்றும், காந்தருவம் களவு என்றும் கருதுவது குற்றம்.

மேலும், களவுத் காலத்தில் தன் உள்ளத்துக் காதலைப் பிறர்க்குத் தெரிவிப்பதில் ஆண்மகனுக்கு உரனும் வாய்ப்பும் உண்டு. பெண் மகளோ எனின் அதனை வெளியிடமாட்டாள். அவளுடைய மேனியும் செய்கையும் எய்தும் வேறுபாடு கண்டு உரியவரால் உய்த்துணரப் படும். இந்நிலையில், காதலித்த பெண்ணை முற்பட முயன்று வரைந்து கொள்வதற்கு ஆண்மனுக்கு ஏற்ற தகுதியுளதென்றாலும், வரைவு பற்றிய தூண்டுதலை அவன் தன் காதலிபால் எதிர்பார்க் கிறான். அதன் வாயிலாக அவன் உள்ளத்துக் காதல் இயல்பை நன்கு அறியும் நிலைமை உண்டாகிறது; அதனை அறிவதற்கே அவன் நெஞ்சும் அவாவி நிற்கிறது. அதனால் அவன் விரைவில் வரைவதை விரும்பாதானன் போலக் களவொழுக்கத்தை நீட்டிக்கின்றான். அவன் கருத்தை அறியாமையால், அது தலைமைக் குணத்தால் சிறந்த தலைமகட்க வருத்தம் தருகிறது. அதனை அறிந்த தோழி, ஒருகால் தலைமகன் தலைமகள் இருக்கும் பெருமனையின் ஒரு சிறையில் வந்து நிற்கக் காண்கிறாள். தான் கூறுவதைக் கேட்டு வரைவின்கண் அவன் கருத்தைச் செலுத்தக் கருதுகிறான். தலைமகளோடு உரை யாடுபவள் போல அவன் கேட்கத் தக்கதோர் இடத்தே நின்று, "தோழி, நம் காதலர் நம்மை விரைந்து வரைந்து கொள்ளாமையால் நமக்கு அவருடைய நட்பு மனத்தில் அச்சத்தை எழுப்புகின்றது. முன்பெல் லாம், நம்மிடத்தில் அவருக்கிருந்த காதல் இப்பொழுது குறைந் திருக்கிறது; அவ்வாறு இருக்க, அறவுணர் வில்லாத அன்னை, அவர் நம்பால் பேரன்பால் கூடினவர்போல நினைத்து 'அவன் யாங்கு உளன்?' என்ற கேட்கின்றாள். இனி அவர் வருவது அறிந்து நாம் எழுவோமாயின், நமது களவை அறிகுவள்; ஆனால் அவருடைய தேரிற் கட்டிய மணியின் ஓசை நள்ளிரவில் நம் ஊரின்கண் கேட் கின்றதே, இதற்கு என் செய்வேன்" என்று சொல்லுற்றாள்.[1]

இதனைக் கேட்டுக் கொண்டிருந்தான் தலைமகன், அன்னை அறிந்தமையும், காதலியும் தோழியும் மனைக் காவலால் தன்னை வந்து காணமாட்டாமையும எண்ணி, அவள் மனையோர், அறிவார் என்று அஞ்சி நீங்குகின்றான். நீங்குபவன், வரைந்து கோடலே இனி செய்தற்குரியதென் அதற்கு வேண்டிய முயற்சியில் ஈடுபடுகின் றான்; காலம் சிறிது நீளுகிறது. அவனைச் சின்னாளாய்க் காணப் பெறாமையால் காதலியாகிய தலைமகள் மனநோய் மிகுந்து மேனி

1. நற். 245.

வாடுகின்றாள். ''சில நாள்களாய் நாம் அவரைக் காணப் பெறாமையால் அவர் வரைவிற்குரிய முயற்சி மேற்கொண்டுள்ளார் என்பது மெய்யேயாகும்; நீ அதுவரை பொறுத்திருக்க வேண்டும்'' எனத் தோழி சொல்லுகிறாள். இந் நிலையில் ஒருகால் அவன் வந்து தலைவியினுடைய மனையின் சிறைப்புறமாக நிற்கின்றான்; அதனைக் கண்டு கொள்கிறாள் தலைமகள். அவன் செவிப்படுமாறு தன் தோழிக்கு உரைப்பவள் போல, ''தோழி, நமது வருத்தமும் கைம்மிக்கு விட்டது. மெய்யும் தீயுமிழ் தெறலின் வெய்தாயிற்று, நீ பையச் சென்று அன்னையிடம் இவளை நம் மனை முற்றத்தில் கொண்டு கிடத்தினால் இவள் பெரிதும் நந்துவள் என்று சொல்லுக; அதனால் இந் நோயைச் செய்த தலைமகனது குறைத்து நெடிய பக்கத்திற் படிந்து வரும் காற்று என்மேனியிற் படிந்த பாலையைச் சிறிது தீண்டும்''[1] என்று சொல்லாடுகின்றாள். இதனால் தலைமகளது காதல் மிகுதியைத் தலைமகள் செவ்வையாக உணர்ந்து ஊக்கம் மிகுகின்றான்.

இவ் வண்ணம் நாள்கள் சில செல்ல, ஒரு நாள் தலைமகன் தானே தலைவிக்குத் தான் கடிதில் வரைய இருப்பதாகவும் அதுகாறும் அவள் ஆற்றியிருக்க வேண்டுமெனவும் நேரிற் கூறல் வேண்டி வருகின்றான். அவனைத் தோழி எதிர்ப்பட்டு, கருத்தறிந்து கொண்டு, ''அன்ப,

''அளிய பெரிய கேண்மை; நும்போல்
சால்எதிர் கொண்ட செம்மை யோரும்
தேறா நெஞ்சம் கையறுபு வாட
நீடின்று விரும்பா ராயின்
வாழதல்மற்று எவனோ? தேய்கமா தெளிவே''[2]

என்று சொல்லி அவன் கூற்றை மறுக்கின்றாள்.

இதன்கண் மற்றொரு செய்தியையும் அவள் கூறாமல் கூறுகின்றாள். ''நின் நாட்டுக் கழிகளில் ஆம்பல்கள் நிறையவுள்ளன. கானலில் காயந்த கண்டல்களின் பசுங்காய் கழன்று கழியில் வீழ்கின்றன; அதனால் மலரும் பருவத்தில் இல்லாத ஆம்பற் போதுகள் காய்களால் மோதுண்டு வாய்விரிகின்றன காண்'' என்பாளாய்,

''கானற் கண்டல் கழன்றுகு பைங்காய்
நீனிற இருங்கழி உட்பட வீழ்ந்தென
உறுகால் தூக்கத் தூங்கி ஆம்பல்
சிறுவெண் காக்கை ஆவித் தன்ன
வெளிய விரியும் துறைவ''

---

1. நற். 236. 2. நற். 345.

என்று எடுத்துரைக்கின்றாள். ''அயலார் அலர் தூற்றுவர் என்ற அச்சத்தால், இதுவரை நாணம் முதலிய பண்புகளால் வாய் திறவாதிருந்த இவள் இப்போது வாய்விட்டே புலம்பத் தொடங்கிவிட்டாள்'' என்ற கருத்து இதன்கண் உள்ளுறுத்தப்பட்டிருக்கிறது.

பிறிதொருகால், தோழி, அவனைக் கண்டு, தலைவியின் மேனி வேறுபாட்டால் ஊரில் அலர் தோன்றிவிட்டது; இனி இது என்னாய் முடியுமோ என்பாளாயினாள். அப்போது அவள், தலைமகளை நோக்கி உரைக்கலுற்று,

"முடக்கால் இறவின் முடங்குபுறப் பெருங்கிளை
புணரி இருதிரை தரூஉம் துறைவன்
புணரிய இருந்த ஞான்றும்
இன்னது மன்னோ நன்னுதல் கவினே"[1]

என்று சொல்லகின்றாள். ''நுதல்கவின் இன்னது'' என்றது, நினது நுதலழகு பசலையுற்றுப் பிறர் அலர் தூற்றுதற்கு ஏதுவாயிற்று என்பதாம்.

இவ் வண்ணம் தலைமகளும் தோழியும் அவ்வப்போது கூறிய வரைவுக் குறிப்புகள் அவர்களது காதல் அவத்தை எடுத்துக்காட்டவே, அவனும் சான்றோரைக் கொண்டு வரைந்து வதுவை மணம் செய்து கொண்டு மனையறம் புரிவானாயினன்.

மனை வாழ்வில் வினை குறித்தும் பொருள் கருதியும் ஆண்மகன், மனையின் நீங்கி வேற்றூர்க்குச் செல்வது இயல்பு. அப்போதுகளில் மனைவியாகிய காதலி அவன் பிரிவாற்றாது கண்துயில் இன்றிக் கையற்று வருந்துவள். அதனை அறியும் தோழி, ''வினையே ஆடவர்க்கு உயிர்; அவர்கள் அதனை முடித்து வரும் துணையும் நீ ஆற்றியிருத்தல் வேண்டும்'' என வற்புறுத்துவள். அது கேட்டும் தலைவி, ஆற்றாளாய்,

மான்அடி யன்ன கவட்டிலை அடும்பின்
தார்மணி அன்ன ஒண்பூக் கொழுதி
ஒண்டொடி மகளிர் வண்டல் அயரும்
புள்ளிமிழ் பெருங்கடல் சேர்ப்பனை
உள்ளேன், தோழி, படீஇயர் என்கண்ணே[2]

என்று சொல்லுகிறாள்.

இதன்கண், யான் இதுவரையும் கடற்சேர்ப்பனாகிய நம் காதலனை நினைந்த வண்ணம் இருந்தேன்; அதனால் என் கண்கள் உறக்கம்

1. குறுந். 109. 2. குறுந். 243.

கொள்ளவில்லை. இனி அவனை மனத்தால் உள்ளுவதைக் கைவிடு கிறேன், என் கண்கள் உறங்குக'' என்பாளாய், ''பெருங்கடல் சேர்ப் பனை உள்ளேன், தோழி, எண் கண் படீஇயர்'' என்று இசைக்கின்றாள். மேலும் இதனுள் நம் சேரமான் வேறொரு பொருளையும் அமைத்துள் ளார்; ஒண்டொடி மகளிர் அடும்பின் பூக்களைக் கொழுதி வண்டல் விளையாட்டயர்வர் என்றது மகளிர் விளையாட்டு ஒன்றையே கருதி அடும்பின் பூக்களை அலைப்பது போல நம் தலைவன் நான் மேற் கொண்ட வினையும் பொருளுமே கருதி என்னைப் பிரிந்த வருந்து கின்றான், இதனை நீ அறியவில்லையோ?'' என்ற கருத்து ஒன்று பொதிந்து கிடப்பதைக் காணலாம்.

மருதம் பாடிய இளங்கடுங்கோ: குட்டுவர், பொறையர் என்ற சேரர் குடிகள் தேய்ந்தபின் கடுங்கோக்குடி வகையில் தோன்றி நல்லிசைப் புலமையுலகில் சிறந்து பாலைப் பாட்டுகள் பாடிப் புகழ் பரப்பி வாழ்ந்த பெருங்கடுங்கோவுக்குப் பின்பு அக் குடியில் இந்த இளங்கடுங்கோ புலமையுலகில் தோன்றுகிறார். இவர் மருதத் திணைக் குரிய பாட்டுகள் பாடியதனால் மருதம் பாடிய இளங்கடுங்கோ எனப் படுகின்றார். பெருங்கடுக்கோவின் பாட்டுகளைப் போல இவர் பாடியன வாக அகத்தில் இரண்டும் நற்றிணையில் ஒன்றுமே கிடைத்துள்ளன.

சோழ நாட்டில் வாழ்ந்த வேளிர் குடியில் அஃதை என்பவள் தோன்றி உரு நலத்தால் உயர்ந்து விளங்கினாள். அவளை மணக்க விரும்பிப் பாண்டியர் குடியிலும் சேரர் குடியிலும் தோன்றிய செல்வர் கள் அவள் தந்தையை அணுகினர். அந் நாளில் அவர்களது நிலை தாழ்ந்து இருந்த காரணத்தாலோ எதனாலோ அவன் மகள் தர மறுத்தான். அதனால் இருவரும் சேர்ந்து அஃதை தந்தையொடு போர் தொடுத்தனர். அவனுக்குத் துணையாகச் சோழ வேந்தன் நின்ற போர் செய்தான்; அப்போர் சோழநாட்டுப் பருவூரில் நடைபெற்றது. நேர பாண்டியர் குடித் தோன்றல்கள் போர்ப் பரிசு அழிந்து தோற்றோடினர். தோற்ற வேந்தரின் யானைகளைச் சோழர் கைப்பற்றியபோது, அங்கு உண்டான ஆரவாரம் தமிழகம் முற்றும் பரவி, இருபெரும் வேந்தர் குடிக்கும் இளிவரலைப் பயந்தது. சேர பாண்டிய செல்வர்களது செயலின் புன்மை கண்டு இந்த இளங்கடுங்கோவின் புலமையுள்ளம் வருந்திற்று. பரத்தைமை பூண்ட ஒருவன் தன் மனைவிக்கு வாயில் வேண்டி வந்தானாக, தோழி அவனுடைய மனைவி பக்கல் நின்ற அவனை மறுக்கத் தொடங்கினாள். அப்போது அவள் வெகுண்டுரைக் கும் சொல்லின்கண் அச் செல்வஙைகளங செயலை உவமமாக நிறுத்தி, ''ஐய நீ இப்போது ஒரு பரத்தையைக் கைப்பற்றியுள்ளாய் எனப்பலரும் கூறுவர். அதனால் உண்டான அலர், அஃதை பொருட்டுப் போர் செய்து தோற்ற சேர பாண்டியரின் யானைகளைச் சோழர் கைக்கொண்ட போது எழுந்த ஆரவாரம் போல ஊரெங்கும் பரவிவிட்டது;

அதனை இனி மறைப்பதில் பயனில்லை'' என்று எடுத்தோதுகின்றான். அவ் வுரையில் தோற்றோடிய சேர பாண்டியர் இயற்பெயரைக் குறியாது குடிப்பழி மறைக்கும் இவரது செயல் இவருடைய மான மாண்பைக் காட்டுகிறது.

தலைமைக்கு இழுக்குத் தோன்றுதற்குக் காரணம் அவனத பரத்தைமையும் அதன்கண் அவனை உய்த்த பாணனுமாம் என்ற கருத்தைத் தமது பாட்டில் உய்த்துணர வைக்கும் இளங்கடுங்கோவின் புலமைத்திறம்[1] நமக்கு இன்பம் தருகிறது.

கோட்டம்பலத்துத் துஞ்சிய சேரமான் மாக்கோதை: சேர மன்னர் குடிநிரலில் இறுதியில் நின்றது கோதையர் குடி. அக்குடியில் தோன்றிய வேந்தர்களான குட்டுவன் கோதை, கோக் கோதை மார்பன் என்போர் வழியில் இச் சேரமான் மாக்கோதை காணப்படுகின்றான். இவன் முடிவில் இறந்து பட்ட இடம் கோட்டம்பலம் என்பது. அஃது இப்போது கொச்சிநாட்டு முகுந்தபுரம் வட்டத்தில் அம்பலக்காடு என்ற பெயரைத் தாங்கிக் கொண்டு உளது.

இந்த மாக்கோதை தன் மனத்தக்கினிய மங்கை ஒருத்தியை மணந்து உயிரொத்த காதலாற் பிணிப்புண்டு இனிது வாழ்ந்தான். அவள் இறந்து போகவே அவன் கொண்ட துயரத்துக்கு எல்லையில்லை. ஒருவனுக்கு மனைவியை இழப்பதால் உண்டாகும் துன்பம் மிகப் பெரிது; அதனிற் பெரியது பிறிதில்லை என அறிஞர் கூறினர். ''அத்துணைப் பெரிதாயின், இங்கே என் மனைவியின் உடல் புறக்காட்டில் அடுக்கிய ஈமத்தில் எழுந்த தீயில் எரிந்து போயிற்று; அவளும் மறைந்தாள்; அதனைக் கண்டிருந்தும் என் உயிர் நீங்கவில்லை; இன்னும் யான் உயிர் வாழ்கின்றேனே! என்னே இதன் பண்பு!'' என்று எண்ணினான். அந்த எண்ணம் ஒரு பாட்டாய் உருக்கொண்டது.

"யாங்குப் பெரிதாயினும் நோய் அளவு எனைத்தே!
உயிர்செகுக் கல்லா மதுகைத்து அன்மையின்;
கள்ளி போகிய களரியம் பறந்தலை
வெள்ளிடைப் போகிய விளைவிற்கு ஈமத்து
ஒள்ளழற் மாய்ந்தனள் மடந்தை;
இன்னும் வாழ்வல்! என் இதன் பண்பே"[2]

என்பது அப்பாட்டு. தன் உயிரை உண்ணமாட்டாமையால், மனைவி இறந்ததால் உண்டாகிய துயரத்தை இகழ்ந்து, ''யாங்குப் பெரிதாயினும் நோய் அளவு எனைத்தே'' என்பது அவனது கையறவை எத்துணை மிகுத்துக் காட்டுகிறது! எனக்கும் அவட்கும் உயிர் ஒன்று

---

1. நற். 50.   2. புறம். 245.

என்பது உண்மையானால், அவனது உயிர் நீங்கிய போதே எனது உயிரும் நீங்க வேண்டும்; நீங்கவில்லையே உயிர் வாழ்கின்றேனே என்பானாய், ''இன்னும் வாழ்வல்'' என்று இகழ்ந்தான்.

இப்பெற்றியோன் சின்னாட்கெல்லாம் உடல் நலம் குன்றக் கோட்டம்பலத்தே இருந்து இறந்துபோனான். வஞ்சி நகர்க்கண் அவன் உறைந்த பகுதி மாக்கோதை என்ற பெயர் எய்திற்று. அவனைப் பள்ளிப்படுத்த இடம் மாக்கோதைப் பள்ளி என வழங்குவதாயிற்று. பின் வந்தோர் அவனைப் புத்த சமயத்தவனாக்கி அதனைப் பௌத்தப் பள்ளி என மாற்றிக் கல்லில் பொறித்துவிட்டனர்.[1]

இவ்வாறே, காவிரி நாட்டிலும் பிற சமயத்தவர்க்குரிய சிராப் பள்ளி குராப்பள்ளி என்பன சைவ சமயத்துக்கு உரியவாக மாறியது காணும் வரலாற்றறிஞர்க்கு இது புதுமையாகத் தோன்றாது.

இம் மாக்கோதை வழியில் இறுதியாக இருந்தவர் பெருமாக் கோதையாராவர். இவர் காலத்தே வஞ்சிக்களம் வஞ்சிக்குளம் எனவும், அஞ்சைக்களம் எனவும், மாக்கோதை மகோதை எனவும் மக்கள் வழக்கில் மருவத் தலைப்பட்டு விட்டன. வஞ்சி மாநகரிடத்தே கொடுங்கோளூர் தோன்றிவிட்டது. கொடிய (வளைந்த) கடல் கொண் டவூர், கொடுங்கோளூர், முசிறித் துறைக் கடலில் மூழ்கி மறைந்தது.

இப் பெருமாக் கோதையார், சைவசமயக் குரவருள் ஒருவராகிய நம்பியாரூரர் காலத்தில் இருந்து சிவநெறியிற் சிறந்த சேரமான் பெருமான் நாயனாராவர். இப் பெருந்தகை பாடியருளிய நூல்கள் சில சைவத் திருமுறைகளில் தொகுக்கப்பட்டிருப்பதையும் அவரது வரலாறு சேக்கிழாரால் செந்தமிழாற் பாடப்பட்டிருப்பதையும் அறியாமையால் மிக்க பிற்காலத்தே தோன்றிய கேரளமான்மியம் கேரளோற் பத்தி என்று நூல்கள் அவர் முகமதியராகி மெக்காவுக்குப் போய்விட்டார் எனப் பொய்யெழுதிவிட்டன. பிற்காலக் கல்வெட்டுகள் அவர்கள் கண்ட மகோதையை மகோதையார் பட்டினம்[1] எனச் சிறிது மாற்ற அதன்பிறகு அது மகாதேவர் பட்டணமாக்கப்பட்டது.[2] எல்லாவற் றிற்கும் முடிவில், மகாதேவர் என்ற பெயரும் போய் மகோத்தியா பட்டினமாகி இதிகாசத்தோடு தொடர்புபடுத்திக் கூறப்படுவதாயிற்று.

டாக்டர் சேய்சு (Dr. Sayee), ஈவிட் (Hewitt) என்பார் கூறுவது[3] போலக் கிறித்து பிறப்பதற்கு மூவாயிரம் ஆண்டுகட்கு முன்பிருந்தே சால்டியர், கிரேக்கர், யவனர், எகிப்தியர், சிரியர், பாபிலோனியர்,

---

1. Ep. A. R. No. 609 of 1912. 2. A. R. No. 481 of 1929-30.
3. W. Logan's Malabar p. 207.
4. Origin and growth of religion among the Babylonians of Dr. Sayee-Hibert Lectures for 1887.

கோசியர், பாரசிகர் முதலிய மேனாட்டவரும் வடபுல ஆரியரும் வந்து மக்களிடையே கலந்து கொண்டதனால் சேர நாட்டவர்களுடைய மொழியும் நடையும் உடற்கூறும் திரிந்து, தமிழ் நாட்டின் கூறு என்ற குறிப்பே தோன்றாதவாறு பெரிதும் மாறிவிட்டன.

இதுகாறும் கூறியவற்றால் பண்டை நாளைச் சேர மன்னர்கள், அறிவு, ஆண்மை, புலமைநலம் பெற்றுப் புலவர் பாடும் புகழ்பெற்று விளங்கியதும், நாடு காவல் புரிந்து நல்லிசை நிறுவியதும் ஒருவாறு காட்டப்பட்டமை விளங்கும். அவ் வேந்தர் செயல்வகைகளில் தமிழ் மொழிபால் அவர்களுக்கிருந்த பற்று மிகுதி நன்கு விளங்குகிறது. அரசுக்குரிய வெற்றி முரசு இருக்கும் கட்டிலில் பிறர் யாரும் ஏறி யிருத்தல் கூடாது; அஃது அரசைக் கைப்பற்றியது போலும் செய லாகும் எனவும், அப்படிச் செய்வோர் கொலைத் தண்டத்துக்கு உரியர் எனவும் தமிழரசு கருதியிருந்தது. தகடூர் எறிந்த பெருஞ்சேரல் இரும் பொறை காலத்தில் மோசிகீரனார் என்ற தமிழ்ச் சான்றோர் முறைமை தெரியாமல் முரசு கட்டிலில் கிடந்து உறங்கிவிட்டார். செய்தி தெரிந் ததும் வேந்தன் சினத்துடன் அவரை நெருங்கினான். தமிழ் முழுதறிந்த சான்றோர் என்பது தெரிந்து அவருக்கு அவன் தன் கையில் விசிறி கொண்டு வீசலுற்றான். சான்றோர் விழித்தெழுத்து அவனுடைய தமிழன்பை வியந்து பாராட்டி அரசியல் அறிவுரை பல வழங்கினார் என்ற வரலாறு நாடறிந்த தொன்று. இதனால் சேரவேந்தரின் செந்தமிழ்ப் பற்று எத்துணைச் சிறந்திருந்தது என்பது தெற்றென விளங்கும். சங்கத் தொலை நூல்களில் காணப்படும் சான்றோர் நிரலில் சேர நாட்டுச் சான்றோர் நிரலில் சேரநாட்டுச் சான்றோர் பலர் இருப்பதே மேலே கூறிய தமிழ் வளத்துக்குச் சான்று பகரும்.

இவ் வேந்தர் காலத்து அரசியல், வாணிகம், சமயம், சமுதாயம் முதலிய கூறுகள் தனித் தனியே ஆராயத் தகுவன. இவ்வரசர் பெருந் தகைகளின் வரலாற்றுக் குறிப்பும், அவை வழங்கும் கருத்துகளும் நுணுகி நோக்கின், சேரநாட்டு அரசின் கீழ் வாழ்ந்த செந்தமிழ்க் குடி களின் சிறப்பு நமக்குப் புலனாகாது மறையவில்லை. விரிவஞ்சிப் பரிபாடல் கூறும் பாட்டொன்றைக் காட்டி அமைவாம்:

> ***"மாயோன் கொப்பூழ் மலர்ந்த தாமரைப்***
> ***பூவொடு புரையும் சீரூர்; பூவின்***
> ***இதழத் தனைய தெருவும், இதழகத்து***
> ***அரும்பொகுட்டு அனைத்தே அண்ணல் கோயில்;***
> ***தாதின் அனையர் தண்டமிழ்க் குடிகள்."***